திருவள்ளுவர்

ஒரு விரிவான வரலாற்றுத் தேடல்

ஆசிரியரின் பிற நூல்கள் :

ஜூலியஸ் சீசர்

முசோலினி

தெலங்கானா

தலாய் லாமா

சாவர்க்கரின் வாக்குமூலம்

தமிழ் அறிஞர்கள்

மொழிபெயர்ப்பு நூல்கள்

இந்திய சீனப் போர் *(நெவில் மாக்ஸ்வெல்)*

இந்திய அரசியல் வரலாறு *(வி.கிருஷ்ணா அனந்த்)*

தேசத் தந்தைகள் *(ராஜ்மோகன் காந்தி)*

விதியின் சிறையில் மாவீரன் *(துர்காதாஸ்)*

சிந்து சமவெளி சவால் *(துர்காதாஸ்)*

திருவள்ளுவர்

ஒரு விரிவான வரலாற்றுத் தேடல்

ஜனனி ரமேஷ்

திருவள்ளுவர்
Thiruvalluvar
by *Jhanani Ramesh* ©

First Edition: July 2021
344 Pages
Printed in India.

ISBN 978-81-949321-8-5
Kizhakku - 1233

Kizhakku Pathippagam
177/103, First Floor, Ambal's Building, Lloyds Road,
Royapettah, Chennai - 600 014. Ph: +91-44-4200-9603
Email : support@nhm.in | Website : www.nhm.in

kizhakkupathippagam | kizhakku_nhm

Author's Email: writerjhananiramesh@gmail.com

Kizhakku Pathippagam is an imprint of New Horizon Media Private Limited

சமர்ப்பணம்

எனது தமிழாசிரியர்
வித்துவான் அ.சின்னண்ணன் அவர்களுக்கு

உள்ளே

1. உலகப் பொதுமறையின் உயர்வு

உலகச் செம்மொழிகளுள் தமிழ் மொழியும் ஒன்றாகும். ஏனைய செம்மொழிகள் வழக்கொழிந்த நிலையில் இன்றைக்கும் எழுத்து வடிவிலும், பேச்சு வடிவிலும், இளமை குன்றாமல் செழித்தும், செம்மாந்தும் நிற்கும் மொழி தமிழ் மட்டுமே. இத்தகைய சீரும் சிறப்பும் மிக்க தமிழ் மொழியில் உள்ள இலக்கண இலக்கியங்கள் எண்ணிலடங்கா. ஈராயிரம் ஆண்டுகளுக்கு முன்பு இயற்றப்பட்ட தொல்காப்பியமும், பத்துப்பாட்டும், எட்டுத் தொகையும், பதினெண்கீழ்க்கணக்கும், சிலப்பதிகாரமும், மணிமேகலையும் இலக்கண, இலக்கியங்களாக மட்டுமின்றித் தமிழ் நாகரிகத்தின் சான்றாகவும், அடையாளமாகவும் விளங்குகின்றன.

> 'மனிதன் இறைவனுக்குச் சொன்னது திருவாசகம்
> இறைவன் மனிதனுக்குச் சொன்னது கீதை
> மனிதன் மனிதனுக்குச் சொன்னது திருக்குறள்'

திருக்குறள் சங்க இலக்கிய வகைப்பாட்டில் பதினெண் கீழ்க்கணக்கு எனப்படும் பதினெட்டு நூல்களின் திரட்டில் இருக்கிறது. சிலர் எட்டுத் தொகை மற்றும் பத்துப்பாட்டு ஆகியவற்றை உள்ளடக்கிய பதினெண் மேல்கணக்கு நூல்களை மட்டுமே 'சங்க இலக்கியம்' என்றும், பதினெண் கீழ்க்கணக்கு

நூல்களை 'சங்க காலத்துக்குப் பிந்திய நூல்கள்' என்றும் கூறுவர். திருவள்ளுவர், அனைத்து தமிழர்களாலும் போற்றப்படுபவ ராகவும் தமிழர்களின் பண்பாட்டுச் செறிவின் அடையாளமாகவும் திகழ்கிறார். 'அகர முதல எழுத்தெல்லாம் ஆதி பகவன் முதற்றே உலகு' என்று தொடங்கி, ஈரடி குறளில் உலகத் தத்துவங்கள் அனைத்தையும் 'திருக்குறள்' என்னும் உன்னதப் படைப்பில் மக்களுக்கு எடுத்துச் சொன்னவர் திருவள்ளுவர். உலகளாவிய தத்துவங்களைக்கொண்ட திருக்குறளைப் படைத்து, உலக இலக்கிய அரங்கில் தமிழ்மொழிக்கென்று ஓர் உயர்ந்த இடத்தை நிலைப்பெறச் செய்தவர் திருவள்ளுவர் எனில் மாற்றுக் கருத்துக்கு இடமில்லை.

உலகப் பொதுமறையாம் திருக்குறளை இயற்றிய திருவள்ளுவர் பிறந்த ஆண்டு கி.மு. 31 என்று மறைமலை அடிகள் தலைமையில் கூடிய தமிழக அறிஞர்கள் ஆய்ந்து முடிவெடுத்ததைத் தமிழக அரசும் ஏற்றுக்கொண்டாடி வருகிறது. திருவள்ளுவர் பிறந்து 2050 ஆண்டுகள் நிறைவடைந்துள்ளன.

'தெய்வப்புலவர்', 'பொய்யில் புலவர்', 'நாயனார்', 'தேவர்', 'செந்நாப்போதார்', 'பெருநாவலர்', 'பொய்யாமொழிப் புலவர்', 'மாதானுபங்கி' எனத் திருவள்ளுவர் பல பெயர்களில் அழைக்கப் படுகிறார்.

அவர் எழுதிய திருக்குறள், 'அறம்', 'இரண்டு', 'உத்தரவேதம்', 'எழுதுண்டமறை', 'குறள்', 'தமிழ்மறை', 'திருவள்ளுவப்பயன்', 'தெய்வநூல்', 'தெய்வமாமறை', 'நம்மறை', 'பழமொழி', 'பால்முறை', 'புகழ்ச்சிநூல்', 'பொதுமறை', 'பொய்யா மொழி', 'பொருளுரை', 'முதுநெறி', 'முதுமொழி', 'முப்பால்', 'முப்பொருள்', 'மெய்வைத்தசொல்', 'வள்ளுவ தேவன் வசனம்', 'வள்ளுவம்', 'வள்ளுவ மாலை', 'வள்ளுவர் வாய்மொழி', 'வள்ளுவர் வைப்பு', 'வள்ளுவன் வாய்ச்சொல்', 'வாய்மை', 'வாயுறை வாழ்த்து' எனப் பல்வேறு பெயர்களால் அழைக்கப் படுகிறது. திருக்குறள் வாழ்வியலின் எல்லா அங்கங்களையும் இனம், மொழி, பாலின பேதங்களின்றிக் காலம் கடந்தும் எக்காலத்துக்கும் பொருந்துவதுபோல் கூறப்பட்டுள்ளதால் மிக உயர்வாகப் போற்றப்படுகிறது.

திருக்குறளிலுள்ள 1330 குறள்கள் பத்து பத்தாக 133 அதிகாரங்களின் கீழ் தொகுக்கப் பெற்றுள்ளன. இது அடிப்படையில் ஓர் ஒப்பரிய

வாழ்வியல் நூல். மாந்தர்கள் தம் அகவாழ்விலும் சுமுகமாகக் கூடி வாழும் புற வாழ்விலும், இன்பமுடனும், இசைவுடனும் நலமுடனும் வாழத் தேவையான மாறாத அடிப்படைப் பண்புகளை விளக்குகிறது. இந்நூல் அறம், பொருள், இன்பம் அல்லது காமம் என்னும் முப்பெரும் பிரிவுகளாக (முப்பால்) பிரித்தும் அழகுடன் இணைத்தும் கோர்த்தும் விளக்கும் பேரழகுடைய இலக்கியப் படைப்பு. 'குறள் வெண்பா' என்னும் பா வகையைச் சேர்ந்த நூலாகும்.

திருவள்ளுவர் இயற்றிய நூல் 'திருக்குறள்' மட்டுமே என்பது அறிஞர்களின் ஒருமித்த கருத்து. இருப்பினும் திருவள்ளுவர் மருத்துவம் தொடர்பான இரு நூல்கள் உள்பட கீழ்க்காணும் நூல்களை எழுதியதாகவும் கூறப்படுகிறது.

1. ஞானவெட்டியான் - 1500 பாக்கள்
2. ரத்தினசிந்தாமணி - 800 பாக்கள்
3. பஞ்ச ரத்தினம் - 500 பாக்கள்
4. கற்பம் - 300 பாக்கள்
5. நாதாந்த சாரம் - 100 பாக்கள்
6. நாதாந்த திறவுகோல் - 100 பாக்கள்
7 வைத்திய சூஸ்திரம் - 100 பாக்கள்
8. கற்ப குருநூல் - 50 பாக்கள்
9. முப்பு சூஸ்திரம் - 30 பாக்கள்
10. வாத சூஸ்திரம் - 16 பாக்கள்
11. முப்புக்குரு - 11 பாக்கள்
12. கவுன மணி - 100 பாக்கள்
13. ஏணி ஏற்றம் - 100 பாக்கள்
14. குருநூல் - 51 பாக்கள்

திருக்குறள் அரங்கேற்றம்

மதுரையிலே கடைச்சங்க காலத்தில் 'ஆரியப்படை கடந்த நெடுஞ்செழியன்' என்ற பாண்டிய மன்னன் ஆட்சிக் காலத்தில் திருக்குறள் அரங்கேறியது.

நூற் பிரிவுகள்

திருக்குறளானது அறத்துப்பால், பொருட்பால், இன்பத்துப்பால் என முப்பால் கொண்ட நூலாகும். மூன்று பால்களும் கொண்டமையால் 'முப்பால்' எனப் பெயர் பெற்றது. முப்பால்கள் ஆகிய இவை ஒவ்வொன்றும் 'இயல்' என்னும் பகுதிகளாக மேலும் பகுக்கப்பட்டுள்ளன. ஒவ்வொரு இயலும் சில குறிப்பிட்ட எண்ணிக்கையான அதிகாரங்களைக்கொண்டதாக விளங்குகின்றது. ஒவ்வொரு அதிகாரமும் 10 பாடல்களைத் தன்னுள் அடக்கியது. ஆனால் 133 அதிகாரங்கள் என்பது என்ன கணக்கு என்றோ, ஒவ்வொரு அதிகாரத்துக்கும் ஏன் 10 குறள்கள் என்றோ ஆய்வாளர்கள் அறியவில்லை.

அறத்துப்பால்

திருக்குறளின் அறத்துப்பாலில் 'பாயிரவியல்' 4 அதிகாரங்களும், பாயிரவியலைத் தொடர்ந்து முதலாவதாக 20 அதிகாரங்களுடன் 'இல்லறவியல்' அடுத்து 13 அதிகாரங்கள் கொண்ட 'துறவறவியல்' பின்பு இறுதியில் 'ஊழ்' என்னும் ஒரே அதிகாரம் கொண்ட 'ஊழியல்' என வகைப்படுத்தப் பட்டுள்ளது. திருக்குறளில் ஒரே ஒரு அதிகாரம் உடைய இயல், 'ஊழியல்' மட்டுமே. முதற்பாலாகிய அறத்துப்பாலில் மொத்தம் 38 அதிகாரங்கள்.

பொருட்பால்

அடுத்து வரும் பொருட்பாலில் 'அரசு இயல், அமைச்சு இயல், ஒழிபு இயல்' ஆகிய இயல்கள் இருக்கின்றன. அரசு இயலில் 25 அதிகாரங்கள் உள்ளன. அமைச்சு இயலில் 32 அதிகாரங்களும், ஒழிபு இயலில் 13 அதிகாரங்களுமாக மொத்தம் 70 அதிகாரங்கள் உள்ளன.

காமத்துப்பால்

கடைசிப்பாலாகிய இன்பத்துப்பால் அல்லது காமத்துப்பாலில் 'களவியல்' மற்றும் 'கற்பியல்' என இரண்டு இயல்கள். களவியலில் 7 அதிகாரங்களும், கற்பியலில் 18 அதிகாரங்களுமாக மொத்தம் 25 அதிகாரங்கள் உள்ளன.

ஆகமொத்தம் திருக்குறளில் 9 இயல்கள்; 133 அதிகாரங்கள்; 1330 பாடல்கள். திருக்குறளை மொத்தம் 14000 சொற்களில் குறள் வெண்பா இலக்கணத்தில் திருவள்ளுவர் பாடியுள்ளார்.

திருக்குறள் நூலமைப்பைப் பொறுத்தமட்டில், அது 3 பெரும் பிரிவுகளைக்கொண்டுள்ளது. பாயிரத்தில் வைக்கப்பட்டுள்ள நான்கு அதிகாரங்களுள் கடவுள் வாழ்த்து, அறம் வலியுறுத்தல், நீத்தார் பெருமை என்பவை மக்களின் முழுக் கட்டுப்பாட்டிற்கு உட்பட்டதாகவும், வான் சிறப்பு மட்டும் மக்களின் முழுக் கட்டுப்பாட்டிற்கு அப்பாற்பட்டதாகவும் உள்ளது.

திருக்குறளும் எண் குறித்த தகவல்களும்

திருக்குறளின் மூன்று பால்களும், ஒவ்வொன்றிலும் 38 (பாயிரவியல் நீக்கி), 70, 25 என்ற எண்ணிக்கையான அதிகாரங்கள் உள்ளதாக அமைக்கப்பட்டு, அந்த எண்களின் இலக்கங்களைக் கூட்டினால் 7 என்ற கூட்டு எண் வரும் விதத்திலும் நூல் அமைக்கப்பட்டுள்ளது.

மேலும், ஒட்டு மொத்த அதிகாரங்களான 133 இன் எண்களைக் கூட்டினாலும், கூட்டு எண் 7ஆக வரும் விதத்திலேயே நூல் அமைக்கப்பட்டுள்ளது. திருக்குறளின் நூலமைப்பானது 7 என்ற எண்ணுக்கு அதிக முக்கியத்துவம் கொடுக்கும் விதத்தில்தான் அமைக்கப்பட்டுள்ளது.

அதேவேளையில், திருக்குறளின் நூலமைப்பானது 3, 4, 9, 10 என்ற எண்களுக்கும் முக்கியத்துவம் கொடுத்தே அமைக்கப்பட்டுள்ளது. இவை தற்செயலாக நடைபெற்றதா என்பதுபற்றியும், இவ்வெண்கள் எங்கேனும் தமிழரின் வாழ்வியலில் நெறி முறைகளில் முக்கியத்துவம் பெற்றுள்ளனவா என்பது பற்றியும், இந்த எண்கள் ஒரு குறிப்பிட்ட போதனையில் முக்கியத்துவம் பெறுவதாக இருந்தால், அது எது என்பதையும் இன்றுவரை ஆய்வாளர்கள் ஆராய்ந்துகொண்டிருக்கிறார்கள்.

திருக்குறளின் ஆரம்பத்தில் வைக்கப்பட்டுள்ள நான்கு அதிகாரங்களும் என்ன அடிப்படையில் வைக்கப்பட்டுள்ளன, அவைகள் ஏதாவது போதனை அடிப்படையில்தான் வைக்கப் பட்டுள்ளனவா, இல்லையா என்பது பற்றியும் ஆய்வாளர்களால் ஆராயப்பட்டு, சரியான முடிவுக்கு வரப்படவில்லை.

ஒரு சில தமிழறிஞர்கள் அதிகார வைப்பு முறையையும், அறம், பொருள், இன்பம் என்னும் வரிசையை இன்பம், பொருள் அறம் என்றும் மாற்றி அமைத்து முயன்றிருக்கிறார்கள்.

திருக்குறள் நூற் பிரிவு அட்டவணை

அறத்துப்பால் (1-38)

பாயிரம்

1. கடவுள் வாழ்த்து
2. வான் சிறப்பு
3. நீத்தார் பெருமை
4. அறன் வலியுறுத்தல்

இல்லறவியல்

5. இல்வாழ்க்கை
6. வாழ்க்கைத் துணைநலம்
7. மக்கட்பேறு
8. அன்புடைமை
9. விருந்தோம்பல்
10. இனியவை கூறல்
11. செய்ந்நன்றி அறிதல்
12. நடுவுநிலைமை
13. அடக்கம் உடைமை
14. ஒழுக்கம் உடைமை
15. பிறன்இல் விழையாமை
16. பொறை உடைமை
17. அழுக்காறாமை
18. வெஃகாமை
19. புறங்கூறாமை
20. பயனில சொல்லாமை
21. தீவினை அச்சம்
22. ஒப்புரவு அறிதல்
23. ஈகை
24. புகழ்

துறவறவியல்

25. அருள் உடைமை
26. புலால் மறுத்தல்
27. தவம்
28. கூடா ஒழுக்கம்

29. கள்ளாமை

30. வாய்மை

31. வெகுளாமை

32. இன்னா செய்யாமை

33. கொல்லாமை

34. நிலையாமை

35. துறவு

36. மெய் உணர்தல்

37. அவா அறுத்தல்

ஊழியல்

38. ஊழ்

பொருட்பால் (39-108)

அரசியல்

39. இறைமாட்சி

40. கல்வி

41. கல்லாமை

42. கேள்வி

43. அறிவுடைமை

44. குற்றம் கடிதல்

45. பெரியாரைத் துணைக்கோடல்

46. சிற்றினம் சேராமை

47. தெரிந்து செயல்வகை

48. வலி அறிதல்

49. காலம் அறிதல்

50. இடன் அறிதல்

51. தெரிந்து தெளிதல்

52. தெரிந்து வினையாடல்

53. சுற்றம் தழால்

54. பொச்சாவாமை

55. செங்கோன்மை

56. கொடுங்கோன்மை

57. வெருவந்த செய்யாமை

58. கண்ணோட்டம்

59. ஒற்றாடல்
60. ஊக்கம் உடைமை
61. மடி இன்மை
62. ஆள்வினை உடைமை
63. இடுக்கண் அழியாமை

அமைச்சியல்

64. அமைச்சு
65. சொல்வன்மை
66. வினைத்தூய்மை
67. வினைத்திட்பம்
68. வினை செயல்வகை
69. தூது
70. மன்னரைச் சேர்ந்து ஒழுகல்
71. குறிப்பு அறிதல்
72. அவை அறிதல்
73. அவை அஞ்சாமை

அரணியல்

74. நாடு
75. அரண்

கூழியல்

76. பொருள் செயல்வகை

படையியல்

77. படைமாட்சி
78. படைச்செருக்கு

நட்பியல்

79. நட்பு
80. நட்பு ஆராய்தல்
81. பழைமை
82. தீ நட்பு
83. கூடா நட்பு
84. பேதைமை
85. புல்லறிவாண்மை

86. இகல்
87. பகை மாட்சி
88. பகைத்திறம் தெரிதல்
89. உட்பகை
90. பெரியாரைப் பிழையாமை
91. பெண்வழிச் சேறல்
92. வரைவில் மகளிர்
93. கள் உண்ணாமை
94. சூது
95. மருந்து

குடியியல்

96. குடிமை
97. மானம்
98. பெருமை
99. சான்றாண்மை
100. பண்புடைமை
101. நன்றியில் செல்வம்
102. நாண் உடைமை
103. குடி செயல்வகை
104. உழவு
105. நல்குரவு
106. இரவு
107. இரவச்சம்
108. கயமை

காமத்துப்பால் (109-133)

களவியல்

109. தகையணங்குறுத்தல்
110. குறிப்பறிதல்
111. புணர்ச்சி மகிழ்தல்
112. நலம் புனைந்து உரைத்தல்
113. காதற் சிறப்பு உரைத்தல்
114. நாணுத் துறவு உரைத்தல்
115. அலர் அறிவுறுத்தல்

கற்பியல்

116. பிரிவாற்றாமை
117. படர் மெலிந்து இரங்கல்
118. கண் விதுப்பு அழிதல்
119. பசப்பு உறு பருவரல்
120. தனிப்படர் மிகுதி
121. நினைந்தவர் புலம்பல்
122. கனவு நிலை உரைத்தல்
123. பொழுது கண்டு இரங்கல்
124. உறுப்பு நலன் அழிதல்
125. நெஞ்சொடு கிளத்தல்
126. நிறை அழிதல்
127. அவர் வயின் விதும்பல்
128. குறிப்பு அறிவுறுத்தல்
129. புணர்ச்சி விதும்பல்
130. நெஞ்சொடு புலத்தல்
131. புலவி
132. புலவி நுணுக்கம்
133. ஊடல் உவகை

உரைகள்

பழங்கால உரையாசிரியர்களான மணக்குடவர், பரிப்பெருமாள், காலிங்கர், பரிமேலழகர், தருமர், தாமத்தர், நச்சர், பரிதி, திருமலையர், மல்லர், கலிப்பெருமாள் ஆகியோர் திருக்குறளுக்கு உரை எழுதியுள்ளனர். அவற்றில் புகழ் வாய்ந்ததாக விளங்குவதும் அதிகமாகப் பயன்படுத்தப்படுவதும் பரிமேலழகர் உரைதான்.

தருமர் மணக்கும் தாமத்தர் நச்சர்
பரிதி பரிமே லழகர்-மல்லர்
பரிப்பெருமாள் காலிங்கர், வள்ளுவர் நூற்கு
எல்லையுரை செய்தா ரிவர்.

என்கிறது பழைய வெண்பா.

தற்காலத்தில் திருக்குறளுக்கு ஆறுமுக நாவலர், கோ வடிவேலு செட்டியார், மு. இராகவய்யங்கார், வ. உ. சிதம்பரம் பிள்ளை,

மகாவித்வான் மீனாட்சி சுந்தரம் பிள்ளை, திரு.வி.க, டாக்டர் மு. வரதராசனர், திருக்குறள் முனிசாமி, புலவர் குழந்தை, கா. அப்பாதுரையார், நாமக்கல் இராமலிங்கம் பிள்ளை, தண்டபாணி தேசிகர், ஐயம்பெருமாள் கோனார், ஜி. வரதராஜன், கு. மோகனராசு, புலியூர் கேசிகன், கலைஞர் மு. கருணாநிதி, இரா. நெடுஞ்செழியன், வ.சுப. மாணிக்கம், தேவநேயப் பாவாணர், பெருஞ்சித்திரனார், ச.வே. சுப்பிரமணியன், கா. ப. அறவாணன், கி.வா. ஜகந்நாதன், சாலமன் பாப்பையா உள்பட 250க்கும் மேற்பட்டோர் விளக்க உரைகளை எழுதியுள்ளனர். திருக்குறள் பாடல்களுக்கு அதிகாரம் ஒன்றுக்கு இரண்டு பாடல்கள் அல்லது கலிப்பா ஒன்று என்ற முறையில் எழுதப்பட்டுள்ள 'திருக்குறள் பாவுரை' என்னும் நூலும் உள்ளது.

இசை

திருக்குறட்பாக்களுக்கு முதன் முதலாக இசை அமைத்ததுடன் அதை இறை வணக்கப் பாடலாகவும் மேடைகளில் பாடியவர் எம். எம். தண்டபாணி தேசிகர்.

உலக மொழிகளில் திருக்குறள்

ஐரோப்பிய மக்களுக்கு லத்தீன் மொழியில் 1730இல் திருக்குறளை அறிமுகப்படுத்தியவர் வீரமாமுனிவர் ஆவார். திருக்குறள் கருத்துக்களை (Extracts from *'Ocean of Wisdom'*) **1794**ஆம் ஆண்டு முதன் முறையாக ஆங்கில மொழியில் அறிமுகப்படுத்தியவர் கின்டெர்ஸ்லே.

உலகிலேயே அதிக மொழிகளில் மொழிபெயர்க்கப்பட்டுள்ள நூல்களில் மூன்றாம் இடத்தைத் திருக்குறள் வகிக்கிறது. இதுவரை 107 மொழிகளில் திருக்குறள் மொழி பெயர்க்கப் பட்டுள்ளது. அவற்றுள் சில:

இந்திய மொழிகள்: குஜராத்தி, இந்தி, வங்காளம், கன்னடம், கொங்கணி, மலையாளம், மராத்தி, மணிப்பூர், ஒடிசி, பஞ்சாபி, ராஜஸ்தானி, சமஸ்கிருதம், சௌராஷ்டிரம், தெலுங்கு, வக்கிரிபோலி (நரிக்குறவர்) ஆகிய இந்திய மொழிகளில் திருக்குறள் மொழிபெயர்க்கப்பட்டுள்ளது.

ஆசிய மொழிகள்: அரபு, பர்மியம், சீனம், ஃபிஜி, ஜப்பான், கொரியா, மலாய், சிங்களம், தைவான், உருது, இந்தோனீசியம்,

தாய்லாந்து ஆகிய ஆசிய மொழிகளிலும் திருக்குறள் மொழிபெயர்க்கப்பட்டுள்ளது.

ஐரோப்பிய மொழிகள்: ஆங்கிலம், டச்சு, ஃபின்னிஷ், ஃபிரஞ்சு, ஜெர்மன், கிரேக்கம், ஹங்கேரி, இத்தாலி, இலத்தீன், நார்வீஜியம், போலிஷ், போர்த்துகீசியம், ரஷியன், ஸ்பானிஷ், ஸ்பேனியா, சுவீடிஷ், அர்மீனியன் ஆகிய ஐரோப்பிய மொழிகளில் இதுவரை திருக்குறள் மொழிபெயர்க்கப்பட்டுள்ளது.

திருவள்ளுவர் எழுதிய திருக்குறளின் சிறப்புகள்

அச்சுப்பிரதி

ஓலைச்சுவடிகளில் இருந்த திருக்குறள் 1812ஆம் ஆண்டு முதன் முதலில் சென்னை மாகாண கலெக்டர் பிரான்சிஸ் வைட் எல்லிஸ் (Francis White Ellis) என்பவரால் அச்சிடப்பட்டது. முதன் முதலில் மொழி பெயர்க்கப்படாமல் அச்சிடப்பட்ட தமிழ் நூல் என்ற பெருமையும் திருக்குறளுக்கு உண்டு.

உலகம்

'உலகம்' என்று தொடங்குவது புலவர்களின் பரந்த நோக்கைக் காட்டும். இதையே திருவள்ளுவரும் கடைப்பிடித்துள்ளார்.

1) முதல் குறளிலேயே 'அகர எனத் தொடக்கி உலகு' என்று முடிக்கிறார்.

2) நெஞ்சை அள்ளும் சிலப்பதிகாரம் தந்த இளங்கோ அடிகள் 'அங்கண் உலகு அளித்தலான்' என்று புகார் காண்டத்தில் மங்கள வாழ்த்தில் தொடங்குகிறார்.

3) பெரியபுராணம் தந்த சேக்கிழார் 'உலகெல்லாம் உணர்ந்து ஓதற்கரியவன்' என்று உலகை முன்னிறுத்தியே தொடங்குகிறார்.

4) காப்பிய உலகில் இணையில்லாத கம்பர், 'உலகம் யாவையும்' என்று முதல் பாடலில் தொடங்குகிறார்.

5) நெற்றிக்கண் திறப்பினும் குற்றம் குற்றமே என்று வாதாடிய நக்கீரர், திருமுருகாற்றுப்படையில் 'உலகம் உவப்ப' என்று ஓம்புகிறார்

6) சீத்தலைச் சாத்தனார் மணிமேகலை என்னும் காப்பியத்தின் தொடக்கத்தில் 'உலகம் திரியா' என்ற வரிகளை வைக்கிறார்.

7) பவணந்தி முனிவர் நன்னூலை 'மலர்தலை உலகின்' என்று சொல்லியே படைக்கிறார்.

8) கபிலர் தமது அகவலில் உலக மக்களையே ஓரினமாகக் கொண்டு 'உலகத்தீரே! உலகத்தீரே!' என்று சிந்திக்கிறார்.

'உலகத்தீரே! உலகத்தீரே!' என்ற சிந்தனை முழக்கம் எவரையும், எந்த இனத்தையும் அடிமைப்படுத்தவோ, எவ்வினத்திர்க்கும் அச்சுறுத்தலாகவோ வெளிவந்ததில்லை. மாறாக உலக பொதுமைக்கு வித்திட்ட சிந்தனையாகும். இச்சிந்தனை பரந்த மனம் கொண்ட தமிழனுக்கு மட்டுமே உரித்தானது. ஆதலால் புறநானூற்று புலவன் கணியன் பூங்குன்றனார் இன்னும் ஒரு படி மேலே சென்று இந்த உலகில் சமத்துவத்தைப் பற்றிச் சிந்தித்தான் 'யாதும் ஊரே! யாவரும் கேளிர்!' என்று பாடினான். இது இனம், மதம், மொழி கடந்து எல்லா மனித உறவுகளையும் தம் உறவுகளாக பார்க்கின்ற பார்வை.

உலகம் திருக்குறளைப் பொதுமறையாக ஒப்புக்கொள்கிறதோ இல்லையோ, தமிழர்கள் திருக்குறளைப் பொதுமறையாகத்தான் கொண்டாடி வந்துள்ளார்கள். மதம் தாண்டி மக்களின் பொது அடையாளமாகக் குறள் கருதப்பட்டு வந்துள்ளது. அவர்களுக்கு முன்பே திருக்குறள் பல அறிஞர்களாலும் பொதுமறையாகப் பார்க்கப்பட்டிருக்கிறது. பரிமேலழகர் உரையை விளக்க உரையுடன் பதிப்பித்த வை.மு.கோ., சைவ மடமான திருப்பனந்தாள் காசி மடத்தின் உரைக்கொத்துப் பதிப்பு, இராமகிருஷ்ண மடம் பதிப்பித்த கி.வ.ஜ. ஆய்வுரை ஆகியவற்றிலும் இதே முடிவுக்கே வருகிறார்கள்.

மேலும் சில சுவையான தகவல்கள்

- திருக்குறள் மூல ஓலைச்சுவடியைக் கண்டெடுத்தவர் கந்தப்பன். இவர் அயோத்திதாச பண்டிதரின் பாட்டனார் ஆவார்.
- திருக்குறள் மூலத்தை முதன் முதலில் 1812இல் அச்சிட்டவர் தஞ்சை ஞானப்பிரகாசர்.
- திருக்குறளுக்கு பழைய உரை ஆசிரியர்கள் மணக்குடவர், பரிப்பெருமாள், காலிங்கர், பரிமேலழகர், தருமர், தாமத்தர், நச்சர், பரிதி, திருமலையர், மல்லர், கலிப்பெருமாள் முதலானோர்.

- பழைய உரைகளுள் சிறப்பாகக் கருதப்படுவது பரிமேலழகர் உரையே.
- பெசண்ட் நகர உ.வே.சாமிநாதய்யர் நூலகத்திலுள்ள 16ஆம் நூற்றாண்டு ஓலைச்சுவடி திருக்குறள் மூலத்திலிருந்து படியெடுக்கப்பட்ட கடைசி ஓலைச்சுவடி ஆகும். இதுவே உலகின் பழமையான திருக்குறள் ஓலைச்சுவடி ஆகும்.
- ரஷிய க்ரெம்ளின் மாளிகையில் குண்டு துளைக்க முடியாத சுரங்கப் பாதுகாப்பு பெட்டகத்தில் உள்ளவற்றுள் திருக்குறளும் இடம் பெற்றுள்ளது.
- விக்டோரியா மகாராணி அரண்மனை நூலகத்தில் திருக்குறளும் உள்ளது.
- தமிழ்நாட்டுச் சட்டமன்றம் ஒவ்வொரு நாளும் கூடும்போதும் திருக்குறள் ஒலித்த பிறகே அவை நடவடிக்கைகள் தொடங்கும்.
- திருக்குறளின் முதல் பெயர்- முப்பால்.
- திருக்குறளில் உள்ள அதிகாரங்கள்- 133.
- திருக்குறள் அறத்துப்பாலில் உள்ள குறட்பாக்கள்-380.
- திருக்குறள் பொருட்பாலில் உள்ள குறட்பாக்கள்-700.
- திருக்குறள் காமத்துப்பாலில் உள்ள குறட்பாக்கள்-250.
- திருக்குறளில் உள்ள மொத்த குறட்பாக்கள்-1330.
- திருக்குறள் ‘அ’கரத்தில் தொடங்கி ‘ன’கரத்தில் முடிகிறது.
- ஒவ்வொரு குறளும் 2 அடிகளால் 7 சீர்களைக்கொண்டது.
- திருக்குறளில் உள்ள சொற்கள்-12548 சொற்கள்.
- திருக்குறளில் உள்ள மொத்த எழுத்துக்கள்- 42,194.
- திருக்குறளில் தமிழ் எழுத்துக்கள் 247-இல், ‘ஔ’ மட்டும் இடம் பெறவில்லை.
- திருக்குறளில் இடம்பெறும் இருமலர்கள்-அனிச்சம், குவளை.
- திருக்குறளில் இடம்பெறும் ஒரே பழம்- நெருஞ்சிப்பழம்.
- திருக்குறளில் இடம்பெறும் ஒரே விதை- குன்றிமணி.
- திருக்குறளில் பயன்படுத்தப்படாத ஒரே உயிரெழுத்து ‘ஔ’.
- திருக்குறளில் இருமுறை வரும் ஒரே அதிகாரம் ‘குறிப்பறிதல்’.
- திருக்குறளில் இடம்பெற்ற இரண்டு மரங்கள்- ‘பனை’, ‘மூங்கில்’.

- திருக்குறளில் அதிகம் பயன்படுத்தப்பட்ட (1705) ஒரெழுத்து 'னி'.
- திருக்குறளில் ஒரு சொல் அதிக அளவில், அதே குறளில் வருவது 'பற்று' - ஆறு முறை.
- திருக்குறளில் ஒருமுறைமட்டும் பயன்படுத்தப்பட்ட இரு எழுத்துக்கள் 'ளீ','ங'.
- திருக்குறளில் இடம்பெறாத இரு சொற்கள்- தமிழ், கடவுள். (அகர முதல என தொடங்கும் முதல் குறள் கடவுள் வாழ்த்து அதிகாரத்தில் உள்ளது, இதில் ஆதி பகவன் - என்பது கடவுளைக் குறிக்கிறது.)
- திருக்குறளை முதன் முதலில் ஆங்கிலத்தில் மொழிபெயர்த்தவர் - ஜி.யு,போப்.
- திருக்குறள் இதுவரை 107 மொழிகளில் வெளிவந்துள்ளது.
- திருக்குறளை ஆங்கிலத்தில் 40 பேர் மொழிபெயர்த்துள்ளனர்.
- திருவள்ளுவர் ஆண்டு தொடக்கம் தை முதல் நாள்.
- திருவள்ளுவர் பிறந்த ஆண்டு கிமு 31 என்று அறிவித்தவர் மறைமலை அடிகள்.
- திருக்குறளுக்குத் தற்காலத்தில் 250க்கும் மேற்பட்டோர் உரை எழுதி உள்ளனர்.
- திருக்குறளுக்கு 44 வேறு வேறு பெயர்கள் உள்ளன.
- கன்னியாகுமரி- டில்லி விரைவு ரயிலின் பெயர் திருக்குறள் எக்ஸ்பிரஸ்.
- கன்னியாகுமரி கடலிலுள்ள திருவள்ளுவர் சிலையின் உயரம் 133 அடி.
- திருநெல்வேலியிலுள்ள, ஆசியாவின் முதல் ஈரடுக்கு மேம்பாலத்தின் பெயர் திருவள்ளுவர் மேம்பாலம்.
- சென்னை நுங்கம்பாக்கத்தில் உள்ளது வள்ளுவர் கோட்டம்.
- காந்தியடிகளுக்கு திருக்குறளை அறிமுகம் செய்தவர், ரஷ்ய எழுத்தாளர் டால்ஸ்டாய்.
- திருக்குறள் தொடர்பான தங்கக்காசு வெளியிட்டவர் எல்லீஸ் பிரபு.
- நரிக்குறவ சமுதாயத்தினர் பேசும் 'வக்கிரபோலி' மொழியில் திருக்குறளை மொழி பெயர்த்தவர் கிட்டு சிரோன்மணி.

- திருக்குறளில் அதிகமான இடத்தைப் பிடித்துள்ளது 'நட்பு'.
- திருக்குறளில் 'நட்பு' பற்றி 171 குறள்களும், 'கல்வி' பற்றி 51 பாடல்களும் உள்ளன.
- உதடு ஒட்டாமல் பாடக்கூடிய திருக்குறட்பாக்களின் எண்ணிக்கை 28 .
- ஈற்றடியில் 7 எழுத்துக்கள் மட்டுமே வரும் குறட்பாக்களின் எண்ணிக்கை 2.
- ஒரே விதமான ஈற்றடி கொண்ட இரண்டு குறட்பாக்கள் மொத்தம் 14 இடங்களில் வருகின்றன.
- தொடங்கிய சொல்லாலேயே முடியும் குறள்களின் எண்ணிக்கை 2.
- 1 என்ற எண் 65இடங்களில் பயன்படுத்தப்பட்டுள்ளது. இதுவே திருக்குறளில் அதிக அளவில் பயன்படுத்தப்பட்ட எண் ஆகும்.
- 2 என்ற எண் 19 இடங்களில் பயன்படுத்தப்பட்டுள்ளது.
- 3 என்ற எண் 10 இடங்களில் பயன்படுத்தப்பட்டுள்ளது.
- 4 என்ற எண் 11 இடங்களில் பயன்படுத்தப்பட்டுள்ளது.
- 5 என்ற எண் 15 இடங்களில் பயன்படுத்தப்பட்டுள்ளது.
- 6 என்ற எண் 2 இடத்தில் பயன்படுத்தப்பட்டுள்ளது.
- 7 என்ற எண் 9 இடங்களில் பயன்படுத்தப்பட்டுள்ளது.
- 8 என்ற எண் 3 இடத்தில் பயன்படுத்தப்பட்டுள்ளது.
- 9 என்ற சொல் திருக்குறளில் பயன்படுத்தப்படவே இல்லை.
- 10 என்ற எண் 2 இடங்களில் பயன்படுத்தப்பட்டுள்ளது.
- 70 என்ற எண் 1 இடத்தில் பயன்படுத்தப்பட்டுள்ளது.
- 100 என்ற எண் 1 இடத்தில் பயன்படுத்தப்பட்டுள்ளது.
- 1000 என்ற எண் 1 இடத்தில் பயன்படுத்தப்பட்டுள்ளது.
- கோடி என்ற எண் 10 இடங்களில் பயன்படுத்தப்பட்டுள்ளது.
- வெஃகாமை என்னும் அதிகாரத்தில் 13 இடத்தில் ஆய்த எழுத்து பயன்படுத்தப்பட்டுள்ளது.
- தொடங்கிய சொல்லாலேயே முடியும் குறள்கள் 2 ஆகும்.
- அறம், பொருள், இன்பம் ஆகிய மூவகைப் பொருளும் வரும் திருக்குறள் எண் 754.

- துணைக்கால் இல்லாத திருக்குறள் 391ஆவது திருக்குறள் ஆகும்.
- திருவள்ளுவர் கடவுளை 'இறைவன்' என்றே எழுதுகிறார்.
- திருக்குறளை மக்களுக்கு முதலில் கற்றுக்கொடுத்தவர் வள்ளலார்.
- விலங்குகளைப்பற்றி வரும் குறள்கள் (யானை, நரி: குறள் எண் 500; யானை, முயல்: குறள்-772; யானை, புலி: குறள்-599; முதலை: குறள்-495; மான்: குறள் 1081).
- பறவைகள் பற்றிய குறள்கள் (காக்கை, ஆந்தை: குறள் 481; கொக்கு: குறள் 490; மயில்: குறள் 1081).
- மனித உறுப்புகள் பற்றிய குறள்கள் (தலை: குறள்கள் 488, 9, 964; முடி: குறள்கள் 964, 969; கால்: குறள்கள் 500, 840; கை: குறள்கள் 64, 178, 260, 307, 371, 593, 774, 1017; வயிறு: குறள் 412; வாய்: குறள்கள் 33, 91, 139, 159, 415, 420, 423, 424, 689, 721, 948, 959, 1001, 1100; கொங்கை: குறள்கள் 402, 1087).

திருவள்ளுவர் சமயம் / இனம்

வள்ளுவர் இன்ன மதம், இன்ன இனம் என்று எதை வேண்டுமானாலும் சொல்லிக்கொள்ளும் உரிமை சம்மந்தப்பட்ட மத மற்றும் இனத் தலைவர்களுக்கு உண்டு. ஆனால் திடீரென்று அவருக்கு ஆதாரமற்ற இந்து, கிருத்தவ, சமண மற்றும் பௌத்த சமயச்சாயம் பூசுவதிலுள்ள அரசியல் கணக்குகள் ஆபத்தானவை. சமூகத்தின் அனைத்துத் தரப்பினரையும் இணைக்கும் ஒரு முக்கியமான சரடினை அறுக்கும் முயற்சி இது. தமிழின் முக்கியமான எல்லாப் படைப்புகளையும் சமய வேறுபாடின்றி அனைத்துத் தமிழர்களும் கொண்டாடும் வழக்கம் தமிழ்த் தாத்தா உ.வே. சாமிநாதய்யர் காலம் தொடங்கி இங்கிருப்பது கண்கூடு. திருக்குறள் பரிமேலழகர் உரைப் பதிப்பில் வள்ளுவர் வைதிகக் கொள்கையினர் என்று கொண்டாலுமேகூட அவர் இன்ன மதத்தவர் என்று கூற முடியாது என்கிறார் வை.மு.கோபால கிருஷ்ணமாச்சாரியார்.

திருவள்ளுவரது மதம் இன்னதென்று எவ்விதத்திலும் நன்கு விளங்கவில்லை. இவர் இந்நூலின் முதலில் கூறிய கடவுள் வாழ்த்தும், பல சமயங்கட்கும் பொதுவாகவே உள்ளது; மற்ற விஷயங்களும் பெரும்பாலும் இப்படியே. இவரைச் சைவர்

என்றாவது வைஷ்ணவர் என்றாவது ஒரு சார்பாகக் கூறி யாவரும் ஏற்றுக்கொள்ளும்படி நிலை நிறுத்துவதற்குத் தக்க ஆதாரம் எதுவுமே இல்லை. இவருக்கு 'நாயனார்' என்று வழங்குகிற பெயர் ஒன்றைக்கொண்டு மட்டுமே அவரை 'சைவர்' என்று கூற இயலாது. நாயனார் என்னும் அச்சொல் சைவ சமயத்தில் மட்டுமின்றி, வைணவத்திலும், ஜெயினத்திலும், கடவுளுக்கும் அடியார்கட்கும் பெயராக வழங்கி வந்துள்ளது.

'அடி அளந்தான்' என்றும், 'செங்கண் மால்' என்றும் சில இடங்களில் குறித்ததனால் திருவள்ளுவர் 'வைணவர்' என்பது சிலர் கொள்கை. உரையாசிரியர் பரிமேலழகர் முக்கியமான சில நுட்பங்களை விளக்கும்போது வைணவக் கிரந்தங்களிலிருந்து மேற்கோள் காட்டித் திருவள்ளுவர் வைணவர் என்று தாம் கருதுவதுபோல் எழுதிப் போனார்.

> 'மடியிலா மன்னவனெய்தும் அடியளந்தான், தாஅயத்தெல்லாம் ஒருங்கு'

என்று கூறியதாலும்,

> 'தாம்வீழ்வார் மென் தோட்டுயிலினினிது கொல் தாமரைக் கண்ணானுலகு'

என்ற குறளின் மூலம் 'காதலியின் இனிய தோள்களில் படுத்துறங்கும் சுகத்துக்கு தாமரைக்கண்ணனான திருமாலின் வைகுண்டமும் ஈடாக முடியாது' எனக்கூற வந்தவிடத்தில், வைணவர்களின் மோட்ச உலகான வைகுண்டத்தையும் குறித்ததாலும், தாமரைக்கண்ணன், அடியளந்தான் என்று திருமாலைக் குறித்ததாலும் திருவள்ளுவரை 'வைணவர்' என்றும் சொல்லக் கூடுமோ?

திருவள்ளுவரது மதம் சமணமாக இருக்கலாமென்று சிலரது ஊகம். காரணம் சமணத்துக்குச் சிறப்பாக உள்ள புலால் மறுத்தல், கொல்லாமை என்ற ஒழுக்கங்களை வற்புறுத்திக் கூறுதலும்,

> 'அவி சொரிந்தாயிரம் வேட்டலினொன்ற
> னுயிர்செகுத்துண்ணாமை நன்று'

என யாகத்தை மறுத்தலும் குறிப்பிடத்தக்கவை. சமணக் கடவுள்களுக்கு உரிய 'மலர்மிசை ஏகினான்' மற்றும் 'அறவாழ் அந்தணன்' முதலிய பெயர்கள் காணப்படுவதாலும், கடவுள் வாழ்த்து முதலிய நான்கு அதிகாரங்களும் அருக சரண முதலிய நான்கு சரணங்களையும் குறிப்பதுபோல் இருப்பதாலும், சமணர்

இயற்றிய நூல்களில் திருக்குறளிலிருந்து மேற்கோள்கள் எடுத்து வழங்கப்படுவதாலும், திருக்குறள் ஆசிரியர் திருவள்ளுவரை, சமணர் என்று சொல்வார் சிலர். ஆனால் குறட்பாக்களில் ‘உலகியற்றியான்’, ‘அந்தணர் நூல்’, ‘மறப்பினும் ஒத்துக் கொளலாகும் பார்ப்பான்’, ‘பிறப்பொழுக்கம் குன்றக்கெடும்’, ‘அறுதொழிலோர் நூன்மறுப்பர்’, ‘அவியுணவி னான்றோர்’ என்பவை சமணக் கொள்கைக்கு மாறாக அமையும். வந்தவாசி அருகே வாழ்ந்த குந்த குந்தர் என்னும் ‘சமணரே’ திருவள்ளுவர் என்பது ஜெயினர்களின் வாதம்.

திருக்குறளில் ‘வேதம்’, ‘கடவுள்’, ‘உயிர்’, ‘பூதமைந்து’, ‘புலால் மறுத்தல்’, ‘தவம்’ ஆகிய சொற்கள் வருவதால் திருவள்ளுவரைப் ‘பௌத்தர்’ என்றும் சொல்ல இயலாது. ஆனாலும் இன்றைக்குத் திருக்குறள் அச்சேறி நமக்கு நூலாகக் கிடைக்கக் காரணம் தனது தாத்தா கந்தப்பனிடம் இருந்த மூல ஓலைச்சுவடிகளே. இவற்றைக்கொண்டே ஞானப் பிரகாசர் திருக்குறளை முதன் முதலில் அச்சேற்றினார் என்று கூறும் அயோத்திதாசர் அவருக்குக் கிடைத்த தரவுகளின் அடிப்படையில் திருவள்ளுவரைப் ‘பௌத்தர்’ என்றே முடிவு கட்டினார்.

முனைவர் தெய்வநாயகம் போன்றோர் புனித தாமஸூம் திருவள்ளுவரும் சம காலத்தில் மயிலாப்பூரில் வாழ்ந்தவர்கள் என்றும் புனித தாமஸ் கூறிய இயேசுவின் கருத்துக்களையே திருக்குறளாக எழுதியதால் திருவள்ளுவர் ‘கிருத்தவரே’ என்ற அடிப்படையில் ஆய்வறிக்கை வெளியிட்டார்.

பாணினி ‘அ இ உண்’ என்று தொடங்கியதுபோல் திருவள்ளுவர் மங்கள எழுத்தாக ‘அ’கரத்தில் தொடங்கியிருக்கலாம். திருவள்ளுவரின் திருக்குறளைப்பற்றித் திருப்பனந்தாள் காசிமடம் பதிப்பித்த திருக்குறள் உரைக்கொத்து நூலின் பதிப்புரையில் ‘திருக்குறள் எனும் தமிழ்மறை ஓர் ஒப்பற்ற நூலாகும். எல்லா மதத்தினரும் எல்லாத் துறையினரும் உரிமை கொண்டாடும் சிறப்புடையது’ என்று குறிப்பிட்டுள்ளனர். மேலும் இவர்களது பதிப்பில் (2002) சமய அடையாளமற்ற திருவள்ளுவரின் படத்தையே போட்டிருக்கிறார்கள்.

திரு.வி.க. திருக்குறளைப் பொதுநெறி, அருநெறி என்றும், தமது... தமது என்று இடுக்கில் நுழைதல் கூடாது என்றும் கூறுகிறார் (திருக்குறள் பன்முக வாசிப்பு). ‘திருவள்ளுவர், நாயன்மார் ஆழ்வார்கட்கு முற்பட்டவர். அவர் அருளிய

திருக்குறளோ மன்பதைக்குரிய அருள் மறை, பொது மறை. அத்தகைய ஒருவர் திருவுருவம் சைவ வைணவக் கோயில்களில் ஏன் அமைக்கப்படவில்லை? சைவ வைணவ நூல்களில் அடியவர் வாழ்த்தில் அவர் ஏன் சேர்க்கப்படவில்லை? அவர் நூல் பூசைக்காலங்களில் ஏன் ஓதப்படுவதில்லை? அன்பர்கள் எண்ணுவார்களாக' என்னும் திரு.வி.க.வின் கேள்வியும் நியாயமானதே.

திரு.வி.க மேலும் தொடர்ந்து கூறும்போது 'முன்னாளில் திருவள்ளுவர் ஜைனர் என்று கொள்ளப்பட்ட வழக்கே, அவரைச் சைவ வைணவக் கோயில்களும், நூல்களும், சம்பிரதாயமும் புறக்கணிக்கக் காரணமாக நின்றிருக்கலாம் என்று எவரும் ஊகிக்கக் கூடும். பின்னே வந்த சைவ வைணவ அறிஞர்கள், திருவள்ளுவர் அறிவுறுத்திய அருள் நெறியின் சிறப்பை உணர்ந்து, அவரை ஏற்றுப் போற்றுவதோடு, அவரைத் தம்மவர் தம்மவர் என்று கொள்ளச் சொற்போரும் நிகழ்த்தலானார்கள்.

திருவள்ளுவர் அறிவுறுத்தியது பொதுநெறி, அருள் நெறி, ஜீவகாருண்ய ஒழுக்கம். அந்நெறியை எவரும் எப்பெயரிட்டும் அழைக்கலாம். திருவள்ளுவரைச் சைவர் எனில், வைணவர் எனில், பிறர் எனில், அவரது சைவமும் வைணவமும் பிறவும் அருகதேவர் கண்ட அருள் நெறியின் வடிவமே எனலாம். அருகர் குறிப்பிட்ட ஒரு கூட்டத்தார்க்கு மட்டும் உரியவரல்லர். அவர் உலகிற்கே உரியவர். அவரைச் சமயவாதிகள் தங்கள் தங்களுக்கே உரியர் என்று கருதிக் கொள்கிறார்கள். அவ்வெண்ணம் பொது உணர்விற்கே கேடு விளைவிக்கிறது.

திருவள்ளுவர், ஔவையார், நந்தனார், கண்ணப்பர் ஆகியோர் பறையர்தான். பறையர்கள் தீண்டத் தகாதவர்கள் என்று யார் சொன்னது. 'பறையன்' என்பது போர்க் காலங்களில் பறை அறிவிக்கும் பாணர்கள் ஆவார்கள். அரசவைகளில் ராஜ தந்திரிகளாகவும் சித்தர்களாகவும் புலவர்களாகவும் இருந்தவர்கள் என்பதற்குக் கல்வெட்டுச் சாட்சியங்கள் இருகின்றன. திருவள்ளுவர் என்பவர் 'வள்ளுவர்' என்கின்ற இனத்தில் பிறந்தவர். இந்த வள்ளுவர் என்கின்ற இனம் பறையர்களின் ஒரு பிரிவான 'வள்ளுவ பறையர்கள்'. இவர்கள் குலத் தொழில் ஆருடம், ஜோதிடம், இலக்கணம், பாடல் எழுதுவது. மன்னர்கள் ஆட்சி காலத்தில் பள்ளர்களும், பறையர்களும் தீண்டத் தகாத இனத்தைச் சார்ந்தவர்களாகக் கருதப்படவில்லை.

திருவள்ளுவர் சரித்திரமென்று நாம் அறிந்தவையெல்லாம் ஐதிகத்தால் அறியப்பட்டவை. அவற்றைக்கொண்டு அவர் மதத்தை எளிதாக நிச்சயிக்கலாம். தமிழ்நாட்டிலுள்ள மக்களுக்குத் தெரிந்தவகையில் திருவள்ளுவர் 'சைவரே' ஆவர். திருவள்ளுவர் மயிலாப்பூரிலிருந்து தம்மொளி விளக்கியவர் என்று சரித்திரம் சொல்லுவதை அனுசரித்துப் பிற்காலத்தில் அவருக்கு மயிலாப்பூரில் ஒரு கோயில் அமைக்கப்பட்டுப் பூஜைகள் முதலியன நடந்து வருகின்றன. கோயில் உள்ளே இருக்கும் திருவள்ளுவர் விக்ரகத்துக்குத் திருநீறும் ருத்ராட்சமும் தரிக்கப்பட்டுள்ளன.

ஒன்றே பொருளெனின் வேறென்ப வேறெனின்
அன்றென்ப ஆறு சமயத்தார் - நன்றென
எப்பா லவரும் இயைபவே வள்ளுவனார்
முப்பால் மொழிந்த மொழி

என்று திருவள்ளுவ மாலையில் காணப்படும் கல்லாடரின் வெண்பாவின் கருத்தே வலுப்பெறுகிறது. திருவள்ளுவர் தன் மதம் இதுவென்று மறந்தும் எதையும் சுட்டிக் காட்டவில்லை. எல்லாச் சமயத்தாரும் கொண்டாடத்தக்க தர்ம நூலைச் செய்வதே அவர் கருத்து. எனவே அவரைச் சைவர் என்றும் சமணர் என்றும் வைணவர் என்றும் பௌத்தர் என்றும் கிருத்தவர் என்றும் நம்மால் கூற இயலாது. குறளால் அவர் இன்ன மதத்தினர் என்று துணிந்து சொல்லவும் முடியாது. அருக சரணம் தர்ம சரணம் முதலியவற்றைக் குறிக்க வேண்டுமானால் அவ்வாறே நேரே குறித்து நூல் இயற்றி இருக்கலாமே? வைணவராயின் கடவுள் வாழ்த்தில் திருமால் பெயர்களை வழங்கியிருக்கலாமே? சைவர் என்றாலும் சிவனின் பெயர்களைச் சொல்லியிருக்கலாமே? ஆனல் திருவள்ளுவர் அவ்வாறு செய்யத் துணியவில்லை.

இதனால் அறிவது யாதெனில் திருவள்ளுவர் நீதி நூலைச் செய்ய வந்தாரேயன்றி மத நூலைச் செய்ய வந்தவர் அல்லர். நீதி நூலும் எல்லாச் சாதியினருக்கும், எல்லாச் சமயத்தினருக்கும் பொதுவாக இருக்கவேண்டுமென அவர் விரும்பியதால், தம் மதம் இன்னதென்று குறிக்காமல் பொதுவாகக் கடவுள் வாழ்த்து எனக் கூறினார்.

'திருவள்ளுவர் திடுக்கிடுவார்' என்ற தலைப்பில் 1963இல் நாமக்கல் இராமலிங்கம் பிள்ளை ஒரு நூலை எழுதினார். இவரைத் தொடர்ந்து 'வாழும் வள்ளுவம்' என்ற தலைப்பில் டாக்டர் வ.செ.

குழந்தைசாமியும், 'திருக்குறள் உரை விபரீதம்' என்ற தலைப்பில் சாமி. தியாகராசனும் அதே நோக்கத்தில் நூல்கள் எழுதி உள்ளனர். திருக்குறளின் மூலத்தை எவ்வாறெல்லாம் மணக்குடவர் தொடங்கி பரிமேலழகர்வரை உரையாசிரியர்கள் தங்களுக்குத் தோன்றிய வகையில் அர்த்தம் புரிந்துகொண்டார்கள் என்று அதில் விளக்கி இருப்பார்கள். ஒருவேளை திருவள்ளுவர் மீண்டெழுந்து அந்த உரைகளைப் படித்துப் பார்க்க நேர்ந்தால், தனது மூலத்துக்கும் அவர்களின் உரைகளுக்கும் உள்ள வேறுபாட்டைக் கண்டு திகைப்பார் என்று சொல்லி இருந்தார்கள். தாம் எழுதிய திருக்குறள்களின் மூலக் கருத்துத் திரிபுக்கே திருவள்ளுவர் திடுக்கிடுவார் என்றால் அவரைக் குறிப்பிட்ட மதத்தவர் என்றும் இனத்தவர் என்றும் நிரூபிக்க ஆய்வாளர்கள் மேற்கொள்ளும் முனைவுகளைப் பார்த்தால் திருவள்ளுவர் நிலை என்னாகும் என்று நினைத்துப் பார்க்கவே அச்சமாக இருக்கிறது.

சைவர், வைணவர், சமணர், பௌத்தர், கிருத்தவர் என ஒவ்வொரு சமயத்தாரும் திருக்குறளைத் தங்கள் நூலென்று சொந்தம் கொண்டாடியதுடன் திருவள்ளுவர் எங்கள் சமயத்தைச் சேர்ந்தவர் என்று பல்வேறு ஆதாரங்களைத் திரட்டி நிரூபிக்க முனைந்து கொண்டிருக்கும் தருணத்தில் 'இஸ்லாமிய' சமுதாயத்தைச் சேர்ந்த ஓர் அறிஞர்கூட திருவள்ளுவர் எங்கள் சமுதாயத்தைச் சேர்ந்தவர் என்றோ திருக்குறள் எங்கள் மதத்தின் கொள்கைகளை அடிப்படையாகக்கொண்டு எழுதப்பட்ட நூல் என்றோ சொல்லவில்லை என்பதுதான் ஆச்சரியமான விஷயம். நீண்ட தேடலுக்குப் பின்னரும், எந்தவொரு இஸ்லாமியரும் திருக்குறளையும், திருவள்ளுவரையும் அவர்கள் சமயத்துடன் இணைத்துப் பேசிய, எழுதிய, ஆய்வுக் குறிப்புகள் கிடைக்க வில்லை. இது குறிப்பிட வேண்டிய மிக முக்கியமான விஷயம்.

முத்தமிழ்க் காவலர் கி.ஆ.பெ. விசுவநாதம் ஒரு சம்பவத்தைக் கூறுவார். அவருடைய இஸ்லாமிய நண்பர் 'இந்த 'ன்' என்ன செய்தது?' என்று கேட்பாராம். அதாவது 'திருக்குரான்' என்பதை மாற்றித் 'திருக்குறள்' என்று எழுதிவிட்டார்களாம். 'திருக்குரான் இஸ்லாமியர்களின் புனித நூலாகும். திருக்குறளில் மனித குலத்துக்குத் தேவையான கருத்துக்கள் இருப்பதை அவர்களும் ஏற்றுக்கொண்டிருப்பதையே இது சுட்டிக் காட்டுகிறது' என்கிறார் கி.ஆ.பெ.

1930களில் மறைமலை அடிகள் மற்றும் உ.வே. சாமிநாதய்யார் தலைமையில் நடைபெற்ற திருவள்ளுவர் திருநாள் உரைகளின்

சுருக்கமும் அதனைத் தொடர்ந்து மறைமலை அடிகள் தலைமையில் நடைபெற்ற தமிழறிஞர்கள் மாநாட்டில் திருவள்ளுவரது காலம் கி.மு. 31 என்று எடுத்த முடிவைத் தமிழக அரசும் ஏற்று நடைமுறைப்படுத்தி வந்த செய்திகளும் தொகுக்கப்பட்டுள்ளன. திருவள்ளுவர் மற்றும் திருக்குறள் குறித்துப் பல தமிழறிஞர்கள் பலவேறு தருணங்களில் எழுதிய கட்டுரைகள் மீள் பதிவாகத் தரப்பட்டுள்ளன. திருவள்ளுவர் வாழ்க்கை வரலாறும் கதையாகவே கிடைத்துள்ளது.

திருவள்ளுவர் சமயம் (இந்து, சைவம், வைணவம், சமணம், பௌத்தம், கிருத்தவம்), அவதாரத் திருநாள், திருவள்ளுவர் ஆண்டு குறித்த ஆய்வுகள், திருவள்ளுவர் கோயில், வள்ளுவர் கோட்டம், வள்ளுவர் சிலை, திருவள்ளுவர் திரைப்படம், காலந்தோறும் மாறிவரும் அவரது உருவப் படங்கள் குறித்த விவரங்கள் உள்ளிட்ட அனைத்தும் இயன்றவரை இந்நூலில் விளக்கப்பட்டுள்ளன.

திருவள்ளுவர் குறித்த ஒரு மதத்தினரின் நம்பிக்கை சார்ந்தவற்றை மற்ற மதத்தினர் 'புனைவு' என்றும் 'இடைச்செருகல்' என்றும் விமர்சிப்பத்துடன் அவரவர் கோணத்தில் திருக்குறள் கருத்துக்களை தத்தம் மதத்துடன் தொடர்புபடுத்தி ஆய்வுகளை மேற்கொண்டது புலனாகிறது. இந்த ஆய்வும், விமர்சனமும் இன்னும் தொடர்ந்து கொண்டேதான் இருக்கிறது.

திருவள்ளுவர் பிறந்து 2050 ஆண்டுகள் கடந்த நிலையில் இன்றைக்கும் திருவள்ளுவர் எங்கள் மதம், எங்கள் இனம் என்று சொந்தம் கொண்டாடி மகிழக் காரணம் அவர் இயற்றிய ஈடு இணையற்ற, ஒப்பிலா நூலான திருக்குறள்தான். பகவத் கீதை, விவிலியம் ஆகியவை இறைவனால் அளிக்கப்பட்டவை. உலகின் அதிக மொழிகளில் மொழி பெயர்க்கப்பட்டவை. ஆனால் மனிதனால் இயற்றப்பட்டு உலகளவில் அதிக மொழிகளில் மொழிபெயர்க்கப்பட்ட ஒரே நூல் திருக்குறள் மட்டுமே.

அதேபோல் தனியொரு புலவர் பெயரில் பல்கலைக்கழகம், சிலை, கோட்டம், கோயில், விருது, பீடம், மாநாடு என அனைத்தும் அமையப் பெற்றவர் திருவள்ளுவர் மட்டுமே. உலகின் வேறெந்த மொழிப் புலவனுக்கும் இந்தப் பேறும், புகழும் இல்லை. தமிழனாகப் பிறந்ததற்குப் பெருமைகொள்ள இதைவிட வேறு சிறப்பு தேவையில்லை.

திருவள்ளுவர் காலத்தை வென்ற செந்நாப்போதார் மட்டுமல்ல. மதங்களையும், இனங்களையும் வென்ற தெய்வப் புலவரும்கூட. கங்கையை சங்குக்குள் அடக்க இயலுமா? காற்றுக்கு வேலி போட முடியுமா? கடலுக்கு மூடி போடுவதுதான் சாத்தியமா? சமுத்திரத்தை உள்ளங்கைக்குள்தான் தேக்கி வைக்கக் கூடுமா?

2. திருவள்ளுவ மாலை

'திருவள்ளுவ மாலை' என்பது திருக்குறளின் சிறப்பையும், திருவள்ளுவரின் பெருமைகளையும் புகழ்ந்து எழுதப்பட்ட பாடல்களாகும். இப்பாடல்கள் தொகுக்கப்பட்ட காலம் 11ஆம் நூற்றாண்டு. இதில் இடம் பெற்றுள்ள புலவர்களில் சிலர் வள்ளுவருடன் சம காலத்தில் இருந்தவர்கள். இன்னும் சிலர் பல நூற்றாண்டுகளுக்குப் பின் வாழ்ந்தவர்கள். ஒரு நூலுக்கோ, நூலாசிரியனுக்கோ இப்படி எல்லாப் புலவர்களும் வரிசை கட்டிப் புகழாரம் தொடுத்தளித்தது திருக்குறளுக்கும், திருவள்ளுவருக்கும் மட்டுமே கிடைத்த முழுமுதற் சிறப்பாகும். வேறெந்த புலவனுக்கும் இத்தகைய சிறப்பு கிடைக்கவில்லை. திருவள்ளுவ மாலையில் இடம் பெற்றுள்ள ஐம்பத்தைந்து பாடல்களில், இடைக்காடர், ஔவையார் ஆகிய இருவரும் குறட்பாவிலும், ஏனைய ஐம்பத்து மூன்று புலவர்களும் வெண்பாக்களாலும், வள்ளுவரையும், திருக்குறளையும் புகழ்ந்து பாமாலை சூட்டி உள்ளனர். திருவள்ளுவர் வாழ்க்கை வரலாறு குறித்த எந்தச் செய்தியும் நமக்குக் கிடைக்காத நிலையில் திருவள்ளுவ மாலையில் அவரைப் புகழ்ந்து பாடிய இப்புலவர்கள் பாடிய பாடல்கள் மூலமே நமக்குச் சில தகவல்கள் கிடைக்கின்றன. அந்தவகையில் 'திருவள்ளுவ மாலை' முக்கியத்துவம் பெறுகிறது.

அசரீரி

திருத்தகு தெய்வத் திருவள் ளுவரோடு
உருத்தகு நற்பலகை ஒக்க - இருக்க
உருத்திர சன்மர் எனஉரைத்து வானில்
ஒருக்கஓ என்றதுஓர் சொல்.

நாமகள்

நாடா முதல்நான் மறைநான் முகன்நாவில்
பாடா இடைப்பா ரதம்பகர்ந்தேன் - கூடாரை
எள்ளிய வென்றி இலங்கிலைவேல் மாறபின்
வள்ளுவன் வாயதுஎன் வாக்கு.

இறையனார்

என்றும் புலராது யாணர்நாள் செல்லுகினும்
நின்றலர்ந்து தேன்பிலிற்றும் நீர்மையதாய்க் - குன்றாத
செந்தளிர்க் கற்பகத்தின் தெய்வத் திருமலர்போன்ம்
மன்புலவன் வள்ளுவன்வாய்ச் சொல்.

உக்கிரப் பெருவழுதியார்

நான்மறையின் மெய்ப்பொருளை முப்பொருளா நான்முகத்தோன்
தான்மறைந்து வள்ளுவனாய்த் தந்துரைத்த - நூல்முறையை
வந்திக்க சென்னிவாய் வாழ்த்துகநல் நெஞ்சம்
சிந்திக்க கேட்க செவி.

கபிலர்

தினையளவு போதாச் சிறுபுல் நீர்கண்ட
பனையளவு காட்டும் படித்தால் - மனையளகு
வள்ளைக்கு உறங்கும் வளநாட வள்ளுவனார்
வெள்ளைக் குறட்பா விரி.

பரணர்

மாலும் குறளாய் வளர்ந்துஇரண்டு மாணடியால்
ஞாலம் முழுதும் நயந்தளந்தான் - வாலறிவின்
வள்ளுவரும் தம்குறள்வெண் பாவடியால் வையத்தார்
உள்ளுவவெல்லாம் அளந்தார் ஓர்ந்து.

நக்கீரர்

தானே முழுதுணர்ந்து தண்தமிழின் வெண்குறளால்
ஆனா அறம்முதலா அந்நான்கும் - ஏனோர்க்கு
ஊழின் உரைத்தாற்கும் ஒண்ணீர் முகிலுக்கும்
வாழிஉலகு என்ஆற்றும் மற்று.

மாமூலனார்

அறம்பொருள் இன்பம்வீ டென்னுமந் நான்கின்
திறந்தெரிந்து செப்பிய தேவை - மறந்தேயும்
வள்ளுவன் என்பான் ஓர்பேதை அவன்வாய்ச்சொல்
கொள்ளார் அறிவுடையார்.

கல்லாடர்

ஒன்றே பொருளெனின் வேறென்ப வேறுஎனின்
அன்றென்ப ஆறு சமயத்தார் - நன்றுஎன
எப்பா லவரும் இயைபவே வள்ளுவனார்
முப்பால் மொழிந்த மொழி.

சீத்தலைச் சாத்தனார்

மும்மலையும் முந்நாடும் முந்நதியும் முப்பதியும்
மும்முரசும் முத்தமிழும் முக்கொடியும் - மும்மாவும்
தாமுடைய மன்னர் தடமுடிமேல் தாரன்றோ
பாமுறைதேர் வள்ளுவர்முப் பால்.

மருத்துவன் தாமோதரனார்

சீந்திநீர்க் கண்டம் தெறிசுக்குத் தேன்அளாய்
மோந்தபின் யார்க்கும் தலைக்குத்தில் - காந்தி
மலைக்குத்தும் மால்யானை வள்ளுவர் முப்பாலால்
தலைக்குத்துத் தீர்வுசாத் தற்கு.

நாகன் தேவனார்

தாளார் மலர்ப்பொய்கை தாம்குடைவார் தண்ணீரை
வேளாது ஒழிதல் வியப்பன்று - வாளாதாம்
அப்பால் ஒருபாவை ஆய்பவோ வள்ளுவனார்
முப்பால் மொழிமுழ்கு வார்.

அரிசில்கிழார்

பரந்த பொருள் எல்லாம் பாரறிய வேறு
தெரிந்து திறந்தொறும் சேரச் - சுருங்கிய
சொல்லால் விரித்துப் பொருள்விளங்கச் சொல்லுதல்
வல்லார்ஆர் வள்ளுவர்அல் லால்.

பொன்முடியார்

கான்நின்ற தொங்கலாய் காசிபனார் தந்ததுமுன்
கூநின்று அளந்த குறளென்ப - நூல்முறையான்
வான்நின்று மண்ணின்று அளந்ததே வள்ளுவனார்
தாம்நின்று அளந்த குறள்.

கோதமனார்

ஆற்றல் அழியுமென்று அந்தணர்கள் நான்மறையைப்
போற்றி யுரைத்துஏட்டின் புறத்தெழுதார் - ஏட்டெழுதி
வல்லுநரும் வல்லாரும் வள்ளுவனார் முப்பாலைச்
சொல்லிடினும் ஆற்றல்சோர் வின்று.

நத்தத்தனார்

ஆயிரத்து முன்னூற்று முப்பது அருங்குறளும்
பாயிரத்தினோடு பகர்ந்ததற்பின் - போயொருத்தர்
வாய்கேட்க நூலுளவோ மன்னுதமிழ்ப் புலவ
ராய்க்கேட்க வீற்றிருக்க லாம்.

முகையலூர்ச் சிறுகருந்தும்பியார்

உள்ளுதல் உள்ளி உரைத்தல் உரைத்ததனைத்
தெள்ளுதல் அன்றே செயற்பால - வள்ளுவனார்
முப்பாலின் மிக்க மொழியுண்டு எனப்பகர்வார்
எப்பா வலரினும் இல்.

ஆசிரியர் நல்லந்துவனார்

சாற்றிய பல்கலையும் தப்பா அருமறையும்
போற்றி உரைத்த பொருள் எல்லாம் - தோற்றவே
முப்பால் மொழிந்த முதற்பா வலரொப்பார்
எப்பா வலரினும் இல்.

கீரந்தையார்

தப்பா முதற்பாவால் தாம்மாண்ட பாடலினால்
முப்பாலின் நாற்பால் மொழிந்தவர் - எப்பாலும்
வைவைத்த கூர்வேல் வழுதி மனம்மகிழத்
தெய்வத் திருவள் ளுவர்.

சிறுமேதாவியார்

வீடொன்று பாயிரம் நான்கு விளங்கறம்
நாடிய முப்பத்துமூன்று ஒன்றூழ் - கூடுபொருள்
எள்ளில் எழுபது இருபதிற்றைந் தின்பம்
வள்ளுவர் சொன்ன வகை.

நல்கூர் வேள்வியார்

உப்பக்கம் நோக்கி உபகேசி தோள் மணந்தான்
உத்தர மாமதுரைக்கு அச்சென்ப - இப்பக்கம்
மாதானுபங்கி மறுவுஇல் புலச்செந்நாப்
போதார் புனற்கூடற்கு அச்சு.

தொடித்தலை விழுத்தண்டினார்

அறம்நான்கு அறிபொருள் ஏழொன்று காமத்
திறம்மூன்று எனப்பகுதி செய்து - பெறல்அறிய
நாலும் மொழிந்தபெரு நாவலரே நன்குணர்வார்
போலும் ஒழிந்த பொருள்.

வெள்ளி வீதியார்

செய்யா மொழிக்கும் திருவள்ளுவர் மொழிந்த
பொய்யா மொழிக்கும் பொருள்ஒன்றே - செய்யா
அதற்குரியர் அந்தணரே ஆராயின் ஏனை
இதற்குரியர் அல்லாதார் இல்.

மாங்குடி மருதனார்

ஓதற்கு எளிதாய் உணர்தற்கு அரிதாகி
வேதப் பொருளாய் மிகவிளங்கித் - தீதற்றோர்
உள்ளுதொறு உள்ளுதொறு உள்ளம் உருக்குமே
வள்ளுவர் வாய்மொழி மாண்பு.

எறிச்சலூர் மலாடனார்

பாயிரம் நான்குஇல் லறம்இருபான் பன்மூன்றே
தூய துறவறம்ஒன் றுஊழாக - ஆய
அறத்துப்பால் நால்வகையா ஆய்ந்துரைத்தார் நூலின்
திறத்துப்பால் வள்ளுவனார் தேர்ந்து.

போத்தியார்

அரசியல் ஐயைந்து அமைச்சியல் ஈரைந்து
உருவல் அரண்இரண்டு ஒன்றுஒண்கூழ் - இருவியல்
திண்படை நட்புப் பதினேழ்குடி பதின்மூன்று
எண்பொருள் ஏழாம் இவை.

மோசிகீரனார்

ஆண்பால் ஏழ்ஆ றிரண்டுபெண்பால் அடுத்தன்பு
பூண்பால் இருபால்ஓர் ஆறாக - மாண்பாய
காமத்தின் பக்கம்ஒரு மூன்றாகக் கட்டுரைத்தார்
நாமத்தின் வள்ளுவனார் நன்கு.

காவிரிப் பூம்பட்டினத்துக் காரிக்கண்ணனார்

ஐயாரும் நூறும் அதிகாரம் மூன்றுமாம்
மெய்யாய வேதப் பொருள்விளங்கப் - பொய்யாது
தந்தான் உலகிற்குத் தான்வள் ளுவனாகி
அந்தாமரை மேல் அயன்.

மதுரைத் தமிழ்நாகனார்

எல்லாப் பொருளும் இதன்பால்உள இதன்பால்
இல்லாத எப்பொருளும் இல்லையால் - சொல்லால்
பரந்த பாவால் என்பயன் வள்ளுவனார்
சுரந்தபா வையத் துணை.

பாரதம் பாடிய பெருந்தேவனார்

எப்பொருளும் யாரும் இயல்பின் அறிவுறச்
செப்பிய வள்ளுவர்தாம் செப்பவரும் - முப்பாற்குப்
பாரதஞ் சீராம கதைமனுப் பண்டைமறை
நேர்வனமற் றில்லை நிகர்.

உருத்திர சன்மகண்ணர்

மணற்கிளைக்க நீர்ஊறும் மைந்தர்கள் வாய்வைத்து
உணச்சுரக்கும் தாய்முலை ஒண்பால் - பிணக்குஇலா
வாய்மொழி வள்ளுவர் முப்பால்மதிப் புலவோர்க்கு
ஆய்தொறும் ஊறும் அறிவு.

பெருஞ்சித்திரனார்

ஏதம்இல் வள்ளுவர் இன்குறள் வெண்பாவினால்
ஓதிய ஒண்பொருள் எல்லாம் உரைத்ததனால்
தாதுஅவிழ் தார்மாற தாமே தமைப்பயந்த
வேதமே மேதக் கன.

நரிவெரூஉத் தலையார்

இன்பம் பொருள்அறம் வீடுஎன்னும் இந்நான்கும்
முன்பு அறியச்சொன்ன முதுமொழிநூல் - மன்பதைகட்கு
உள்ள அரிதென்று அவைவள் ளுவர்உலகம்
கொள்ள மொழிந்தார் குறள்.

மதுரைத் தமிழாசிரியர் செங்குன்றூர்க் கிழார்

புலவர் திருவள்ளுவர் அன்றிப் பூமேல்
சிலவர் புலவர் எனச்செப்பல் - நிலவு
பிறங்குஒளி மாமலைக்கும் பெயர்மாலை மற்றும்
கறங்குஇருள் மாலைக்கும் பெயர்.

மதுரை அறுவைவணிகன் இளவேட்டனார்

இன்பமும் துன்பமும் என்னும் இவைஇரண்டும்
மன்பதைக்கு எல்லாம் மனம்மகிழ - அன்பொழியாது
உள்ளி உணர உரைத்தாரே ஓதுசீர்
வள்ளுவர் வாயுறை வாழ்த்து.

கவிசாகரப் பெருந்தேவனார்

பூவிற்குத் தாமரையே பொன்னுக்குச் சாம்புநதம்
ஆவிற்கு அருமுனியா ஆனைக்கு அகரும்பல்
தேவில் திருமால் எனச்சிறந்த தென்பவே
பாவிற்கு வள்ளுவர்வெண் பா.

மதுரைப்பெருமருதனார்

அறம்முப்பத் தெட்டு பொருள்எழுபது இன்பத்
திறம்இருபத் தைந்தால் தெளிய - முறைமையால்
வேதவிழுப் பொருளை வெண்குறளால் வள்ளுவனார்
ஓதஅழக் கற்றது உலகு.

கோவூர்க் கிழார்

அறம்முதல் நான்கும் அகலிடத்தோர் எல்லாம்
திறமுறத் தேர்ந்து தெளியக் - குறள்வெண்பாப்
பன்னிய வள்ளுவனார் பால்முறைநேர் ஒவ்வாதே
முன்னை முதுவோர் மொழி.

உறையூர் முதுகூற்றனார்

தேவிற் சிறந்ததிரு வள்ளுவர் குறள்வெண்
பாவிற் சிறந்திடும்முப் பால்பகரார் - நாவிற்கு
உயலில்லை சொற்சுவை ஓர்வில்லை மற்றும்
செயலில்லை என்னும் திரு.

இழிகண் பெருங்கண்ணனார்

இம்மை மறுமை இரண்டும் எழுமைக்கும்
செம்மை நெறியின் தெளிவுபெற - மும்மையின்
வீடவற்றின் நான்கின் விதிவழங்க வள்ளுவனார்
பாடினர் இன்குறள்வெண் பா.

செயிர்க் காவிரியார் மகனார் சாத்தனார்

ஆவனவும் ஆகாதனவும் அறிவுடையார்
யாவரும் வல்லார் எடுத்தியம்பத் - தேவர்
திருவள்ளுவர் தாமும் செப்பியவே செய்வார்
பொருவில் ஒழுக்கம் பூண்டார்.

செயலூர்க் கொடுஞ் செங்கண்ணனார்

வேதப்பொருளை விரகால் விரித்துலகோர்
ஓதத் தமிழால் உரைசெய்தார் - ஆதலால்
உள்ளுநர் உள்ளும் பொருளெல்லாம் உண்டென்ப
வள்ளுவர் வாய்மொழி மாட்டு.

வண்ணக்கஞ் சாத்தனார்

ஆரியமும் செந்தமிழும் ஆராய்ந்து இதனினிது
சீரியது என்றொன்றைச் செப்பரிதால் - ஆரியம்
வேதம் உடைத்து தமிழ்திரு வள்ளுவனார்
ஓது குறட்பா உடைத்து.

களத்தூர்க் கிழார்

ஒருவர் இருகுறளே முப்பாலின் ஓதும்
தர்மம் முதல்நான்கும் சாலும் - அருமறைகள்
ஐந்தும் சமயநூல் ஆறும்நம் வள்ளுவனார்
புந்தி மொழிந்த பொருள்.

நச்சுமனார்

எழுத்துஅசை சீரடி சொற்பொருள் யாப்பு
வழுக்கில் வனப்பு அணிவண்ணம் - இழுக்கின்றி
என்றெவர் செய்தன எல்லாம் இயம்பின
இன்றிவர் இன்குறள்வெண் பா.

அக்காரக்கனி நச்சுமனார்

கலைநிரம்பிக் காண்டற்கு இனிதாகிக் கண்ணின்
நிலைநிரம்பும் நீர்மைய தேனும் - தொலைவுஇலா
வான்ஊர் மதியம் தனக்குண்டோ வள்ளுவர்முப்
பால்நூல் நயத்தின் பயன்.

நப்பாலத்தனார்

அறம்தகளி ஆன்ற பொருள்திரி இன்பு
சிறந்தநெய் செஞ்சொல் தீதண்டு - குறும்பாவா
வள்ளுவனார் ஏற்றினார் வையத்து வாழ்வார்கள்
உள்ளிருள் நீக்கும் விளக்கு.

குலபதி நயனார்

உள்ளக் கமலம் மலர்த்தி உளத்துஉள்ள
தள்ளற்கு அரிய இருள் தள்ளுதலால் - வள்ளுவனார்
வெள்ளைக் குறட்பாவும் வெங்கதிரும் ஒக்கும்எனக்
கொள்ளத் தகுங்குணத்தைக்கொண்டு.

தேனிக்குடிக் கீரனார்

பொய்ப்பால பொய்யேயாய்ப் போயின பொய்அல்லா
மெயப்பால மெய்யாய் விளங்கினவே - முப்பாலின்
தெய்வத் திருவள் ளுவர்செப் பியகுறளால்
வையத்து வாழ்வார் மனத்து.

கொடிஞாழல் மாணிபூதனார்

அறனறிந்தேம் ஆன்ற பொருளறிந்தேம் இன்பின்
திறன்தெரிந்தேம் வீடு தெளிந்தேம் - மறன்எறிந்த
வாளார் நெடுமாற வள்ளுவனார் தம்வாயால்
கேளா தனவெல்லாம் கேட்டு.

கவுணியனார்

சிந்தைக்கு இனிய செவிக்கினிய வாய்க்கினிய
வந்த இருவினைக்கு மாமருந்து - முந்திய
நன்நெறி நாமறிய நாப்புலமை வள்ளுவனார்
பன்னிய இன்குறள்வெண் பா.

மதுரைப் பாலாசிரியனார்

வெள்ளி வியாழம் விளங்குஇரவி வெண்திங்கள்
பொள்ளென நீக்கும் புறஇருளை - தெள்ளிய
வள்ளுவர் இன்குறள் வெண்பா அகிலத்தோர்
உள்இருள் நீக்கும் ஒளி.

ஆலங்குடி வங்கனார்

வள்ளுவர் பாட்டின் வளமுரைக்கின் வாய்மடுக்கும்
தெள்ளமுதின் தீஞ்சுவையும் ஒவ்வாதால் - தெள்ளமுதம்
உண்டறிவார் தேவர் உலகடைய உண்ணுமால்
வண்தமிழின் முப்பால் மகிழ்ந்து.

இடைக்காடர்

கடுகைத் துளைத்தேழ் கடலைப் புகட்டிக் குறுகத் தறித்த குறள்.

ஔவையார்

அணுவைத் துளைத்தேழ் கடலைப் புகட்டிக் குறுகத் தறித்த குறள்.

3. திருவள்ளுவரின் காலம்

திருவள்ளுவரது இனமும், பிறந்த ஆண்டும், மாதமும், இடமும், இன்னும் வாத விவாதங்களுக்கு உட்பட்டுக்கொண்டே இருக்கின்றன. அவர் பிறந்த / வாழ்ந்த ஊர் மயிலாப்பூர் (இந்து) அல்லது திருவள்ளூர் (பௌத்தம்) அல்லது பொன்னூர் திருவண்ணாமலை (சமணம்) என்று அவரவர் கோணத்தில் ஆய்வு செய்துள்ளனர். அபோஸ்தகர் தோமா வாழ்ந்த காலத்துடன் ஒப்பிட்டு திருவள்ளுவர் மயிலையில் வாழ்ந்ததை கிருத்தவர்களும் ஒப்புக்கொள்கின்றனர்.

திருவள்ளுவர் வாழ்ந்த காலம் இந்து, கிருத்தவம், சமணம், பௌத்தம் ஆகிய சமயத்தாரிடையே வேறுபடுகிறது. பகவன் - ஆதி தம்பதிகளுக்குப் பிறந்த திருவள்ளுவரை இந்துக்கள் பிரம்மாவின் அவதாரமாகவும், சிவனருள் பெற்றவராகவும், கருதிக் கோயில் எழுப்பி வழிபடுகின்றனர். அவரை நக்கீரர், கபிலர், ஔவை ஆகியோருடன் சம காலத்தில் வாழ்ந்தவராகவும், சங்க காலப் புலவராகவும் பார்க்கின்றனர். திருமுருகாற்றுப்படை பாடிய நக்கீரர் காலம் குறைந்தபட்சம் கி.மு.4ஆம் நூற்றாண்டு என்று கொண்டாலும் இயேசு பிறப்பதற்கு 400 ஆண்டுகள் முன்பு திருவள்ளுவர் வாழ்ந்தார் என்பது இந்துக்களின் தீர்மானம். ஆகவே திருவள்ளுவர் இந்து என்பதில் உறுதியாக உள்ளனர்.

திருக்குறளை அரங்கேற்றிய பிறகு திருவள்ளுவரைப் போற்றிப் புகழ்ந்த பாடல்களை உள்ளடக்கிய 'திருவள்ளுவ மாலை' அவரை இந்துவாகவே வர்ணிக்கிறது.

அபோஸ்தகர் தோமா மயிலாப்பூருக்கு கி.பி. 50இல் வந்தார் என்பது கிருத்தவர்களின் கணிப்பு என்பதால் திருவள்ளுவரின் காலம் கிபி 5 என்பது கிருத்தவர்களின் முடிவு. புனித தோமையரின் கருத்துக்களால் உந்தப்பட்டு இயேசுவின் போதனைகளையே திருக்குறளில் பதிவு செய்துள்ளதால் திருவள்ளுவர் கிருத்தவரே என்பதில் தீர்க்கமாக இருக்கின்றனர். இதன் காரணமாகவே இயேசுவுக்கு முன்பாகவே திருவள்ளுவர் பிறந்தார் என்பதை ஒப்புக்கொள்ள மறுக்கின்றனர்.

சமணர்களின் சித்தாந்தப்படி திருக்குறளை இயற்றியவர் 'குந்த குந்தர்' என்றழைக்கப்படும் ஜைன ஆச்சாரியார் ஆவார். இவர் கிமு 52 முதல் கிபி 45 வரை சுமார் 93 ஆண்டுகள் உயிர் வாழ்ந்தவர் என்பது அவர்கள் கருத்தாகும். குந்த குந்தர்தான் திருவள்ளுவர் என்பதால் திருவள்ளுவர் சமணர் என்பதில் அவர்களுக்கு ஐயமே இல்லை.

திருவள்ளுவர் பௌத்தர் என்பது அயோத்திதாச பண்டிதரின் முடிவு. வடமதுரையை ஆண்ட கச்சன் என்னும் அரசனுக்கும், உபகேசி என்னும் ரக்கினிக்கும் பிறந்தவர்தான் திருவள்ளுவர். தற்போதைய திருவள்ளூர் மாவட்டத்திலுள்ள வடமதுரை என்னும் ஊர் திருநின்றவூரிலிருந்து பெரிய பாளையத்திற்குப் போகும் வழியில் வெங்கல் எனும் கிராமத்திற்கு அடுத்து வருகிறது. திருவள்ளுவர் பெயருக்கும் திருவள்ளூர் ஊருக்குமான பொருத்தம் அவர் அங்கு பிறந்ததாலேயே ஏற்பட்டது. அசோகரின் வேலூர் விநயலங்கார வியாரம் கட்டப்பட்ட கி.மு.304 காலத்தில் திருவள்ளுவர் வாழ்ந்தார் என்பதும் அவர் பௌத்த மதத்தவர் என்பதும் பண்டித அயோத்திதாசர் ஆய்வு முடிவாகும்.

இந்து, கிருத்தவம், சமணம், பௌத்தம் ஆகியவை திருவள்ளுவரைத் தங்களவர் என்று உரிமையை நிலைநாட்ட அவரது மதம், காலம், பிறந்த இடம் அனைத்தையும் அவரவர் கோணத்தில் ஆய்வு செய்து கொண்டாடி வருகின்றனர். திருவள்ளுவர் தங்கள் மதத்தைச் சேர்ந்தவர் என்று நிரூபிப்பதில் ஏனோ இஸ்லாமிய ஆய்வியல் அறிஞர்கள் அதிக ஆர்வம் செலுத்தாத நிலையில் அவரது கால நிர்ணயத்திலும் தீவிரம் காட்டவில்லை. இந்நிலையில் பொதுவான ஒரு காலத்தை

நிர்ணயிக்கப் பல்வேறு ஆய்வுகளைத் தமிழறிஞர்கள் மேற்கொண்டு அனைவரும் ஒப்புக் கொள்ளும் ஒரு முடிவை வெளியிட்டனர்.

வரலாற்று ஆசிரியர்கள் கடைச்சங்க காலத்தை கணிப்பதில் மிகவும் சிரமம் அடைந்தாகத் தெரிகிறது. சங்க காலங்களில் புலவர்கள் அரசர்களை நேரில் சென்று புகழ்ந்து பாடியே பரிசில் பெற்று வாழ்ந்துள்ளனர். மௌரியர்கள் தமிழகத்தின்மீது போர் செய்ததுபற்றி சங்க கால புலவர்கள் மாமூலனார், கள்ளில் ஆத்திரையனார் போன்றோர் பாடியுள்ளனர். மேலும் ஊன் பொதி பசுங்குடையார், இடையன் சேந்தன் கொற்றனார், பாவைக் கொட்டிலார் போன்றோர் அப்போரில் வெற்றி பெற்றவர்கள் தமிழ் அரசர்களே என்றும் ஆயினும் சோழன் இளஞ்சேட் சென்னி மௌரியர்களை பாளி நகரம்வரை விரட்டிச் சென்று வென்றதாக அவ்வரசனைக் குறிப்பாகப் புகழ்ந்து பாடுகின்றனர். அதாவது இப்போர்கள் அப்புலவர்களின் காலத்தில் நடந்தவை என தெளிவாக தெரிகிறது. இவை அசோகரின் கல்வெட்டுக் குறிப்பின் மூலமும் தெரிய வருகிறது.

மாமூலனார் மௌரியர்களுக்கு முன்பு மகதத்தை ஆண்ட நந்தர்கள்பற்றியும் பாடியுள்ளார். இதன் மூலம் மாமூலனார் காலம் கி.மு 4 ஆம் நூற்றாண்டு. மாமூலனாரால் பாடப்பட்டவர் திருவள்ளுவர். அப்படியெனில் திருவள்ளுவர் நிச்சயம் மாமூலனாருக்கு முன் பிறந்தவராகத்தான் இருக்கமுடியும். ஆக வள்ளுவர் கி.மு 5 ஆம் நூற்றாண்டுக்கு முற்பட்டவராவர் என்பது ஒரு பிரிவு தமிழறிஞர்களின் ஆய்வாகும். திருவள்ளுவருடைய காலம் கி.பி.1 அல்லது 2ஆம் நூற்றாண்டு எனச் சில அறிஞர்களும், ஜி.யூ.போப் மற்றும் ராபர்ட் கால்ட்வெல் ஆகியோர் அவரது காலம் கி.பி. 8-10ஆம் நூற்றாண்டு என்றும் குறிப்பிட்டுள்ளனர். நிறைவாக மறைமலை அடிகளார் தலைமையில் கூடிய தமிழறிஞர்கள் பல்வேறு ஆய்வுகளுக்குப் பின் திருவள்ளுவர் பிறந்தது கி.மு. 31 என்று முடிவு செய்தனர்.

திருக்குறளில் வடமொழிச் சொற்கள்

திருவள்ளுவர் திருக்குறளில் 12000க்கும் மேற்பட்ட தமிழ் சொற்களையும், 50க்கும் குறைவான வடமொழிச் சொற்களையும் பயன்படுத்தி உள்ளதாகக் கூறப்படுகிறது. பேராசிரியர் வையாபுரிப்பிள்ளை 125 வடமொழிச் சொற்களைப் பட்டியல்

இடுகிறார். தேவநேயப் பாவாணர் 16 வடமொழி சொற்கள் இருப்பதாகவும், சி.இலக்குவனார் 10க்கும் குறைவாக இருப்பதாகக் கூறுவதும் கவனிக்கத்தக்கது. ஆயினும் மறைமலை அடிகள், மொழி ஞாயிறு தேவநேயப் பாவாணர், பாரதிதாசன் போன்றோர் மேற்கண்ட வார்த்தைகளிலும் தமிழ் வேர் சொற்கள் இருப்பதாக நிரூபிக்கின்றனர். திருக்குறளில் வடமொழிச் சொற்கள் கலந்திருப்பதை வைத்தும் தமிழறிஞர்கள் திருவள்ளுவரது காலத்தை ஆய்வு செய்து வருகின்றனர்.

மேலும் ரிக் வேதத்தில் இந்திரனைப்பற்றிய குறிப்பும், ஆரியர்கள் தமிழகம் நுழைந்த பிறகு இந்திரனைப்பற்றிய குறிப்பும் ஒப்பிடுகையில் திருவள்ளுவர் திருக்குறளை ஆரியர்கள் தமிழகம் நுழைவதற்கு முன்பே எழுதி முடித்திருக்கவேண்டும். இவ்வாறு வள்ளுவரின் குறள்களில் உள்ள கருத்துகள் மற்றும் அர்த்தங்கள் மூலமாகவே பல மறைக்கப்பட்ட உண்மைகள் தெரியவருகிறது. இதன் மூலம் வள்ளுவர் காலம் குறைந்தது கி.மு 8-7 ஆம் நூற்றாண்டுக்கு இடைப்பட்ட காலமாகவே இருக்கவேண்டும் என்பது ஒரு சாரார் கருத்து.

திருவள்ளுவர் திருநாள்

சென்னை மயிலாப்பூரில் அமைந்துள்ள பழைமை வாய்ந்த திருவள்ளுவர் திருக்கோயிலில் வள்ளுவர் அவதார நாளாகக் கொண்டாடப்பட்ட வைகாசி அனுஷமே திருவள்ளுவர் திருநாளாக மலர்ந்தது. திருவள்ளுவரை தமிழின் மிகச் சிறந்த வரலாற்று ஆளுமையாக முன் வைக்க வேண்டும் என்னும் நோக்கத்துடன் தமிழறிஞர்கள் ஒன்று கூடி 'திருவள்ளுவர் திருநாள்' என்னும் பண்டிகையை தமிழர் அனைவரும் கொண்டாட வேண்டுமென முடிவெடுத்தனர்.

1921, 1935, 1936 இல் நடைபெற்ற திருவள்ளுவர் திருநாள் கொண்டாட்டங்களில் மறைமலை அடிகள், உ.வே. சாமிநாதய்யர் உள்ளிட்ட தமிழறிஞர்கள் பங்கேற்று திருவள்ளுவர் பிறந்த ஆண்டு குறித்து முடிவெடுத்தனர். ஆனால் இதற்கெல்லாம் முன்னோடியாக 1915 ஆம் ஆண்டே வையாபுரிப் பிள்ளை நெல்லை மாணவர் சங்கக் கூட்டத்துக்குத் தலைமை வகித்து திருவள்ளுவர் திருநாள் உரையாற்றியது குறிப்பிடத்தக்கது (தமிழ்ச் சுடர் மணிகள் - பேராசிரியர் வையாபுரிப்பிள்ளை, பக்கம் 55, திருநாள் - தலைப்பு, அடிக்குறிப்பு - 1915-ம் ஆண்டு வள்ளுவர் திருநாளன்று நெல்லை மாணவர் சங்கத்தில் செய்த பிரசங்கத்தின்

குறிப்பினின்றும் எழுதியது). அவரது உரையின் சுருக்கம் பின்வருமாறு:

'தமிழ்நாடும் தமிழ்மொழியும் முயன்ற அருந்தவப் பயன் காரணமாகப் பல நூற்றாண்டுகளுக்கு முன்னர் நமது நாட்டில் திரு அவதாரம் செய்தருளிய வள்ளுவர் என்னும் புண்ணிய மூர்த்தியை நினைவு கூறும் பொருட்டு இன்று கூடி இருக்கின்றோம். இவரது அவதார நிகழ்ச்சியைப் போன்று அத்துணைச் சிறப்புடையதாகப் பிறிதொரு நிகழ்ச்சி தமிழ் மொழிச் சரிதத்தில் உளதென்று கருதுவார் பெரும்பாலும் இல்லை.

தமிழணங்கு தலையெடுத்து அவளது புதல்வர்களாகிய நமக்கு இன்முகம் காட்டி நிற்பது இத்திருவவதாரத்தின் பயன் கொண்டே ஆகும். தமிழ்நாடு புண்ணிய பூமியாகக் கொள்ளப் படும் பெருமை வாய்ந்தது இந்த அவதாரத்தின் பெருமை பற்றியேயாகும். தமிழ் மக்களாகிய நாம் கௌரவம் உடையதோர் சமுதாயத்தைச் சார்ந்தவர்கள் என்று எண்ணிடவும் திருவள்ளுவரின் இந்த அவதாரமே காரணமாகும். இங்கனமாக திருவவதாரம் செய்தருளிய மஹாபுருஷரை அடிக்கடி ஞாபகத்தில் வைத்துப் போற்றிப் பாராட்டவேண்டுவது தமிழ் மக்களாகிய நமக்கு உரிமையும் கடமையும் ஆகின்றது.

இத்தெய்வப் பேரொளியானது தோன்றிய காலம் இன்றைக்குச் சுமார் இரண்டாயிரம் ஆண்டுகளுக்கு முன்னென்று கூறுவர். தமிழ் இலக்கிய சரித்திர ஆய்வாளர்களில் ஒரு சிலர் இதனை ஒப்புக்கொள்ளாமலிருக்கக் கூடும். ஆனால் ஒரு சில நூறு வருஷங்கள் முன்பின்னாகக் கூறிக்கொள்வதில் எனது நோக்கம் பழுதுபடுவதில்லை. சங்கப் புலவர்கள் என்று நாம் கருதும் நக்கீரர், கபிலர், மாங்குடி மருதனார் முதலானோர் ஒருங்கு கூடிச் சிற்றொளி நல்கித் திகழ்ந்து வந்தனர். சிலப்பதிகாரம் இயற்றிய சேரர் பெருமானாகிய பெரு நட்சத்திரம் (இளங்கோ அடிகள்) இன்னும் விண்ணில் ஒளிரவில்லை. தண்ணிய அருளோடு மிளிரும் தேவார ஆசியர்களும், ஆழ்வாராதியர் களும் இன்னும் இன்னொளி நல்கவில்லை. சிந்தாமணியை உதவியருளிய திருத்தக்க தேவர் என்னும் செவ்விய நல்லொளி இன்னும் முகஞ்செய்து திகழவில்லை. திருத்தொண்டர் புராணம் என்னும் சைவ மெய்ந்நூல் அருளிய சேக்கிழார் எனப்படும் விடிவெள்ளி விண்ணில் இன்னும் அரும்ப வில்லை.

விண்ணையும் மண்ணையும் தன்னிடமாகக்கொண்டு தனது தனது பேரொளிப் பெருவெள்ளத்தால் இரு பேருலகையும் ஜோதி ஸ்வரூபமாக்கிய கம்பர் என்னும் கவிகுல பாஸ்கரன் இன்னும் உதயம் செய்யவில்லை. பேரொளி மண்டிலங்கள் ஒன்றுமின்றிச் சிறு வெள்ளிகள் சிற்றொளி செய்து விளங்கிய தமிழ்ச் சரித்திர மண்டலத்தே நாம் இன்று போற்றித் தொழுகின்ற தெய்வ ஒளியாகிய திங்கள் உதயமாயிற்று. 'திங்களைப் போற்றதும் திங்களைப் போற்றதும்' (சிலப்பதிகாரம்) என இயற்கைத் திங்களை வணங்கும் மரபுடைய நாம் அறிவுநலம் திகழ்தொளிரும் திருவள்ளுவர் என்னும் செயற்கைத் திங்களையும் வணங்கி வாழ்த்துவோமாக.'

என்கிறார் வையாபுரிப் பிள்ளை.

1921-ல் நடந்த மாநாடு

திருவள்ளுவரின் காலம் கி.மு.8 - கி.மு.3 இடைப்பட்ட காலமாயிருக்கலாம் என்று அவருடைய குறட் பாக்கள் மூலமும், அவரை மேற்கோள்கள் காட்டும் சங்கத்தமிழ்ப் பாடல்கள் மூலமும் கருத்தப்பட்டுவந்த நிலையில், சுலபமான அணுகுமுறை கருதி, 1921ஆம் ஆண்டு, சென்னை பச்சையப்பன் கல்லூரியில் தமிழறிஞர்களின் கூட்டம் நடைபெற்றது. பேராசிரியர் கா. நமச்சிவாயம் தொடங்கிவைக்க, தமிழ்க் கடல் மறைமலை அடிகள் தலைமையிலும், தமிழ்த் தென்றல் திரு. வி. கலியாண சுந்தரனார், தமிழ்க் காவலர் கா. சுப்பிரமணிய பிள்ளை, சைவப் பெரியவர் சச்சிதானந்தம் பிள்ளை, நாவலர் ந. மு. வேங்கடசாமி, நாவலர் சோமசுந்தரப் பாரதியார், முத்தமிழ்க் காவலர் கி. ஆ. பெ. விசுவநாதம் உள்ளிட்ட தமிழறிஞர்கள் கலந்துகொண்ட இக்கூட்டத்தில்தான் கிறிஸ்து பிறப்பதற்கு 31 ஆண்டுகளுக்கு முன்னர் அதாவது கி.மு.31இல் திருவள்ளுவர் பிறந்தார் எனவும், அவர் பெயரில் தொடர் ஆண்டை பின்பற்றுவது என்றும் முடிவு செய்யப்பட்டது. இது பொன் எழுத்துக்களால் பொறிக்கத்தக்க வரலாற்றுச் சிறப்புமிக்க கூட்டமாகும்.

இந்த முடிவுகள் எந்த அடிப்படையில் எடுக்கப்பட்டது என்ற கேள்விக்கு, முத்தமிழ்க் காவலர் கி. ஆ. பெ. விசுவநாதம் அவர்கள் 'மாநாட்டில் கலந்துகொண்டு பேசிய அறிஞர்களின் அறிவு, ஆராய்ச்சி, பட்டறிவு ஆகியவையே அடிப்படை என்று குறிப்பிடுங்கள் போதும்' என்று விளக்கம் தந்தார்.

டாக்டர் சேதுப்பிள்ளையின் பெரு முயற்சியால் தென்காசியில் 1927ஆம் ஆண்டு சுப்பிரமணியதாஸ் என்னும் அறிஞரால் திருவள்ளுவர் கழகம் தொடங்கப்பட்டது. ஒவ்வொரு ஆண்டும் வைகாசி மாதம் அனுஷ நட்சத்திரத்தில் திருவள்ளுவர் திருநாள் கொண்டாடப்படும். முதலாம் ஆண்டு விழாவில் கப்பலோட்டிய தமிழன் வ.உ. சிதம்பரம் பிள்ளையும், டாக்டர் சேதுப்பிள்ளையும் கலந்துகொண்டனர். தொடர்ந்து தன் இறுதிக் காலம்வரை டாக்டர் சேதுப்பிள்ளை அனைத்து ஆண்டு விழாக்களிலும் தவறாது பங்கேற்றார். அன்று தொடங்கி இன்று வரை 90 ஆண்டு களுக்கும் மேலாக இக்கழகம் பீடுநடை போட்டு வருகிறது.

ஆனால் கமில் சுவலபில் போன்ற மேலைநாட்டு தமிழறிஞர்கள் உட்பட பல தமிழறிஞர்கள் திருக்குறள் சங்கம் மருவிய காலத்தைச் கி.பி. 4-ம் நூற்றாண்டிற்கு பின் என்று கூறிவருகின்றனர். அதற்கு மாற்றாக மொழி ஞாயிறு தேவநேயப் பாவாணரின் மாணாக்கரான செந்தமிழ் அந்தணர் இளங்குமரனார் எழுதிய கட்டுரையின் முக்கிய அம்சங்கள் பின்வருமாறு.

திருவள்ளுவர் திருநாட் கழகம்

இந்த நிலையில் 85 ஆண்டுகட்கு முன்பு திருநெல்வேலித் தென்னிந்திய சைவசித்தாந்த கழகத்தின் சென்னைப் பொறுப் பாளாராக இருந்த 'பத்மஸ்ரீ. திரு. வ. சுப்பையாப் பிள்ளை' அவர்கட்கு ஓர் எண்ணம் உருவானது. அந்த எண்ணத்தை அவர் நண்பர் திரு. காழி. சிவகண்ணுசாமி பிள்ளையுடன் பகிர்ந்து கொண்டதின் பயனாக அவ்விருவரும் சேர்ந்து 17.01.35 அன்று ஒரு முடிவு செய்தனர்.

உலகம் முழுவதும் போற்றிக்கொண்டாடும் தெய்வப் புலவர் திருவள்ளுவருக்கென குறிப்பிட்ட நாளில் விழா எடுத்துச் சிறப்பிக்க வேண்டி 'திருவள்ளுவர் திருநாட் கழகம்' என்னும் பெயரில் ஓர் அமைப்பினை உருவாக்கவேண்டும் என்பதே அந்த முடிவாகும்.

அந்த முடிவின்படி வித்துவான் பாரிப்பாக்கம் உண்ணப்ப முதலியார், தமிழ்ப்புலவர் சிவ. முத்துக்குமாரசாமி முதலியார், காழி சிவ கண்ணுசாமி பிள்ளை, எம். பாலசுப்பிரமணியம், டி.செங்கல்வராய பிள்ளை, வ.சுப்பையா பிள்ளை, சி. எம். கோவிந்தராஜ முதலியார் ஆகிய எழுவரையும் கொண்ட ஓர் இயக்குநர் கழகம் முதலில் தொடங்கப்பட்டது.

இந்த இயக்குநர்களும், இவர்களால் தெரிவு செய்யப்பட்ட செயல் உறுப்பினர்களும், பெரும்புலவர் பேராசிரியர் திரு. கா. நமச்சிவாய முதலியாரைச் சந்தித்துத் திருநாட் கழகத்தின் தலைவர் பொறுப்பை ஏற்க வேண்டினர். அவரும் இவர்களது வேண்டுதலை ஏற்றுத் தலைவராக இருக்க இசைவு தெரிவித்தார். செயலராக வித்வான் பாரிப்பாக்கம் கண்ணப்பன் மற்றும் பொருளாளராக வ. சுப்பையாவும் தேர்ந்தெடுக்கப்பட்டனர். இவ்வாறு 'திருவள்ளுவர் திருநாட்கழகம்' முழுமையாக உருப்பெற்றது. சென்னைப் பவழக்காரத் தெருவிலிருந்த சைவ சித்தாந்த நூற்பதிப்புக் கழகக் கட்டடத்திலேயே திருவள்ளுவர் நாட் கழக அலுவலகமும் அமைந்தது.

திருவள்ளுவர் திருநாட் கழகத்தினர் சார்பில் திருவள்ளுவர் திருநாள் முதாலாண்டு கொண்டாட்டங்கள் 1935 ஆம் ஆண்டு மே மாதம் 18, 19 ஆம் நாட்களில் மறைமலை அடிகள் தலைமையில் அனுஷநட்சத்திரத் திருநாளில் சென்னைப் பச்சையப்பன் கல்லூரியில் மிகவும் சிறப்பாக நடத்துவது எனத் தீர்மானித்தனர். மேலும் தமிழகத்திலும், அண்டை மாநிலங்களிலும், அயல் நாடுகளிலும், இவ்விழாவினைக் கொண்டாட ஏற்பாடு செய்வது என்றும் முடிவெடுத்து அதற்கெனக் கடுமையாக உழைத்தனர்.

அனுஷநட்சத்திரத் திருநாளில் திருநாட்கழகத்தினர் வள்ளுவர் உருவப்படத்துடனும், திருக்குறள் சுவடியுடனும் ஊர்வலமாகச் சென்று மயிலைத் திருவள்ளுவர் கோயிலை அடைந்து திருவள்ளுவர் திருமேனிக்கு நீராட்டி பூச்சூட்டி பூசைகள் செய்து வழிபாடு நடத்தினர். திட்டமிட்டபடி விழாப் பொதுக்கூட்டம் மே, 18, 19 ஆகிய இரண்டு நாட்களிலும் சென்னைப் பச்சையப்பன் கல்லூரி மண்டபத்தில் கூடியது. தமிழ் அறிஞர்கள் மட்டுமின்றிப் பொது மக்களும் ஆயிரக்கணக்கில் கலந்துகொண்டனர். திருவிழா போன்று இரு நாள் நிகழ்ச்சிகள் கோலாகலமாக நடைபெற்றன.

இரு நாட்கள் நடைபெற்ற நிகழ்ச்சியில் கூட்டத் தலைவர் மறைமலை அடிகள், திருநாட்கழகத் தலைவர் கா. நமச்சிவாய முதலியார், ச. சச்சிதானந்தம்பிள்ளை, பி. தாவூத்ஷா, இ.டி. இராஜேஸ்வரி அம்மாள், பா.கண்ணப்ப முதலியார், திரு. வி. கலியாணசுந்தர முதலியார், டி.செங்கல்வராயன், சிவ. அருணகிரி முதலியார், மா. பாலசுப்பிரமணிய முதலியார், சிவ. முத்துக்குமாரசாமி முதலியார், மணி. கோட்டீச்சுர முதலியார், தெ.பொ. மீனாட்சி சுந்தரம் பிள்ளை, டி.செங்கல்வராய பிள்ளை,

காழி.சிவ. கண்ணுசாமி பிள்ளை, ஆர்.எஸ். சாம்பசிவ சர்மா, வ. சுப்பையா பிள்ளை, நின்றை தங்கவேலு முதலியார், சென்னை அரசாங்க மந்திரியாயிருந்த உயர்திரு. எல். முத்தையா முதலியார், திவான் பகதூர் தெய்வசிகாமணி முதலியார், செ. தெய்வநாயகம் பிள்ளை உள்ளிட்ட பலர் பங்கேற்றுச் சிறப்பித்தனர்.

அதே ஆண்டு தமிழகத்தின் பல இடங்களிலும் திருவள்ளுவர் பிறந்த நாள் விழாக் கொண்டாட்டங்கள் நடைப்பெற்றன. அவற்றில் இன்றியமையாச் சில இடங்கள் பின்வருமாறு:

1. சென்னை திருமயிலாப்பூர் திருவள்ளுவர் திருநாட் கோயில் - தலைமை தருமகர்த்தா சிவஞானம் பிள்ளை .
2. சென்னை இராயபுரம் - தலைமை, திவான்பகதூர் திரு. அ.இராமசாமி முதலியார்.
3. சென்னை, ஏழுகிணறு வாலிப சங்கம் - தலைமை சி.என். அண்ணாதுரை
4. கோயம்புத்தூர், கோவைத் தமிழ்ச் சங்கம் - தலைமை சி.எம். இராமச்சந்திர செட்டியார்

பெங்களூர், பெல்லாரி, புதுச்சேரி, தஞ்சை, திருச்சி, மதுரை, இராமநாதபுரம், திருநெல்வேலி, எனப் பல ஊர்களில் திருவள்ளுவர் திருநாட் கொண்டாட்டங்கள் நடைபெற்றன.

1936 இரண்டாம் ஆண்டில் ஜுன் 6 ஆம் தேதி வைகாசி அனுஷ நாளைச் சென்னை திருநாட்கழகம் நடத்தியது. விழாவிற்குத் தலைமையேற்றவர் டாக்டர். உ.வே.சாமிநாதையர். அது நூலாகவும் வெளிவந்தது. அந்நூலில் 12/08/1936 தேதியிட்ட அவரது முன்னுரை மற்றும் உரையின் சுருக்கம் பின்வருமாறு:

> இந்த வருஷம் (1936) ஜுன் 4 ஆம் தேதி வியாழக் கிழமை மாலை சென்னையிலுள்ள பச்சையப்பன் கலாசாலை மண்டபத்தில் நடைபெற்ற ‘திருவள்ளுவர் திருநாள் கொண்டாட்டத்தின் சம்மந்தமான சபையில், யான் பல அன்பர்களின் விருப்பத்தின்படி, தலைமை வகித்தபோது செய்த பிரசங்கமே இப்புத்தக உருவில் அமைந்துள்ளது.
>
> செயற்கரிய செய்த பெரியோர்கள் திருநாட்களைக் கொண்டாடும் வழக்கம் நமது நாட்டில் தொன்றுதொட்டே இருந்து வந்தது. ஆனால் அங்கனம் செய்வதில் இக்காலத்தில் நம் நாட்டாருக்கு ஊக்கமில்லை. மேநாட்டார் தம் நாட்டு

பெரியாரைப் போற்றுவதில் சிறந்தவர்கள். நம்முடைய நாட்டில் இப்போதுதான் சில காலமாகப் புலவர் பெருமக்களின் திருநாட்களைக் கொண்டாடும் முயற்சி மலிந்து வருகின்றது.

முதற் பாவலராகிய திருவள்ளுவர் திருநாளைக் கொண்டாட வேண்டுமென்னும் நல்லுணர்ச்சி தமிழ்நாட்டில் தோன்றி இருப்பதை அறிந்து என் உள்ளம் குளிர்கின்றது. அவ்வூக்கத்தை உண்டாக்கக் காரணராக இருந்த சென்னைத் திருவள்ளுவர் திருநாட் கொண்டாட்டக் கழகத்தாரின் முயற்சியைப் பாராட்டுகிறேன்.

இவ்வருஷம் இத்திருநாள் கொண்டாடப்பட்ட தினம் வைசாக சுத்த பௌர்ணமி ஆகும். கௌதம புத்தர் அவதரித்ததும், ஞானோதயம் அடைந்ததும் ஆகிய அத்தினத்தைப் பௌத்தர்கள் மிகச் சிறப்பாகக் கொண்டாடுகின்றனர். தமக்கென வாழாப் பிறர்க்குரியளாராகிய அப்பெரியாருடைய நாளும், தெய்வப் புலவராகிய திருவள்ளுவர் திருநாளும், ஒரே நாளில் அமைந்தமை அத்திருநாளுக்கு ஒரு தனிச் சிறப்பை அளித்தது.

திருக்குறளைப் போன்றதொரு நூல் வேறெந்த மொழியிலும் இல்லை எனப் பல மொழிகளை அறிந்தவர் கூறுகின்றனர். பல மொழிகளில் இதனை மொழிபெயர்த்திருக்கின்றனர். இத்தகைய சிறப்பு பெற்ற திருக்குறளை எழுதிய திருவள்ளுவரின் வரலாறு ஒரு வரையறையாக வழங்கப்பட வில்லை. அவருடைய பிறப்பைப்பற்றியும், சாதியைப் பற்றியும், சமயத்தைப்பற்றியும், ஒன்றுக்கொன்று வேறுபாடான செய்திகள் தமிழ்நாட்டில் உலவுகின்றன. அவற்றை ஆராய்ந்து அறுதியிடுவதற்கு உரிய கருவிகள் போதியனவாகக் கிடைக்க வில்லை. இக்குறை திருவள்ளுவர் குறித்த வரலாற்றில் மட்டுமே அமைந்ததன்று; பெரும்பாலான தமிழ்ப் புலவர் களுடைய வரலாறுகள் இப்படித்தான் உள்ளன.

‘திரு’ என்பதற்கு திருக்கோவையார் உரை எழுதிய பேராசிரியர் ‘அனைவராலும் விரும்பப்படும் தன்மை நோக்கமென்று’ கூறியுள்ளார். வள்ளுவரைத் தவிர சங்கப் புலவர்களுக்குக்கூட எவருக்கும் ‘திரு’ என்னும் அடைமொழி கொடுத்து வழங்கியதாகக் காணோம். ஆனால் வள்ளுவரும், அவரது வாய்மொழியும் யாராலும் ஒருங்கே விரும்பப்படுவதால், ‘திரு’ என்னும் அடைமொழி அவருக்குப் பொருத்தமே.

தனக்கும், பிறர்க்கும், ஒருங்கே பயன்பட, உணவுண்டு, வாழ்ந்து, அறம் கடத்துதலைப்பற்றி வரையறுத்த இப்புலவர் பெருமானது இந்நூல், இவர், தமக்கும், பிறர்க்கும் பயன் படும்படி கற்றறிந்து ஒழுகினார் என்பதை நன்றாகத் தெரிவிக் கின்றது. பிறரால் செயற்கரிய செய்தவராகிய இப்பெரியார் புகழ் இன்னும் சிறப்பாக உலகத்தார் எல்லாருடைய உள்ளத்துள்ளும் உளதாகக் காணும் நாள் அண்மையில் இருக்கிறதென்றே நான் நம்புகிறேன். திருக்குறள் வாழ்க! திருவள்ளுவர் புகழ் வாழ்க!

இதைத் தொடர்ந்து அதே ஆண்டு தென்காசித் திருவள்ளுவர் கழகம் நடத்திய விழாவிற்குத் தலைமை தாங்கியவர் சென்னைத் திருநாட்கழகத் தலைவராக இருந்த திரு.வி.க. கோவையில் துடிசைக்கிழார் அ.சிதம்பரனார் தலைமையில் விழா நடை பெற்றது.

மூன்றாம் ஆண்டு திருவள்ளுவர் விழாவை 1937 மே 22 அனுஷ நட்சத்திரத் திருநாளில் இராமநாதபுரம் மாவட்டம் பாகனேரியில் கோவை சிவக்கவிமணி சி.கே. சுப்பிரமணியனார் தலைமையில் கொண்டாடி மகிழ்ந்தனர்.

திருவள்ளுவர் பிறந்த நாள் - மறைமலை அடிகள்

திருவள்ளுவர் பிறந்த நாளையும், பிறந்த ஆண்டையும் சேர்த்துப் பின்னரே குழப்பத் தொடங்கினார்கள் என்றும் திருவள்ளுவர் பிறந்த நாள் வைகாசி அனுஷ நட்சத்திரம் என்று முடிவுடன் கொண்டாட்டங்கள் நடைபெற்றனவே அன்றி அவர் எந்த வருடம் பிறந்தார் என்று அப்போதைக்கு யாரும் ஆய்வு செய்யவில்லை என்பது ஒரு சாராரின் கருத்து. தமிழில் ஆண்டுகளைக் குறிக்க சக ஆண்டு, விக்ரம ஆண்டு, கலி ஆண்டு என்றும் கேரளத்தில் கொல்லம் ஆண்டு என்றும் பல ஆண்டுத் தொடர்கள் இருந்தாலும், இவை எதுவுமே தமிழருக்குத் தனித்துவமானவை இல்லை. எனவே தமிழருக்கெனச் சிறப்பான ஆண்டுக் கணக்கை மறைமலை அடிகள் முன்மொழிய முற்பட்டார்.

1921 ஆம் ஆண்டில் நடந்த இம்மாநாட்டில் எடுத்த முடிவையே, 1935 ஆம் ஆண்டு, சனவரி 18 ஆம் நாள் திருவள்ளுவர் திருநாள் கழகத்தினர் நடத்திய விழாவின் முதல் நாளில் மறைமலை அடிகள் ஆற்றிய 'திருவள்ளுவரும் திருக்குறளும்' எனும் உரையின் மூலம் மீண்டும் உறுதி செய்து அறிவித்தார்.

திருவள்ளுவரின் காலத்தை ஆய்வு செய்யும் பணியில் ஈடுபட்ட மறைமலை அடிகள் தமிழர் என்ற பொதுமை உணர்வைத் தமிழ் மக்களிடையே ஊட்டவும் விரும்பினார். அதற்கு வாய்ப்பாகத் தமது சிவநெறிக்கும், தமிழ்நெறிக்கும் முதற்குரவராகத் தம்மால் போற்றப்படும் தெய்வப் புலவர் திருவள்ளுவ நாயனாரையே தமிழர்களுக்கு உரிய ஆண்டுக் கணக்கீட்டின் முதல்வராகக் கொண்டார்.

மறைமலை அடிகளின் ஆய்வின்படி கிருஸ்துவுக்கு 31 ஆண்டுகள் முற்பட்டவர் திருவள்ளுவர். எனவே அடிகள் தமிழாண்டைக் கி.மு. (கிருஸ்துவுக்கு முன்), கி.பி. (கிருஸ்துவுக்குப் பின்) என்று கொள்ளாது தி.மு. (திருவள்ளுவருக்கு முன்), தி.பி. (திருவள்ளுவருக்குப் பின்) என்று கணக்கிட வேண்டுமென 'மாணிக்கவாசகர் வரலாறும் காலமும்' என்னும் தனது நூலில் வலியுறுத்தி, திருவள்ளுவர் திருநாள் கொண்டாட்டம் நடைபெற்ற முதலாண்டு (1935) உரையில் மீண்டும் நினைவுபடுத்தினார். 'செந்தமிழ்ச் செல்வி' என்ற சஞ்சிகையில் வெளியான இவரது உரையின் முக்கிய அம்சம் பின்வருமாறு:

> திருவள்ளுவர் ஏறக்குறைய 1900 ஆண்டுகளுக்கு முன்பு பிறந்திருக்க வேண்டும். 'தெய்வம் தொழாள் கொழுநன் தொழுதெழுவாள்' என்னும் குறள் மணிமேகலையில் எடுத்தாளப்பட்டுள்ளது என்பதாலும், சிலப்பதிகார ஆசிரியரும், மணிமேகலை ஆசிரியரும் சம காலத்தவர்கள் என்பதாலும், தொடர் ஆய்வின் பயனாக திருவள்ளுவர் கிமு 30க்கு முன் (அதாவது கி.மு.31இல்) பிறந்தவர் என்பது முடிவு' என்கிறார். திருவள்ளுவர் காலத்தை கி.மு.31 என்று நிர்ணயித்ததற்குத் திருவள்ளுவர் காலத்தில் வாழ்ந்த புலவர்களையும், அவரைப் போற்றி பாராட்டிய பல சங்க காலப் புலவர்களையும், அவர்களது பாடல்களையும் மேற்கொள் காட்டி கீழ்க்கண்டவாறு விளக்குகிறார்:
>
> பண்புடையார்ப் பட்டுண் டுலகம் அதுவின்றேல்
மண்புக்கு மாய்வது மன்
>
> என்னும் குறள் விளக்கமாக (புறநானூறு - பாடியவர் கடலுண் மாய்ந்த இளம்பெரு வழுதியார் என்னும் பாண்டிய மன்னன்) இதன் முதலடியையும், ஈற்றடியையும் நோக்கக் குறளின் விரிவாக்கம் புலப்படும்.

உண்டால் அம்மஇவ் வுலகம் இந்திரர்
அமிழ்தம் இயைவ தாயினும் இனிதெனத்
தமியர் உண்டலும் இலரே; முனிவிலர்;
துஞ்சலும் இலர்; பிறர் அஞ்சுவ தஞ்சிப்
புகழெனின் உயிரும் கொடுக்குவர்; பழினெனின்
உலகுடன் பெறினும் கொள்ளலர்; அயர்விலர்;
அன்ன மாட்சி அனையர் ஆகித்
தமக்கென முயலா நோன்றாள்
பிறர்க்கென முயலுநர் உண்மை யானே

நற்றிணையில் ஒருபாடல்,

'முந்தை இருந்து நட்டோர் கொடுப்பின்
நஞ்சும் உண்பர் நனிநா கரிகர்'

இப்பாடல் அமைப்பும் சொற்பொருள் விளக்கமும் திருக்குறள் விளக்கமாக இருத்தல் திருக்குறள் கற்றார் எவர்க்கும் வெளிப்படத் தோன்றும். அது,

'பெயக்கண்டும் நஞ்சுண் டமைவர் நயத்தக்க
நாகரிகம் வேண்டு பவர்'

இனி, 'இப்பாடல்கள் வழியே திருவள்ளுவர் தம்குறளை யாத்திருக்கவும் கூடுமல்லவோ, அதனை எண்ணலும் வேண்டுமென்றோ' என்பார் உளராகலாம்!

'தெய்வம் தொழாஅள் கொழுநற் றொழுதெழுவாள்
பெய்யெனப் பெய்யும் மழை'

என்னும் குறளை மேற்கொள்ளும் மணிமேகலைச் சாத்தனார்,

'தெய்வம் தொழாஅள் கொழுநற் றொழுதெழுவாள்
பெய்யெனப் பெய்யும் பெருமழை என்றஅப்
பொய்யில் புலவன் பொருளுரை தேராய்'

என்பது போலக் குறளை மேற்கொண்டு பொய்யில் புலவர் என்று புலவர் பெயரும் பொருளுரை என அவர் நூற் பெயரும் சுட்டியிருப்பின் ஏற்கலாம் எனலாம்! அதே குறளைத்,

'தெய்வம் தொழாஅள் கொழுநற் றொழுவாளைத்
தெய்வம் தொழுதகை திண்ணிதால்'

என்று இளங்கோ அடிகள் சிலப்பதிகாரத்தில் காட்டுகிறார்.

நூலாசிரியர் பெயரோ நூற் பெயரோ இல்லாமலும், சீத்தலைச் சாத்தனாரும், இளங்கோ அடிகளாரும் ஒருகாலத்து ஒன்றிய நண்பராய் இருந்து இரட்டைக் காப்பியம் இயற்றியவர்கள் என்பதால் ஏற்கிறோம் அல்லவோ! சீத்தலைச் சாத்தனாரும், இளங்கோ அடிகளும் திருவள்ளுவர் பெயரையோ நூற்பெயரையோ சுட்டாமல் சுட்டும் குறள்களும் உளவாதல், ஆய்வோர் அறிவர். அவ்வாறே சங்கநூல்களில் இருத்தலும் அறிவர்.

சங்க நூலாம் புறநானூற்றில் குறள்விளக்கமும் அதன் தொடரும் நூற்பெயரும் உண்டாயின் சங்கத்தார் காலத்திற்குத் திருவள்ளுவர் பிற்பட்டவர் எனக் கூறுவது இயலாது அல்லவோ!

'ஆன்முலை அறுத்த அறனி லோர்க்கும்
மாணிழை மகளிர் கருச்சிதைத் தோர்க்கும்
குரவர்த் தப்பிய கொடுமை யோர்க்கும்
வழுவாய் மருங்கில் கழுவாயும் உளவென
நிலம்புடை பெயர்வ தாயினும் ஒருவன்
செய்தி கொன்றோர்க் குய்தி யில்லென
அறம்பா டிற்றே ஆயிழை கணவ!'

எனச் சோழன் குளமுற்றத்துத் துஞ்சிய கிள்ளிவளவனை ஆலத்தூர் கிழார் பாடுகிறார் (புறநானூறு). இப்பாடல் திருக்குறளின் தலைப்பெயரான 'அறம்' பாடிற்று என்பதும், 'செய்தி கொன்றார்க்கு உய்தி இல்' என்பது.

'எந்நன்றி கொன்றார்க்கும் உய்வுண்டாம் உய்வில்லை
செய்ந்நன்றி கொன்ற மகற்கு'

என்பதன் 'செறிபிழிவு' என்பதும் விளங்காமல் போகாது. முந்தைச் சோழருள் ஒருவன் கிள்ளிவளவன். அவனைப் பாடிய பாடலில் குறளும் குறளின் பெயரும் உண்டாயிருக்கவும் சங்கக் காலத்திற்குப் பின்னாகத் தள்ளல் முறையாகாது!

பதினெண் கீழ்க்கணக்குள் ஒன்றாகத் திருக்குறளைச் சேர்த்ததற்கான காரணம் காலக் கருத்தால் அல்ல. அடியளவு சிறிது மற்றும் வெண்பா யாப்பை எண்ணித்தான்.

'குறுவெண்பாட்டு' என்பதால் தொல்காப்பிய யாப்பும்,

'அறமுதலாகியமும் முதற்பொருளும்' என்பதால் முப்பாலும்,

‘பொருளொடு புணர்ந்த பக்கம்’ என்பதால் இல்லறவியலும்,

‘அருளொடு புணர்ந்த அகற்சி’ என்பதால் துறவறவியலும் இயற்றியமை அறிக.

‘புணர்தல் பிரிதல் இருத்தல் இரங்கல் ஊடல்’ என்னும் தொல்காப்பிய உரிப்பொருள் முறைவைப்பு மாறாமல், ஒவ்வோர் உரிப்பொருளுக்கும் ஐந்தைந்து அதிகாரமாய்க் காமத்துப்பால் இருபத்தைந்து அதிகாரம் பாடியமையும் எண்ணுவோர், வள்ளுவர் காலத்தைப் பின்னுக்குத் தள்ள மாட்டார். சங்கக் காலத்தவரும் சுட்டிக் கூறும் பழைமையர் என்பதைக் கொள்வார்! அவரும் சங்கம் சார்ந்தவர் என்றும் அவர்க்கு முன்னரும் பின்னரும் சங்கம் நிகழ்ந்தது என்பதும் அறிவார்.

இதனால் கி.மு. 31 என்பதை முன்னுக்குத் தள்ளி வேண்டுமோ எனின் பெருந்தக்கோரால் ஆய்ந்து முடிவெடுக்கப்பட்டு நடைப்படுத்தி வரும் காலத்தை மாற்றும் நோக்கில் இஃது எழுதப்பட்டதில்லை! வள்ளுவரையும் அவர்க்கு முந்தைத் தொல்காப்பியரையும் கி.பி. ஆறாம் நூற்றாண்டு தொட்டு எட்டாம் நூற்றாண்டுவரை சொல்வார் ஆய்வின் உள்நோக்கம் உணர்த்தி உண்மை காட்டற்கே எழுதப்பட்டதாம்...’

என்று திருவள்ளுவர் காலத்தைக் கிமு 31 என்று முடிவெடுத்தற்கான காரணங்களை விளக்கினார் மறைமலை அடிகளார். ‘எண்ணெயும் உண்மையும் இறுதியில் மேல்மிதக்கும்’ என்பது கூற்றுக்கு ஒப்ப தமிழறிஞர்கள் ஒட்டு மொத்தமாக இம்முடிவே ஏற்றுக்கொண்டனர்.

மீண்டும் திருவள்ளுவர் திருநாள் கொண்டாட்டங்கள்

இவ்வாறாகத் தொடங்கிய முதல் மூன்றாண்டுகள் சிறப்பாக நடைபெற்ற திருவள்ளுவர் திருநாள் கொண்டாட்டங்கள் பல்வேறு காரணங்களால் மெல்ல மெல்ல வழக்கொழியத் துவங்கியது. இது கண்டு வருந்திய யாழ்ப்பாணத் தமிழறிஞர் கா.பொ. இரத்தினம் 23.11.1952இல் நிறுவிய தமிழ்மறைக் கழகச் சார்பில் எடுத்த முயற்சியின் பயனாக தமிழகத்திலும், இலங்கை, மியான்மார் (பர்மா) உள்ளிட்ட அயல்நாடுகளிலும் மீண்டும் திருவள்ளுவர் திருநாள் கொண்டாட்டங்கள் களைகட்டத் தொடங்கின. 1959 மே 22 அனுஷ நட்சத்திரம் அன்று அவரது அவதாரத் திருநாள் விழா மீண்டும் நடைபெற்றது.

வைகாசி அனுஷ நட்சத்திரமே திருவள்ளுவர் திருநாள்

திருவள்ளுவர் திருநாளை வைகாசி அனுஷ நட்சத்திரத்தில் கொண்டாட வேண்டுமென ஆய்வு செய்தவர் இலங்கையைச் சேர்ந்த வித்துவான் பண்டிதர் கா.பொ.இரத்தினம், எம்.ஏ.பி.ஓ.எல். அவர்கள் ஆவர். 23.11.1952இல் அவரால் நிறுவப்பட்ட தமிழ்மறைக் கழகச் சார்பில் உலகத் தமிழர்கள் மத்தியில், அரும்பாடுபட்டு, வைகாசி அனுஷ நட்சத்திர நாளையே திருவள்ளுவர் திருநாளாகக் கொண்டாட வேண்டும் என வேண்டி அதில் வெற்றியும் பெற்றார் பண்டிதர் இரத்தினம். அவர்களுடைய வேண்டுகோளுக்கு உடன்பட்டு அவருடைய கருத்துக்கு ஆதரவு தெரிவித்த பெருமக்களில் சிலர்.

1. தவத்திரு குன்றக்குடி அடிகளார்

   'தாங்கள் முடிவு செய்த குறிப்புப்படியே வைகாசி அனுடத் திருநாளில் கொண்டாடுவதற்குத் தடையில்லை.' (13.2.53)

2. நாவலர் ச. சோமசுந்தர பாரதியார்

   'தமிழுக்கு மாட்சி தருவது குறளை ஆக்கிய புலவர் பெருநாள்.' (1.4.54)

3. பண்டிதமணி சி. கணபதிப்பிள்ளை

   'மாசி உத்தரத்தை அடைந்த குருபூசைத் தினமாகக் கொண்டாடுவதில் தங்களுக்கும் பிறருக்கும் அபிப்பிராய பேதமில்லாதபோது வைகாசி அனுடத்தை அவதரித்த தினமாகக் கொண்டாடுவதில் நிறையன்றிக் குறையொன்றும் இல்லையே.' (13.6.53)

4. பெங்களூர் மத்திய கல்லூரிப் பேராசிரியர் எஸ்.உருத்திரபதி, எம்.ஏ

   'தங்கள் முயற்சியானது மிகவும் சாலப் பொருத்தமான நன் முயற்சியாகும்.' (19.7.54)

5. பாலம்கோட்டைப் புனித சவேரியார் கல்லூரிப் பேராசிரியர் திரு. ஆ.அருளப்பன், பி.ஏ.

   '1935 முதல் வைகாசி அனுடநாள் அந்நன்னாளாக அமைந்து விட்டது எனலாம். ஆதலின் அதனை நிலைத்திடச் செய்தல் நன்றே.' (19.8.54)

6. பேராசிரியர் ரா.பி. சேதுப்பிள்ளை

‘திருவள்ளுவர் திருநாள் தமிழ்நாட்டில் பெரும்பாலும் வைகாசி அனுடத்திலேதான் நடைபெறுகிறது.’ *(24.2.54)*

7. திரு. ம.பொ. சிவஞான கிராமணி

‘வைகாசி அனுடத்தில் திருவள்ளுவர் திருநாள் கொண்டாடுவதில் நானும் தமிழரசு இயக்கத்தாரும் பரிபூரணமாக ஒத்துழைப்போம்.’ *(15.3.54)*

8. வித்துவான் பண்டிதர் லெ.ப.கரு. இராமநாதன் செட்டியார்

‘தங்கள் தொண்டு பெரிதும் பாராட்டுதற்கு உரியதாகும்.’ *(20.3.54)*

9. டாக்டர் மா. இராசமாணிக்கனார்

‘திருவள்ளுவர் திருநாள் கொண்டாட்டம் மிகப் பாராட்டத் தக்கது. தங்களது பெருமுயற்சிக்கு எனது வாழ்த்தும் ஒத்துழைப்பும் உரியதாகுக.’ *(12.3.54)*

10. சித்தாந்த சிரோன்மணி சி.எஸ். கந்தசாமி முதலியார்

‘தங்கள் கழகத்தின் பெருமுயற்சியால் வள்ளுவர் திருநாள் வைகாசித் திங்கள் அனுடநாள் என்பது உறுதியாய் நிலை பெற்றுவிட்டது.’ *(16.3.54)*

11. கவியோகி சுத்தானந்த பாரதியார்

‘முயல்க முயல்க முயல்க மேன்மேலும் பயன்களை வைத்தீசன் பதம்.’ *(15.3.54)*

12. புலவரேறு அ. வரத நஞ்சையன்

‘தங்கள் அடிச்சுவட்டைப் பின்பற்றி ஒழுக எம் போல்வார் பெரிதும் கடப்பாடுடையவர்களேயாவர்.’ *(12.3.54)*

13. பாலகவி வயிநாகரம் வே. இராமநாதன் செட்டியார்

‘மயிலை திருக்கோயிலில் திருவள்ளுவர் திருநாள் வைகாசி அனுடத்தில் கொண்டாடப்பெற்று வருவதொன்றே தங்கள் கருத்துக்குப் போதிய சான்றாகும்.’ (விசய. மாசி.*30)*

14. டாக்டர். மு. வரதராசன்

‘தங்கள் முயற்சியைப் போற்றுகிறேன். ஆக்கம் அதர்வினாய்ச் சேர்வதாக.’ *(17.3.54)*

15. புலவர். சி. இலக்குவனார்

‘தங்கள் வேண்டுகோளின்படி மே 18இல் (வைகாசி 3இல்) திருவள்ளுவர் திருநாளைச் சிறப்பாகக் கொண்டாடு கின்றோம்.’ *(23.3.54)*

16. பேராசிரியர். அ.ச.ஞானசம்பந்தன்

‘இந்நாட்டில் இயற்கையாகவே வைகாசி அனுடத்தில் இந்நாள் பலராலும் கொண்டாடப் பெறுகிறது.’ *(6.3.54*

17. சுவாமி சித்பவானந்தா

‘தாங்கள் எடுத்துள்ள முயற்சி மிக மேலான முயற்சியாகும். இது நன்கு நடைபெற இறைவனைப் பிரார்த்திக்கிறோம்.’ *(13.3.54)*

18. திரு. கி.வா. ஜகந்நாதன்

‘குறள்நூலை வேதமெனக்கொண்டு திருவள்ளுவரைக் கொண்டாடற்குத் திறமுறுநாள் வைகாசி அனுடமென மரபறிந்து சிறப்ப ஏற்றே...’ *(26.5.54)*

19. இரசிகமணி டி.கே. சிதம்பரநாத முதலியார்

‘திருவள்ளுவர் திருநாளை மிக்க சிறப்போடு நடத்துகிறீர்கள். என் சந்தோஷத்தைத் தங்களுக்கும் மற்றத் தொண்டர் களுக்கும் தெரிவித்துக்கொள்கிறேன்.’ *(28.1.53)*

பண்டிதர் கா. பொ. இரத்தினம் வேண்டுதலை ஏற்றுக் கருத்துரைத்த பத்திரிக்கைகள் சில:

1. கல்கி- ஏப்ரல் 12 - 1958

‘மகான்களுடைய திருநாட்களை கொண்டாடவேண்டியது அவசியம்’ என்றைக்குக் கொண்டாடினால் என்ன? என்னும் கேள்விக்குத் திருப்திகரமான விடையறுப்பது கடினமான காரியம். ஆயினும் நாடெங்கும் ஒரே தினத்தில் கொண்டாடுவதில் சில அனுகூலங்கள் உள்ளன என்பதை மறுக்க முடியாது. அவ்விதம் ஒரு தினத்தைக் குறிப்பிட வேண்டும் என்று ஏற்படும்போது, மறைமலையடிகள் போன்றவர்கள் ஒப்புக்கொண்ட வைகாசி அனுடத்தையே வைத்துக்கொள்வது சாலச் சிறந்ததாகும்.’

2. செந்தமிழ்ச்செல்வி - வைகாசி, 1953

'ஆண்டுகள் தோறும் தவறாது இத்திருநாளை வைகாசித் திங்களில் வரும் பனை (அனுட) நன்னாளில் சிறப்பாகக் கொண்டாடுமாறு தமிழக மாந்தர்களையும் கழகங்களையும் நூல் நிலையங்களையும், பள்ளிகளையும் பிற பொது நிலையங்களையும் வேண்டுகிறோம்.'

3. ஆத்ம சோதி - வைகாசி 1953

'திருவள்ளுவர் திருநாளைக் கொண்டாடுவதில் எல்லாரது கவனத்தையும் கருத்தையும் ஒரு நாளைச் சிறப்பாகக் கொண்டாடுவது நற்பயனளிக்கும் என்பதில் ஐயமில்லை. அவ்வித விழாவிற்கும் பெரும்பாலார் ஏற்றுக்கொண்ட வைகாசி அனுடமே பொருந்தியதெனலாம். மாசி உத்தரத்தை வள்ளுவர் பரகதியடைந்த நாளாகப் பாவிப்பதில் குற்றமொன்றில்லை.'

4. குமுதம் - 20.4.54

'வருகிற *18.5.54* (அனுஷ நட்சத்திரம் அமையும் நாள்) அன்று தமிழ்மறை தந்த தெய்வத் திருவள்ளுவரின் பெருநாள் வருகிறது. அன்றைய தினத்தை விடுமுறை நாளாக்கும்படி அரசாங்கத்தை வற்புறுத்தவும் வேண்டும் என்று இக்கழகத்தினர் கோருவதைத் தமிழபிமானிகள் அனைவரும் ஆதரிப்பார்கள் என்பது திண்ணம்.'

5. திருவள்ளுவர் - மே, 1953

'மறைமலையடிகளார் போன்ற பேரறிஞர்கள் பலரும் வைகாசி அனுடத்தையே துணிந்துள்ளார்கள். ஆதலின், வரும் வைகாசி அனுடமே பொருந்துமெனக் கொள்கின்றோம்.

6. தமிழோசை - ஏப்ரல் 1954 (சிங்கப்பூர்)

'வள்ளுவர் பெருந்தகையின் திருநாள் வரும் வைகாசித் திங்கள் *5* ஆம் *(18.5.54)* நாளாகும். இத்திருநாளைத் தமிழரனைவரும் தத்தம் இல்லங்கள், கழகங்கள், சங்கங்கள், கல்விச்சாலைகள் தோறும் கொண்டாடுக. இன உணர்ச்சி கொண்டு இணைந்து நின்று எழுச்சி கொள்க.'

7. குறள் மலர் 12.3.54

'ஒரு பெரியாரை உலக அறிஞரை எப்போது எம்முறையில் கொண்டாடினால்தான் என்ன என்ற சிலரின் கேள்விக்கு கல்கியின் பதிலையே வழிமொழிகிறோம்.' (கல்கி கருத்தைப் பார்க்கவும்).

8. தர்ம சக்கரம் - சித்திரை 1953 - சித்திரை 1954

'உலகத்தில் உள்ளவற்றுள் தலைசிறந்த இலக்கியமாகிய குறள் தமிழிலே இருப்பதும் அதனையாத்த பெரியோன் தமிழ் மகனாக இருப்பதும் தமிழ்ச் சமுதாயத்திற்கு ஓர் தனிப்பெருமையாகும். இப்பெருமைக்குப் பாத்திரமாகத் தம்மை ஆக்கிக் கொள்வதற்குரிய வழி தமிழர் தாம் வாழும் மூலை முடுக்குகளிலெல்லாம் வள்ளுவர் விழாக் கொண்டாடுவதாகும். ஆகவே, இவ்வாண்டு வைகாசித் திங்கள் ஐந்தாம்நாளாகிய (18.5.54) திருவள்ளுவர் திருநாளை எல்லா இடங்களிலும் எல்லாரும் கொண்டாடவேண்டும்.'

9. கலைமகள் - வைகாசி 1952

'வைகாசி மாதம் அனுஷ நட்சத்திரத்தில் மயிலையில் உள்ள திருவள்ளுவர் கோயிலில் குருபூசை நிகழ்கிறது. அந்த மரபை ஒட்டித் திருவள்ளுவர் திருநாளைக் கொண்டாடலாம். எல்லா நாளிலும் திருவள்ளுவரைக் கொண்டாட வேண்டியதுதான். ஆயினும் எல்லோரும் ஒருமுகமாக ஒரேநாளில் விழாக் கொண்டாடுவதினால் நல்ல பயனுண்டாகும். இந்த ஆண்டு மே மாதம் 18ஆம் தேதி வள்ளுவர் திருநாள் வருகிறது. எதிலும் வரையறையோடு செய்வது அவசியம். மரபைப் பின்பற்றி விழாக் கொண்டாடலாம்.'

10. சமூகத் தொண்டன் - 13.4.58

'28.5.53 திருவள்ளுவர் திருநாள். இந்த நாளை எல்லா நிலையங்களிலும் கொண்டாடித் தமிழினத்தின் வாழ்க்கை பொங்கி வழிய வேண்டும் என்று வற்புறுத்துகின்றோம்.'

மேலும் சுதந்திரன், தமிழ்நாடு, தினமணி கதிர் முதலிய பத்திரிகைகள் ஆசிரியருரை, குறிப்புரை எழுதியுள்ளன. காவேரி, குமரகுருபரன், சங்கப்பலகை, சித்தாந்தம், செங்கோல், செட்டிநாடு, திருப்புகழமிர்தம், திராவிடநாடு, திராவிடன், தினமணி, தொண்டன், விந்தியா, அமுதசுரபி, மாணவர் சோதி,

உதயம், தமிழ்முழக்கம், ஈழகேசரி, தினகரன், தமிழ்முரசு, தமிழ்நேசன், ஆகிய பத்திரிக்கைகள் திரு. இரத்தினம் அவர்கள் கண்ட கழகத்தின் அறிக்கைகளை வெளியிட்டு ஆக்கமும் ஊக்கமும் அளித்துள்ளன. இவற்றில் ஒன்றான திராவிடநாடு அறிஞர் அண்ணாவை ஆசிரியராகக்கொண்டு வெளிவந்த இதழ் என்பது கவனத்திற்குரியது.

தமிழ்மறைக் கழகத்தின் வேண்டுதலை ஏற்று வைகாசி அனுடத்தில் திருவள்ளுவர் திருநாளைக் கொண்டாடிய சங்கங்கள், சபைகள், மன்றங்கள் ஆகியவற்றில் சில...

அ. இலங்கை

1. யாழ்ப்பாணம் ஆரிய திராவிட பாஷாபி விருத்திச் சங்கம்
2. கொழும்பு சைவ மங்கையர் கழகம்
3. கொழும்பு விவேகானந்த சபை
4. இலங்கை வானொலித் தமிழ்க் கலை மன்றம்
5. கொழும்பு, திருவள்ளுவர் நாடக சபா
6. நெல்வீதி, அரசினர் மத்திய சல்சாரித் தமிழ்மன்றம்
7. பாரதி கழகம்
8. உனுப்பிட்டி இந்து சன்மார்க்க சங்கம்

ஆ. இந்தியா

1. திருவள்ளுவர் ஆலயம், மயிலாப்பூர் (திரு. சி. இராசகோபாலாச்சாரியார், திரு. ஓ.பி. இராமசாமி செட்டியார், திரு. சி.நரசிம்மன், திரு.ஆ.கனகசபாபதிநாயகர். திரு.வி.சி. பழனிச்சாமி கவுண்டர், திரு.சி. சுப்ரமணியம், திரு. எம். மாணிக்க வேலு திரு. ரா.பி.சேதுப்பிள்ளை ஆகியோர் தலைமையில் ஒவ்வோர் ஆண்டும்).
2. தியாகராய நகர் திருவள்ளுவர் கழகம்
3. தென்காசித் திருவள்ளுவர் கழகம்
4. புதுச்சேரி மங்கள கான சபா
5. புதுக்கோட்டை திருக்கோகரண நிலையம்
6. சென்னைத் திருவள்ளுவர் மன்றம்
7. குன்னூர் பாரதி பழஞ்சிக வாலிபர் மன்றம்
8. தேவகோட்டை திருவள்ளுவர் சங்கம்
9. தியாகராய நகர் இந்திப் பிரச்சார சபை
10. மதுரை திருவள்ளுவர் கழகம்

குண்டக்கல், சித்தூர், கல்கத்தா, பம்பாய், பெங்களூர், ஆகிய இந்திய மாநிலத் தலைநகர்களில் விழாக் கொண்டாடியுள்ளனர். அகில பர்மாத் தமிழர் சங்கச் சார்பில் பர்மாவிலும், கோலாலம்பூர், சமயப் பிரச்சார சபை, மலாயா தமிழ்ப் பண்ணை சிலாங்கர் கிளை, மலாயா தமிழ் இளைஞர் சங்கம், சிறம்பான் தமிழ்ப் பண்ணைக்கிளை ஆகியவற்றின் சார்பில் மலாயாவிலும் (மலேசியா) சிங்கப்பூர் தமிழர் சங்கம், சிங்கப்பூர் தமிழர் எழுத்தாளர் சங்கம் ஆகியவற்றின் சார்பில் சிங்கப்பூரிலும் திருவள்ளுவர் திருநாளை வைகாசி அனுஷத்தில் கொண்டாடி உள்ளனர். ஜோஹனஸ்பெர்க் திருவள்ளுவர் மறைக்கழகம் சார்பில் தென்னாப்பிரிக்காவில் விழாக் கொண்டாடப் பட்டிருக்கிறது. மேலும், டர்பன் டிரான்ஸ்வால் முதலிய இடங்களிலும் கொண்டாடப்பட்டுள்ளது.

ஏன் வைகாசி அனுஷ நட்சத்திரம்?

இலங்கைத் தமிழராகிய பண்டிதர் கா.பொ. இரத்தினம் அவர்களின் உழைப்பையும், உறுதியையும் எண்ண வியக்காமல் இருக்க முடியாது. 1952-இல் கழகம் கண்டு 1953 மற்றும் 1954ஆம் ஆண்டுகளில் உலகத் தமிழர்கள் அனைவரையும் திருவள்ளுவர் திருநாளை வைகாசி அனுஷத்தில் கொண்டாட வைத்த திரு. கா.பொ. இரத்தினம் அவர்கள் திருவள்ளுவர் திருநாளை வைகாசி அனுஷத்தில் கொண்டாடவேண்டும் என்பதைத் தமது சொந்தக் கருத்தாக முன் வைத்தாரா? அல்லது அவருக்கு முன்னவர்கள் கொண்ட வழக்கத்தைக் கடைப்பிடிக்கவேண்டும் என வலியுறுத்தினாரா? வைகாசி அனுஷம் என்பது அவரது சொந்தக் கருத்தன்று. அவருக்கு முன்னவர்கள் கொண்ட கருத்து, கடைப்பிடித்த ஒழுக்கம். அப்படியானால் அதனை எங்கிருந்து கொண்டார்? அதனைத் தெரிந்துகொள்வோம்.

சென்னை மயிலாப்பூரில் திருவள்ளுவர் கோயில் ஒன்று இருப்பது எல்லோருக்கும் தெரியும். அந்தக் கோயிலைப்பற்றி மறைமலை அடிகள், 'இன்றும் அவ்விலுப்பை மரமும், அவர் தோன்றிய குடிலின் அடையாளமாக அம்மரத்தின் அருகே அவரது திருவுருவம் நிறுத்திய திருக்கோயில் ஒன்றும் திருமயிலையில் இருக்கின்றன,' என்று கூறியுள்ளார்.

1837ஆம் ஆண்டிலே திருத்தணிகைச் சரவணப்பெருமாள் ஐயர் பதிப்பித்த திருக்குறள் பதிப்பிலும் இக்கோயிலைப் பற்றிய குறிப்புக் காணப்படுகிறது.

ஏறக்குறைய 230 ஆண்டுகளுக்கு முன்பு சென்னை மாவட்ட ஆட்சியராக இருந்த ‘எல்லீஸ்துரை’ அவர்களும் இந்தக் கோயிலைப் பற்றிக் குறிப்பிட்டுள்ளார்.

சுமார் 600 ஆண்டுகளுக்கு முன்பு இத்திருக்கோயில் தோன்றி இருக்கலாம் என்பதும், மறைமலை அடிகள் குறிப்பிடும் சடாமுடியுடன் கூடிய சிதைந்த திருவுருவம் திருவள்ளுவர் உடையதே என்பதும் தொல்லியல் ஆய்வறிஞரான இராமச்சந்திரன் கருத்தாகும்.

இந்தத் திருவள்ளுவர் கோயிலில், திருவள்ளுவர் அவதார நாளாக வைகாசி அனுஷமும் அவர் சித்தி அடைந்த நாளாக மாசி உத்தரமும் கடைப்பிடிக்கின்றன. அதற்கான பூஜைகள் நடைபெற்று வருகின்றன. தற்போது இக்கோயில் இந்து சமய அறநிலையத் துறையின் கட்டுப்பாட்டிலும், முண்டகக் கண்ணி அம்மன் கோயில் இணைப்பாகவும் இருந்து வருகிறது.

இவ்வாறு வைகாசி அனுஷ நாளில் நடைபெற்ற திருவள்ளுவர் திருநாள் காலப்போக்கில் வலிமை குன்றி வழக்கொழிந்தது. இவ்வாறாக வழக்கு ஒழிந்து போன அந்த அனுஷ நாள் விழாவினைத்தான் பலஆண்டுகள் கழித்து 1952இல் மீண்டும் புதுப்பித்து உலகம் முழுவதும் கொண்டாட வகை செய்தார் பண்டிதர் கா.பொ. இரத்தினம்.

1935இல் தொடங்கி 1940 முடிய திருவள்ளுவர் திருநாள் வைகாசி அனுஷ நட்சத்திரத்தில் கொண்டாடியதை எவரும் மறுக்க வில்லை. பெரியார், அண்ணாதுரை, சர்.பி.டி.இராசன், முதலியோரும் சேர்ந்து வைகாசி அனுஷ நட்சத்திரத்தில் திருவள்ளுவர் திருநாளைக் கொண்டாடியிருக்கிறார்கள்.

திருவள்ளுவர் திருநாளை வைகாசி மாதத்திலிருந்து தை மாதத்துக்கு மாற்றியது ஏன்?

வைகாசி அனுஷ நாளைப் பண்டிதர் கா.பொ. இரத்தினம் மீண்டும் கொண்டாடத் தொடங்கிய காலத்தில் 1953இல் திருச்சி வானொலி நிலையம் வைகாசி அனுஷம் திருவள்ளுவ நிருநாள் விழாவிற்கு ஏற்பாடு செய்திருந்தது. தவத்திரு குன்றக்குடி அடிகளார் தலைமையில் நடைபெற்ற நிகழ்ச்சியில் பண்டிதர் இரத்தினத்துடன் சேர்ந்து கலந்துகொண்ட திருச்சி. கி.ஆ.பெ. விசுவநாதம் திடீரென ஒரு கோரிக்கை வைத்தார். அதாவது 1954

முதல் திருவள்ளுவர் திருநாளை வைகாசி அனுஷ நட்சத்திரத்துக்குப் பதிலாகத் தை முதல் நாளில் கொண்டாடலாம் என்றும், அவ்வாறு சிலர் கொண்டாடுகின்றனர் என்றும் பண்டிதர் இரத்தினத்துக்கும் பகிரங்கக் கடிதம் எழுதினார். அதில் தைப்பொங்கல் நாளை நீண்ட காலமாகவே 'தமிழர் திருநாள்' என்று தமிழர்கள் போற்றும் வழக்கம் உள்ளதால் அந்தத் தைப் பொங்கல் தமிழர் திருநாளையே 'திருவள்ளுவர் திருநாளாகக்' கொண்டாடப்படவேண்டும் என்னும் கருத்தைக் கூறினார்.

இதற்கு பண்டிதர் இரத்தினம் கடும் கண்டனம் தெரிவித்து பதிலளித்தார். திரு. கி.ஆ.பெ. விசுவநாதம் கடிதத்திற்குப் பண்டிதர் இரத்தினம் எழுதிய பதில் கடிதத்தைத் தொடர்ந்து, திருச்சி சென்னை வானொலி நிலையத்தாருக்கு கி.ஆ.பெ. அவர்கள் தை முதல் நாளில் திருவள்ளுவர் பற்றி விழா ஒன்றுக்கு ஏற்பாடு செய்யவேண்டும் என எழுதியதை வானொலி நிலையத்தார் ஏற்கவில்லை. மாறாகப் பண்டிதர் இரத்தினம் வேண்டுதலை ஏற்று 1954இல் வைகாசி அனுஷத்தில் விழாவிற்கு ஏற்பாடு செய்தனர். பண்டிதர் இரத்தினம் கடிதம் பின்வருமாறு:

> 'அன்பர் விசுவநாதம் கேட்க அதை மறுத்துவிட்டு யாம் கேட்க அவை (சென்னை திருச்சி வானொலி நிலையங்கள்) உடன் பட்டன என்றால் அதற்குரிய காரணத்தை ஆராய்ந்து அதை நீக்க முயற்சித்தல் அவர் (கி.ஆ.பெ. விசுவநாதன்) கடன். இதைவிடுத்துத் தோல்வி மனப்பான்மையைக் காட்டுதலும், பிறர் மேல் சந்தேகப்படுதலும் பொருத்தமற்ற செயலாகும். அரசியல் கட்சி வேறுபாடுகளைத் திருவள்ளுவர் திருநாளுடன் மோதச் செய்யாது இருக்குமாறு தமிழ் மக்கள் யாவரையும் வேண்டிக் கொள்கிறோம்.
>
> தமிழகத்திலே தை முதல் நாளைச் சிலர் கொண்டாடுகிறார்கள் என்பதை அன்பர் விசுவநாதம் இப்பொழுது தான் கூறுகிறார் என்றும்; வைதிகக் கொள்கை, தனித்தமிழ்க் கொள்கை, திராவிடக் கொள்கை முதலிய பல கொள்கைகளையுடைய பத்திரிகைகளின் ஆதரவு கிடைத்தமை எமக்கு பேரூக்கத்தை தந்தது என்றும்; ஒருவரேனும் வைகாசி அனுஷத்தை விட்டுவிட்டுத் தைமாதம் முதல் நாளைக் கொண்டாட வேண்டும் என்று எமக்கு எழுதவும் இல்லை.
>
> மேலும் 1935 முதல் தமிழ்நாட்டிலிருந்த தமிழ்ப் பேரறிஞர்கள் யாவரும் சாதி, மத அரசியற் கட்சி வேறுபாடுகளின்றி ஒன்று

சேர்ந்து கொண்டாடினார்கள். தமிழ்நாட்டிலுள்ள பல கட்சித் தலைவர்களும் ஈ.வே. இராமசாமி நாயக்கர், சி.என். அண்ணாத்துரை முதலியோரும்கூட அவ்வாண்டில் நடைபெற்ற கொண்டாட்டங்களிலே கலந்துகொண்டனர்.

அன்பர் விசுவநாதம் அப்பொழுது வைகாசி அனுஷ விழா நாளை வேண்டாம் என்று கூறியதாகவோ தை முதல் நாளைத்தான் கொண்டாடுவோம் என்று கூறியதாகவோ அறிய முடியவில்லை. அவர் கூறியிருக்க மாட்டார் என்றே நாம் கருதுகிறோம். எனவே தை முதல் நாளிலேதான் வள்ளுவர் திருநாளைக் கொண்டாடவேண்டும் என்னும் புதுக்கருத்து, மரபு வழிவந்த வைகாசி அனுஷ நாளுக்கு மாறாக தோன்றவில்லை. தமிழினத்துக்குத் தொண்டு செய்கிறோம் என்று கூறுகிறவர்கள் ஒற்றுமைக்கு வழிகாட்ட வேண்டுமே அன்றி, வேற்றுமையை உண்டாக்கும் முறையில் பேசுதலோ, எழுதுதலோ கூடாதென்பதை அன்பர் விசுவநாதம் அவர்களும் ஏற்றுக் கொள்வார்கள்.

நம் முன்னோர்கள் செயலைப் பின்பற்றாமலும், சிறந்த மரபதைத் தழுவாமலும், நம்மினத்தின் ஒற்றுமையைச் சிதைத்துப் பழியையும், அழிவையும் தேடிக்கொள்ளும் நிலைமைக்கு நாம் வந்துவிட்டோம். இந்த நிலைமையை மாற்ற இனியாவது யாம் எல்லோரும் முயலல் வேண்டும். திரு. கி.ஆ.பெ. போன்று 'பகல் விரும்பா பறவைகளாக' சிலர் இன்றும் இருந்துகொண்டு நல்ல காரியங்களுக்கு இடையூறாக இருத்தலை வெளிச்சம் போட்டுக் காட்டுகின்றது.'

என்று கி.ஆ.பெ. விசுவநாததுக்கு நீண்ட பதில் கடிதம் அனுப்பினார் பண்டித இரத்தினம்.

'இந்துக்களுக்குக் காலை 6 மணிக்கும், முஸ்லிம்களுக்கு மாலை 6 மணிக்கும், கிருத்தவர்களுக்கு நள்ளிரவு 12 மணிக்கும், பழந்தமிழர்களுக்கு நண்பகல் 12 மணிக்கும் நாள் தொடங்குகிறது. இந்த உச்சிப் பொழுதுக்கு நாள் இல்லை, நட்சத்திரம் இல்லை, தேதி இல்லை, கிழமை இல்லை, வெள்ளை உள்ளம் கொண்ட சுத்தமான, களங்கமற்ற நேரம் உச்சி நேரம் ஆகும்.

ஓர் ஆண்டை, வானநூல் பயிற்று வல்லுநர்கள் பகல் அதிகமாக உள்ள பகுதி, இரவு அதிகமாக உள்ள பகுதி என இரு பெரும் பிரிவுகளாக வகுத்துள்ளனர். சூரியன் தெற்கு நோக்கிச்

சென்றுகொண்டிருப்பதால் ஆடி முதல் மார்கழி முடிய அதிக இரவுக் காலம். குளிரும் அதிகம். பின்னர் சூரியன் வடக்கு நோக்கிச் செல்லத் தொடங்கவே தை முதல் ஆனி முடிய அதிக பகல் காலம். குளிர் குறைந்து வெயில் அதிகரிக்கும். இதைக் கருத்தில் கொண்டே தமிழர்கள் 'தை முதல் நாளைத்' திருநாளாகக் கொண்டாட ஆரம்பித்தனர். திருவள்ளுவர் ஆண்டும் 'தை முதல் நாள்' அன்றுதான் தொடங்குகிறது' என்கிறார் கி.ஆ.பெ. விசுவநாதம்.

இருப்பினும் வைகாசி அனுஷ நட்சத்திரம் ஆண்டுக்கு ஆண்டு மாறும் என்றும் அவ்வாறு மாறும்போது தேதியும் மாறும் என்பதால், 1966இல் ஜூன் 2 ஆம் தேதியை ஒவ்வொரு ஆண்டும் திருவள்ளுவர் திருநாளாகக் கொண்டாடலாம் என்று முடிவெடுக்கப்பட்டது. இதை அப்போதைய காங்கிரஸ் அரசும் ஏற்றுக்கொண்டது.

இதற்கு இடையே 1967இல் காங்கிரஸ் தோற்று அண்ணா தலைமையில் திராவிட முன்னேற்றக் கழகம் ஆட்சிக்கு வந்தது. 1969இல் அண்ணா மறைவைத் தொடர்ந்து மு. கருணாநிதி முதல்வரானார். 1971இல் மீண்டும் கருணாநிதி முதல்வரானதைத் தொடர்ந்து அவரிடம் திருவள்ளுவர் திருநாள் கொண்டாட்டம் குறித்துத் தமிழறிஞர் கி.ஆ.பெ. விசுவநாதம் தனது வேண்டுகோளை வைக்கிறார். முதல்வர் கருணாநிதியும் அதற்கு இணங்க, திருவள்ளுவர் திருநாள் வைகாசி அனுஷ நட்சத்திரத்தில் இருந்து தைப் பொங்கலுக்கு மாற்றப்பட்டது. மேலும் 'திருவள்ளுவர் ஆண்டு' என்னும் ஆண்டுத் தொடர் அறிமுக மானதுடன், அரசிதழிலும் வெளியாகி 1972இல் நடை முறைக்கும் வந்தது. 1981இல் நடைபெற்ற மதுரை உலகத் தமிழ் மாநாட்டில் முதல்வர் எம் ஜி ஆர் அனைத்து அரசு ஆவணங் களிலும் திருவள்ளுவர் ஆண்டைப் பயன்படுத்த வேண்டும் என்றும் அரசாணை பிறப்பிப்பதாக அறிவிக்க அன்று முதல் அலுவலக ரீதியாகவும் திருவள்ளுவர் ஆண்டு பயன்பாட்டுக்கு வந்தது.

மறைமலை அடிகளாரின் மகன் மறை. திருநாவுக்கரசு 1959இல் எழுதி வெளியிட்ட 'தனித் தமிழ்த் தந்தை மறைமலை அடிகள் வரலாறு' என்னும் நூலில் (பக்கம் 773-774) திருவள்ளுவர் திருநாள் வைகாசித் திங்கள் அனுஷ நட்சத்திரம் (பனை) என்றே குறித்தார் என்று பதிவு செய்துள்ளார். இதன் விவரம் பின்வருமாறு:

வைகாசித் திங்கள் அனுஷம் கி.மு.31 என்று தீர்மானித்தாரே அன்றி, மறைமலை அடிகளார் தைத் திங்களைத் தீர்மானிக்க வில்லை. அதிலிருந்து தி.மு. (திருவள்ளுவருக்கு முன்) மற்றும் தி.பி. (திருவள்ளுவருக்குப் பின்) என்னும் வழக்கம் தமிழ்ப் பற்றாளரிடையே உருவானது. திருநாட் கழகம் மூன்று நாள்கள் நடத்திய விழாக்களும் வைகாசியில் நடத்தப்பட்டதே இதற்குச் சான்றாம். திருவள்ளுவரைப்பற்றி அடிகளார் கூறிய தலைமைப் பொழிவில் 'திருவள்ளுவ நாயனார் கிருஸ்து சமய முதல்வரான ஏசு முனிவர் பிறப்பதற்கு முப்பது ஆண்டுகள் முன்னரே பிறந்தருளினார் என்பதை 'மாணிக்கவாசகர் வரலாறும் காலமும்' என்னும் எமது பெருநூலில் பல நூற்சான்றுகள் கொண்டு விளக்கிக் காட்டி இருக்கிறோம்.

இவ்வாண்டு முதல் வருடம் தோறும் திருவள்ளுவர் திருநாளை வைகாசி அனுஷம் அன்று வள்ளுவர் விழாக் கொண்டாடு வதற்கான முறைகளைத் தேர்ந்து அமைப்பதற்காகவே இக்கழகம் கூட்டப்பட்டது' என்கிறது திருநாட்கழக ஆறிக்கை-1. (செந்தமிழ்ச் செல்வி)

திருவள்ளுவர் காலம், திருவள்ளுவர் திருநாள் குழப்பம்

*1921, 1935, 1936*ஆம் ஆண்டுகளில் சென்னை பச்சையப்பன் கல்லூரியில் மறைமலை அடிகள், உ.வே. சாமிநாதய்யர், தமிழ்த் தென்றல் திரு. வி. கலியாண சுந்தரனார், தமிழ்க் காவலர் கா. சுப்பிரமணிய பிள்ளை, சைவப் பெரியவர் சச்சிதானந்தம் பிள்ளை, நாவலர் ந. மு. வேங்கடசாமி, நாவலர் சோமசுந்தரப் பாரதியார் உள்பட நூற்றுக் கணக்கான தமிழர்கள் பங்கேற்ற மாநாட்டின் முக்கிய நோக்கம் திருவள்ளுவர் திருநாள் அதாவது வைகாசி அனுஷ நட்சத்திரத்தில் ஒவ்வொரு ஆண்டும் கொண்டாட வேண்டும் என்பதற்காக மட்டுமே. பின்னாளில் திருவள்ளுவர் பிறந்த ஆண்டை ஆய்வு செய்து ஏகமனதாக கி.மு.31 என்று ஏற்றுக்கொண்டனர். ஆனால் தமிழ்ப் புத்தாண்டுக்காக மேற்கூறிய 1921,1935 மற்றும் 1936 ஆம் ஆண்டுகளில் தமிழறிஞர்கள் ஒன்று கூடவில்லை என்பதே உண்மை.

ஆனால் தமிழறிஞர்கள் ஒன்று கூடி வைகாசி அனுஷ நட்சத்திரத்தில் கொண்டாடி வந்த திருவள்ளுவர் திருநாள் 1971 தொடங்கி தை மாதத்திலேயே கொண்டாடப்பட்டு வருகிறது.

பெரும்பாலும் தை முதல் நாள் பொங்கல் திருநாள் என்பதுதான் தமிழ் மக்கள் கொண்டுள்ள வழக்கம். பல காரணங்களுக்காக கொண்டாடப்படும் தைத் திங்கள் முதல் நாள் திருவள்ளுவர் தினமாகக் கொண்டாடினால் சரிப்பட்டு வராது எனக்கருதிய கருணாநிதி தலைமையிலான அப்போதைய தமிழ்நாடு அரசு தை இரண்டாம் நாளை (அதாவது மாட்டுப் பொங்கல் நாளை) திருவள்ளுவர் தினமாக அறிவித்து இன்றுவரைக் கடைப்பிடித்து வருகின்றது. அதாவது பொங்கல் திருநாள் அன்றே திருவள்ளுவர் திருநாளையும் கொண்டாட வேண்டாம் என்பதால் இந்த மாற்றம்.

தை இரண்டாம் நாள் மாட்டுப்பொங்கல் தினத்தில் பல தமிழ்க்குடும்பங்களில் வீட்டுத் தெய்வ வழிபாடு செய்தல் வழக்கத்தில் இருந்து வருகின்றது. வீட்டுத் தெய்வ வழிபாட்டிற்கென படைக்கப்படும் படையலில் ஆட்டு இறைச்சி, கோழி இறைச்சி, மீன், கருவாடு முதலிய அசைவ பொருட்கள் படைக்கப்படுகின்றன. சில வீடுகளில் கள், சாராயம், சுருட்டு முதலியனவும் வைக்கப்படுகின்றன. இவையெல்லாம் எந்த அளவிற்கு திருவள்ளுவருக்கு ஏற்புடையன என்பதை தை இரண்டாம் நாளைத் 'திருவள்ளுவர் தினம்' என அறிவித்தவர் களுக்கே வெளிச்சம்!

தனித் தமிழ்க் கொள்கையுடையவர் அனுஷத்தைப் பனைநாள் எனக்கொண்டு கொண்டாடலாம். நாள்களும், கோள்களும் நமக்கு ஏற்புடையவை அல்ல எனக் கூறும் பகுத்தறிவாளர்கள் சூரியன், சந்திரன், நட்சத்திரங்கள் ஆகியவற்றை மறுக்க முடியாது. பழந்தமிழ் மக்களின் கொள்கைகளையும் வரலாறுகளையும் நன்கு அறிந்தவர்கள் சங்ககாலத் தமிழர்கள் தங்கள் பிறந்த நட்சத்திரங்களிலேயே விழாக் கொண்டியுள்ளனர் என்பதை உணர்வர்.

பண்டைத் தமிழர்கள் பிறந்த நட்சத்திரத்தைக் கொண்டாடி வந்தனர் என்பதற்குத் தொல்காப்பியமே சான்று பகிர்கிறது. முத்தொள்ளாயிரம் முதலிய நூல்களின் பாடல்களில் தமிழ்நாட்டு முடியுடை மூவேந்தர்களுக்கும் உரிய சில நட்சத்திரங்கள் கூறப்படுகின்றன. இவற்றை தொல்காப்பிய புறத்திணையியல் 36ஆம் சூத்திர உரையில் காணலாம். நட்சத்திரத்தைக் கொண்டாடுவதுதான் தமிழ் மரபு என்பதை உணரவேண்டும். பிறந்த நாளைக் கொண்டாடுவது பிறநாட்டார் மரபு. நமது மரபு அல்ல.

நாள்களையும், கோள்களையும் ஆதாரமாகக்கொண்டு காலத்தைக் கணிப்பதில் நமது முன்னோர் சிறந்து விளங்கினார். அவர்களையே அக்காலத்தில் கணியர்கள் என்றனர். அவர்கள் கண்டுபிடிப்பே 'பஞ்சாங்கம்' என இன்று வழங்குகிறது. பஞ்சாங்கத்தை 'ஐந்து கேள்வி' எனச் சிலப்பதிகாரம் செப்புகிறது. சோதிடத்தில் வல்லவரான வள்ளுவர் அந்தக் குடியில் பிறந்தவர் என்பது சிலரின் நம்பிக்கை. அவ்வாறிருக்க வள்ளுவர் பிறந்த வைகாசி அனுஷ நட்சத்திரத்தையே மாற்றியதுதான் விந்தை.

தை மாதம் முதல் நாளை மாத்திரமின்றி ஏனைய தமிழ் மாதங்களின் முதல் நாளையும் பஞ்சாங்கம் உதவியின்றி அறிந்து கொள்ள முடியாது என்பதை உள்ளத்தில் கொள்ள வேண்டும். தை முதல் நாள், இரண்டாம் நாள் ஆகிய பொங்கல் நாள்கள் வெவ்வேறு காரணங்களால் போற்றப்படுவதால், திருவள்ளுவருக்கு மட்டுமே உரியதாகக் கொண்டாடுவதற்கு எனத் தனியே ஒரு நாள் வேண்டும். புத்தர், மகாவீரர், இயேசு, நபிகள்நாயகம் போன்றோர்க்குப் பிரத்யேகமாக உள்ள தனித்தனி நாட்களில்தான் அவர்கள் அவதரித்த அதாவது பிறந்த நாள் கொண்டாடப் படுகிறது என்பதை நாம் அறிவோம்.

அந்த வரிசையில் நமது திருவள்ளுவரையும் வைத்து அவரின் அவதார நாளாக தனிநாள் ஒன்றைக் கடைப்பிடிக்கவேண்டும். பொங்கல் நாள்களோடு சேர்த்துக் குழப்பக் கூடாது. அந்த வகையிலேதான் வைகாசி அனுஷ நட்சத்திரத்தைத் திருவள்ளுவருக்கு உரியது எனக் குறைந்தது 300 வருடங்களாக மயிலைத் திருவள்ளுவர் கோயிலில் கொண்டாடி வருகிறார்கள். இதனை உணர்ந்துதான் மறைமலையடிகள், திரு.வி.க, அண்ணா போன்றோர் நட்சத்திர நாளை உடன்பட்டுக் கொண்டாடி உள்ளனர். நட்சத்திரத்தைக் கொண்டாடுவது பழந்தமிழர் கொள்கை என்பதை அவர்கள் நன்றாகவே அறிந்ததே இதற்குக் காரணம். ஆகவே தமிழ்மக்கள் அனைவரும் எவ்வித மாறுபாடுமின்றி வைகாசி அனுஷ நாளைத் திருவள்ளுவர் திருநாளாகக் கொண்டாட வேண்டும் எனக் கேட்டுக் கொள்வோம்.

1971இல் தமிழக அரசு திடீரென திருவள்ளுவர் திருநாளை வைகாசி அனுஷத்திலிருந்து தை மாதத்துக்கு மாற்றியது குறித்து முதலமைச்சர் கருணாநிதிக்குத் தமிழறிஞர்கள் எழுதிய கடிதம் பின்வருமாறு:

‘ஐயா! தாங்கள்தான் மறைமலையடிகள் ஆய்ந்து அறிந்த திருவள்ளுவர் ஆண்டைத் தமிழ் மக்களிடையே கொண்டுவந்து காட்டினீர்கள். இன்று அது நிலைத்துவிட்டது. ஆனால், அதேபோது மறைமலை அடிகள் மட்டும் அல்லாமல் பெரியாரும், அண்ணாவும் உடன்பட்டுக் கொண்டாடிய திருவள்ளுவரின் அவதார நாளாகிய வைகாசி அனுஷ நாளை உடன்படாமல் பொங்கல் நாளைக் கொண்டீர்கள். ஏன் அவ்வாறு செய்தீர்கள் என்பது புதிராகவே உள்ளது.

மறைமலையடிகள், உ.வே. சாமிநாதையர், திரு.வி.க., நாவலர் சோமசுந்தர பாரதியார், குன்றக்குடி அடிகளார், கா.நமச்சிவாய முதலியார், டாக்டர்.மு.வ., இராமசாமி முதலியார் ஆகிய பெருமக்கள் கண்டு கொண்டு காட்டிய வழியைப் பின்பற்றி இனிவரும் காலங்களிலேனும் வைகாசி அனுஷ நாளில் திருவள்ளுவர் திருநாளைத் தமிழர்கள் கொண்டாடவேண்டும் என ஓர் அறிக்கையைத் தாங்கள் வெளியிடவேண்டுமெனத் தாழ்மையுடன் கேட்டுக் கொள்கிறோம்...’

என்று கடிதத்தில் குறிப்பிட்டுள்ளனர்.

தை முதல் நாளில் திருவள்ளுவர் திருநாளைக் கொண்டாட வேண்டும் என்பது மரபுக்கு மாறானது. திருவள்ளுவர் ஆண்டை நிலைநாட்டிய மறைமலையடிகள் போன்றோர் கருத்துக்கும் மாறானது. இயேசு கிறிஸ்து பிறப்பதற்கு 31 ஆண்டுகளுக்கு முன்பு திருவள்ளுவர் தோன்றினார் என்பது எனது ஆராய்ச்சி முடிவு எனச்சொல்லி திருவள்ளுவர் ஆண்டினை நிலைநாட்டிய மறைமலையடிகளின் கருத்தினை ஏற்றுக்கொண்ட கி.ஆ.பெ. விசுவநாதம், கலைஞர் கருணாநிதி போன்றோர், அதே மறைமலையடிகள் திருவள்ளுவர் பிறந்தநாளாக ஏற்றுப் போற்றிக் கொண்டாடிய வைகாசி அனுஷ நாளை மட்டும் ஏன் மறுக்கிறார்கள் என்பது புதிராகவே உள்ளது என்பதுதான் கடிதம் எழுதிய தமிழறிஞர்களின் கேள்வி.

திருவள்ளுவர் ஆண்டு, திருநாளுடன் தமிழ்ப் புத்தாண்டுக் குழப்பம்

திருவள்ளுவர் ஆண்டு மற்றும் திருவள்ளுவர் திருநாள் குழப்பமே இன்னும் தீராத நிலையில் இவற்றுடன் இணைத்து திடீரென இருபது ஆண்டுகளுக்கு முன்பு அதாவது 2000களில் ஒவ்வொரு

ஆண்டும் சித்திரையில் கொண்டாடப்படும் தமிழர் புத்தாண்டு தை மாதம் கொண்டாடப்பட வேண்டும் என்று கோரிக்கையும் வலுவாக எழுந்தது. இதற்கு வலு சேர்க்க 1921, 1935 மற்றும் 1936 ஆம் ஆண்டுகளில் சென்னை பச்சையப்பன் கல்லூரியில் கூடிய தமிழறிஞர்கள் தமிழ்ப் புத்தாண்டை ஒவ்வொரு வருடமும் சித்திரையில் கொண்டாடாமல் இனி தை மாதமே கொண்டாட வேண்டுமென்றும் கூறியதாக சில ஆதாரங்களைக் காட்டினர்.

திருவள்ளுவர் திருநாளுக்காகக் கூடிய தமிழறிஞர்கள் கூட்டம், தமிழ்ப் புத்தாண்டுக்காக கூடியது என்று தொடர்ந்து வலியுறுத்தினர். இதனைத் தொடர்ந்து அப்போது இருந்த கலைஞர் கருணாநிதி ஆட்சி 2006இல் இனி தமிழ்ப் புத்தாண்டு தை மாதமே என அரசிதழ் வெளியிட்டது. ஆனால் 2011இல் ஜெயலலிதா முதலமைச்சரான பிறகு தமிழ்ப் புத்தாண்டும் மீண்டும் சித்திரை மாதத்துக்கு மாறியது.

திருவள்ளுவர் திருநாளும், ஆண்டுப் பிறப்பும் குறித்து சாமி. தியாகராஜன், தலைவர், திராவிடச் சான்றோர் பேரவை, சென்னை தமிழ்ப் புத்தாண்டு (14.04.2015) தினமணி கட்டுரை

1935 மே 18-19 வைகாசி அனுஷ நட்சத்திரத்தில், சென்னைப் பச்சையப்பன் கல்லூரி மண்டபத்தில் நடைபெற்ற திருவள்ளுவர் திருநாட் கொண்டாட்டத்தில், சென்னை திருவள்ளுவர் திருநாட் கழகத் தலைவர் பெரும்புலவர் நமச்சிவாய முதலியார் முன்மொழிய, திரு வி.க., தெ.பொ.மீனாட்சி சுந்தரம், மணி கோடிக்கர முதலியார் ஆகியோர் வழிமொழிய, மறைமலை அடிகள் சிறப்புரை ஆற்றினார். அக்கூட்டத்தில் ச.சச்சிதானந்தம் பிள்ளை, பி. தாவுத்ஷா, ஈ.டி. ராஜேஸ்வரி அம்மாள், பா. கண்ணப்ப முதலியார், டி. செங்கல்வராயன், சிவ. அருணகிரி முதலியார், சிவ. முத்துக்குமாரசாமி முதலியார், காழி.சிவ. கண்ணுசாமிப் பிள்ளை, ஆர். எஸ். சாம்பசிவ சர்மா, வ. சுப்பையாப் பிள்ளை, டி.பொ. கோபாலரத்தினம், மே.வீ. வேணுகோபாலப் பிள்ளை, நின்றை தங்கவேலு முதலியார் ஆகியோர் பங்கேற்றுச் சிறப்பித்தனர். சென்னை மாநில அமைச்சர் எஸ் முத்தையா முதலியார், எஸ் வையாபுரிப் பிள்ளை, ஏ. பாலகிருஷ்ண பிள்ளை ஆகியோர் பார்வையாளர்களாகக் கலந்து கொண்டனர்.

வ. சுப்பையாப் பிள்ளையும், காழி. சிவ. கண்ணுசாமிப் பிள்ளையும் கலந்து பேசி உருவாக்கிய திருவள்ளுவர் திருநாள்

கழகம் சார்பில் 1935 மே 18-19 ஆகிய இரு நாள்கள் மறைமலை அடிகள் தலைமையில் நடைபெற்ற கூட்டத்தில் எந்தத் தீர்மானமும் நிறைவேற்றப்படவில்லை.

மறைமலை அடிகள் தனது தலைமை உரையில் பேசியதாவது. 'கிருஸ்து பிறப்பதற்கு முப்பது ஆண்டுகளுக்கு முன்பு திருவள்ளுவர் பிறந்தார் என்பது நான் ஆராய்ந்து கண்ட முடிவாகும்' என்றார். ஆனால் தான் ஆய்ந்து கண்ட முடிவை ஏற்றுக்கொண்டு தொடர் ஆண்டு விழா கொண்டாட வேண்டுமென்று அடிகள் கூறவில்லை. திருநாட்கழகத்தினரும் தொடர் ஆண்டு என எதையும் குறிப்பிடவில்லை.

திருநாட் கழகத்தின் நோக்கங்களாக குறிப்பிடப்பட்டவை: (1) பொதுமறையாகிய திருக்குறளை இயற்றிய திருவள்ளுவர் திருநாளை ஆண்டுதோறும் நாடெங்கும் சிறப்பாகக் கொண்டாடச் செய்தல் (2) திருவள்ளுவர் திருநாளன்று ஏழைகளுக்கு உணவளிக்கச் செய்தல் உள்ளிட்ட ஒன்பது நோக்கங்களில், திருவள்ளுவர் தொடர் ஆண்டு என ஒன்றைக் கொள்ளவேண்டும் என்ற முடிவு ஒன்றில்கூட இல்லை என்பது கவனிக்கப்பட வேண்டியதாகும்.

மேலும் திருவள்ளுவர் திருநாட் கழகத்தினர் மே திங்கள் 18 ஆம் நாள் ஊர்வல முடிவில் திருமயிலையில் உள்ள திருவள்ளுவர் கோயிலுக்குச் சென்று வள்ளுவரை வழிபட்டுள்ளனர். ஆண்டுதோறும் வைகாசி அனுஷ நட்சத்திரத்தில் மயிலைத் திருவள்ளுவர் கோயிலில் வழிபாடு நடைபெற்றதை நினைவு கூர வேண்டும்.

தமிழர்கெனத் தனி ஆண்டுமுறை வேண்டுமென்றும், அவ்வாண்டு முறை உலகம் போற்றும் ஒப்பற்ற மறைநூல் ஆக்கிய தமிழ்ப் பேராசான் திருவள்ளுவர் பெயரில் அமைதல் வேண்டுமென்றும் ஆராய்ந்த மறைமலை அடிகள், அதன் காலத்தைக் கி.மு.31. எனத் தீர்மானித்தார். திருவள்ளுவர் திருநாள் வைகாசி மாதம் அனுஷம் (பனை) நட்சத்திரம் என்றும் திடப்படுத்தினார் (மறைமலை அடிகள் வரலாறு - மறை. திருநாவுக்கரசு).

திருவள்ளுவர் திருநாள் என்பது வைகாசி மாதம் அனுஷ நட்சத்திரத்தில் கொண்டாடவேண்டும் என்பது மறைமலை அடிகளின் தனிப்பட்ட முடிவு. எந்தக் கூட்டத்திலும் அது தீர்மான

வடிவில் நிறைவேற்றப்படவில்லை. எனினும் இந்த அனுஷ நட்சத்திரத்திலேயே மயிலைத் திருவள்ளுவர் கோயிலிலும் விழா எடுக்கிறார்கள். இவற்றைக் கருத்தில்கொண்டே திருவள்ளுவர் திருநாட் கழகத்தினரும் வைகாசியிலேயே திருவள்ளுவருக்கு விழா எடுக்க முடிவு செய்துள்ளனர்.

திருநாட் கழக முன்னோடிகள் சாதாரணமானவர்கள் அல்லர் என்பதையும், மறைமலை அடிகளுக்குக் குறைந்தவர்கள் அல்லர் என்பதையும் நாம் மறந்துவிடக்கூடாது. திருவள்ளுவர் திருநாட் கழகத்தினர் மறைமலை அடிகளின் தொடர் ஆண்டு முடிவினை ஒப்புக்கொண்டார்களா எனில் இரு நாள் கூட்ட நிகழ்ச்சியைப் பார்க்கும்போது இல்லை என்ற முடிவுக்கே வரவேண்டியுள்ளது. ஆனால் திருவள்ளுவர் திருநாள் வைகாசி மாதம் அனுஷ நட்சத்திரத்தில் அமைகிறது என்பதில் மறைமலை அடிகளும், திருவள்ளுவர் திருநாள் கழகத்தினரும் ஒத்துப் போகின்றனர்.

1935 ஆம் ஆண்டு பச்சையப்பன் கல்லூரி மண்டப நிகழ்ச்சி இவ்வாறிருக்க, முன்னாள் முதல்வர் கருணாநிதி ‘மறைமலை அடிகள் தலைமையில் நூற்றுக்கும் மேற்பட்ட புலவர் பெருமக்கள் 1921 ஆம் ஆண்டு சென்னைப் பச்சையப்பன் கல்லூரியில் ஒன்று கூடித், தமிழர்களுக்கெனத் தனி ஆண்டு தேவை என்று கருதி, அய்யன் திருவள்ளுவர் பெயரில் தொடர் ஆண்டு ஒன்றைப் பின்பற்றுவது என்றும், அதையே ‘தமிழ் ஆண்டு’ எனக் கொள்வதென்றும், திருவள்ளுவர் பிறந்த ஆண்டு கி.மு.31 என்றும் முடிவெடுத்தார்கள்’ என்கிறார். இதில் கடுகளவும் உண்மை இல்லை என்றே தரவுகள் தெரிவிக்கின்றன.

அடிகளார் 1921 மார்ச் மாத இறுதியில் யாழ்ப்பாணம் சேர்ந்தார். யானும் உடன் சென்றேன். அப்போது எனக்கு 14 வயது. 1921 தை மாதம் முதல் நாள் யாழ்ப்பாணத்தில் அடிகள் ‘தமிழர் நாகரிகம்’ என்ற தலைப்பில் உரையாற்றினார் (மறைமலை அடிகள் வரலாறு / மறை. திருநாவுக்கரசு).

1921 தை மாதம் முதல் நாளில் மறைமலை அடிகள் இலங்கை யாழ்ப்பாணத்தில் இருந்தார் என்கிறார் அவரது மகனும், அடிகள் வாழ்க்கை வரலாற்றை எழுதியவருமான மறை. திருநாவுக்கரசு. தமது இலங்கைப் பயணத்தை முடித்துக்கொண்டுவந்த மறைமலை அடிகள் 1921 ஆம் ஆண்டு எந்த மாதம் ஐந்நூறுக்கும் மேற்பட்ட புலவர்கள் கூட்டத்தில் தலைமை தாங்கினார் என்பதைக் கலைஞர் கருணாநிதி குறிப்பிடவில்லை. எந்த

அமைப்பின் சார்பில் 500க்கும் மேற்பட்ட புலவர்கள் கூடினார்கள் என்பதையும் சொல்லவில்லை. அதற்கான ஆதாரத்தைக் எடுத்துக் காட்டினால் அதை ஏற்றுக்கொள்வதில் எந்தத் தயக்கமும் யாருக்கும் இருக்காது என்று கலைஞருக்கு விடுக்கப்பட்ட வேண்டுகோளுக்கு கடைசிவரை அவரிடமிருந்து எந்த பதிலும் வரவே இல்லை.

1921இல் அப்படியொரு கூட்டத்தில் அனைவரும் கூடி முடிவு செய்திருந்தால், அக்காலம் தொடங்கித் திருவள்ளுவர் திருநாளைத் தொடர்ந்து கொண்டாடியிருப்பார்களே! மேலும் 1935 ஆம் ஆண்டில் கூடிய கூட்டத்தில் கட்டாயம் 1921 ஆம் ஆண்டு கூட்ட முடிவை குறிப்பிட்டிருப்பார்களே!. அவ்வாறு எதுவும் குறிப்பிடாததால், 1921இல் கலைஞர் கருணாநிதி சொல்லும் கூட்டம் நடைபெறவே இல்லை என்ற முடிவுக்கே நாம் வரவேண்டி உள்ளது.

1921இல் சென்னைப் பச்சையப்பன் கல்லூரிக் கூட்டத்தில் கலந்துகொண்ட திரு.வி.க. அக்கூட்டத்தின் தொடர் ஆண்டு தொடர்பாக இயற்றப்பட்ட தீர்மானத்தை ஏற்றுக்கொண்டார் என்பதாகக் கலைஞர் கருணாநிதி சொல்கிறார்.

1921இல் கூட்டம் நடைபெற்றதா என்பதே ஐயமாக உள்ளது. 1935இல் நடைபெற்ற கூட்டத்தில் திரு.வி.க. கலந்துகொண்டு மறைமலை அடிகளின் தமிழ் உணர்வைப் பாராட்டி அவரைத் தலைமை ஏற்க அழைத்தது உண்மைதான். ஆனால் அடிகளின் திருவள்ளுவர் ஆண்டு முடிவுபற்றி அவர் ஏதும் அங்கே பேசவில்லை. அப்படியான பதிவும் இல்லை.

திருவள்ளுவர் திருநாட் கழக நிகழ்வுகள் இவ்வாறிருக்க, 1963ஆம் ஆண்டு ஏப்ரல் 14 ஆம் நாள் சென்னை இராயப்பேட்டைத் திருவள்ளுவர் மன்றத்தின் சார்பில் முதல் திருக்குறள் மாநாடு நடைபெற்றது. அந்த மாநாட்டில் அன்றைய மாநில நிதி அமைச்சர் பக்தவச்சலம், அறிஞர் அண்ணா ஆகியோர் கலந்து கொண்டுள்ளனர். அந்த மாநாட்டில் ஆண்டுதோறும் திருவள்ளுவர் திருநாளாக ஜூலை 21 - 27 வரை ஏதேனும் ஒரு நாளை அரசு விடுமுறையாக விட வேண்டும் எனக் கேட்டுத் தீர்மானம் நிறைவேற்றினார்கள்.

பக்தவச்சலம் முதலமைச்சர் ஆன பிறகு 1966 ஆம் ஆண்டு ஜூன் 2 ஆம் நாளை ‘வள்ளுவர் நாளாக’ கொண்டாட தமிழக அரசு விடுமுறை அளித்தது. இதனைச் சுட்டிக் காட்டி 1967இல்

நடைபெற்ற இரண்டாவது திருக்குறள் மாநாட்டில் இராயப் பேட்டை திருவள்ளுவர் மன்றத்தார் எம். பக்தவச்சலத்துக்கும், அண்ணாவுக்கும் நன்றி தெரிவித்துள்ளனர்.

திருவள்ளுவர் திருநாட் கழகத்தினர் திருவள்ளுவர் பிறந்த மாதமாகக் கொண்டாடியது 'வைகாசி' மாதம். 1966இல் பக்தவச்சலம் தலைமையிலான தமிழக அரசு திருவள்ளுவர் தினத்துக்கான விடுமுறையை வழங்கியதும் அதே 'வைகாசி' மாதம் என்பதை நெஞ்சில் நிறுத்திக்கொள்ளவேண்டும். திருவள்ளுவர் திருநாளுக்கான வைகாசி மாத விடுமுறையில் அண்ணாவுக்கும் உடன்பாடு இருந்திருக்கவேண்டும். இதன் காரணமாகவே 1967இல் அண்ணா முதலமைச்சர் ஆன பிறகும் அதை மாற்ற எந்த முயற்சியையும் எடுக்கவில்லை.

அண்ணா மறைவுக்குப் பிறகு கருணாநிதி முதல்வராகிறார். வரலாறு படிக்க மட்டுமன்றி, படைக்கப்படவும் வேண்டும் என்ற எண்ணம் கொண்ட கலைஞர் திருவள்ளுவர் திருநாள் குறித்துப் புதிய வரலாறு படைக்கப் புறப்பட்டார்.

திருவள்ளுவர் திருநாளாக மறைமலை அடிகள் குறித்த 'வைகாசி' மாதத்தை, திருவள்ளுவர் திருநாட்கழகம் திருவள்ளுவர் திருநாளைக் கொண்டாடிய 'வைகாசி' மாதத்தை, முதல்வர் பக்தவச்சலம் திருவள்ளுவர் திருநாளாக அறிவித்த 'வைகாசி' மாதத்தை, திருவள்ளுவர் திருநாளென அண்ணாவும் உடன்பட்டு முதல்வரான பிறகும் மாற்றாத 'வைகாசி' மாதத்தை முதல்வர் மு. கருணாநிதி மாற்றினார். 1971இல் தை மாதம் 2 ஆம் நாள் திருவள்ளுவர் திருநாள் என அறிவித்ததைத் தொடர்ந்து இன்றுவரை திருவள்ளுவர் திருநாள் தை 2 ஆம் நாளே பொங்கல் கொண்டாட்டங்களுடன் இணைந்தே நடத்தப்படுகிறது.

கிருஸ்துவுக்கு 31 ஆண்டுகள் முன்பு அதாவது கி.மு.31இல் திருவள்ளுவர் பிறந்தார் என்பதை ஏற்றுக்கொண்ட கருணாநிதி அதே மறைமலை அடிகள் திருவள்ளுவர் பிறந்த மாதம் 'வைகாசி அனுஷம்' என்று சொன்னதை மட்டும் ஏற்றுக் கொள்ளாமல் 'தை' மாதத்துக்கு ஏன் மாற்றினார் என்பது அவருக்கு மட்டுமே வெளிச்சம்.

1971இல் தமிழக அரசு திடீரென திருவள்ளுவர் திருநாளை வைகாசி அனுஷத்திலிருந்து தை மாதத்துக்கு மாற்றியது குறித்து முதலமைச்சர் கருணாநிதிக்குத் தமிழறிஞர்கள் எழுதிய கடிதம்

பற்றி மேலே பார்த்தோம். கலைஞர் கருணாநிதி மறையும்வரை இதற்கான பதிலை அவர் தரவே இல்லை. ஆனால் இன்றுவரை திருவள்ளுவர் திருநாள் தை மாதத்திலேயே தொடர்ந்து கொண்டாடப்பட்டு வருகிறது. ஆட்சி மாறிய போதும் காட்சி மாறவில்லை.

தமிழக அரசு ஆவணங்களில் கிரகேரியன் ஆண்டுடன், திருவள்ளுவர் ஆண்டையும் குறிக்கத் தொடங்கவே திருவள்ளுவர் ஆண்டு அதிகாரப்பூர்வமாக நடைமுறைக்கு வந்தது. ஆனால் மக்கள் இரண்டு வருடப் பிறப்புகளைக் கொண்டாட வேண்டியதாயிற்று. ஒன்று சித்திரையில் கொண்டாடப்படும் 'தமிழ் வருடப் பிறப்பு'. மற்றொன்று தையில் 'திருவள்ளுவர் வருடப் பிறப்பு'. ஆனால் திருவள்ளுவர் ஆண்டுப் பிறப்பு மக்களிடம் வரவேற்பைப் பெறவில்லை.

ஒருவேளை நான்கு (தை - வைகாசி) மாத நீண்ட இடைவெளி காரணமாக மக்கள் இரண்டு வருடப் பிறப்புகளைக் கொண்டாடும் இடர்ப்பாட்டை நீக்கவே கலைஞர் கருணாநிதி 'தை முதல் நாளைத்' தமிழ் வருடப் பிறப்பாகவும், அதைத் தொடர்ந்து 'தை இரண்டாம் நாளைத் திருவள்ளுவர் திருநாளாகவும் இணைந்து கொண்டாட முடிவெடுத்திருப்பார் என்றே தோன்றுகிறது. இதைத் தவிர வேறு காரணம் அவருக்கு இருந்திருக்க வாய்ப்பில்லை.

ஆனால் மயிலை திருவள்ளுவர் திருக்கோயில், திருவள்ளுவர் திருநாட் கழகம், மறைமலை அடிகள், பக்தவச்சலம் மற்றும் அண்ணா ஆகியோர் திருவள்ளுவர் திருநாளாக ஏற்றுக்கொண்டது 'வைகாசி' அனுஷ நட்சத்திரமே. இதை மாற்றக் கூடாது. வைகாசி அனுஷ நட்சத்திலிருந்து 15-20 நாட்களை முன் வைத்துத் சித்திரை மாதத்தில் ஒரு நாளைத் தேர்ந்தெடுத்துத் திருவள்ளுவர் ஆண்டைத் தொடங்கலாம். இயேசு பிறந்த நாளும், ஆங்கில வருடப் பிறப்பும் ஒரு வார இடைவெளியில் வருவதுபோல், திருவள்ளுவர் வருடப் பிறப்பும், திருவள்ளுவர் பிறந்த நாளும் இரு வார இடைவெளியில் வருமாறு அமைத்துக்கொள்ளலாம். மேலும் தமிழ்ப் புத்தாண்டையும் அரசியல் பேதமின்றிச் 'சித்திரை' மாதத்திலேயே முடிவு செய்துவிட்டால் 'தமிழ் வருடப் பிறப்பு', 'திருவள்ளுவர் பிறந்த திருநாள்' மற்றும் 'திருவள்ளுவர் வருடப் பிறப்பு' ஆகிய மூன்றையும் சித்திரை மாதத்திலேயே கொண்டாடலாம்.

திருவள்ளுவர் காலம் -
தி. வை. சதாசிவப் பண்டாரத்தாரின் ஆய்வு

ஏறத்தாழ ஐம்பது ஆண்டுகள் இலக்கிய ஆய்வில் ஆழ்ந்து ஈடுபட்டவர் தி வை. சதாசிவப் பண்டாரத்தார். அவர் மேற்கொண்ட ஆய்வின் வெளிப்பாடாகப் பல வரலாற்று உண்மைகளையும், இலக்கியத் தெளிவுகளையும் ஏற்படுத்தி உள்ளார். பண்டாரத்தார் நிகழ்த்திய இலக்கிய ஆய்வுகளை (1) இலக்கிய ஆய்வில் இலக்கியச் செய்திகள் (2) இலக்கிய ஆய்வில் வரலாற்றுச் செய்திகள் என இரு பிரிவுகளாகப் பிரிக்கலாம்.

சதாசிவப் பண்டாரத்தாரின் நுண்மாண் நுழைபுலத்தையும், ஆராய்ச்சித் திறத்தையும் நோக்குதல் இன்றியமையாத ஒன்றாகும். பல்லவர்கள் தமிழகத்தின்மீது படையெடுத்தபோது கடைச் சங்கம் இல்லை. கி.பி. 3 ஆம் நூற்றாண்டில் பல்லவர்கள் காஞ்சியைக் கைப்பற்றுவதற்கு முன் கடைச்சங்கம் முடிந்திருக்க வேண்டும். ஆகவே கடைச் சங்கத்தின் காலம் கி.பி. 5 - கி.பி. 8 எனக் கூறுவோரைத் தக்க சான்றுகளுடன் மறுத்துரைக்கிறார். கடைச் சங்கப் புலவர்கள் பாடலில் பல்லவர்களைப்பற்றிய செய்திகள் காணப்படவில்லை. எனவே திருக்குறள் கடைச் சங்க காலத்தின் இறுதிக்குச் சில நூற்றாண்டுகளுக்கு முன்னர் எழுதப் பெற்றிருக்க வேண்டும். திருக்குறள் அரங்கேற்றத்தினாலும், பஞ்சம் நிலவியதாலும், கடைச் சங்கம் அழிந்து போயிற்று என்பவர்களின் கருத்துகளையும் பண்டாரத்தார் மறுக்கிறார்.

திருக்குறள் கருத்துக்களைக் கடைச் சங்க நூல்களில் காணலாம் என்பதற்கு உதாரணமாக:

> பெரியோர் நாடி நட்பினல்லது நட்டு நாடார் தமொட்டியோர்
> திறத்தே

என்று கபிலர் நற்றிணையில் கூறும் கருத்து

> நாடாது நட்டலிற் கேடில்லை நட்டபின்
> வீடில்லை நட்பாள் பவர்க்கு (குறள் 791)

என்று திருக்குறளில் காணப்படுகிறது.

> முந்தையிருந்து நட்டோர் கொடுப்பின் நஞ்சுமுண்பர் நனி
> நாகரிகர்

என்று நற்றிணை கூறும் கருத்தை

பெயக்கண்டு நஞ்சுண் டமைவர் நயத்தக்க
நாகரிகம் வேண்டு பவர் (குறள் 580)

என்று குறள் பிரதிபலிக்கிறது.

செய்தி கொன்றோர்க் குய்தி யில்லென அறம் பாடிற்றே ஆயிழை கணவ

என புறநானூறில் ஆலத்தூர் கிழார் பாடிய பாடல்

எந்நன்றி கொன்றார்க்கும் உய்வுண்டாம் உய்வில்லை
செய்ந்நன்றி கொன்ற மகற்கு (குறள் 110)

என்ற குறளில் எதிரொலிக்கிறது.

ஈன்ற ஞான்றினும் பெரிதுவந்தனளே

என்று புறநானூறில் காக்கைபாடினியார் பாடிய பாடலின் கருத்து

ஈன்ற பொழுதிற் பெரிதுவக்கும் தன்மகனைச்
சான்றோன் எனக்கேட்ட தாய் (குறள் 69)

என்ற குறளில் ஒத்திருக்கிறது. ஆகவே திருக்குறள் கடைச் சங்க நூலே என்பது தி.வை. சதாசிவ பண்டாரத்தார் துணிபு ஆகும்.

'ஞானவெட்டி' என்பது தமிழ் இலக்கியங்களில் ஒன்றாகும். இந்நூலை இயற்றியவரின் பெயரும் திருவள்ளுவர் என்பதால் 'திருக்குறளை' இயற்றிய திருவள்ளுவரும், 'ஞானவெட்டியை' இயற்றிய திருவள்ளுவரும் ஒருவரே என்னும் கருத்து நிலவியது. இருவரும் ஒருவர் அல்லர்; வெவ்வேறு காலத்தைச் சேர்ந்தவர்கள் என்பதால் வேறு வேறானவர்கள் என்பதையும் தனது கீழ்க்காணும் ஆய்வின் மூலம் பண்டாரத்தார் நிலைநாட்டி உள்ளார்.

'பெருநூல்கள் ஆயிரத்தைந்நூறு இந்நூல்
முன்னமே யான் பாடி விட்டேன்
ஆயிரத்து முந்நூறு முடித்து வைத்தேன்
குறளதுவாய் உலகோர்க்கு ஆண்டே'

என்ற வரிகள் மூலம் 'ஆயிரத்து முந்நூறு குறட்பாக்களை முன்பே எழுதி முடித்து விட்டேன்' என்று 'ஞானவெட்டி' எழுதிய திருவள்ளுவர் பாடியுள்ளார். ஆகவே இதனைக் கருத்தில் கொண்டே 'திருக்குறள்' மற்றும் 'ஞானவெட்டி' நூல்களை எழுதியவர்கள் ஒருவரே என்று கூறுதல் பொருந்தாது என்று தக்க சான்றுகளுடன் விளக்குகிறார்.

வியாசர் சொல்லும் பாரதத்தில் வெகுபொய் வீணாம்
மேதினியோர் மாய்கையினில் விருப்பம் சொன்னார்
ஆய்ந்து கவிபாடிவிட்டான் கம்பன் வம்பன்
அதீத ராமாயணத்தில் அநேகம் பொய்தான்
சாயாமல் அதிவீர பாண்டியன் சொல்லும்
தமயந்தி சரித்திர நைடதமும் சொன்னார்
சுயமாகா துதிகவிகள் சுத்தப்பொய்தான்
கொடுகவி மாணிக்கவாசகர் சொன்னாரே

என்னும் ஞானவெட்டி பாடலில் வியாசர், கம்பர், அதிவீரராம பாண்டியன், மாணிக்கவாசகர் முதலானோர் இயற்றிய நூல்களைப் பொய் என்று இழிவுபடுத்திக் கூறியுள்ளார்.

இவர்களுள் கம்பர் 12 ஆம் நூற்றாண்டினர் என்பது ரா. இராகவையங்கார் உள்ளிட்ட பெரும்பான்மை தமிழறிஞர்களின் முடிவு. அதிவீரராம பாண்டியன் 16ஆம் நூறாண்டினர் என்பதைத் தெங்காசி கோபுரத்தில் காணும் சில சாசனங்கள் தெரிவிக்கின்றன. தேவாரம் பாடிய மூவரை விடவும் காலத்தால் மூத்தவர் மாணிக்கவாசகர் என்பது சிலரது ஆய்வு. திருக்குறள் கடைச் சங்கத்தில் அரங்கேறியது என்பதைத் திருவள்ளுவ மாலை தெரிவிக்கிறது. மூன்றாம் சங்கமாகிய கடைச்சங்கம் கி.பி.2 ஆம் நூற்றாண்டில் திருக்குறளை எழுதிய திருவள்ளுவரே பிற்காலப் புலவர்களைப்பற்றிய குறிப்புகளைத் தரும் ‘ஞானவெட்டி’ என்னும் நூலையும் படைத்தார் என்பது சற்றும் பொருந்தாது என்பதைத் தனது ஆய்வு முடிவாகப் பண்டாரத்தார் விளக்கி உள்ளார்.

திருவள்ளுவர் காலம் - பேராசிரியர் எஸ். வையாபுரிப் பிள்ளையின் மறுப்பு

தொடக்கத்தில் சென்னை மயிலையில் சுமார் ஐந்நூறு ஆண்டு களுக்கு முன்பு கட்டப்பட்ட திருவள்ளுவர் திருக்கோயிலிலும், பின்னர் தொடர்ந்து பல ஆண்டுகளும் வைகாசி அனுஷ நட்சத்தில் நடைபெற்ற திருவள்ளுவர் பிறந்த நாள் கொண்டாட்டங்கள் 1970களில் தை மாதத்துக்கு மாற்றப்பட்டது. பின்னர் திருவள்ளுவர் காலத்தை நிர்ணயிக்க மறைமலை அடிகள் தலைமையில் பங்கேற்ற ஏராளமான தமிழறிஞர்கள் நீண்ட ஆய்வுகளுக்குப் பிறகு இயேசு பிறப்பதற்கு 31 ஆண்டுகள் முன்பு (கி.மு.31)

பிறந்தார் என்று அறிவிக்க அந்த முடிவை அரசும் ஏற்றுக்கொண்டு இன்றுவரை நடைமுறைப்படுத்தி வருகிறது.

திருவள்ளுவர் பிறந்த ஆண்டை கி.மு.31 என்று அனைத்துத் தமிழறிஞர்களும் ஒட்டு மொத்தமாக முடிவெடுக்க அதை மறுத்தவர் கால ஆய்வாளரும், தமிழறிஞருமான பேராசிரியர் எஸ். வையாபுரிப் பிள்ளை மட்டுமே எனில் மிகையாகாது. இது குறித்து 'தமிழ்ச் சுடர்மணிகள்' என்ற தலைப்பிலான அவரது கால ஆராய்ச்சி நூல் 01/12/1948 இல் முதல் பதிப்பாகவும், 22/11/1952 இல் இரண்டாம் பதிப்பாகவும் வெளியானது. இதில் திருவள்ளுவர், தொல்காப்பியர், கபிலர், மாணிக்கவாசகர், கம்பர் என பல்வேறு புலவர்களின் படைப்புகளை ஆய்வு நோக்கில் விமர்சித்ததுடன் அவர்களது காலத்தையும் வெகுவாகக் குறைத்து, ஏனைய தமிழறிஞர்கள் முடிவு தவறென அவரது கோணத்தில் சுட்டிக் காட்டி உள்ளார்.

இங்கே திருக்குறள் குறித்த பேராசிரியர் வையாபுரிப் பிள்ளையின் கருத்தையும், திருவள்ளுவர் கால ஆய்வையும் மட்டும் பார்ப்போம்.

திருக்குறள் சிறப்பு

தமிழ் இலக்கிய உலகில் தப்பின்றிச் சிறந்து விளங்குபவர் திருவள்ளுவர். தெய்வப் புலமைத் திருவள்ளுவர் என நமது முன்னோர்கள் கூறும் இவர் இயற்றிய திருக்குறளால் இவரது பெருமை நன்கு விளங்குகிறது. பெரும் புலவர்கள் பலர் இவரது நூலை எடுத்து ஆண்டிருப்பதும், பல ஐரோப்பிய மொழிகளில் திருக்குறள் மொழிபெயர்க்கப்பட்டிருப்பதும் திருவள்ளுவரின் நீடித்த சிறப்புக்கும், புகழுக்கும் காரணமாகும்.

> 'தெய்வந் தொழாஅள் கொழுநற் றொழுவாளை'

என்ற குறளடியை அப்படியே சிலப்பதிகாரத்தில் இளங்கோ அடிகளும்,

> தெய்வந் தொழாஅள் கொழுநற் றொழுதெழுவாள்
> பெய்யெனப் பெய்யும் பெருமழை என்றஅப்
> பொய்யில் புலவன் பொருளுரை தேறாய்

என்று மணிமேகலை ஆசிரியர் சீத்தலைச் சாத்தனாரும் இவர்களைப்போன்றே சீவக சிந்தாமணியை இயற்றிய திருத்தக்க

தேவரும், சூளாமணியை இயற்றிய தோலாமொழித் தேர்வும் குறட்பாக்களை எடுத்தாண்டுள்ளனர்.

கொடுப்பது விலக்கு கொடியோர் தமது சுற்றம்
உடுப்பதுவும் உண்பதுவு மின்றி யொழியும்காண்

என்னும் கம்ப இராமாயண வரிகள்

'கொடுப்பது அழுக்கறுப்பான் சுற்றம் உடுப்பதூஉம்
உண்பதூஉம் இன்றிக் கெடும்

என்னும் குறளை ஒட்டியே என்பது வெளிப்படை.

திருவள்ளுவர் பெற்றோரும், சாதியும்

வள்ளுவர் குடியில் பிறந்தமையால் இவர் வள்ளுவர் என்று அழைக்கப்படுகிறார். திருக்குறள் ஆசிரியர் இழிவாகக் கருதப்பட்ட 'வள்ளுவர் குலத்தைச்' சேர்ந்தவர், அவரது 'மதம் ஜைனம்' என்றாலும், தமிழ் மக்கள் இவ்விரண்டையும் சிறிதும் கருதாமல் அவரது பெரும் புலமை ஒன்றையே கருதி உலகப் பேரறிஞர்களுள் ஒருவர் என்று பாராட்டி வருகின்றனர். வள்ளுவர் சாதியின் குலத் தொழில் மன்னருடைய ஆணையை யானை மேல் பறைசாற்றி ஊருக்குத் தெரிவிப்பதே ஆகும். இதை

'முரசு கடிப்பு இடூஉம் முதுகுடிப் பிறந்தோன்'

என்ற மணிமேமலை வரியும்,

'திருநாள் படைநாள் கடிநாள் என்று இப்
பெருநாட்கு அல்லது பிறநாட்டு அறையாச்
செல்வச் சேனை வள்ளுவ முதுமகன்'

என்ற பெருங்கதை வரிகளும் வள்ளுவன் என்ற தொழில் முன்பிருந்ததை உறுதிப்படுத்துகின்றன.

வள்ளுவர் தான் இயற்றிய திருக்குறளை அரங்கேற்றுவதற்காக மதுரையில் இருந்த கடைச் சங்கத்திற்கு சென்றார். அங்கிருந்த பல புலவர்கள் நூலை அங்கீகரிக்காமல் பல தடைகள் கூறி வந்தனர். அப்போது ஔவை, கபிலர் உள்ளிட்ட புலவர்களின் பரிந்துரையின் பேரில் 'நாங்கள் வீற்றிருக்கும் இந்தச் சங்கப் பலகை எந்த நூலுக்கு இடம் கொடுக்குமோ அந்த நூலினையே நாங்கள் அங்கீகரிப்போம். இந்த நிபந்தனைக்கு இணங்குவீரா' என்று புலவர்கள் கேட்க வள்ளுவரும் ஒப்புக்கொண்டார்.

திருக்குறளைச் சங்கப் பலகையின்மீது வைத்தபோது தனக்கு மாத்திரம் இருக்கத்தக்க அளவில் அது உருவில் வளரவே, உட்கார இடமின்றி நாற்பத்தொன்பது புலவர்களும் பொற்றாமரைக் குளத்தில் விழுந்தனர். பின்னர் அப்புலவர்கள் திருவள்ளுவரின் மேன்மையை உணர்ந்து திருக்குறளை அங்கீகரித்தனர். ஒவ்வொரு புலவரும் வெண்பா புனைந்து நூலைப் புகழ்ந்தனர். சங்கப் புலவர்கள் போற்றிப் பாடிய பாடல்களின் தொகுப்பே 'திருவள்ளுவ மாலை' ஆகும்.

கல்வியினாலும், ஆற்றலாலும் சிறந்து விளங்கினார் வள்ளுவர். ஆனால் பறைசாற்றும் குலத்தில் பிறந்த ஒருவருக்கு இத்துணை அறிவும், ஆற்றலும் இருக்குமா என்ற ஐயம் கொண்டதால் வள்ளுவர் குறித்த பல கதைகள் பின்னாளில் தோன்றின. 500 வருடங்களுக்கு முற்பட்ட 'ஞானாமிர்தம்' என்ற நூல், 'யாளிதத்தன் என்ற அந்தணனுக்கும், புலைச்சிக்கும் பிறந்தவர் தான் திருவள்ளுவர்' என்று கூறுகிறது. இதையே சிறிது மாற்றி 'பகவன் என்னும் அந்தணனுக்கும், ஆதி என்ற புலைச்சிக்கும் பிறந்தவர்தான் திருவள்ளுவர்' என்று 'திருவள்ளுவர் சரித்திரம்' என்னும் வசன நூல் உரைக்கிறது. சங்கப் புலவர்களை வென்ற காரணத்தால் அவரை தெய்வ நிலைக்கு உயர்த்தவே, பிரம்மாவே திருவள்ளுவராக அவதரித்தார் என்ற நம்பிக்கையும் எழுந்தது.

இவரைப்பற்றி இன்னுமொரு கதையும் உள்ளது. வள்ளுவர் நண்பர் ஏலேலசிங்கர் என்ற கதையை ஆதாரமாகக்கொண்டு இந்த ஏலேலசிங்கரை இலங்கை மகாவம்சத்தில் கூறப்படும் ஏலாரா என்பவரே என்று கருதத் தொடங்கினர். ஏலாராவின் காலம் கிமு 2 ஆம் நூற்றாண்டு என இலங்கைச் சரித்திரங்கள் சொல்வதால், திருவள்ளுவரும் கிமு 2 ஆம் நூற்றாண்டைச் சேர்ந்தவரே என்று கொண்டனர். மேலும் மனுநீதிச் சோழன் தன் மகன் மீது தேர் ஏற்றிய கதையை ஏலாரா செய்ததாகச் சொல்லப்பட்டுள்ளது.

மதம்

திருவள்ளுவர் மதம் இன்னது என்பதைப்பற்றிப் பலரும் பலவிதமான கருத்துக்களை வெளியிட்டிருக்கிறார்கள். சிலர் சைவமென்றும், சிலர் வைணவமென்றும், சிலர் வேத வழக்கோடு பட்ட கொள்கையினர் என்றும், இன்னும் சிலரோ சமயங்களைக் கடந்த நிலையில் உள்ளவர் என்றும் கூறுகின்றனர். ஆனால் கடவுள் வாழ்த்து அதிகாரத்தில் வருகின்ற 'மலர் மிசை ஏகினான்' முதலிய தெய்வப் பெயர்களை நோக்கும்போது

திருவள்ளுவர் 'ஜைன' அதாவது 'சமண' மதத்தைத் சேர்ந்தவர் என்று சொல்வதுதான் பொருத்தமாகும்.

பிறந்த இடம்

திருவள்ளுவர் பிறந்த இடம் மயிலாப்பூர் என்பது கர்ண பரம்பரைச் செய்தி. மிகப் புராதன நகரம். திருஞான சம்பந்தர் இவ்வூரிலுள்ள கபாலீஸ்வரரைப் பாடுவதால் இதை அறியலாகும். இங்கே ஒரு காலத்தில் சமணர்கள் மிகுதியாக இருந்தார்கள் என்பது சரித்திரம் வாயிலாக அறிந்ததே ஆகும். மயிலையில் ஒரு சமணர் ஆலயமும் இருந்தது. இதிலே எழுந்தருளியிருந்த சுவாமிக்கு மயிலைநாதர் என்பது பெயர். இந்த சமணர் ஆலயம் சில நூற்றாண்டுகளுக்கு முன்பு கடலால் கொள்ளப்பட்டு மறைந்து போயிற்று. கடற்கரை ஓரத்தில் அமைந்திருந்த பண்டைய கபாலீஸ்வரர் கோயிலும் இப்போது இல்லை.

காலம்

கடைச் சங்கத்தில் திருக்குறள் அரங்கேற்றப்பட்டது என்ற கதையை வைத்து இந்நூல் கடைச் சங்க காலமாகிய கிபி 2 ஆம் நூற்றாண்டில் இயற்றப்பட்டது என்று சிலர் கூறுவர். ஆனால் திருக்குறள் பதினென் கீழ்க்கணக்கில் அடங்கியது என்பது,

> நாலடி நான்மணி நாநாற்பது ஐந்திணைமுப்
> பால்கடுகம் கோவை பழமொழி மாமூலம்
> இன்னிலைய காஞ்சியுடன் ஏலாதி என்பவே
> கைந்நிலையும் ஆம்கீழ்க் கணக்கு

என்னும் வெண்பா மூலம் (முப்பால் என்பது திருக்குறள்) அறிகிறோம்.

மேற்கண்ட நூல்களைச் சங்கப் புலவர்கள் இயற்றவில்லை என்றும் பின்னர் வந்த புலவர்களால் எழுதப்பட்டன என்றும் தொல்காப்பியத்துக்கு உரை எழுதிய பேராசிரியர் குறிப்பிடுகிறார். வள்ளுவரின் குறட்பாக்களை எடுத்தாண்ட சிலப்பதிகாரம், மணிமேகலை, சீவகசிந்தாமணி உள்ளிட்ட ஐம்பெரும் காப்பியங்கள் சங்க நூல்கள் அல்ல என்றும் அவை தோன்றிய காலம் கி.பி. 7 - கி.பி. 8 என்பது சரித்திர ஆய்வாளர்கள் முடிவு. எனவே திருவள்ளுவர் காலம் சங்க காலத்துக்கும், ஐம்பெரும் காப்பியங்கள் காலத்துக்கும் இடைப்பட்ட கிபி. 5 ஆம் நூற்றாண்டு என்று கொள்வதே சிறப்பாகும்.

திருக்குறளில் உள்ள கருத்துகளும், தொடர்களும், நாலடியாரிலும் காணப்படுவதால், நாலடியார் காலத்துக்குச் சிறிதே திருக்குறள் முற்பட்டதாகலாம். உதாரணத்துக்கு:

தினைத்துணை நன்றி செயினும் பனைத்துணையாகக்

என்னும் திருக்குறள் சொல்லும் பொருளும்,

தினையனைத்தே யாயினும் செய்தநன் றுண்டால்

என்னும் நாலடியார் செய்யுளில்அப்படியே காணலாம்.

நிறைநீர் நீரவர் கேண்மை பிறைமதிப்

என்னும் திருக்குறள் கருத்து

பெரியவர் கேண்மை பிறைபோல நாளும்

என்னும் நாலடியார் செய்யுளில் காணலாம்.

ஊடுதல் காமத்திற் கின்பம் அதற்கின்பம்

என்னும் குறளின் பொருள்

ஊடி, உயங்காக்கால் உப்பின்றாம் காமம்

என நாலடியில் வருதல் காண்க.

தொல்காப்பியர் காலத்தில் 'கள்' என்ற பன்மை விகுதி அஃறிணைக்கு மட்டுமே உரியதாக இருந்தது. உயர்திணைப் பெயர்களுக்கு இவ்விகுதி வருதல் இல்லை. தற்காலத்தில் நாம் வழங்கும் 'அவர்கள்', 'மறவர்கள்', 'மன்னர்கள்' என்று இயல்பாக வழங்குவது தொல்காப்பியர் காலத்துக்குப் பின் தோன்றியதாகும். திருவள்ளுவர் உயர்திணைப் பெயர்களுக்கு 'கள்' விகுதியை இரு இடங்களில் வழங்குகிறார். 'பூரியர்கள் ஆழும் அளறு' (919) என்றும் 'மறந்தார்சொல் மற்றையவர்கள் தவம்' (263) என்றும் குறளில் வந்துள்ளது. அதேபோல் தொல்காப்பியர் எதிர்காலத்துத் தன்மை ஒருமையில் 'அல்' விகுதி மட்டுமே வரும் (வருவல், உண்பல்) என்றார். ஆனால் திருவள்ளுவர் 'அன்' என்ற விகுதியையும் வழங்குகிறார் (இரப்பன் இரப்பாரை எல்லாம் - 1067). எனவே தொல்காப்பியர் காலத்துக்கு (கிபி. 5) பிந்தியதே திருவள்ளுவர் காலம் ஆகும் என்பதில் ஐயமில்லை.

அவ்வாறாயின் திருவள்ளுவர் காலத்தைக் கண்டறிய நாம் தமிழ் மொழியின் வரலாற்றை நோக்குதல் வேண்டும். மேலே சொன்னதுபோல் 'கள்', 'அன்' என்ற விகுதிகளுடன் வள்ளுவர்

காலத்தில் புது விகுதிகளும், சொல் வடிவங்களும் புகுந்து விட்டன. உதாரணத்துக்கு அல்லனேல் (386), இன்றேல் (556), உண்டேல் (368) ஆகியவற்றில் காணப்படும் 'ஏல்' என்னும் விகுதியும், சூழாமல் (1024), செய்யாமல் (101, 313) என்னும் 'மல்' விகுதியும் வந்துள்ளது.

வள்ளுவரது திருக்குறள் நூலில் பாக்கியம் (1141), பூசனை (18), மந்திரி (639), ஆசாரம் (1075) முதலிய 125 வடசொற்களுக்கு மேல் எடுத்தாளப்பட்டுள்ளன. மேலும் 'ஒருவந்தம்' என்னும் சொல் இரு குறட்பாக்களில் (563, 593) வந்துள்ளன. இதில் 'ஒரு' என்பது தமிழ். 'அந்தம்' என்பது வடசொல். இரண்டையும் கலந்து 'ஏகாந்தம்' என்ற பொருளுக்குக் கலவைச் சொல்லாக இன்னும் சொல்லப் போனால் தமிழும் வடமொழியும் கலந்த மணிப்பிரவாள நடையில் அமைந்துள்ளது. இந்த மணிப்பிரவாள மனப்பான்மை அதாவது சமஸ்கிருதமும், தமிழும் கலந்து எழுதும் நடைமுறை நாயன்மார் காலத்தில்தான் பிறந்தது. எனவே திருக்குறள் கி.பி.600இல் தோன்றியது என்பதற்கு இதுவுமொரு சான்றாகும்.

வடமொழிச் சொற்களை மட்டுமின்றி வடமொழிக் கருத்துக் களையும் வள்ளுவர் எடுத்தாண்டுள்ளார். 'ஸம்ஸார ஸாகரம்' என்பதைப் 'பிறவிப் பெருங்கடல்' (10) என்றும், 'ஆஸ்ரயாஸ' என்பதைச் 'சேர்ந்தாரைக் கொல்லி' (306) என்றும் கூறியுள்ளார். மேலும் நால்வகை ஆசிரமங்களையும் (41), பஞ்ச மகாயக்ஞங் களையும் (43), சாங்கிய நூல் கருத்துக்களையும் (27), அகங்கார மமகாரங்களையும் (346) தமிழில் மொழிபெயர்த்துள்ள காரணத்தால் இவரது காலம் கி.பி.600 என்பதையே வலியுறுத்துகிறது.

வடநூலார் காமம், குரோதம், லோபம், மானம், மதம், ஹர்ஷம் என்று பெயரிட்டு 'அரிஷ்டவர்க்கம்' என்று வழங்குவதை 'செருக்கும் சினமும் (431) மற்றும் இவறலும் மாண்பிறந்த (432) என்னும் குறட்பாக்களில் காணலாம். கௌடில்யரின் அர்த்த சாஸ்திரத்தில் (1,6 இந்திய ஜயப்பிரகரணம்), காமந்தகம் (1,57) ஆகியவற்றில் இவ்வாறு வந்துள்ளது. வள்ளுவர் பொருட்பாலில் உள்ள 'மருந்து' என்னும் அதிகாரம் வடமொழி ஆயுர்வேத நூல்களைப் பின்பற்றியதாகும். அதேபோல் வடமொழியில் வாத்ஸ்யாயனர் இயற்றிய 'காம சூத்திரத்தை' ஒட்டியதே திருவள்ளுவரின் 'காமத்துப்பால்' என்கிறார் பரிமேலழகர்.

'சாணக்கியரின் அர்த்த சாஸ்திர காலம் சுமார் கி.பி. 300 மற்றும் வாத்ஸ்யாயனர் காமசூத்திரத்தின் காலம் சுமார் கி.பி. 400 என்கிறார் பெரிடேல் கீத் (*A History of Sanskrit Literature,* Page 461). எனவே திருக்குறளை இயற்றிய திருவள்ளுவர் காலத்தை கி.பி. 6ஆம் நூற்றாண்டின் தொடக்கம் என்று கொள்வதே சாலப் பொருத்த மாகும்' என்பது பேராசிரியர் வையாபுரிப்பிள்ளை முடிவு.

திருவள்ளுவரின் காலம் கி.மு. 31 என்று மறைமலை அடிகளாரின் தலைமையிலான தமிழறிஞர்கள் ஒன்று கூடி முடிவு செய்ததன் பயனாக 1971 முதல் கடந்த 50 ஆண்டுகளாக தமிழக அரசால் சீரும் சிறப்புமாகக் கொண்டாடப்பட்டு வரும் நிலையில் இதையே அவர் பிறந்த ஆண்டாகக் கருதுவதே நியாயம். மேலும் திருவள்ளுவர் தோன்றி 2050 ஆண்டுகள் நிறைவடைந்துள்ளது என்பதையும் கருத்தில் கொண்டு ஈராயிரம் ஆண்டுகளுக்கு மேலாக மக்கள் மனத்தில் இன்னும் நீங்காது இடம் பெற்றிருக்கும் அவரது பெருமையையும், புகழையும் போற்றிப் புகழ்ந்து வாழ்த்தி மகிழ்வது தமிழராகப் பிறந்த நம் ஒவ்வொருவரின் கடமையும் ஆகும்.

ஆனால் அதே மறைமலை அடிகளார் வைகாசி அனுஷ நட்சத்திரத்தில் கொண்டாடிய திருவள்ளுவர் திருநாள் தை மாதத்துக்கு மாற்றப்பட்டு அதுவும் கடந்த 50 ஆண்டுகளாகத் தமிழக அரசால் கொண்டாடப்பட்டு வருகிறது. ஆனால் மாதத்தை மாற்றியதன் காரணம் என்ன என்பது இன்னும் புதிராகவே உள்ளது. மாதத்தை மாற்றிய கலைஞர் கருணாநிதிக்கு காரணம் கேட்டு 50 ஆண்டுகளுக்கு முன்பே தமிழறிஞர்கள் கடிதம் எழுதினர். ஆனால் பதிலேதும் அவரிடமிருந்து கடைசிவரை வரவேயில்லை. கலைஞர் கருணாதி மறைந்துவிட்ட நிலையில் திருவள்ளுவர் திருநாளை வைகாசி அனுஷத்திலிருந்து தை மாதத்துக்கு மாற்றிய காரணம் அவருக்கே வெளிச்சம் என்ற முடிவுக்கே வர வேண்டி உள்ளது. கடிதம் எழுதிய தமிழறிஞர்களுள் பெரும்பான்மையோரும் காலமாகி இருக்கக் கூடும். எனவே இந்த ஆய்வில் இனியும் அர்த்தமிருக்குமா என்று தெரியவில்லை.

4. திருவள்ளுவர் இந்து, சைவர், வைணவர்!

திருக்குறள் செய்தருளிய தெய்வப் புலமை வாய்ந்த
'திருவள்ளுவ நாயனார் சரித்திரம்'

புண்ணிய பூமியாகிய பாரத தேசத்தின் வடக்கு எல்லையாகிய பனி படர்ந்த இமயமலையின் உச்சியாம் திருக்கயிலையிலுள்ள, ஒப்புயர்வற்ற தங்கத்தாலான திருக்கோயிலில், நவரத்தினங் களால் இழைக்கப்பட்ட, சூரியனின் ஒளிக்கற்றையைவிடவும் ஒளிபொருந்திய சிம்மாசனத்தின்மீது சிவபெருமானும், அவருக்கு இடப்பக்கத்தில் உமாதேவியுடன் எழுந்தருள, முப்பத்து முக்கோடி தேவர்களும், நாற்பத்தெண்ணாயிரம் முனிவர்களும் வேத பாராயணங்களை முழங்க, கிங்கிரர்கள், கிம்புருடர்கள், கந்தர்வர்கள், சித்தர்கள், பூத கணங்கள் வாத்தியங்கள் முழங்கியும், வெண்சாமரங்கள் வீசியும், ஆலவட்டம் அசைத்தும் இருவரையும் வலம் வந்து பயபக்தியுடன் நின்றனர்.

அப்போது சிவபெருமானை நோக்கி உமாதேவியார் 'மூவுலகிலும் இல்லறம் வழுவாது வாழ்ந்து முக்தி

அடைந்தவர்கள் எவரேனும் உண்டோ?' எனக் கேட்கத் 'தேவலோகத்தில் வசிஷ்டர், அகஸ்தியர், அயன், புயங்கன், சம்பு ஆகிய ஐவருண்டு. பூலோகத்தில் திருவள்ளுவர் என்றொருவர் உண்டு. இவர்கள் தென்புலத்தார் கடன், தேவர் கடன், விருந்தோம்பல், சுற்றந்தழுவல், பூசை செய்தல் ஆகியவை முடித்து, கற்புநெறி வழுவா மனைவியோடு இல்லற தருமம் நடத்தி மோட்சமடைந்தனர்' என்று சிவபெருமான் திருவாய் மலர்ந்தருளினார்.

உடனே, 'பூலோகத்திலுள்ள திருவள்ளுவர் வரலாற்றை அறிய விரும்புகிறேன்' என்று பார்வதி கேட்க, திரிபுரம் எரித்த முக்கண்ணனாகிய சிவபெருமான் வள்ளுவரின் திவ்விய சரித்திரத்தைச் சொல்லத் தொடங்கினார்.

திருவள்ளுவர் வரலாறு

'முன்பொரு சமயம் மிகப் பெரிய பிரளயம் வந்தது. அதில் பிழைக்க வேண்டுமென விரும்பிய பிரம்மன் தனது உடலைச் சுருக்கிக்கொண்டு சுரைக்கூட்டுக்குள் (மூங்கில்) ஒடுங்கிக் கொண்டு கடலில் மிதந்தவாறே உயிர்பிழைத்தான். அப்போது நாம் ஏதும் அறியாததுபோல் 'உள்ளேயிருப்பது யாரோ?' என வினவ, பிரம்மன் உடனே 'வருங்காலம் அறிந்து செய்தற்கேற்ப வள்ளுவன்' என்று பதிலளித்தான்.

'இந்தப் பிரளய வெள்ளத்திலிருந்து நீ மட்டும் எப்படிப் பிழைத்தாய்?' என்று கேட்க 'எல்லாம் வல்ல ஈசன் செயல்' என்றவுடன் யாம் மகிழ்ந்தோம். படைக்கும் தொழிலை பிரம்மனுக்கு அளித்து இந்த உலகை மீண்டும் உருவாக்கும் சக்தியையும் தந்தோம். ஆதிகாலத்தில் பாண்டி நாட்டினிலே, மதுரை நகரினிலே, சங்கப் புலவர்கள் தங்களைவிடச் சிறந்தவர்கள் யாருமில்லை என்ற மமதையில் ஒரு சமயம் எம்மை அவமதித்தனர். எனவே அவர்கள் கர்வத்தை அடக்கவும், அவர்களுக்கு இணையான புலவர் ஒருவர் உண்டென்று காட்டவும் முடிவு செய்து பிரம்ம தேவனின் அம்சமாக திருவள்ளுவரையும், மகாவிஷ்ணுவின் அம்சமாக இடைகாடரையும், சரஸ்வதி தேவியின் அம்சமாக ஔவையாரையும், பூமியில் பிறக்க வைத்தோம்' என்று தொடர்ந்தார் சிவபெருமான்.

'திரிவர்க்கம்' என்பதன் ஆசிரியர் பிரம்மதேவன். மகாபாரதம் சாந்திபர்வதம் 58ஆம் அத்தியாயத்தில் இந்தக் குறிப்பு உள்ளது.

சிவன் இயற்றியது வைசாலவம். இந்திரன் இயற்றியது பாகுதந்தகம். குரு (பிரஹஸ்பதி) இயற்றியது பார்ஹசுபத்யம். சுக்ராச்சாரியார் இயற்றியது சுக்ரநீதி. பிரம்மனின் திரிவர்க்கமே முப்பாலாகத் திருக்குறளாக விரிந்தது. பிரம்மனின் அவதாரம் திருவள்ளுவர் என்பதால் அவருக்கு நான்முகன் என்ற பெயரும் உண்டு. தமிழில் தோன்றிய முதல் நீதி நூலும் இதுதான். பின்னரே ஏனைய நீதி நூல்கள் தோன்றின.

பிரம்மனுக்குப் பிறந்த நவப்பிரம்மர்களுள் ஒருவராகிய காஸ்யப முனிவருக்கும், ஊர்வசிக்கும் பிறந்தவர் வசிஷ்டர். வசிஷ்டருக்கும், அருந்ததிக்கும் பிறந்தவர் சத்தியர். பின்னர் சத்தியருக்கும் புலைச்சி குலப் பெண்மணியான புங்கனூருக்கும் பிறந்தவர் பராசர முனிவர். பராசர முனிவருக்கும் மச்சகந்தி என்னும் மீனவப் பெண்ணுக்கும் பிறந்தவர்தான் வியாச முனிவர்.

பிரம்மனுக்கும், சரஸ்வதி தேவிக்கும் பிறந்தவர்தான் அகஸ்திய முனிவர். அகஸ்தியருக்கும், லோபமுத்திரைக்கும் பெருஞ் சாகரன் என்பவர் பிறந்தார். பெருஞ்சாகரனுக்கும், திருவாரூர் நகரைச் சேர்ந்த புலைச்சி குலப் பெண்மணிக்கும் பிறந்தவர்தான் 'பகவன்'. அதேபோல் பிரம்ம வம்சத்தைச் சேர்ந்த தவமுனி என்பவருக்கும் பிராமண வம்சத்தைச் சேர்ந்த அருள் மங்கை என்பவருக்கும் பிறந்த பெண்தான் 'ஆதி'.

ஆதி - பகவன்

விதி வசத்தால் பகவனும், ஆதியும் சந்திக்க நேர்ந்தது. சகல சாஸ்திரங்களைக் கற்றுத் தெளிந்த பகவன் இல்லற வாழ்க்கையில் பற்றற்று இருந்தார். ஆனால் ஆதியோ மனத்தால் வரித்த பகவனைத் தவிர வேறு யாரையும் திருமணம் செய்துகொள்ள மாட்டேன் என்று உறுதியாக இருக்கவே, ஒரேயொரு நிபந்தனையுடன் ஆதியை மணமுடிக்க பகவன் ஒப்புக் கொண்டார்.

'பெண்ணே என்னிடத்தில் உனக்கு உண்மையான அன்பிருக்கும் பட்சத்தில் என்னுடைய நிபந்தனைக்கு உடன்பட வேண்டும். நாமிருவரும் ஆன்மிக நோக்கமுடன் பல்வேறு இடங்களுக்குப் பயணிக்கும் வேளையில் எந்த ஊரில் நமக்குக் குழந்தை பிறக்கிறதோ அங்கேயே அந்தக் குழந்தையை விட்டுவிட்டு அடுத்த ஊருக்குச் செல்லத் தயாராகவேண்டும். அக்குழந்தையுடன் எந்தவிதமான பந்த பாசமும்

வைத்துக்கொள்ளக் கூடாது. இதற்குச் சம்மதமெனில் மட்டுமே உன்னைத் திருமணம் செய்துகொள்வேன்' என்றார் பகவன். பகவன் நிபந்தனைக்கு ஆதியும் ஒப்புக்கொள்ள இருவருக்கும் திருமணம் இனிதே நடந்தேறியது.

பகவன் - ஆதிக்குப் பிறந்த முதல் குழந்தைதான் சரஸ்வதி தேவியின் அவதாரமான ஔவையார். தொடர்ந்து உப்பை, அதிகமான், உருவை, கபிலர், வள்ளியம்மை என ஆறு குழந்தைகள் அடுத்தடுத்து பிறந்தன. வாக்களித்தபடி எல்லாக் குழந்தைகளையும் பிறந்த இடத்திலேயே விட்டுவிட்டு இறுகிய மனத்துடனும், வருத்தத்துடனும் நிறைவாக மயிலாப்பூருக்கு இருவரும் தீர்த்த யாத்திரை புறப்பட்டனர். ஔவை முதல் வள்ளியம்மை வரையிலான ஆறு குழந்தைகளின் வரலாறு பின்வருமாறு.

ஔவையார்

இருவரும் பல கோயில்களுக்குச் சென்று இறைவனை வழிபட்டுப் பாணர் சேரியிலுள்ள ஒரு மண்டபத்தை அடைந்தனர். இருவரும் ஒருமித்துக் கூடியதன் காரணமாக ஈசனின் கட்டளைப்படி சரஸ்வதி தேவியின் அம்சமாக ஔவையார் என்னும் பெண் குழந்தையை ஆதி ஈன்றெடுத்தாள். கணவனுக்குக் கொடுத்த வாக்கின்படி குழந்தையை தனியே விட்டுச் செல்ல மனமின்றி ஆதி தவிக்க அப்போது சரஸ்வதியின் அவதாரமான அக்குழந்தை,

‘இட்டமுடன் என்தலையில் இன்னபடி என்றெழுதி
விட்டசிவனும் செத்து விட்டானோ - முட்டமுட்டப்
பஞ்சமே ஆனாலும் பரமன் அவனுக்கன்னாய்
நெஞ்சமே அஞ்சாதே நீ'

என்ற பாடலைப் பாடி ‘இப்படித்தான் வாழவேண்டும் என்று என் தலையில் விதியை எழுதிய சிவன் இன்னும் சாகவில்லை. என்னைக் காக்கும் பொறுப்பு அவனுக்கு உண்டு என்பதால் நீ கவலைப்பட வேண்டாம்' என்று சொல்ல தாய் அமைதி அடைந்தாள். அச்சேரியிலுள்ள பாணர்கள் அக்குழந்தைக்கு ஔவை என்று பெயரிட்டு எடுத்து வளர்த்தனர். சிறு வயது முதற்கொண்டே கவி பாடும் திறமையுடன் வளர்ந்த ஔவை ஆத்திச்சூடி, கொன்றைவேந்தன், மூதுரை, நல்வழி, அசதி கோவை, நன்னூற்கோவை, நான்மணிக்கோவை, பந்தணந்தாதி,

அருந்தமிழ்மாலை, தரிசனப்பத்து ஆகிய நூல்களை இயற்றியத்துடன், நூற்றுக்கணக்கான தனித்தனிப் பாடல் களையும் எழுதிக் குவித்தார்.

உப்பை

அடுத்ததாகத் தொண்டை மண்டலம் ஊத்துக்காடு என்னும் ஊரை அடைந்து அங்குள்ள மண்டபத்தில் தங்கிக் கூடினர். அப்போது பிறந்த குழந்தைதான் உப்பை. பச்சிளம் குழந்தையை விட்டுவர மனமின்றி ஆதி கதறவே அக்குழந்தை,

'அத்திமுதல் எறும்பு ஈறான உயிர் அனைத்துக்கும்
சித்த மகிழ்ந்தளிக்கும் தேசிகன் - முற்றவே
கற்பித்தான் போனானோ காக்கக் கடனிலையோ
அற்பனோ வன்னா அரன்'

என்ற பாடலைப் பாடி 'யானைமுதல் எறும்புவரை எல்லா ஜீவராசிகளுக்கு உணவைத் தரும் ஈசனுக்கு என்னைக் காப்பதற்கும் கடமை இருப்பதால் அவன் குறைவான ஆற்றல் கொண்ட அற்பன் அல்ல' என்று ஆறுதல் மொழி கூற ஆதி நிம்மதியுடன் அங்கிருந்து புறப்பட்டாள். உப்பை முற்பிறவியில் பிருகு முனிவரின் மனைவியான கற்புக்கரசி நாகவல்லி ஆவார். மும்மூர்த்திகள் அவளது கற்பைச் சோதிக்க நிர்வாண பிட்சை கேட்க, நாகவல்லி அவர்களைக் குழந்தைகளாக்கினாள். கோபம் கொண்ட முனிவர்கள் நாகவல்லியை பூமியில் பிறக்குமாறு சபிக்க அவள் உப்பையாகப் பிறந்தாள். பின்னாளில் அகிலம் காக்கும் அம்மையாக மாரியம்மனாக உருவெடுத்தாள்.

அதிகமான்

பின்னர் இருவரும் சோழ நாட்டுக்கு உட்பட்ட கருவூரை அடைந்து அங்கிருந்த மலர்ச்சோலையில் கூடப் பிறந்த குழந்தைதான் அதிகமான். வழக்கம்போல் இக்குழந்தையை விட்டு நீங்கும் போது ஆதி கண்ணீர் வடிக்க அக்குழந்தை,

'கருப்பைக்குள் முட்டைக்கும் கல்லினுள் தேரைக்கும்
விருப்புற்று அமுதளிக்கும் மெய்யன் - உருப்பெற்றால்
ஊட்டி வளர்க்கானோ ஓகெடுவாய் அன்னாய்கேள்
வாட்டம் உனக்கேன் மகிழ்'

என்ற பாடல் மூலம் 'கருப்பைக்குள் முட்டைக்கும், கல்லுக்குள் தேரைக்கும் அமுதளிக்கும் ஈசன் எனக்கு மட்டும் உணவளிக்க

மாட்டானா? நீ வாட்டமின்றி மகிழ்' என்று கூறியது கேட்டு இடம் அகன்றாள் ஆதி. இக்குழந்தையைச் சேரமான் எடுத்து வளர்த்து அனைத்து அஸ்திர சாஸ்திர வித்தைகளையும் கற்றுக் கொடுத்து முடி சூட்டினார். 'சேரமான் பெருமாள் நாயனார்' என்ற பெயரில் இவர் இயற்றியதே பொன் வண்ணத்து அந்தாதி ஆகும்.

உருவை

இருவரும் காவிரிப்பூம்பட்டினத்தைச் சென்றடைந்து அங்குள்ள மண்டபத்தில் கூட அப்போது பிறந்த குழந்தையே உருவை ஆகும். குழந்தையை விட்டுப் பிரிய மனமின்றி ஆதி அழ அப்போது அக்குழந்தை,

'சண்டைப் பைக்குள் உயிர் தன்தாய் அருந்தத் தான் அருந்தும்
அண்டத்து உயிர் பிழைப்பது ஆச்சரியம் - மண்டி
அலைகின்ற அன்னாய் அரனுடைய உண்மை
நிலை கண்டு நீயறிந்து நில்'

என்ற பாடல் வரிகள் மூலம் 'கருப்பையில் இருக்கும் உயிர் தாய் அருந்தும் உணவின் சாரத்தைத் தானும் உண்டு உயிர் வாழ்வது ஆச்சரியம் அன்றோ? எனவே மனம் சஞ்சலப்படாமல் கடவுளின் கருணையை அறிந்து கொண்டு ஞானம் உள்ளவளாக இருப்பாய்' என்று ஆதியைத் தேற்றி அனுப்பியது. இக்குழந்தையைக் கள் விற்போர் எடுத்து வளர்க்கத் தவம் செய்து பத்ரகாளியாக உருவெடுத்துத் தாருகன் என்னும் அசுரனைக் கொன்றது. திருவாலங்காட்டில் என்னுடன் நடைபெற்ற நடனப் போட்டியில் நாணித் தோற்று, அகோர வீரபத்திரரை விவாகம் செய்து அங்கேயே காட்சி தந்துகொண்டிருக்கிறாள்.

கபிலர்

புண்ணியச் ஷேத்திரங்களுக்கான அடுத்த பயணமாக பகவனும் ஆதியும் திருவாரூர் அடைந்தனர். அங்கு பிறந்தவர்தான் கபிலர். வழக்கம்போல் ஆதி குழந்தையைவிட்டு விலக மனமில்லாமல் வாட உடனே அக்குழந்தை,

'கண் நுழையாக் காட்டில் கருங்கல் தவளைக்கும்
உண்ணும்படி அறிந்து ஊட்டும் அவர் - நண்ணும்
நமக்கும் படியளப்பார் நாரியோர் பாகர்
தமக்குத் தொழில் என்னதான்?'

என்ற பாடல் வரிகள் மூலம் 'பார்க்க முடியாத மரங்கள் அடர்ந்த காட்டில் கல்லுக்குள் உள்ள தேரைக்கும் அதற்கான உணவு அறிந்து அளிக்கும் ஈசன், அவரை விரும்பி ஏத்தும் நமக்கும் உரிய உணவைத் தருவதை விடவும் வேறென்ன கடமை அவருக்கு இருக்கிறது? எனவே துக்கம் கொள்ளாமல் செல்வாய் என்று சொன்னது. குழந்தைப் பேறின்றி தவித்துக்கொண்டிருந்த பாப்பையன் என்னும் அந்தணன் இக்குழந்தைக்குக் கபிலர் என்று பெயரிட்டு கல்வியும், சாஸ்திரமும் கற்பித்து வளர்த்தான். பூணூல் செய்யும் தருணம் சுற்றியிருந்த பிரமணர்கள் எங்கோ எவருக்கோ பிறந்த குழந்தைக்கு பூணூல் போடுவதை எதிர்க்க ஏழு வயது நிரம்பிய கபிலர்,

'சேற்றில் பிறந்த செங்கழுநீர் போலப் பிரமற்குக்
கூத்தி வயிற்றில் பிறந்த வசிட்டரும், வசிட்டருக்குச்
சண்டாளி வயிற்றில் பிறந்த சத்தியரும், சத்தியருக்குப்
புலைச்சித் தோள் சேர்ந்து பிறந்த பராசரரும், பராசருக்கு மீன்
வாணிச்சி வயிற்றில் பிறந்த வியாசரும், இந்நால்வரும்
வேதங்கள் ஓதி மேன்மைப் பட்டு
மாதவராகி வயங்கினர் அன்றோ?'

என்ற பாடல் மூலம் 'பிரம்ம புத்திரர்களுள் ஒருவராகிய காசியப முனிவர் ஊர்வசியை மணந்துகொண்டு வசிஷ்டரைப் பெற்றார். வசிஷ்டருக்கும், அருந்ததிக்கும் பிறந்த குழந்தை சத்தியர். பின்னர் சத்தியர் புலைச்சி குலப் பெண்ணான புங்கனூருடன் இணையப் பராசர முனிவர் பிறந்தார். பராசர முனிவருக்கும் மச்சகந்தி என்னும் மீனவ குலப் பெண்ணுக்கும் பிறந்தவர் வியாசர். இவர்கள் நால்வரும் நான்கு வேதங்களுக்கு உரியவர் களானார்கள் என்று சொல்லி அதுபோல் நானும் பகவன் என்னும் அந்தணனுக்கும், ஆதி என்னும் புலைச்சிக்கும் மகன் எனினும் பிறப்பால் அன்றி செய்யும் தொழிலால் என் சாதி அறியப்பட வேண்டும்' என்றார்.

மேலும் 'நான்முகன் படைத்த நானா வகையுலகில்' என்று தொடங்கும் பாடலில் 'சேற்றில் பிறந்த செங்கழுநீர்போல், குலமும் ஒன்றே குடியும் ஒன்றே, இறப்பும் ஒன்றே பிறப்பும் ஒன்றே, சிறப்பும் சீலமும் அல்லாது பிறப்பு நலந்தருமோ பேதையீரே' என்னும் வரிகள் மூலம் செய்யும் தொழிலால் சாதி என்றும், பிறப்பினால் அல்ல என்றும் கபிலர் விளக்கினார்.

தன்னுடன் பிறந்தவர்கள் யார் யார் என்பதையும் கீழ்க்காணும் பாடல் வரிகள் மூலம் தெளிவாக விளக்குகிறார் கபிலர்:

‘அருந்தவ மாமுனியாம் பகவற்கு
கருவூர்ப் பெரும்பதிக் கட்பெரும் புலைச்சி
ஆதி வயிற்றினில் அவத ரித்த
கான்முளை யாகிய கபிலனும் நானே
என்னுடன் பிறந்தவர் எத்தனை பேரெனில்
ஆண்பால் மூவர் பெண்பால் நால்வர்
யாம்வளர் திறம் சிறிது இயம்புவல் கேண்மின்
ஊற்றுக் காடெனும் ஊர்தனில் தங்கியே
வண்ணார் அகத்தில் உப்பை வளர்ந்தனள்
காவிரிப்பூம் பட்டினத்தில் கள்விளைஞர் சேரியிற்
சான்றார் அகந்தன்னில் உருவை வளர்ந்தனள்
நரம்புக் கருவியோர் நண்ணிடு சேரியிற்
பாணர் அகத்தில் ஔவை வளர்ந்தனள்
குறவர் கோமான் கொய்தினைப் புனைஞ்சூழ்
வண்மலைச் சாரலில் வள்ளி வளர்ந்தனள்
தொண்டை மண்டலத்தில் வண்டமிழ் மயிலைப்
பறையர் இடத்தில் வள்ளுவர் வளர்ந்தன
அரும்பார் சோலைச் சுரும்பார் வஞ்சி
அதிகன் இல்லிடை அதிகமான் வளர்ந்தனன்
பாரூர் நீர்நாட் ஆரூர் தன்னில்
அந்தணர் வளர்க்க நானும் வளர்ந்தேனே’

கபிலர் பாடிய இப்பாடலிலிருந்து உப்பை, உருவை, ஔவை, வள்ளி, வள்ளுவர், அதிகமான் ஆகிய அறுவரும் அவருடன் பிறந்தவர்கள் என அறிகிறோம். பெண்பால் நால்வர் (உப்பை, உருவை, ஔவை, வள்ளி) மற்றும் ஆண்பால் மூவர் (கபிலர், அதிகமான், வள்ளுவர்) என ஆதி - பகவன் தம்பதிகளுக்குப் பிறந்தவர்கள் மொத்தம் எழுவர்.

வள்ளியம்மை

பகவனும் ஆதியும் வேளின் மலைச்சாரலை அடைந்து அங்கே சில காலம் தங்கியிருக்க வள்ளியம்மை பிறந்தாள். செய்து கொடுத்த சத்தியத்தின்படி அவளை அங்கேயே விட்டுவிட்டுச் செல்லுகையில் ஆதி அழுது புலம்ப, அக்குழந்தை:

‘அன்னை வயிற்றில் அருத்தி வளர்ந்தவள்
இன்னும் வளர்க்கானோ என்தாயே - மின் அரவம்
சூடும் பெருமான் சுடுகாட்டில் நின்று விளை
ஆடும் பெருமான் அவன்’

என்ற பாடல் வரிகள் மூலம் ‘மின்னுகின்ற பாம்பை அணிந்து கொண்டிருக்கும் ஈசன், அன்னையாகிய உன் வயிற்றில் இருக்கும் போது உணவளித்து வளர்த்தவன், சுடுகாட்டில் தேவியுடன் திருவிளையாடல் செய்யும் பெருமான் இனி மேலும் என்னை வளர்க்கமாட்டானோ? நிச்சயம் வளர்ப்பான். கவலை வேண்டாம். செல்வாயாக’ என்றது. வள்ளியை மலைக்குறவர்கள் எடுத்து வளர்க்க, அப்பெண் முருகப் பெருமானை மணாளனாக எண்ணி தவம் புரிய, வள்ளிமலையில் குடிகொண்டிருக்கும் தணிகை வேலனுக்கு மனைவியானாள்.

திருவள்ளுவர்

அடுத்து பகவனும் ஆதியும் கயிலையே மயிலை - மயிலையே கயிலை என்று போற்றப்படும் மயிலாப்பூர் என்றழைக்கப்படும் திருமயிலை வந்தடைந்தனர். மயிலயம்பதியில் பகவனுக்கும் - ஆதிக்கும் பிறந்த குழந்தைதான் திருவள்ளுவர். கொடுத்த வாக்கின்படி அந்தக் குழந்தையை சிவாலயத்தின் உள்ளிருக்கும் இலுப்பை மரத்தின் கீழ் ஆற்றொணாத துயரத்துடன் விட்டுவிட்டு ஆதி அடுத்த ஊருக்குக் கிளம்ப அக்குழந்தை,

‘எவ்வுயிரும் காக்க ஓர் ஈசனுண்டோ இல்லையோ
அவ்வுயிரில் யானும் ஒருவன் அல்லனோ - வவ்வி
அருகுவது கொண்டிங்கு அலைவதேன் அன்னே
வருகுவது தானே வரும்’

என்ற பாடல் மூலம் ‘அம்மையே! எல்லா உயிர்களையும் காக்க ஓர் ஈசன் உண்டல்லவா? அந்த உயிர்களுள் நானும் ஒருவன்தானே? அழியப் போகும் பொருள்களில் ஆசைப்பட்டு இங்கே அலைவதால் ஒரு பயனும் இல்லை. விதிப்படி நடைபெறுவது நாம் எண்ணாமலேயே நடைபெறும். அச்சம் வேண்டாம்’ என்று ஆறுதல் சொல்லி அனுப்பியது.

அப்போது நீண்ட நாள்களாக பிள்ளைப் பேறின்றித் தவித்துக் கொண்டிருந்த வேளாளர் குலத் தம்பதிகள் கோயிலில் குடி கொண்டிருந்த ஈசனைக் குழந்தை வரம் வேண்டி மனமுருக

பிரார்த்தித்துக் கொண்டிருந்தனர். அப்போது 'இலுப்பை மரத்தடியில் இருக்கும் குழந்தைக்குத் திருவள்ளுவர் என்று பெயரிட்டு எடுத்து வளர்ப்பாயாக' என்று அசரீரிபோல் குரல் கேட்க அங்கே குழந்தை இருப்பதைக் கண்டு இருவரும் அகமகிழ்ந்தனர். தெய்வக் குழந்தையென கண்ணும் கருத்துமாக சீராட்டிப் பாலாட்டி வளர்த்தனர்.

கபிலருக்கு ஏற்பட்ட அதே சாதிப் பிரச்னை வள்ளுவருக்கும் ஏற்படவே தன்னை எடுத்து வளர்த்த வேளாளர் குலப் பெற்றோரை விடுத்துத் திருமூலரும், போகரும் வாழும் மலையைச் சென்றடைந்து அங்கேயே வசித்து வந்தார்.

வேதாளத்தை விரட்டியது

அக்காலத்தில் தொண்டை மண்டலத்தில் ஒரு வேதாளம் பயிர்களை அழித்தும், உயிர்களை வதைத்தும் அநேக கொடுமைகளை இழைத்து வந்தது. காவேரிப்பாக்கம் என்னும் ஊரில் ஆயிரம் வேலிக்கும் அதிகமான விளை நிலங்களைக் கொண்ட மார்க்கசகாயன் என்னும் வேளாளன், 'வேதாளத்தை அடக்குவோருக்கு பொன்னும், பொருளும், ஊரும்' வழங்குவதாக அறிவித்தான். ஆனால் வேதாளத்துக்குப் பயந்து அதனை அடக்க யாரும் முன்வரவில்லை.

அனைவரும் திருமூலரிடம் சென்று முறையிடவே அவர் 'வள்ளுவரை நாடி நலம் பெறுங்கள்' என்று வழிகாட்டினார். பின்னர் வள்ளுவர் வாசம் செய்யும் மலைக்குச் சென்று வேதாளத்தை அடக்குமாறு வேண்ட விபூதி, பஞ்சாட்சரத்தால் வள்ளுவர் அதை அடக்கி விரட்டி அடித்தார். மகிழ்ந்த அவ்வேளாளன் சொன்னபடி பொன்னும், பொருளும், ஊரும் வள்ளுவருக்குத் தந்ததுடன் தனது மகள் வாசுகியையும் திருமணம் செய்து கொள்ளுமாறு வேண்டினான். அதற்கு வள்ளுவர் 'நான் தரும் மணலைச் சமைத்து அன்னமாகப் பரிமாறினால் கல்யாணம் செய்து கொள்கிறேன்' என்று சொல்ல வாசுகியும் அவ்வாறு மணலைச் சோறாக்கிச் சமைத்துப் போட்டாள். வள்ளுவர் மனமகிழ்ந்து வாசுகியை மணமுடிக்க இருவரும் தம்பதிகளாக வாழ்க்கை நடத்த மீண்டும் திருமயிலையை வந்தடைந்தனர்.

பிராமணனுக்குப் பிறந்து, வேளாளரால் வளர்க்கப்பட்டுக் கல்வியிற் சிறந்த வள்ளுவர் செய்தொழிலில் வேற்றுமை இல்லை என்பதை நிரூபிக்க நெசவுத் தொழில் ஈடுபட முனைந்தார்.

மயிலை வாழ் ஏலேலசிங்கன் என்னும் வணிகனிடம் நூல் வாங்கி ஆடை நெய்து அதனால் வரும் கூலியில் இருவரும் இல்லற வாழ்க்கையைத் தொடங்கினர்.

ஏலேலசிங்கனை சீடனாக ஏற்றுக்கொண்டது

ஒருமுறை வள்ளுவர் நூல் வாங்க ஏலேலசிங்கனைப் பார்க்கச் சென்றபோது அவர் சிவ பூஜையில் இருப்பதாக மனைவி சொல்ல 'பூஜையில் இருக்கிறாரா அல்லது துறைமுகத்தில் இருக்கிறாரா' என்று வினவினார். இதைக் கேட்ட ஏலேலசிங்கன் அலறியடித்துக்கொண்டு, 'ஐயனே! பூஜையில் இருந்தாலும் என் மனம் துறைமுகத்தில் தரைதட்டிய என் கப்பலைத்தான் நினைத்துக்கொண்டிருந்தது. அது எப்படி உங்கள் ஞானக் கண்ணுக்குத் தெரிந்தது? என் கப்பலை மீட்டுக் கொடுப்பதுடன், என்னைச் சீடனாகவும் ஏற்றுக்கொள்ளவேண்டும்' என்று காலில் விழுந்து மன்றாடினான்.

தரை தட்டிய கப்பலை அசைத்தது

வள்ளுவரைத் துறைமுகத்துக்கு அழைத்துச் சென்று ஏலேல சிங்கன் அங்கே நீண்ட காலமாக தரை தட்டி நின்ற கப்பலைக் காட்டி வருந்தினான். வள்ளுவர் தனது திருக்கங்களால் கப்பலை இழுக்கும் கயிறைத் தொட்டு 'ஏலையா! ஏலேலோ! ஏலேலோ!' என்று சொல்லிக் கொண்டே இழுங்கள்' என்று கட்டளையிட, பல நாள்களாக அசைவற்று நின்ற கப்பல் அசைந்து கொடுத்தது. இதன் காரணமாகவே அன்று தொடங்கி இன்று வரை படகோட்டிகள் 'ஏலேலோ ஐலஸா' என்று பாடியபடியே படகைச் செலுத்துகின்றனர்.

மாணவனது முதல் நற்குணம் ஆசிரியர்மீது முழு நம்பிக்கை வைக்கவேண்டும். அவரது ஆணையை மறுபேச்சின்றிச் செய்து முடிக்கவேண்டும். எனவே இவ்விரு குணங்களும் ஏலேல சிங்கனுக்கு உள்ளதா என்பதைச் சோதிக்க ஏற்கெனவே தன்னிடம் மாணவராகச் சேரும் விருப்பத்துடன் காத்துக்கொண்டிருக்கும் சிலருடன் அவனையும் அழைத்துக்கொண்டு கானகம் நோக்கி நடந்தார். வழியில் ஆற்றில் திடீரென கரை புரண்டு ஓடும் வெள்ளப் பெருக்கை அவர் வரவழைக்க, ஏனைய மாணவர்கள் அஞ்சி நடுங்கி ஓடினர். ஏலேலசிங்கன் மட்டும் வள்ளுவரைப் பின்பற்றி நடக்க, வெள்ளம் வள்ளுவருக்கு வழிவிட்டு ஒதுங்கியது. தன் மீது நம்பிக்கை வைத்துப் பின் தொடர்ந்து

ஏலேலசிங்கன் முதல் சோதனையில் வெற்றி பெற்றதாக வள்ளுவர் கருதினார்.

அடுத்து ஏலேலசிங்கனை ஒரு நெடிதுயர்ந்த மரத்தின் மீதேறச் சொல்லி பின்னர் அங்கிருந்து இரு கைகளையும் பின்னால் கட்டிக்கொண்டு குதிக்கச் சொன்னார். ஆசிரியர் மீதான நம்பிக்கை காரணமாக ஏன், எதற்கு, எப்படி என்று கேட்காமல் உடனே அவன் கீழே குதிக்கச் சிறு சிராய்ப்புகூட இல்லாமல் உயிர் பிழைத்தான். வள்ளுவர் அகமகிழ்ந்து ஏலேலசிங்கனுக்கு ஞானோபதேசம் செய்து மாணவனாக ஏற்றுக்கொண்டார்.

குழந்தைப் பாக்கியத்தை அருளியது

திருமணமாகி நீண்ட காலம் புத்திர பாக்கியம் இல்லாதிருந்த ஏலேலசிங்கன் தனது குருவாகிய வள்ளுவரிடம் மனமுருகி வேண்ட 'ஸ்வாமி கடாக்ஷிப்பார்' என்று ஆசீர்வதித்தார். திடீரென ஒருநாள் ஏலேலசிங்கன் அதிகாலை பச்சிளம் குழந்தையின் அழுகுரல் கேட்கத் தன் வீட்டுக் கொல்லைப் புறத்திலுள்ள மாட்டுத் தொழுவத்தில் கட்டியிருந்த பசுவின் வால் பகுதியில் வைக்கோல் போரின்மீது ஒரு குழந்தையைக் கண்டான். வள்ளுவர் வாக்கின்படி அதை தெய்வம் தந்த குழந்தையாகக் கருதி அதற்கு அழகாநந்தர் என்று பெயரிட்டுச் சீரும் சிறப்போடும் வளர்த்தான்.

பஞ்சம் போக்கியது

ஒரு சமயம் ஊரில் கடும் பஞ்சம் ஏற்பட்டுப் பசியாலும், பட்டினியாலும் பலர் இறந்தனர். மக்களின் பசிப்பிணியைப் போக்க எண்ணிய வள்ளுவர் உடனே ஏலேலசிங்கனை அழைத்து, 'பஞ்சம் தீரும் வரையும், ஏழைகள் வயிறார உண்டு போதும் போதும் என்று சொல்லும்வரை உன் நெற்களஞ்சியங்களைத் திறந்து இவர்களுக்கு அமுது படைக்கவேண்டும்' என்று ஆணையிட்டார். ஏலேலசிங்கனும் அதை செவ்வனே செய்து முடிக்க மக்கள் கடும் பஞ்சத்திலிருந்தும், பசி, பட்டினியில் இருந்தும் விடுதலை பெற்று நிம்மதி அடைந்தனர்.

பொன்னை மீட்டது

ஒருசமயம் ஊரில் திருடர்கள் தொல்லை அதிகமிருந்த காரணத்தால் ஏலேலசிங்கன் கையிலிருக்கும் பணம் களவு போய்விடுமோ என்று அஞ்சி வள்ளுவரிடம் யோசனை கேட்டான். அதற்கு வள்ளுவர் நெல் விற்றுச் சேர்த்த பொருள் அனைத்தையும் தங்கக்

கட்டியாக உருக்கி உன் பெயரைப் பொறித்துக் கடலில் போடு' என்றார். ஏலேலசிங்கனும் அவர் சொன்னபடியே செய்தான். சில மாதங்களில் திருடர்கள் தொல்லை முற்றிலுமாக நீங்கியது. அப்போது மீனவன் ஒருவன் ஏலேலசிங்கனையும், வள்ளுவரையும் சந்தித்து 'வலையில் மிகப் பெரிய மீன் சிக்கியது. அதன் வயிற்றை அறுத்துப் பார்க்கையில் உள்ளே தங்கக் கட்டி இருந்தது. அதில் 'ஏலேலசிங்கன்' பெயரைக் கண்டதால் இங்கே எடுத்து வந்தேன்' என்று கூறினான். திருடர்களிடமிருந்து பொன்னைக் காப்பாற்றியதுடன் அதைக் கடலில் போடச் சொல்லி மீட்டுக் கொடுத்த வள்ளுவரின் ஆற்றலை எண்ணி ஏலேலசிங்கன் அவர் காலில் விழுந்து வணங்கினான்.

காலைத் தூக்கி நின்று ஆடிய காரணம்

மகிஷாசுரனை வதம் செய்த பத்திரகாளிக்கும், திருவாலங்காட்டில் சபாநாயகராக வீற்றிருக்கும் சிவபெருமானுக்கும் பல்வகையான நடனப் போட்டிகள் நடந்தன. இருவரும் சளைக்காமல் நடனமாட, யார் வெற்றி பெறுவார்கள் என்று தேவர்கள் ஆவலுடன் பார்த்துக்கொண்டிருந்தனர். அப்போது யாரும் எதிர்பாராத வகையில் சிவபெருமான் நடராஜ கோலத்தில் காலைத் தூக்கி ஊர்த்துவ தாண்டவமாட, பத்ரகாளி காலைத் தூக்க வெட்கப்பட்டு நடனத்தைப் பாதியில் நிறுத்தித் தோல்வியை ஒப்புக்கொண்டாள்.

'ஸ்வாமி! திடீரென தாங்கள் ஊர்த்துவ நடனமாடியதன் காரணம் என்ன?' என்று தேவர்கள் கேட்க, 'திருமயிலையிலுள்ள திருவள்ளுவரைக் கேட்டால் அவர் கூறுவார்' என்று சிவபெருமான் புன்முறுவலுடன் பதிலளிக்க அனைவரும் திருவள்ளுவரை நாடிச் சென்றனர்.

> ஊர்த்துவ தாண்டவத்தின் விளக்கம்
> பூவில் அயனும் புரந்தரனும் பூவுலகைத்
> தாவி அளந்தோனும் தாமிருக்க - நாவில்
> இழைநக்கி நூல்நெருடும் ஏழை அறிவேனோ
> குழைநக்கும் பிஞ்ஞகன்தன் கூத்து

என்ற பாடல் மூலம் 'தாமரைப் பூவில் வீற்றிருக்கும் பிரம்மாவுக்கும், விண்ணவர் தலைவனும், பூவுலகைத் தாவி மேலுலகை அளந்த திருமாலுக்கும் உண்மை தெரிந்திருக்க, நாவில் இழை நக்கி நனைத்து நூலை உருட்டும் ஏழை எனக்கு மிக

வேகமாக நடனம் ஆடிக்கொண்டிருந்தபோது காதிலிருந்து கீழே விழுந்த குண்டலத்தைக் காலாலே எடுத்து மீண்டும் காதில் பொருத்திக்கொள்ளவே ஊர்த்துவ நடனம் ஆடிய நுட்பம் தெரியக் கூடுமா' என்று வள்ளுவர் விளக்கம் அளிக்க தேவர்கள் அவரது பெருமையைப் போற்றி இடம் அகன்றனர்.

அதாவது சிவனுக்கும், பத்ரகாளிக்கும் இடையே நடைபெற்ற நடனப் போட்டியில் திடீரென சிவனின் காதிலிருந்த குண்டலம் கீழே விழுந்துவிட்டது. நடுவில் ஆட்டத்தை நிறுத்தினால் தோற்றுப் போனதாக ஆகிவிடும் என்பதால் நடனமாடிக் கொண்டே குண்டலத்தைக் காலால் எடுத்துப் பின்னர் கால் விரலாலேயே காதில் போட்டுக்கொள்ளக் காலைத் தூக்கினார். இதை விஷ்ணுவும், பிரம்மனும் அறிவர். ஆனால் இதை அறியாத காளி சிவனைப்போல் காலைத் தூக்கி ஆட வெட்கித் தோல்வியை ஒப்புக்கொண்டார்' என்று வள்ளுவர் விளக்கினார்.

திருக்குறள் இயற்றுதல்

இவ்வாறாக வள்ளுவர் பல அற்புதங்களைச் செய்து கொண்டிருக்கையில் கற்பதற்கு எளிதாகவும், இம்மைக்கும் மறுமைக்குமாக ஒரு நூல் செய்திட வேண்டுமென அனைவரும் அவரை வேண்டினர். அறம், பொருள், இன்பம் என முப்பாலின் கீழ், அதிகாரத்துக்குப் பத்துக் குறட்பாக்கள் வீதம், 133 அதிகாரங்களை உள்ளடக்கி, 1330 குறள் வெண்பாக்களை இயற்றி ஓலைச் சுவடிகளுடன் வள்ளுவர் பாண்டி நாட்டு மதுரை நோக்கிப் புறப்பட்டார். வைகையில் நீராடி, மீனாட்சி சுந்தரேஸ்வரைத் தரிசித்த பின்னர், இடைக்காடரையும், ஔவையாரையும் அழைத்துக்கொண்டு சங்கப் புலவர்கள் அமர்ந்துள்ள பொற்றாமரைத் தீர்த்தத்தில் அமைந்துள்ள சங்கப் பலகையை அடைந்தார்.

நீர் எந்த சாதி?

ஆனால் சங்கப் புலவர்கள் அவ்வளவு எளிதில் வள்ளுவரின் குறட்பாக்களை சங்கப் பலகையில் ஏற்ற ஒப்புக் கொள்ளவில்லை. அவரை பல கேள்விகளைக் கேட்டனர். முதலில் சங்கத்தார் 'வள்ளுவரே! நீர் என்ன சாதி என்று கேட்டனர்?'

சாதியிலே தொண்ணூற்று ஒன்பான் சாதி
  சமயத்தில் பதின்மூன்றாம் சமயம் ஆகும்

நீதியிலே சிவனுடைய நீதி ஆகும்
    நிலைமையிலே வேதாந்த நிலைமை ஆகும்
ஆதியிலே எங்களூர் கருவூர் ஆகும்
    அந்தத்தில் போயடைவோம் பேரூர் தன்னில்
சோதியிலே பஞ்சோதிக் கூட்டம் ஆகும்
    சொல்லுதற்கும் எங்கள்குலம் சுக்கில மதமாமே

என்ற பாடல் மூலம் குலத்தில் தொண்ணூற்றாறு தத்துவங்களையும், நாத விந்துக்களையும் தாண்டிய தொண்ணூற்று ஒன்பதாவது குலம் என்றும், சமயத்தில் அகச் சமயம் ஆறு மற்றும் புறச் சமயம் ஆறு சேர்ந்த பன்னிரு சமயங்களைத் தாண்டிய பதின்மூன்றாவது சமயம் என்றும், நீதியிலே சிவனுடைய நீதி என்றும், நெறியிலே நடுநிலை தவறாத அறிவு நிலை என்றும், முதலில் இருந்தது தாயின் கரு(ப்பை)வூர் என்றும், கடைசியாகச் சேரும் இடம் பெரிய பேரூர் என்றும், சூரியன் சந்திரன் அக்னியைக் கடந்த மேலான பேரோளியாக விளங்கும் இனம் என்றும், எங்கள் குடிப் பிறப்பு என்னவெனில் அது களங்கமற்ற குடி என்றும் விளக்கினார்.

எந்த ஊர்?

அடுத்து சங்கப் புலவர்கள் 'நீர் எந்த ஊரைச் சேர்ந்தவர்' என்று வினவ அதற்கு வள்ளுவர்,

எந்த ஊர் என்றீர் இருந்த ஊர் நீர் கேளீர்
அந்த ஊர்ச் செய்தி அறியீரோ - வந்த ஊர்
முப்பாழும் பாழாய் முடிவில் ஒரு சூனியமாய்
அப்பலும் பாழ் என்று அறி

என்ற பாடல் மூலம் 'எந்த ஊர் என்று கேட்டீர்களே, மூன்று மாயையும் இல்லாத இடமாய், முடிவான தன்னுணர்ச்சியும் இல்லாத இடமாய், அதனையும் கடந்து யாதொரு பற்றுமில்லாத தன்மை கொண்ட ஊர் எனது ஊர் என்று அறிவீராக!' என்று பதிலளித்தார்.

நிறைவாக 'நீங்கள் பாடிய திருக்குறளை நாங்கள் ஒப்புக் கொள்வதற்கு ஐயம் ஒன்றுள்ளது; அது யாதெனின் நாங்களிருக்கும் இந்தச் சங்கப் பலகை தெள்ளிய செந்தமிழ் நூலைக் கண்டால் மட்டுமே இடம் கொடுக்கும். ஆகவே சங்கப் பலகை ஒப்புக்கொண்டால் எங்களுக்கும் சம்மதமே' என்றனர்.

புலவர்கள் அமர்ந்திருக்கும் சங்கப் பலகைமீது வள்ளுவர் தனது திருக்குறளை வைக்க அது திடீரென உருவத்தால் வளர்ந்து உடன் அமர்ந்திருந்த புலவர்கள் அனைவரையும் பொற்றாமைக் குளத்தில் தள்ளிவிட்டது. பின்னர் மீண்டும் தனக்கு மட்டுமே இடமிருக்கும் வகையில் அளவில் சுருங்க இப்போது சங்கப் பலகையில் இருந்தது திருக்குறள் மட்டுமே.

கீழே விழுந்த புலவர்கள் அதிர்ச்சியில் உறைந்து தங்கள் பேதமையையும், அறியாமையையும் உணர்ந்து கொண்டனர். திருவள்ளுவ நாயனார் இயற்றிய திருக்குறள் தெய்வீகமென்றும், வேதமென்றும், ஞான நூலென்றும், ஆகமமென்றும், நன்னெறி யாளர்களுக்கு அறநூலென்றும், ஆன்மீகவாதிகளுக்குப் புராணம் என்றும், வாலிபர்களுக்கு மதன நூலென்றும் அவரவர்களுக்குத் தோன்றிய வகையில் சங்கப் பலகையில் அமருந்திருந்த புலவர்கள் போற்றிப் புகழ்ந்தனர். அப்பாடல்களின் தொகுப்பே 'திருவள்ளுவ மாலை' ஆகும்.

திருக்குறளை வெற்றிகரமாக அரங்கேற்றிச் சங்கப் புலவர்களின் பாராட்டுடன், பாண்டிய மன்னன் உக்கிரவழுதி, பொதிகை மலைவாழ் அகஸ்திய முனிவர், கொங்கண சித்தர் உள்ளிட்ட பலரைச் சந்தித்து அவர்களது வாழ்த்தையும் பெற்றுக்கொண்டு திருமயிலை திரும்பினார் வள்ளுவர்.

வள்ளுவரும், வாசுகியும்

வள்ளுவரும், வாசுகியும் இவ்வாறாக இனிய இல்லறம் நடத்திக் கொண்டிருந்தனர். ஒருநாள் முதியவர் ஒருவர் வள்ளுவரை அணுகி 'மனித வாழ்க்கையில் இல்லறம் பெரியதா? துறவறம் பெரியதா?' என்று கேட்கப் அப்போதைக்கு நேரடியாகப் பதிலேதும் சொல்லாமல் அவரே உணர்ந்துகொள்ளும்வகையில் சிலவற்றைச் செய்தார் வள்ளுவர்.

மனைவி வாசுகி வீட்டுக்குப் பின்புறத்திலுள்ள கிணற்றில் தண்ணீர் எடுத்துக்கொண்டிருக்கும்போது வள்ளுவர் அவசரமாக அழைக்க, வாசுகியும் பாதி கிணற்றளவில் தண்ணீருடன் தூக்கின குடத்தை அப்படியே நிற்கவிட்டு உள்ளே வந்து விசாரித்துச் சென்றார். அவர் மீண்டும் கிணற்றடிக்குச் செல்ல அங்கே தண்ணீருடன் குடம் கிணற்றுக்குள் விழாமல் கயிற்றில் அப்படியே தொங்கிக் கொண்டிருந்தது. இது முதல் நிகழ்வு.

வாசுகி ஒருமுறை வள்ளுவருக்கு பழைய அமுது பரிமாறிக் கொண்டிருக்க வள்ளுவர் 'சாதம் சுடுகிறது. கொஞ்சம் விசிறிவிடு' என்று சொல்ல பதிலேதும் உரைக்காமல் வாசுகி பழைய சோற்றின்மீது விசிறி கொண்டு விசிறத் தொடங்கினார். இது இரண்டாம் நிகழ்வு.

நல்ல பகல் வேளை. சூரிய வெளிச்சம் வீடெங்கும் பரவியிருந்த நேரம் வள்ளுவர் ஆடை நெய்யும்போது கையிலிருந்த குழல் தவறிக் கீழே விழுந்தது. வள்ளுவர் உடனே வாசுகியை அழைத்து 'கீழே விழுந்த குழலைத் தேட ஒரு விளக்கை எடுத்துவா' என்று கூற அப்போதும் வாசுகி எதுவும் கேட்காமல் பட்டப் பகலில் விளக்கைக் கொண்டுவந்து தந்தார். இது மூன்றாம் நிகழ்வு.

மூன்று நிகழ்வுகளையும் பார்த்துக்கொண்டிருந்த முதியவருக்குத் தான் கேட்ட கேள்விக்கு பதில் கிடைத்த திருப்தியில் 'இத்தகைய மனைவி கிடைத்தால் இல்லறமே பெரிது. அப்படிப்பட்ட மனைவி கிடைக்காவிடில் துறவறமே பெரிது' என்ற முடிவுக்கு வந்தவறாகக் கிளம்பிச் சென்றார்.

இவ்வாறு உலகுக்கே எடுத்துக்காட்டாக வள்ளுவரும்-வாசுகியும் இல்லறம் நடத்திவந்த நிலையில் வாசுகி பூவுலகை விட்டு வானுலக மோட்சம் அடையும் நாளும் நெருங்கியது. இதை உணர்ந்துகொண்ட வாசுகி அன்பே வடிவான வள்ளுவரை அருகே அழைத்து 'மகிழ்ச்சியான இல்லற வாழ்க்கை வாழ்ந்த மன நிறைவோடு விடைபெறுகிறேன். எனக்கு ஒரேயொரு சந்தேகம். ஒவ்வொருமுறை அன்னம் பரிமாறும்போதும் கிண்ணத்தில் தண்ணீரும், ஊசியும் வைக்கச் சொல்லும் காரணம் என்ன என்பது மட்டுமே இதுவரை விளங்கவே இல்லை. அதை மட்டுமே சொல்லுங்களேன்' என்று வினவ 'உண்ணும்போது அன்னம் சிதறினால் அதை ஊசியால் எடுத்துத் தண்ணீரால் சுத்தம் செய்யவே ஊசியும், தண்ணீரும் கேட்டேன். ஆனால் அதற்கு அவசியமே நேரவில்லை.' என்று வள்ளுவர் பதிலளிக்க அடுத்த வினாடியே வாசுகியின் உயிர் பிரிந்தது.

வாசுகியின் பிரிவைத் தாங்க மாட்டாது வள்ளுவர் பாடிய இரங்கற்பா பின்வருமாறு:

அடிசிற் கினியாளே அன்புடை யாளே
படிசொல் தவறாத பாவா - அடிவருடிப்

பின்தூங்கி முன்னெழுந்த பேதையே போதியோ
என்தூங்கும் என்கண் இரா

என்ற பாடல் மூலம் 'நல்லுணவு அளித்தற்கு இனியவளே, அன்புடையாளே, சொல்லியவண்ணம் பிசகாமல் நடந்தவளே, நான் தூங்கும்போது என் பாதங்களைத் தடவிக் கொடுத்து, தூங்கிய பின்னர் தூங்கி, எழுவதற்கு முன்பு எழுந்த பேதையே, நீ என்னை நீங்கிச் சென்றுவிட்டாயே, இனி இரவிலே என் கண்கள் எவ்வாறு நித்திரை கொள்ளும்' மனமுருகி அழுதார்.

திருவள்ளுவரின் மறைவு

வள்ளுவர் தொடர்ந்து பல அற்புதங்களை நிகழ்த்தி மக்கள் துன்பங்களைக் களைந்து நல்வழிப்படுத்தினார். சோதிடத்தில் வல்லவரான வள்ளுவருக்குத் தனது வாழ்வும் பூரணமடையும் நாள் நெருங்கிக் கொண்டிருப்பதை உணர்ந்து ஏலேலசிங்கனை அருகில் அழைத்து 'நான் இறந்த பின் என் பூதவுடலை எந்த ஆடம்பரமும் இன்றிப் பாடையில் கட்டித் தெருத்தெருவாக இழுத்துச் சென்று ஊர்புறத்திலுள்ள ஈசானிய திசையில் போட்டுவிடு. இது என் கட்டளை' என்று சொல்லிக் கண்ணை மூடிக்கொண்டார்.

ஆனால் ஏலேலசிங்கனுக்கோ தனது குருநாதர் வள்ளுவருக்கு தங்கத்தால் சவப் பெட்டி செய்து அதில் அடக்கம் செய்ய வேண்டும் என்று விருப்பம். நாம் செய்வதை இறந்துபோன வள்ளுவர் எப்படி அறிவார் என்று நினைத்து அவரை அடக்கம் செய்யத் தங்கத்தாலான பெட்டியைத் தயார் செய்து அவரை அதில் கிடத்த முற்படவே வள்ளுவர் கண் திறந்து 'ஏலேலசிங்கா! நான் சொன்ன சொல்லைத் தட்டாதே' என்று சொல்லி மீண்டும் முக்தி அடைந்தார்.

வள்ளுவர் மீண்டும் கண் திறந்து 'சொன்ன சொல்லைத் தட்டாதே' என்று எச்சரித்தது ஏலேலசிங்கனை மட்டுமின்றிக் கூடியிருந்த அனைவரிடமும் ஆச்சரியத்தையும், அதிர்ச்சியையும் ஏற்படுத்தியது. இறந்தவரால் எப்படி மீண்டும் உயிர்த்தெழுந்து பேச முடியும் என்று வியந்தனர். பின்னர் வள்ளுவர் வேண்டியபடி புரிகட்டி இழுத்துத் தெருத்தெருவாய்ச் சுற்றி கடைசியில் ஈசான மூலையில் எறிய வள்ளுவர் சித்தி அடைந்து கைலாசம் வந்தடைந்தார்' எனப் பார்வதியிடம் வள்ளுவர் கதையைக் கூறி முடித்தார் உமா மகேசனார்.

திருவள்ளுவர் அவர் எழுதிய திருக்குறள் குறித்து:-

குறுமுனிவன் முத்தமிழும் என்குறளும் நங்கைச்
சிறுமுனிவன் வாய்மொழியின் சேய்

என்னும் வெண்பாவின் பொருள் 'அகத்தியருடைய முத்தமிழ் இலக்கணமும், எனது திருக்குறளும், உமையின் இளைய புதல்வனாகிய முருகப் பெருமானின் உபதேசத்தின் பயனாகிய பிள்ளைகளாகும் (நூல்களாகும்).

வள்ளுவர் பிறந்த நாள் - சித்திரை பூச நட்சத்திரம்

திருவள்ளுவனார் திகழுற் சவங்கொள்
பொருவிலருண் மூர்த்தமது பொற்பா - உருவமைந்த
அத்தினந்தா னார்கலியி லானவிடு வருடஞ்
சித்திரையிற் பூசத் தினம்

வள்ளுவர் குருபூஜை (சமாதி) - மாசி மாதம் உத்திராடம்

மாசிஉத்தி ரத்தினத்தில் வள்ளுவனார் மாநிலம்விட்
டாசில்பல முத்தியடைந் தாரால் - காசினியில்
கொல்லா விரதங் குறிக்கொண்டார் எல்லாரும்
நல்லார்வஞ் செய்மினந்த நாள்

இக்கதையின்படி வள்ளுவரின் உடன்பிறப்பான கபிலரும் 'சேற்றில் பிறந்த செங்கழுநீர்போல், குலமும் ஒன்றே குடியும் ஒன்றே, இறப்பும் ஒன்றே பிறப்பும் ஒன்றே, சிறப்பும் சீலமும் அல்லாது பிறப்பு நலந்தருமோ பேதையீரே' என்று சொன்னது வள்ளுவரின் 'பிறப்பொக்கும் எல்லா உயிர்க்கும் சிறப்பொவ்வா செய்தொழில் வேற்றுமை யான்' என்னும் குறளை நினைவுபடுத்துகிறது. கபிலரும், வள்ளுவரும் மேற்கூறிய புராணத்தின்படி சமகாலத்தவர்கள் என்றாலும், சகோதரர்கள் என்றாலும், இருவருக்கும் சமூகம் குறித்த சிந்தனை ஒன்றாகவே உள்ளது குறிப்பிடத்தக்கது. கபிலரின் கருத்தையே வள்ளுவர் தனது குறளில் வழிமொழிந்தாரா அல்லது வள்ளுவர் கருத்தை கபிலர் எடுத்தாண்டாரா என்பது ஆய்வுக்குட்பட்டது.

திருவள்ளுவர் பிறந்தநாள் சித்திரை மாதம் பூச நட்சத்திரம். மறைந்தது மாசி மாதம் உத்திராடம். ஆனால் இன்றைக்குத் திருவள்ளுவர் திருநாள் கொண்டாடப்படுவது தை மாதம்.

திருவள்ளுவர் ஓர் இந்து

'அர்த்தமுள்ள இந்து மதம்', கவியரசு கண்ணதாசன்
- இரண்டாம் பாகம், அத்தியாயம் 8

ஒரு மனிதன் எந்த மதத்தைச் சேர்ந்தவன் என்று எப்படிக் கண்டுபிடிப்பது?

இந்துக்களின் நெற்றியில் உள்ள சின்னம் அவர்கள் இந்துக்கள் என்பதைக் காட்டுகிறது. கிறிஸ்தவர்களின் கழுத்தில் தொங்கும் சிலுவை அவர்கள் கிறிஸ்தவர்கள் என்பதைக் குறிக்கிறது. முஸ்லீம்களின் ஆடையும், தொப்பியும், கோஷாவும் அவர்கள் முஸ்லீம்கள் என்பதைத் தெளிவாக்குகின்றன. ஆனால், இந்தச் சின்னங்கள் ஏதுமில்லாத நவநாகரிக இளைஞன் ஒருவனை, அவன் எந்த மதத்தைச் சேர்ந்தவன் என்று எப்படிக் கண்டு பிடிப்பது?

ஒரு கதை உண்டு. ஒரு மனிதன் பன்னிரண்டு மொழிகள் பேசுவானாம். ஒவ்வொரு மொழியையும், அந்தந்த மொழிக் காரர்கள் எப்படிப் பேசுவார்களோ அப்படியே, அதே தொனியோடும் உச்சரிப்போடும் பேசுவானாம். அவனுடைய தாய் மொழி எது என்று யாருக்கும் தெரியவில்லையாம். அவனைக் கேட்டால் அவனும் சொல்ல மறுத்து விட்டானாம். அவனது தாய் மொழியைக் கண்டுபிடிக்க அவனது நண்பர்கள் ஒரு உபாயம் செய்தார்களாம். ஒருநாள், அவன் நன்றாகத் தூங்கிக்கொண்டிருக்கும்போது 'பளார்' என்று அவன் முதுகிலே ஓங்கி அடித்தார்களாம். அவன், ஆத்திரத்தோடு, 'எந்தடா நாயாடி மோனே' என்று சொல்லிக்கொண்டே எழுந்து உட்கார்ந்தானாம். ஆகா அவனது தாய் மொழி மலையாளம் என்பது தெரிந்து விட்டதாம்.

தன்வயமற்ற நிலையில் ஒருவன் பேசுகிற பேச்சுத்தான் உண்மையான பேச்சு. அது போதையாயினும் சரி, உற்சாக மாயினும் சரியே. நடக்கும் வழியில் ஒரு கல் தடுக்கிவிட்ட தென்றால் 'கடவுளே' என்றால் அவன் இந்து. 'அல்லா' என்றால் அவன் முஸ்லீம். 'கர்த்தரே' என்றால் அவன் கிறிஸ்தவன். ஒவ்வொரு மதத்துக்காரருக்கும் முக்கியமான கட்டங்களில்

எல்லாம், தனது மத தத்துவம், தனது கடவுள் நினைவுக்கு வருவதுபோல், ஒவ்வொரு மதக் கவிஞனுக்கும், தனது எழுத்துகளில் தனது கடவுள்பற்றிய சிந்தனையே வரும்.

வள்ளுவனும் அப்படியே! காரணம் அவன் அடிப்படையில் 'இந்து' என்பதால். இறைவனைப்பற்றி, அவன் குறிப்பிடுகிற சில வார்த்தைகள் வேறு சில மதக்கடவுளுக்கும் பொருந்தும் என்றாலும், பெரும்பாலானவை நேரடியாக 'இந்து' மதக் கடவுள்களையே குறிக்கின்றன. அனைத்திலும் இந்த எண்ணம் பிரதிபலிக்கிறது. 'கடவுள்' என்ற வார்த்தையை வள்ளுவன் பயன் படுத்தவில்லை என்றாலும், 'கடந்து உள்ளிருப்பவன்' என்ற பொருளில் இந்துக்கள் மட்டுமே அதனைப் பயன்படுத்து கிறார்கள். 'இறைவன்' என்ற சொல் 'கடவுள்' என்ற பொருளில் வள்ளுவனால் இரண்டு இடங்களில் பயன்படுத்தப்படுகிறது.

ஐந்தாவது குறளில், 'இருள்சேர் இருவினையும் சேரா இறைவன்' என்றும், பத்தாவது குறளில், 'பிறவிப் பெருங்கடல் நீந்துவர் நீந்தார் இறைவனடி சேராதார்' என்றும், அது ஆளப்படுகிறது. கடவுளை 'இறைவன்' என்று பௌத்தர்களோ, முஸ்லீம்களோ, கிறிஸ்தவர்களோ கூறத் தொடங்குவதற்குப் பல நூற்றாண்டு களுக்கு முன்னால் வள்ளுவன் கூறியிருக்கிறான். (மற்றவர்கள் பின்னால் எடுத்துக்கொண்டார்கள்.) வள்ளுவன் காலத்தில் பௌத்தமும், சமணமும், இந்தியாவிலேயே பிறந்த வேறு சில மதங்கள் மட்டுமே இருந்தன. அந்நாளில் அவை கடவுளை 'இறைவன்' என்று அழைத்ததில்லை.

ஆனால், இந்துக்களின் கடவுள் பாடல்களிலும், பிரபந்தங்களிலும 'இறைவன்' என்னும் அந்த வார்த்தை வருகிறது. அதிலும் வினைகள் இருவகை; அவை நல்வினை, தீவினை எனச் சொல்வோர் இந்துக்கள். அஃதன்றியும், இறைவன் என்ற சொல்லை அரசன் என்ற பொருளில் 690, 733, 778 ஆவது குறள்களில் வள்ளுவன் கையாள்கிறான்.

இறைவனையும், அரசனையும் வேறு எந்த மதத்தவரும் ஒன்றாகக் கருதுவதில்லை. ஒரே சொல்லால் அழைப்பதில்லை. பிற்காலத்தில் தமிழ் இந்துக்கள் இன்னும் ஒரு படி மேலே போய், 'கோ' என்ற வார்த்தைக்கு 'இறைவன், அரசன், பசு' என்ற மூன்று அர்த்தத்தையும் கொடுத்திருக்கிறார்கள். 'இறைவனடி சேர்வது' என்ற மரபு இந்துக்களுக்கு மட்டுமே உண்டு.

வையத்துள் வாழ்வாங்கு வாழ்பவன் வானுறையும்
தெய்வத்துள் வைக்கப்படும் (குறள் 50)

என்ற குறளில் வரும், 'வானுறையும் தெய்வம்' இந்துக்களுக்கு மட்டுமே உண்டு. தெய்வம் வானத்தில் இருக்கிறது என்பதை மற்ற மதத்தவர் ஒப்புக்கொள்வதில்லை.

'பெயக் கண்டும் நஞ்சுண்டமைவர்' என்ற குறள், 'திருப்பாற்கடல் கடையப்பட்டபோது ஆலகால விஷத்தை அள்ளியுண்ட பரமசிவனையே குறிக்கிறது' என்கிறார் பேராசிரியர் திரு. ஜி. சுப்பிரமணிய பிள்ளை. 'அடியாருக்கு, நஞ்சமுதம்... ஆவதுதான் அற்புதமோ?' என்கிறார் சேக்கிழார் பெருமான். நற்றிணையில் வரும், 'நஞ்சுண்பர் நனிநாகரிகர்' என்ற தொடரும் சிவனாரைக் குறிப்பதாகச் சொன்னால் யார் மறுக்க முடியும்?

அஃதன்றியும், ஒரு குறளில் இந்துக்களுக்கு மட்டுமே உரிய இந்திரனைச் சாட்சிக்கு அழைக்கிறார் வள்ளுவர். வேறு எந்த மதத்தவருக்கும் 'இந்திரன்' என்று ஒருவன் இல்லை. அதிலும் இந்திரன் சம்பந்தப்பட்ட இந்து மதம் ஒன்றையே வள்ளுவர் உவமிக்கிறார்.

ஐந்தவித்தான் ஆற்றல்அகல் விசும்புளார் கோமான்
இந்திரனே சாலுங் கரி (குறள் 25)

ஐந்து பொறிகளையும் அடக்காது சாபம் எய்திய இந்திரன், அடக்குவோனுடைய ஆற்றலுக்குச் சான்றாகிறான் என்கிறார். கெட்டுப் போனவனைக் காட்டி நல்லவனைப் புகழ்வதுபோல், பொறி அடக்காத இந்திரனைக் காட்டி அடக்குவோரின் ஆற்றலை வியக்கிறார் வள்ளுவர். இந்துக்களின் புராணப்படி, 'அகல் விசும்புளார் கோமான்' என்றே இந்திரனை அழைக்கிறார்.

அவர் கூறும் உவமான கதை அகலிகையின் கதையாகும். இன்னுமோர் இடத்தில்,

கோளில் பொறியிற் குணமிலவே எண்குணத்தான்
தாளை வணங்காத் தலை (குறள் 9)

என்கிறார். இந்துக்களின் இறைவனுக்கு மட்டுமே எட்டு குணங்கள் கற்பிக்கப்பட்டிருக்கின்றன. (அதாவது, பரம சிவனுக்கு.) பரிமேலழகர் சொற்படி அந்த எட்டு குணங்கள் கீழ்க்கண்டவை: தன் வயத்தனாதல், தூய உடம்பினனாதல், இயற்கை உணர்வினனாதல், முற்றும் உணர்தல், இயல்பாகவே

பாசங்களிலிருந்து நீங்குதல், பேரருள் உடைமை, முடிவிலா ஆற்றலுடைமை, வரம்பில் இன்பமுடைமை. சைவ ஆகமத்திலும் இவ்வாறு கூறப்பட்டிருக்கிறது. அப்பர் சுவாமிகளும், 'எட்டு வான் குணத்து ஈசன்' எனப் பாடியுள்ளார்.

கற்றதனால் ஆயபயன் என்கொல் வாலறிவன்
நற்றாள் தொழாஅர் எனின் (குறள் 2)

என்றொரு குறள். இதில் 'வாலறிவன்' என்பது, மற்ற மதக் கடவுள்களையும் குறிக்கக்கூடிய மயக்கத்தைத் தரும். ஆயினும், எங்கும், எப்பொழுதும், தானாகவே அனைத்தையும் அறியும் ஞானத்தைக் குறிப்பதால், 'அங்கிங்கெனாதபடி எங்கும் பிரகாசமாய் ஆனந்தமூர்த்தியாகி' நிற்கும் ஈசனைக் குறிப்பதாகக் கொள்ளலாம்.

அதுபோலவே, 'தனக்குவமை இல்லாதான்' என்ற சொல்லும்... மயக்கத்தைத் தரும். ஆயினும், அதுவும் ஈசனைக் குறிப்பதாக எடுத்து அப்பர் சுவாமிகள் பாடல் ஒன்றை மேற்கோள் காட்டிப் பேராசிரியர் ஜி. சுப்பிரமணிய பிள்ளை அவர்கள் இதனை விளக்கியிருக்கிறார்கள்.

ஒரு குறளில் வரும் 'மலர்மிசை ஏகினான்' என்ற வார்த்தை பல பொருள் தருமாயினும், பரிமேலழகர் உரைப்படியும், பிற்கால நாயன்மார்கள் பாடல்களின் படியும், அதுவும் சிவபெருமானையே குறிக்கின்றது.

பிறவியைப் 'பெருங்கடல்' என்று இந்துக்கள் மட்டுமே குறிப்பதால், நான் முன்பு சொன்ன அந்தக் குறளும் வள்ளுவன் ஓர் இந்துவே எனக் காட்டுகிறது. மற்றும்,

பற்றுக பற்றற்றான் பற்றினை அப்பற்றைப்
பற்றுக பற்று விடற்கு (குறள் 350)

- என்றும்,

தாம்வீழ்வார் மென்தோள் துயிலின் இனிதுகொல்
தாமரைக் கண்ணான் உலகு (குறள் 1103)

- என்றும்,

இந்துக்களின் துறவுத் தத்துவத்தையும், தலைவன் பெயரையும் வள்ளுவர் குறிப்பிடுகிறார். வள்ளுவர் கூறும், 'தானமும் தவமும்'

இந்துக்களின் மரபுகளே. துறவறத்தின் பெருமையைப் புத்தமதமும் கூறுமாயினும், இந்திரனைப்பற்றிய குறிப்பு வள்ளுவரின் 'நீத்தார் பெருமை' என்ற அதிகாரத்திலேயே வருவது குறிப்பிடத்தக்கது.

இவ்வாறு வள்ளுவப் பெருந்தகை, தொட்ட இடமெல்லாம், இந்துக் கடவுள்களையும், இந்துக்களின் மரபையுமே கூறுவதால், திருவள்ளுவர் ஓர் இந்துவே என்பது சந்தேகத்திற்கு இடமில்லாத உண்மை. அவரைத் தூக்கத்தில் தட்டி எழுப்பியிருந்தாலும், 'இறைவா' என்றுதான் சொல்லி இருப்பார். அறத்துப்பாலில் காணும் அறமும், பொருட்பாலில் காணும் பொருள்களும், தமிழர்களுக்கு மட்டுமே உரியவையாக அன்று இருந்தன.

ஆகவே, தமிழரான வள்ளுவர் ஓர் இந்து; இந்துவான வள்ளுவர் ஒரு தமிழரே ஒரு தமிழனே என்பது எனது துணிபு' என்கிறார் கவியரசு கண்ணதாசன்.

திருவள்ளுவர் ஓர் இந்து; எவ்வாறெனில்...

ஆரம்பத்திலேயே பகவான் பெயருடன் குறளை ஆரம்பிக்கிறார். அதுமட்டுமல்ல; அவர் காலத்திலேயே வாழ்ந்த ஒரு புலவர் அவரைத் திருவள்ளுவ மாலையில் பாராட்டுகையில், 'நல்லவேளையாக இதைப் பாடினீர்களே; இவ்வளவு காலமாக வேதம் போன்ற ஒரு ஸம்ஸ்க்ருத நூல் தமிழில் இல்லையே என்று கவலைப்பட்டேன். நீர் தமிழ் வேதத்தைப்பாடி அந்தக் குறையை நிவர்த்தி செய்துவிட்டீர்' என்று பாராட்டுகிறார். அவர் கொடுத்த பெயர்தான் தமிழ் வேதம்= தமிழ் மறை.

திருக்குறளில் இந்திரன் என்னும் வேத கால தமிழ்க் கடவுளின் பெயர் வருவதை எல்லோரும் அறிவர். இந்திரனையும் வருணனையும் தமிழ்க் கடவுள் என்று தொல்காப்பியம் சொல்கிறது. இன்னும் ஒரு குறளில் வேந்தன் என்றும் இந்திரனைக் குறிப்பிடுகிறார். அடி அளந்தான் என்று வாமன / த்ரிவிக்ரம அவதாரத்தை ஒரு குறளில் பாடுகிறார். பன் மாயக் கள்வன் என்று கண்ணபிரானை மறைமுகமாக ஒரு குறளில் பாடிப் பரவுகிறார்.

தேவ லோகம் (புத்தேள் உலகு), தேவர்கள் (அமரர்), அமிழ்தம் (அம்ருத), ஏழுபிறப்பு (எழுமை), அணங்கு (அப்ஸரஸ் அழகிகள்), வேள்வி (யாகம்), பிராமணாள் (அறு தொழிலோர், பார்ப்பான், அந்தணர்), யமன் (கூற்றுவன்), பிரம்மா (உலகு இயற்றினான்), மஹாலக்ஷ்மி (திரு) என அதிகாரத்துக்கு அதிகாரம் பாடிப் போற்றுகிறார்; பிரம்மா, கூற்றுவன் (யம தர்மன்), தேவர் போன்றோரை சில இடங்களில் கோபத்தில் ஏசுகிறார். மநு தர்ம நூல், காம சாஸ்திரம், பகவத் கீதை ஆகியவற்றை அழகிய குறள்களில் வடித்துக் கொடுக்கிறார். கடந்த நூற்றாண்டில் இவ்வளவற்றையும் பலரும் பதின்மர் உரைகொண்டு பறை சாற்றிவிட்டனர். ஆனால் பலருக்கும் தெரியாத ஒரு விஷயம் ஸ்ரீதேவியைப் பாடிய - திருமகளைப் பாடிய - திருவள்ளுவர் மூதேவியையும் பாடி இருக்கிறார் என்பதாகும்.

அறனறிந்துவெஃகா அறிவுடையார்ச் சேரும்
திறன் அறிந்தாங்கே திரு (குறள் 179)

பிறர் பொருளை மனதிலும் நாடாதவன் வீட்டுக்கு லக்ஷ்மி (செல்வம்) தானாகவே போவாள்.

வினைக்கண் வினையுடையான் கேண்மைவே றாக
நினைப்பானை நீங்கும் திரு (குறள் 519)

உண்மையாக உழைப்பவனை, ஒருவன் தப்பாக எடை போட்டால், லக்ஷ்மி (செல்வம்) அவனை விட்டுப் போய்விடுவாள்.

இருமனப் பெண்டிரும் கள்ளும் கவறும்
திரு நீக்கப்பட்டார் தொடர்பு (குறள் 920)

விலைமாதர், கள், சூதாட்டம் இவை மூன்றும் திருமகளால் கைவிடப்பட்டாரின் அடையாளங்கள். இங்கு ஓர் இயல்பான சந்தேகம் எழும்; 'திரு' என்பதை எல்லாம் செல்வம் என்று பொருள் கொண்டால் லக்ஷ்மி என்ற இந்துக் கடவுள் மறைந்து போவாளே! என்று. இந்துக்கள் மட்டுமே நம்பும் 'முகடி' என்னும் மூதேவியை (ஜேஷ்டா தேவி) அவர் மேலும் இரண்டு குறள்களில் வைத்துப் பாடியதும், பதின்மரின் உரையும், திரு என்பது லக்ஷ்மியையும், முகடி என்பது மூதேவியையுமே குறிக்கும் என்பதைத் தெளிவாக்கும். இதோ முகடிக் குறள்கள்:

மடியுளாள் மாமுகடி என்ப மடியிலான்
தாளுளாள் தாமரையினாள் (குறள் 617)

சோம்பல் உள்ளவனிடத்தில் மூதேவியும், சுறுச்சுறுப்பானவர் இடத்தில் தாமரை மலரில் வீற்றிருக்கும் லக்ஷ்மியும் வாழ்வதாக சான்றோர்கள் கூறுவர்.

அகடாரார் அல்லல் உழப்பர் சூதென்னும்
முகடியால் மூடப்பட்டார் (குறள் 936)

சூதாட்டம் என்னும் மூதேவியால் விழுங்கப்பட்டவர், சோற்றுக்கே வழியின்றித் தவிப்பர்.

இப்படி மூதேவியையும் திருமகளையும் ஒப்பிட்டுப் பாடுவதால் திருவள்ளுவன் தெய்வீக ஹிந்து என்பதும் தெளிவுபடும்.

தொடக்கத்தில் தமிழ் நாட்டில் வெளியான எல்லாப் புத்தகங் களிலும் வள்ளுவர் ஓர் அரைப் பார்ப்பனர் என்றே எழுதப் பட்டுள்ளது. அதுமட்டுமல்ல. தமிழ்நாட்டில் கிடைத்த பழைய வள்ளுவர் சிலை பூணூலுடன் காட்சி தருகிறது. அது மட்டுமல்ல. அந்தப் பூணூல் தெரியக்கூடாது என்பதற்காக அதே வாக்கில் ஒரு மேல் துண்டு போட்டுச் சுற்றிக் காட்டப்பட்டுள்ளது.

சமணமோ பௌத்தமோ, தெய்வத்தைப்பற்றிப் பேசுவதில்லை; வள்ளுவனோ தெய்வம்பற்றியும், வானுறையும் தெய்வம் பற்றியும் அடிக்கடி பேசுகிறார். (திருக்குறள் 619, 50, 702, 43, 55, 1023.) கடவுள் வாழ்த்தில் இவர், கடவுளுக்குப் பயன்படுத்திய சொற்கள் எல்லாம் தேவாரம், திருவாசகப் பதிகளிலும், திவ்வியப் பிரபந்தப் பாசுரங்களிலும் வருகின்றன. சம்ஸ்கிருதத்திலும் உள்ளன.

திருவள்ளுவர் குறிப்பிடும் இந்து தெய்வங்கள்:-

- அடி அளந்தான் - திருமாலின் (த்ரி விக்ரம) வாமனாவதாரம் (குறள் 610)
- அமிழ்து- பாற்கடலை கடைந்தபோது வந்த அமிர்தம் (குறள் 64, 1106, 720, 82) (சாவா மருந்து)
- ஆதி பகவன் - முழு முதற் கடவுள் (குறள் 1)
- கூற்றம் - யமன் (குறள் 269, 1085, 326, 765, 1083)
- உலகு இயற்றியான் - பிரம்மா (குறள்1062)

- *தென்புலத்தார் - பித்ருக்கள் (இறந்தோர்) - யமன் வாழும் திசை (குறள் 43)*
- *இந்திரன் - (குறள் 25)*
- *தாமரைக்கண்ணான் - கண்ணன் (குறள் 1103)*
- *தாமரை யினாள் - லக்ஷ்மி (குறள் 617, 179, 519, 920)*
- *மாமுகடி - மூதேவி (குறள் 617, 936)*
- *பன் மாயக் கள்வன் - கோபி, கிருஷ்ணன் - (குறள் 1258)*

வள்ளுவரின் குறட்பாக்களில் வரும் தவம், தானம், வேள்வி, தர்மம் (அறம்), நோன்பு, பார்ப்பான், அந்தணன், புத்தேளிர் (தேவர்), மேல் உலகம், பிறவாமை, மறை, மறை மொழி (மந்திரம்), விதி, நிலையாமை, மெய்ப்பொருள், மாசறு காட்சி, நூல் (வேதம்) முதலியவை இந்துமதம் தொடர்பானவையே. திருவள்ளுவரைப்பற்றி வரலாற்று சான்று எதுவும் கிடைக்க வில்லை. ஆயினும், திருக்குறளில் இந்து மதக் கடவுளரையும், இந்து மதக் கருத்துக்களையும் குறிக்கும் பல குறள்கள் உள்ளன. அவற்றுள் சில:

திருக்குறள் அறத்துப்பால், பொருட்பால், காமத்துப்பால் என்று மூன்று பகுதிகளாகப் பிரிக்கப்பட்டுள்ளது. இந்து மதத்தில்தான் இம்மூன்றும் இதே வரிசையில் வருகின்றன (தர்மார்த்த காம மோக்ஷம்). இந்து மதத்தில், அளவோடு, தம் மனைவியோடு மட்டும் கொள்ளும் காமம் ஏற்றுக்கொள்ளப்படுகிறது. சமண மதத்தின் முக்கிய கொள்கைகளில் ஒன்று 'அபரிக்ரஹா' என்பதாகும் - அதாவது, காமம் அற்றத் தன்மை. திருவள்ளுவர் சமணர் என்றால் அவர் சமண மதத்திற்குப் புறம்பான காமத்துப் பாலை ஏன் எழுதினார் என்னும் வினாவும் ஏற்கத்தக்கதே?

> இல்வாழ்வான் என்பான் இயல்புடைய மூவர்க்கும்
> நல்லாற்றின் நின்ற துணை (குறள் 41)

> துறந்தார்க்கும் துவ்வா தவர்க்கும் இறந்தார்க்கும்
> இல்வாழ்வான் என்பான் துணை (குறள் 42)

சமண மதத்தில் (ப்ரஹ்மசர்யம், க்ருஹஸ்தம், வானப்ரஸ்தம் மற்றும் துறவறம் என்னும்) நான்கு சமுதாய வழிமுறைகள் இல்லை. இவை வேதங்களில் (மற்றும் அதை சார்ந்த இந்து நூல்களில்) மட்டுமே உள்ளன.

மடியிலா மன்னவன் எய்தும் அடியளந்தான்
தாஅய தெல்லாம் ஒருங்கு (குறள் 610)

இங்கு அடியளந்தான் என்பது மூவுலகையும் தனது அடியால் அளந்த வாமன அவதாரத்தைக் குறிக்கும்.

ஐந்தவித்தான் ஆற்றல் அகல்விசும்புளார் கோமான்
இந்திரனே சாலுங் கரி (குறள் 25)

இங்கு இந்திரனைக் குறிப்பிடுவதோடு நிறுத்தாமல் அவனை விசும்புளார் (தேவர்களின்) கோமான் (அரசன்) என்று தெளிவாகக் கூறுகிறார்.

அகன் அமர்ந்து செய்யாள் உறையும் - முகன் அமர்ந்து
நல் விருந்து ஓம்புவான் இல் (குறள் 84)

இந்தக் குறளில் செய்யாள் என்பது சிவந்த நிறமுடைய திருமகளைக் குறிக்கும்.

அடுத்ததாக, கொடுங்கோல் அரசன் ஆட்சியில் என்னென்ன கெடுதல்கள் வரக்கூடும்? வள்ளுவரின் கூற்றுப்படி,

ஆபயன் குன்றும்; அறுதொழிலோர் நூல்மறப்பர்
காவலன் காவான் எனில் (குறள் 560)

அறுதொழிலோர் என்றால் (வேதம்) ஓதுதல், ஓதுவித்தல், வேட்டல் வேட்பித்தல், ஈதல், ஏற்றல் ஆகிய ஆறு செயல்களை மட்டுமே செய்யக்கூடிய அந்தணர்களைக் குறிக்கும். நூல் என்பது வேதங்களைக் குறிக்கும். கொடுங்கோல் அரசனின் ஆட்சியில் பசுக்கள் பால் பொழியாது. அந்தணர்கள் வேதம் ஓதமாட்டார்கள். சமணரான திருவள்ளுவர் ஏன் அந்தணர்கள் வேதத்தை மறப்பதை ஒரு பெரிய கேடாகக் குறிப்பிடவேண்டும்?

தாம்வீழ்வார் மென்றோள் துயிலின் இனிதுகொல்
தாமரைக்கண்ணான் உலகு.

காதலைப் பற்றிப் பேசும்போதுகூட இந்து மதத்திலிருந்துதான் மேற்கோள் காட்டுகிறார் வள்ளுவர். தமது காதலியின் தோள்களை அணைப்பதைவிட வைகுண்டம் பெரிதா என்று கூறுகிறார். தாமரைக்கண்ணன் என்பது திருமாலிற்கு மட்டுமே இடப்படும் சிறப்புத் திருநாமம். திருநெல்வேலி நவதிருப்பதியில் ஒரு கோயிலில் பெருமாளுக்கு செந்தாமரைக்கண்ணன் என்றே

பெயர். ஆக, திருக்குறளில் இந்து சமயத்தை குறிக்கும் கருத்துக்கள் நிரம்பியிருப்பதை எளிதில் உணரமுடியும்.

முதல் அதிகாரமே கடவுள் வாழ்த்தில் தான் துவக்கம்.

அகர முதல எழுத்தெல்லாம் ஆதி
பகவன் முதற்றே உலகு (குறள் 1)

வள்ளுவர் தன் முதல் குறளை துவக்கும்போதே இந்து மத இறைவனை முன்னிறுத்தியே துவங்குகிறார்.

பிறவிப் பெருங்கடல் நீந்துவர் நீந்தார்
இறைவன் அடிசேரா தார் (குறள் 10)

ஒருவர் இறைவனை நாடி அவரது அடி சேராமல் இருப்பாராயின், அவர் மீண்டும் இந்த உலகில் பிறந்து துன்பத்துக்குள்ளாவார்கள் என்பதே வள்ளுவனின் கருத்து. முற்பிறவியிலும் மறு பிறவியிலும் நம்பிக்கை கொண்ட மதம் இந்து மதம். இக்குறள் மூலம், வள்ளுவர் இந்து மத நம்பிக்கையான மறுபிறவியைப்பற்றி எழுதியுள்ளார்.

சிறப்பொடு பூசனை செல்லாது வானம்
வறக்குமேல் வானோர்க்கு ஈண்டு (குறள் 18)

இவ்வுலகில் மழை பெய்யாமல் இருக்குமேயானால், வானவர்க்கு செய்யும் எந்த விழாவும் பூசைகளும் நடைபெறாது என்று உணர்த்தும் குறள். இதில் கூறப்பட்டிருக்கும் பூசையும் வான் வழிபாடும் இந்து மத நம்பிக்கைகளையும் பழக்கங்களையும் வழிபாடுகளையும் குறிப்பதல்லவா?

ஐந்துஅவிந்தான் ஆற்றல் அகல்விசும்பு ளார்கோமான்
இந்திரனே சாலும் கரி (குறள் 25)

தனது ஐம்புலனையும் அடக்க தெரியாதொருவனுக்கு என்ன தீங்கு நேரிடும் என்பதற்கு அந்த இந்திரனே ஒரு சான்று. இந்த குறளில் வரும் இந்திரன் இந்து மதம் சார்ந்தவரே.

தெய்வம் தொழாஅள் கொழுநன் தொழுதெழுவாள்
பெய்எனப் பெய்யும் மழை (குறள் 55)

எல்லோரும் போற்றும் அந்த கடவுளை வழிபடவில்லை என்றாலும் தன் கணவனை உண்மையாய் போற்றி வரும் பெண்களின் பெருமையை உணர்த்தும் குறள் இது.

எழுபிறப்பும் தீயவை தீண்டா பழிபிறங்காப்
பண்புடை மக்கள் பெறின் (குறள் 62)

ஒருவன் நற்பண்புகள்கொண்ட மக்களைப் பெற்றிருந்தால் அவருக்கு இந்தப் பிறப்பில் மட்டுமல்ல ஏழு பிறவியிலும் எந்தத் துன்பமும் தோன்றாது என்ற இந்தக் குறள் மூலம் இந்து மதத்தின் நம்பிக்கையை எடுத்துரைக்கிறது. மறுபிறப்பில் நம்பிக்கை உள்ள மதம் இந்து மதம் மட்டுமே. வேறு மதங்கள் மறுபிறப்பில் நம்பிக்கை கொள்வதில்லை.

அவ்வித்து அழுக்காறு உடையானைச் செய்யவள்
தவ்வையைக் காட்டி விடும் (குறள் 167)

இந்தக் குறளின் மூலம், பொறாமை பிடித்த ஒருவனிடமிருந்து ஸ்ரீதேவி விலகுவது மட்டுமல்ல, அவளது சகோதரியான மூதேவியை விட்டுச் செல்வாள் என்று நமக்குக் கூற வருகிறார் வள்ளுவர். ஸ்ரீதேவியும் மூதேவியும் இந்து மத மக்கள் மட்டுமே நம்பும் கடவுள்கள் ஆவர்.

கொல்லான் புலாலை மறுத்தானைக் கைகூப்பி
எல்லா உயிரும் தொழும் (குறள் 260)

ஒருவன் புலால் உண்பதை தவிர்த்தால், அனைத்து உயிரினங்களும் அவனை வணங்கும் என்பதே இந்த குறளின் பொருள். புலால் உணவை வேண்டாம் என்று வலியுறுத்த புலால் மறுத்தல் என்ற அதிகாரத்தையே இயற்றியுள்ளார் வள்ளுவர். இதை இந்து மதம் மட்டுமே வலிறுத்துகிறது.

தவமும் தவமுடையார்க்கு ஆகும் அவம்அதனை
அஃதிலார் மேற்கோள் வது (குறள் 262)

தவம் செய்வதுகூட முற்பிறவியில் நல்வினை கொண்ட மக்களாலேயே செய்யவல்லது என்பதே வள்ளுவனின் கருத்து. தவத்தில் சிறந்த பல முனிவர்களையும் ரிஷிகளையும் கொண்ட மதம் இந்து மதம். அப்படியிருக்க இந்த குறளில் வரும் தவம் என்ற சொல் வேறெந்த மதத்தினை குறிக்க முடியும்? அதுமட்டுமின்றி இந்த குறளின் மூலமாக இந்து மக்களின் நம்பிக்கையான முற்பிறவியின் பலனைப்பற்றியும் வள்ளுவர் தெளிவாகக் கூறுகிறார்.

ஊழின் பெருவலி யாவுள? மற்றொன்று
சூழினும் தான்முந் துறும் (குறள் 380)

விதியை வெல்ல எது செய்தாலும் விதியே வந்து உன் முன் நிற்கும் என்று கூறுகிறது வள்ளுவரின் குறள். விதி வலியது என்று நம்பும் மக்கள் இந்து மத வழி வந்தவர்கள். இங்கு ஊழி என்பது விதியையே குறிக்கும் என்பதால் இக்குறளில் வெளிப்படுவது இந்து மத நம்பிக்கையே.

மடிஉளாள் மாமுகடி என்ப மடிஇலான்
தாள்உளாள் தாமரையி னாள் (குறள் 617)

இந்தக் குறளின் மூலமாக சோம்பேறியாக சுற்றித் திரிபவனிடம் மூதேவியும், உடல் உழைப்பு கொண்டவனிடம் ஸ்ரீதேவியும் குடியிருப்பாள் என்பதை எடுத்துரைக்கிறார் வள்ளுவர். இந்தக் குறளில் தாமரையிலாள் என்று போற்றப்படுவது தாமரையில் அமர்ந்திருக்கும் ஸ்ரீதேவியையே. ஸ்ரீதேவி இந்து மதக் கடவுள் என்பதில் மாற்றுக் கருத்து இல்லை.

தாம்வீழ்வார் மென்றோள் துயிலின் இனிதுகொல்
தாமரைக் கண்ணான் உலகு (குறள் 1103)

என்னும் திருக்குறளுக்கு உண்மையான விளக்கத்தை அதாவது தாமரைக் கண்ணன் திருமால் என உள்ளது உள்ளபடியே கூறியது கிறித்தவரான சாலமன் பாப்பையாதான்.

மு. வரதராசனார்: **தாமரைக் கண்ணனுடைய உலகம் தாம் விரும்பும் காதலியரின் மெல்லிய தோள்களில் துயிலும் துயில்போல் இனிமை உடையதோ?**

சாலமன் பாப்பையா: **தாம் விரும்பும் மனைவியின் மெல்லிய தோளைத் தழுவித் தூங்கும் உறக்கத்தைவிடத் தாமரைக் கண்ணனாகிய திருமாலின் உலகம் இனிமையானதா?**

திருவள்ளுவ நாயனார் சித்தாந்த சைவரே

திருவள்ளுவரை திருவள்ளுவ நாயனார் என சைவர்கள் அழைக்கின்றனர். இவரைச் சைவர் என்றும், இவருடைய திருக்குறளைச் சைவ நூல் என்றும் சைவர்கள் நம்புகிறார்கள். திருவாவடுதுறை ஆதீனமாகிய கொரடாச்சேரி சிவத்திரு வாலையானந்த அடிகள் 'திருவள்ளுவர் சித்தாந்த சைவர்' எனும் நூலை எழுதியுள்ளார். அதில் திருவள்ளுவரின் சமயம் சார்ந்த கருத்துகள் அனைத்தும் சைவ சித்தாந்தத்தினை விளக்குவதைப்பற்றி எழுதியுள்ளார். அழுக்காறாமை மற்றும் ஆள்வினையுடைமை ஆகிய அதிகாரங்களில் திருவள்ளுவர் திருமகளையும் அவளுடைய மூத்தவளான தவ்வையையும் குறிப்பிடுகிறார். இந்த இரண்டு குறள்களிலுமே தற்போது வழக்கில் இருக்கும் திருமகளின் தன்மையும், மூதேவியின் தன்மையும் ஒத்துப் போகின்றன. தெய்வப் புலவர் திருவள்ளுவர் அருளிச்செய்த திருக்குறள் உலகம் போற்றும் ஒப்பற்ற பொதுமறையாகும். திருஞானசம்பந்தரின் தேவாரம் சைவ உலகம் போற்றும் திருமறையாகும்.

திருஞானசம்பந்தரின் காலம் கிபி 7ஆம் நூற்றாண்டு. அவருடைய பாடல்கள் சைவத் திருமுறைகளுள் முதல் மூன்று திருமுறை களாகத் தொகுக்கப்பட்டது கிபி 11ஆம் நூற்றாண்டில் ஆகும். திருஞானசம்பந்தர், திருநாவுக்கரசர், சுந்தரர் முதலியோர் அருளிச் செய்த பாடல்களைத் 'தேவாரம்' என்ற பொதுப்பெயரால் அழைப்பர். இவர்களுடைய நூல்கள் 'மூவர் தமிழ்' என்றும் போற்றப்படுகின்றன. திருக்குறளும் மூவர் தமிழும் ஒத்த பொருளுடையன என ஔவையார் தம் நீதிநூலில் கூறியுள்ளார்.

> 'தேவர் குறளும் திருநான்மறை முடிவும்
> மூவர் தமிழும் முனிமொழியும் - கோவை
> திருவாசகமும் திருமூலர் சொல்லும்
> ஒரு வாசகம் என்று உணர்'

- என்பது ஔவையார் வாக்கு.

சித்தாந்த சைவர், 'உள்ளது செயலுறுதலாகிய (சற்காரிய) வாதங் கொண்டு, காட்சி, கருதல் (அனுமானம்), உரை (ஆகமம்) எனும் மூவகை அளவைகளால் (மூவித பிரமாணங்களால்) கடவுள்

ஒருவன் உண்டென்றும், அவர் சித்தாந்தத் தெய்வமாகிய சிவமே (சிவபரம்பொருளே) என்றும், அக்கடவுளுக்கு வேறாய் எண்ணில்லாத உயிர்கள் உண்டென்றும், அவைகளைப் பந்தித்த ஆணவமலம் ஒன்று உண்டென்றும், அம்மலத்தின் காரணமாக உயிர்களுக்குக் கன்மமலம் தொன்மையே (அநாதியே) உண்டென்றும், மலக் கட்டுடையவர்களான (சம்பந்திகளான) உயிர்களுக்கு உறைவிடமாக மாயை மலமொன்று உண்டென்றும், மலத்தைச் செலுத்துகின்ற 'ஆதிசத்தி' யாகிய 'திரோதான' மலமும், அதனாலான மாயைக் காரியங்களாகிய 'மாயேய மலமும்' உண்டென்றும், கன்ம மலமானது ஏறுவினை (ஆகாமியம்), இருப்பு வினை (சஞ்சிதம்), என்ற வினை (பிராரர்த்தம்) என முத்திறப்படும் என்றும், கன்ம பல போகங்களை அனுபவிக்கும் இடங்ளாகிய சுவர்க்கம், நரக லோகங்கள் இரு உலகங்கள் உண்டென்றும், அங்ஙனம் அனுபவிக்குங்கால் அடையத்தக்க தேவர், அலகை முதலிய பிறவி (யோனி) பேதங்கள் உண்டென்றும், இங்ஙனம் இறந்து பிறந்து வருவதால் மறுபிறப்புக்கள் உண்டென்றும், அழிப்பு (சங்காரம்) இளைப் பொழித்தலாகும் என்றும், பிறவிப் பெருங்கடலைக் கடக்கத்தக்க வாயில்களை (உபாயங்களை) அறிவிக்கும் விதி நூல்களாகிய வேத சிவாகமங்கள் உண்டென்றும், அவற்றிற் கீடாக ஒழுகுங்கால் செய்யப்படுங் கன்மங்கள் நல்வினை தீவினைகளென இருதிறப்படும் என்றும், இவைகளும் 'திருஷ்ட சன்ம போக்கியம்', 'அதிருஷ்ட சன்ம போக்கியம்', 'திருஷ்டாதிருஷ்ட சன்ம போக்கியம்' என மூவகைப்படும் என்றும், அக் கன்ம பேதங்களால் போக பேதங்கள் உண்டென்றும், கன்ம பயன்கள் அனுபவமாவது நிச்சயம் என்றும், அப்பயன்களையும் இறைவனே உயிர்களுக்குக் கொடுப்பான் என்றும், அங்ஙனமாயினும் சிவாகமங்களின் வழி ஒரு வினைக்கு மற்றோர் வினையால் அழிவுண்டு என்றும், கடமைகளைச் (தருமம்) செய்ய வேண்டுமென்றும், அவற்றைத் தக்கவர் தகாதவர் அறிந்து செய்ய வேண்டுமென்றும், கடமைக்குள்ளே வேள்வி சிறந்ததென்றும், அதனினும் உயிரிரக்கம் (சீவகாருணியம்) மிகச் சிறந்ததென்றும், அதுவும் அருளில்லாத வழி கூடாதாகையால் உயிர்கள் மாட்டு அருள் வேண்டுமென்றும், அவ்வருள் இல்லாதவர் எத்தகைய ரானாலும், அவர்கள் வீடுபேற்றுத் திளைப்பு (மோட்சலோ அநுபவம்) இல்லையென்றும், அங்ஙனஞ் செய்கின்ற வினைகளும் ஒருவன் செய்தது அவனைச் சார்ந்தார்க்கும்

ஆகுமென்றும், முத்தியுலகமானது தேவலோகத்துக்கு மேலுள்ள தென்றும், அதனை அடைவதற்கு நிலையும் நிலையாமையும் அறியும் ஞானம் (நித்தியா நித்திய வஸ்து விவேகம்) முதலாவதான காரண (சாதன) மென்றும், வேறு சிறந்த சாதனங்களும் உண்டென்றும், அவைகளைக் கடைப்பிடித்து மனம் வாக்குக் காயங்களால் முதல்வனை வழிபட வேண்டும் என்றும், அங்ஙனம் வழிபட்டார்க்குப் பிறவி நீக்கமும், வீடு பேறும் உண்டென்றும், முத்தியிலும் முப்பொருள்களும் முதல்வன் உதவியும் (உபகாரமும்) உண்டென்றும், முதல்வனின் அடிசேர் முத்தியே சித்தாந்த முத்தி' என்றுங் கூறுவர்.

திருவள்ளுவ நாயனார் இதையே தனது

அகர முதல எழுத்தெல்லாம் ஆதி
பகவன் முதற்றே உலகு

என்ற திருக்குறளில் 'சற்காரியவாதம்' கூறுகின்றதனானும், மேற்படி குறளில் உலகு என்றதனால் காட்சியளவையும் (காட்சிப் பிரமாணத்தையும்,) 'ஆதிபகவன் முதற்றேயுலகு' என்றதனால் கருதலளவையும் (அனுமானப் பிரமாணத்தையும்) குறிப்பிடுகிறார்' என்றே 'திருவள்ளுவர் சித்தாந்த சைவர்' என்னும் நூல் தெளிவுபடுத்துகிறது . பின்வரும் குறட்பாக்கள் மூலம் திருக்குறள் சைவ நூலே என்பதையும் நூலாசிரியர் உறுதிப் படுத்துகிறார்.

அந்தணர் நூற்கும் அறத்திற்கும் ஆதியாய்
நின்றது மன்னவன் கோல். 543

கள்வார்க்குத் தள்ளும் உயிர்நிலை கள்வார்க்குத்
தள்ளாது புத்தே ளுளகு. 290

மடியிலா மன்னவன் எய்தும் அடியளந்தான்
தாஅய தெல்லாம் ஒருங்கு. 610

பகுத்துண்டு பல்லுயிர் ஓம்புதல் நூலோர்
தொகுத்தவற்றுள் எல்லாந் தலை. 322

என்ற திருக்குறள்களால் உரையளவையும் 'ஆகமப் பிரமாணத்தையும்' உடம்படுதலானும்,

பிறவிப் பெருங்கடல் நீந்துவர் நீந்தார்
இறைவன் அடிசேரா தார். 10

என்பது முதலிய திருக்குறள்களாலும் கடவுள் ஒருவரே உண்டென்றும்,

அகர முதல எழுத்தெல்லாம் ஆதி
பகவன் முதற்றே உலகு. 1

என்ற திருக்குறளால் சித்தாந்தத் தெய்வமாகிய 'சிவமே' என்றும் கூறுதலானும்,

தன்னுயிர் நீப்பினும் செய்யற்க தான்பிறிது
இன்னுயிர் நீக்கும் வினை. 327

ஊனைக் குறித்த உயிரெல்லாம் நாண்என்னும்
நன்மை குறித்தது சால்பு. 1013

பகுத்துண்டு பல்லுயிர் ஓம்புதல் நூலோர்
தொகுத்தவற்றுள் எல்லாந் தலை. 322

துறந்தார் பெருமை துணைக்கூறின் வையத்து
இறந்தாரை எண்ணிக்கொண் டற்று. 22

என்ற திருக்குறளால் 'எண்ணில்லாத உயிர்கள்' உண்டென்று கூறுதலானும்,

இருள்சேர் இருவினையும் சேரா இறைவன்
பொருள்சேர் புகழ்புரிந்தார் மாட்டு. 5

இருள்நீங்கி இன்பம் பயக்கும் மருள்நீங்கி
மாசறு காட்சி யவர்க்கு. 352

சார்புணர்ந்து சார்பு கெடஒழுகின் மற்றழித்துச்
சார்தரா சார்தரு நோய். 359

காமம் வெகுளி மயக்கம் இவ்மூன்றன்
நாமம் கெடக்கெடும் நோய். 360

என்ற திருக்குறள்களால் 'ஆணவமலம்' ஒன்றுண்டென்று கூறுதலானும்,

பெருமைக்கும் ஏனைச் சிறுமைக்கும் தத்தம்
கருமமே கட்டளைக் கல். 505

என்ற திருக்குறளால் 'கரும மலத்தை' உடம்படுதலானும்,

அகர முதல எழுத்தெல்லாம் ஆதி
பகவன் முதற்றே உலகு. 1

என்ற திருக்குறளால் உலகுக்கு முதற்காரணமாகிய 'மாயா மலத்தையும்', ஆதி பகவன் என்றதனால் ஆதி சத்தியாகிய 'திரோதான மலத்தையும்', உலகு என்றதனால் மாயைக் காரியமாகிய 'மாயேய' மலத்தையும் உடம்படுதலானும்,

அவாஎன்ப எல்லா உயிர்க்கும் எஞ்ஞான்றும்
தவாஅப் பிறப்பீனும் வித்து. 361

அவாஇல்லார்க் கில்லாகுந் துன்பம் அஃதுண்டேல்
தவாஅது மேன்மேல் வரும். 368

இன்பம் இடையறா தீண்டும் அவாவென்னும்
துன்பத்துள் துன்பங் கெடின். 369

ஆரா இயற்கை அவாநீப்பின் அந்நிலையே
பேரா இயற்கை தரும். 370

என்ற திருக்குறள்களால் 'ஆகாமிய' கன்மத்தையும்,

அன்றறிவாம் என்னாது அறஞ்செய்க மற்றது
பொன்றுங்கால் பொன்றாத் துணை. 36

என்ற திருக்குறள்களால் 'சஞ்சித' கன்மத்தையும்,

ஆகூழால் தோன்றும் அசைவின்மை கைப்பொருள்
போகூழால் தோன்றும் மடி. 371

துறப்பார்மன் துப்புர வில்லார் உறற்பால
ஊட்டா கழியு மெனின். 378

ஊழிற் பெருவலி யாவுள மற்றொன்று
சூழினுந் தான்முந் துறும். 380

தெய்வத்தான் ஆகா தெனினும் முயற்சிதன்
மெய்வருத்தக் கூலி தரும். 619

ஊழையும் உப்பக்கம் காண்பர் உலைவின்றித்
தாழாது உஞற்று பவர். 620

அலரெழ ஆருயிர் நிற்கும் அதனைப்
பலரறியார் பாக்கியத் தால். 1141

என்ற திருக்குறள்களால் 'பிராரத்த' கன்மத்தையுங் கூறுதலானும்,

பெற்றான் பெறின்பெறுவர் பெண்டிர் பெருஞ்சிறப்புப்
புத்தேளிர் வாழும் உலகு. 58

செய்யாமற் செய்த உதவிக்கு வையகமும்
வானகமும் ஆற்றல் அரிது. 101

புத்தே ளுலகத்தும் ஈண்டும் பெறலரிதே
ஒப்புரவின் நல்ல பிற. 213

நல்லாறு எனினுங் கொளல்தீது மேலுலகம்
இல்லெனினும் ஈதலே நன்று. 222

நிலவரை நீள்புகழ் ஆற்றின் புலவரைப்
போற்றாது புத்தேள் உலகு. 234

கள்வார்க்குத் தள்ளும் உயிர்நிலை கள்ளார்க்குத்
தள்ளாது புத்தேள் உலகு. 290

தாம்வீழ்வார் மென்றோள் துயிலின் இனிதுகொல்
தாமரைக் கண்ணான் உலகு. 1103

புலத்தலின் புத்தேள்நா டுண்டோ நிலத்தோடு
நீரியைந் தன்னார் அகத்து. 1323

என்ற திருக்குறள்களால் 'துறக்கம்' உண்டென்று கூறுதலானும்,

அடக்கம் அமரருள் உய்க்கும் அடங்காமை
ஆரிருள் உய்த்து விடும். 121

அழுக்காறு எனஒரு பாவி திருச்செற்றுத்
தீயுழி உய்த்து விடும். 168

அருள்சேர்ந்த நெஞ்சினார்க் கில்லை இருள்சேர்ந்த
இன்னா உலகம் புகல். 243

உண்ணாமை உள்ளது உயிர்நிலை ஊனுண்ண
அண்ணாத்தல் செய்யாது அளறு. 255

என்ற திருக்குறள்களால் 'நிரயத்தைக்' கூறுதலானும்,

வையத்துள் வாழ்வாங்கு வாழ்பவன் வான்உறையும்
தெய்வத்துள் வைக்கப் படும். 50

பெற்றான் பெறின்பெறுவர் பெண்டிர் பெருஞ்சிறப்புப்
புத்தேளிர் வாழும் உலகு. 58

அகனமர்ந்து செய்யாள் உறையும் முகனமர்ந்து
நல்விருந்து ஓம்புவான் இல். 84

செல்விருந்து ஓம்பி வருவிருந்து பார்த்திருப்பான்
நல்விருந்து வானத் தவர்க்கு. 86

அடக்கம் அமரருள் உய்க்கும் அடங்காமை
ஆரிருள் உய்த்து விடும். 121

அவ்வித்து அழுக்காறு உடையானைச் செய்யவள்
தவ்வையைக் காட்டி விடும். 167

நிலவரை நீள்புகழ் ஆற்றின் புலவரைப்
போற்றாது புத்தேள் உலகு. 234

கூற்றம் குதித்தலும் கைகூடும் நோற்றலின்
ஆற்றல் தலைப்பட் டவர்க்குல். 269

கொல்லாமை மேற்கொண் டொழுகுவான் வாழ்நாள்மேல்
செல்லாது உயிருண்ணுங் கூற்று. 326

மடியிலா மன்னவன் எய்தும் அடியளந்தான்
தாஅய தெல்லாம் ஒருங்கு. 610

அணங்குகொல் ஆய்மயில் கொல்லோ கனங்குழை
மாதர்கொல் மாலும்என் நெஞ்சு. 1081

பண்டறியேன் கூற்றென் பதனை இனியறிந்தேன்
பெண்டகையால் பேரமர்க் கட்டு. 1083

என்ற திருக்குறள்களால் 'தேவர்கள் உண்டெனக்' கூறுதலானும்,

உலகத்தார் உண்டென்பது இல்லென்பான் வையத்து
அலகையா வைக்கப் படும். 850

என்ற திருக்குறள்களால் 'அலகை உண்டெனக்' கூறுதலானும்,

எழுமை எழுபிறப்பும் உள்ளுவர் தங்கண்
விழுமந் துடைத்தவர் நட்பு. 107

உறங்குவது போலும் சாக்காடு உறங்கி
விழிப்பது போலும் பிறப்பு. 339

அவாஎன்ப எல்லா உயிர்க்கும் எஞ்ஞான்றும்
தவாஅப் பிறப்பீனும் வித்து. 361

வேண்டுங்கால் வேண்டும் பிறவாமை மற்றது
வேண்டாமை வேண்ட வரும். 362

ஒருமைக்கண் தான்கற்ற கல்வி ஒருவற்கு
எழுமையும் ஏமாப் புடைத்து. 398

இன்மை எனவொரு பாவி மறுமையும்
இம்மையும் இன்றி வரும். 1042

இம்மைப் பிறப்பின் பிரியலம் என்றேனாக்
கண்ணிறை நீர்கொண் டனள். 1315

என்ற திருக்குறள்களால் 'மறுபிறப்புக்கள் உண்டெனக்' கூறுதலானும்,

மன்னுயி ரெல்லாம் துயிற்றி அளித்திரா
என்னல்லது இல்லை துணை. 1168

என்ற திருக்குறளால் 'அழிப்பும் அருளலின் (சங்கராமும்) அநுக்கிரகத்தின் பொருட்டே' எனக் கூறுதலானும்,

மறப்பினும் ஓத்துக் கொளலாகும் பார்ப்பான்
பிறப்பொழுக்கங் குன்றக் கெடும். 134

என்ற திருக்குறளால் 'நான்மறையை' உடம்படலானும்,

பொறிவாயில் ஐந்தவித்தான் பொய்தீர் ஒழுக்க
நெறிநின்றார் நீடுவாழ் வார். 6

என்ற திருக்குறளால் 'சிவாகமத்தை' உடம்படலானும்,

அந்தணர் நூற்கும் அறத்திற்கும் ஆதியாய்
நின்றது மன்னவன் கோல். 543

குடிபுறங் காத்தோம்பிக் குற்றம் கடிதல்
வடுவன்று வேந்தன் தொழில். 549

கொலையிற் கொடியாரை வேந்தொறுத்தல் பைங்கூழ்
களைகட் டதனொடு நேர். 550

என்ற திருக்குறள்களால் 'சாதி (வருண) பேதங்களைக்' கூறுதலானும்,

இல்வாழ்வான் என்பான் இயல்புடைய மூவர்க்கும்
நல்லாற்றின் நின்ற துணை. 41

அறத்தாற்றின் இல்வாழ்க்கை ஆற்றிற் புறத்தாற்றின்
போஒய்ப் பெறுவது எவன் 46

அறன் எனப் பட்டதே இல்வாழ்க்கை அஃதும்பிறன்
பழிப்ப தில்லாயின் நன்று. 50

வேண்டின் உண்டாகத் துறக்க துறந்தபின்
ஈண்டுஇயற் பால பல. 342

தலைப்பட்டார் தீரத் துறந்தார் மயங்கி
வலைப்பட்டார் மற்றை யவர். 348

என்ற திருக்குறள்களால் நிலைகள் 'ஆச்சிரம' பேதங்களை உடம்படலானும்,

அல்லவை தேய அறம்பெருகும் நல்லவை
நாடி இனிய சொலின் 96

என்ற திருக்குறளால் 'கன்ம பேதங்களாகிய நல்வினை தீவினைகளைக்' கூறுதலானும்,

ஒன்னார்த் தெறலும் உவந்தாரை ஆக்கலும்
எண்ணின் தவத்தான் வரும். 264

வேண்டிய வேண்டியாங் கெய்தலால் செய்தவம்
ஈண்டு முயலப் படும். 265

என்ற திருக்குறளால் 'எடுத்த பிறப்பின் (திருஷ்ட ஜன்ம) போக்கிய கன்மத்தைக்' கூறுதலானும்,

சிறுமையுள் நீங்கிய இன்சொல் மறுமையும்
இம்மையும் இன்பந் தரும். 98

என்ற திருக்குறளால் 'இம்மை மறுமைப் பிறப்புக்களின் (திருஷ்டாதி திருஷ்ட ஜன்ம) போக்கிய கன்மத்தைக்' கூறுதலானும்,

தவமுந் தவமுடையார்க்கு ஆகும் அவமதனை
அஃதிலார் மேற்கொள் வது. 262

என்ற திருக்குறளால் 'தவப் பிறப்பின் (அதிருஷ்ட ஜன்ம) போக்கிய கன்மமும் உண்டெனக்' கூறதலானும்,

அறத்தாறு இதுவென வேண்டா சிவிகை
பொறுத்தானோடு ஊர்ந்தான் இடை. 37

இலர்பல ராகிய காரணம் நோற்பார்
சிலர்பலர் நோலா தவர். 270

என்ற திருக்குறள்களால் 'கன்ம பேதத்தால் போகப் பேதங்' கூறுதலானும்,

எனைப்பகை யுற்றாரும் உய்வர் வினைப்பகை
வீயாது பின்சென்று அடும். 207

பிறர்க்கின்னா முற்பகல் செய்யின் தமக்கு இன்னா
பிற்பகல் தாமே வரும். 319

துறப்பார்மன் துப்புர வில்லார் உறற்பால
ஊட்டா கழியு மெனின். 378

எனைவகையான் தேறியக் கண்ணும் வினைவகையான்
வேறாகும் மாந்தர் பலர். 514

என்ற திருக்குறள்களால் 'கன்ம பலன்கள் அனுபவமானது நிச்சயமென்று' கூறுதலானும்,

வகுத்தான் வகுத்த வகையல்லால் கோடி
தொகுத்தார்க்கும் துய்த்தல் அரிது. 377

என்ற திருக்குறளால் 'இறைவனே கன்ம பலனைக் கொடுப்பனெனக்' கூறுதலானும்,

அல்லவை தேய அறம்பெருகும் நல்லவை
நாடி இனிய சொலின் 96

என்ற திருக்குறளால் 'ஒரு வினைக்கு மற்றொரு வினையால்' கூறுதலானும்,

அன்றறிவாம் என்னாது அறஞ்செய்க மற்றது
பொன்றுங்கால் பொன்றாத் துணை. 36

வீழ்நாள் படாஅமை நன்றாற்றின் அஃதொருவன்
வாழ்நாள் வழியடைக்குங் கல். 38

என்பது முதலிய திருக்குறள்களால் 'கடமைகளைச் (தருமத்தைச்) செய்ய' வலியுறுத்தலானும்,

இனைத்துணைத் தென்பதொன் றில்லை விருந்தின்
துணைத்துணை வேள்விப் பயன். 87

உதவி வரைத்தன்று உதவி உதவி
செயப்பட்டார் சால்பின் வரைத்து. 105

தினைத்துணை நன்றி செயினும் பனைத்துணையாக்
கொள்வர் பயன்தெரி வார். 104

என்ற திருக்குறள்களால் 'அறத்துக்குத் தக்கார் தகாதாரை' உடம்படலானும்,

இனைத்துணைத் தென்பதொன் றில்லை விருந்தின்
துணைத்துணை வேள்விப் பயன். 87

அவிசொரிந் தாயிரம் வேட்டலின் ஒன்றன்
உயிர்செகுத் துண்ணாமை நன்று. 259

செவியுணவிற் கேள்வி யுடையார் அவியுணவின்
ஆன்றாரோ டொப்பர் நிலத்து. 413

என்ற திருக்குறள்களால் 'வேள்வியை' உடம்படலானும்,

மறந்தும் பிறன்கேடு சூழற்க சூழின்
அறஞ்சூழம் சூழ்ந்தவன் கேடு. 204

உண்ணாமை உள்ளது உயிர்நிலை ஊனுண்ண
அண்ணாத்தல் செய்யாது அளறு. 255

அவிசொரிந் தாயிரம் வேட்டலின் ஒன்றன்
உயிர்செகுத் துண்ணாமை நன்று. 259

பொருளாட்சி போற்றாதார்க்கு இல்லை அருளாட்சி
ஆங்கில்லை ஊன்தின் பவர்க்கு. 252

என்ற திருக்குறள்களால் 'உயிரிரக்கம் கட்டாயமானது' (சீவகாருணியம் அவசியம்) என்றும், 'வேள்வியினும் சிறந்தது' என்றும் கூறுதலானும்,

அருள்சேர்ந்த நெஞ்சினார்க் கில்லை இருள்சேர்ந்த
இன்னா உலகம் புகல். 243

அருளில்லார்க்கு அவ்வுலகம் இல்லை பொருளில்லார்க்கு
இவ்வுலகம் இல்லாகி யாங்கு. 247

என்ற திருக்குறள்களால் வீட்டுலகத்தை (மோட்ச லோகத்தை) அடைய 'உயிர்களிடத்து அருள் பாலித்தல் கட்டாயம்' (அவசியம்) எனக் கூறுதலானும்,

எழுபிறப்பும் தீயவை தீண்டா பழிபிறங்காப்
பண்புடை மக்கட் பெறின். 62

தம்பொருள் என்பதம் மக்கள் அவர்பொருள்
தம்தம் வினையான் வரும். 63

குடிப்பிறந்து குற்றத்தின் நீங்கி வடுப்பரியும்
நாணுடையான் சுட்டே தெளிவு. 502

தேரான் பிறனைத் தெளிந்தான் வழிமுறை
தீரா இடும்பை தரும். 508

கொடுப்பது அழுக்கறுப்பான் சுற்றம் உடுப்பதூஉம்
உண்பதூஉம் இன்றிக் கெடும். 166

என்ற திருக்குறள்களால் 'ஒருவன் செய்த வினை அவனைச் சார்ந்தார்க்கும் ஆகும்' எனக் கூறுதலானும்,

யான்எனது என்னுஞ் செருக்கறுப்பான் வானோர்க்கு
உயர்ந்த உலகம் புகும். 346

என்ற திருக்குறளால் 'தேவலோகங்களுக்கு அப்பாற்பட்டு மேலுள்ளது முத்தியுலகம்' எனக் கூறுதலானும்,

பொருளல்ல வற்றைப் பொருளென்று உணரும்
மருளானாம் மாணாப் பிறப்பு. 351

என்ற திருக்குறளால் 'நித்தியா நித்திய வஸ்து விவேகம்' கூறுதலானும்,

யாதனின் யாதனின் நீங்கியான் நோதல்
அதனின் அதனின் இலன். 341

யான்எனது என்னும் செருக்கு அறுப்பான் வானோர்க்கு
உயர்ந்த உலகம் புகும். 346

பற்றுக பற்றற்றான் பற்றினை அப்பற்றைப்
பற்றுக பற்று விடற்கு. 350

இருள்நீங்கி இன்பம் பயக்கும் மருள்நீங்கி
மாசறு காட்சி யவர்க்கு. 352

கற்றீண்டு மெய்ப்பொருள் கண்டார் தலைப்படுவர்
மற்றீண்டு வாரா நெறி. 356

வேண்டுங்கால் வேண்டும் பிறவாமை மற்றது
வேண்டாமை வேண்ட வரும். 362

இன்பம் இடையறா தீண்டும் அவாவென்னும்
துன்பத்துள் துன்பங் கெடின். 369

ஆரா இயற்கை அவாநீப்பின் அந்நிலையே
பேரா இயற்கை தரும். 370

உரனென்னும் தோட்டியான் ஓரைந்தும் காப்பான்
வரனென்னும் வைப்பிற்கோர் வித்து. 24

சுவைஒளி ஊறுஓசை நாற்றமென ஐந்தின்வகை
தெரிவான் கட்டே உலகு. 27

ஒருமையுள் ஆமைபோல் ஐந்தடக்கல் ஆற்றின்
எழுமையும் ஏமாப் புடைத்து. 126

அன்பறிவு தேற்றம் அவாவின்மை இந்நான்கும்
நன்குடையான் கட்டே தெளிவு. 513

சுடச்சுடரும் பொன்போல் ஒளிவிடும் துன்பஞ்
சுடச்சுட நோற்கிற் பவர்க்கு. 267

தன்னுயிர் தான்அறப் பெற்றானை ஏனைய
மன்னுயி ரெல்லாந் தொழும். 268

என்ற திருக்குறள்களால் 'முத்தியடைதற்குரிய சிறந்த காரணங்களைக்' (சாதனங்களை) கூறுதலானும்,

மலர்மிசை ஏகினான் மாணடி சேர்ந்தார்
நிலமிசை நீடுவாழ் வார். 3

என்பது முதலிய திருக்குறள்களால் 'மனத்தாற் செய்யப்படும் வழிபாட்டைக்' கூறுதலானும்,

இருள்சேர் இருவினையும் சேரா இறைவன்
பொருள்சேர் புகழ்புரிந்தார் மாட்டு. 5

என்ற திருக்குறளால் 'வாக்கால் செய்யப்படும் வழிபட்டைக்' கூறுதலானும்,

கற்றதனால் ஆய பயனென்கொல் வாலறிவன்
நற்றாள் தொழாஅர் எனின். 2

கோளில் பொறியின் குணமிலவே எண்குணத்தான்
தாளை வணங்காத் தலை. 9

என்ற திருக்குறள்களாற் 'காயத்தாற் செய்யப்படும் வழிபாட்டைக்' கூறுதலானும்,

சார்புணர்ந்து சார்பு கெடஒழுகின் மற்றழித்துச்
சார்தரா சார்தரு நோய். 359

காமம் வெகுளி மயக்கம் இவ்மூன்றன்
நாமம் கெடக்கெடும் நோய். 360

இருள்நீங்கி இன்பம் பயக்கும் மருள்நீங்கி
மாசறு காட்சி யவர்க்கு. 352

என்ற திருக்குறள்களால் 'பிறவி(பெத்த) நீக்கமும் முத்திப் பயனும்' கூறுதலானும்,

விளக்கற்றம் பார்க்கும் இருளேபோல் கொண்கன்
முயக்கற்றம் பார்க்கும் பசப்பு. 1186

என்ற திருக்குறளால் 'முத்தியிலும் முப்பொருளும் முதல்வன் உபகாரமும் உண்டென்று' கூறுதலானும்,

பிறவிப் பெருங்கடல் நீந்துவர் நீந்தார்
இறைவன் அடிசேரா தார். 10

மலர்மிசை ஏகினான் மாணடி சேர்ந்தார்
நிலமிசை நீடுவாழ் வார். 3

என்ற திருக்குறள்களால் 'அடிசேர் முத்தியாகிய சித்தாந்த முத்தியைக்' கூறுதலானும்,

'திருவள்ளுவ நாயனார் சித்தாந்த சைவர்' என்பது பன்மடங்கு உறுதியாகிறது.

திருக்குறளும் சைவக் குரவர்களுள் ஒருவரான திருஞானசம்பந்தர் தேவாரமும்

வேதம் 'செய்யாமொழி'க்கும் திருவள்ளுவர் மொழிந்த பொய்யா மொழிக்கும் பொருள் ஒன்றே' (திருவள்ளுவமாலை, செய்யுள், 23) என்று வெள்ளிவீதியார் கூறுகின்றார். இங்கு 'செய்யாமொழி' என்றது வேதத்தைக் குறிக்கும். வேதமும், திருக்குறளும் பொருளால் ஒன்றே என உணர்த்தப்படுவதால், ஆன்றோர்கள் திருக்குறளை 'உத்தரவேதம்' என்று அழைத்தனர். அதாவது 'பின் தோன்றிய வேதம்' எனப் பொருள் (உத்தரம் எனில் பின்னர் என்று பொருள்). சேக்கிழார் பெருமான் திருஞான சம்பந்தரை 'வேதம் தமிழால் விரித்தார்' (திருஞானசம்பந்தர், செய்யுள் 289) எனப் போற்றுகிறார். எனவே திருஞானசம்பந்தர் தேவாரமும் 'தமிழ்வேதம்' எனப் போற்றப்படும் சிறப்புடையது என்பது புலனாகும்.

வேதம் ஏட்டில் எழுதப்படாது வாய்மொழியாகவே ஓதப்பட்டு வந்த காரணத்தினால் அதனை 'எழுதாமறை' அதாவது 'எழுதாக்கிளவி' என அழைப்பார். திருக்குறளைக் கோதமனார் என்னும் புலவர், 'ஆற்றல் அழியும் என்று அந்தணர்கள் நான்மறையைப் போற்றி உரைத்து ஏட்டின் புறத்து எழுதார் - ஏட்டெழுதி வல்லுநரும் வல்லாரும் வள்ளுவனார் முப்பாரைச் சொல்லிடினும் ஆற்றல் சோர்வின்று' (திருவள்ளுவமாலை, செய்யுள் 15) என்று கூறுவதால் திருக்குறள் 'எழுதுமறை' எனப் போற்றப்படுகின்றது. சேக்கிழாரும் திருஞானசம்பந்தரை, 'வண்டமிழால் எழுதுமறை மொழிந்த பிரான்' (திருஞான சம்மந்தர் புராணம், செய்யுள் 260) என்று போற்றுவதால் திருஞானசம்பந்தர் தேவாரமும் எழுதுமறை என ஆன்றோர்களால் போற்றப்பட்டு வருகின்றது.

> 'அகர முதல எழுத்தெல்லாமல்
> ஆதிபகவன் முதற்றே உலகு' (கடவுள் வாழ்த்து 1)

என்று வள்ளுவர் கூறுகிறார்.

> 'அகர முதலானை அணி ஆப்பனூரானை'

என்று திருஞானசம்பந்தர் கூறுகின்றார்.

‘எண்என்ப ஏனை எழுத்தென்ப இவ்இரண்டும்
கண்என்ப வாழும் உயிர்க்கு’ (குறள் 392)

என்கிறார் வள்ளுவர்.

‘எண்ணும் ஒரெழுத்தும் இசையின் கிளவி தேர்வார் கண்ணும்
முதலாய கடவுள்’

என்கின்றார் திருஞானசம்பந்தர் .

‘ஈத்துவக்கும் இன்பம் அறியார்கொல் தாமுடைமை
வைத்திழக்கும் வன் கணவர்’ (குறள், 228)

என்கின்றார் வள்ளுவர்.

‘இன்மையால் சென்றிரந்தார்க்கு இல்லை என்னாது ஈத்துவக்கும்
தன்மையார் ஆக்கூரில் தான் தோன்றி மாடமே’

என ஆக்கூர் அருளாளர்களின் ஈகைச் சிறப்பைப் போற்றுகையில் குறிப்பிடுகின்றார் திருஞானசம்பந்தர் .

‘சலம் பற்றி சார்பில் செய்யார் மாசற்றகுலம்
பற்றி வாழ்த்தும் என்பார்’ (குறள், 956)

என்கின்றார் வள்ளுவர்.

தீயவழியில் பொருள் ஈட்டக்கூடாது என்பதை ஓம்பார் சான்றோர் செயலால்,

‘சலத்தினால் பொருள்கள் வேண்டுதல் செய்யாத் தன்மையார்
நன்மையால் மிக்க உலப்பில் பல்புகழார் ஓம்புவியார்’ (3:380:5)

என ஞானசம்பந்தர் அறிவுறுத்துகின்றார்.

சொல்லாட்சிகள்

திருக்குறளில் காணப்படும் சொல்லாட்சிகள் சில, எப்பொருளில் திருக்குறளில் பயன்படுத்தப்பட்டுள்ளனவோ அப்பொருளிலேயே அச்சொற்கள் திருஞானசம்பந்தர் தேவாரத்திலும் பயிலப் பட்டுள்ளன. ஒரு சில எடுத்துக்காட்டுக்கள் பின்வருமாறு:

ஈரம் - அன்பு

அன்போடு கலந்து வஞ்சனை இல்லாது அறத்தை உணர்ந்தாரது வாயினின்று வரும் சொற்களே இன்சொற்கள் எனப்படும். ‘இன்சொலால் ஈரம் அளைஇப் படிறு இலவாம் சொற்பொருள்

கண்டார் வாய்ச்சொல்' (குறள். 91) என்கிறார் வள்ளுவர். இங்கு 'ஈரம்' என்பது 'அன்பு' எனப் பொருள்படும். 'ஈரம் ஏதும் இலனாகி எழுந்த இராவணன் என்ற திருஞானசம்பந்தர் பாடலில் 'ஈரம்' என்ற சொல் 'அன்பு' என்ற பொருளில் வருகிறது.

படிறு - பொய்

கள்ள மனமுடையானின் பொய் ஒழுக்கத்தைப் பிறர் அறிய வில்லை என்றாலும், அவனது உடம்பில் கலந்துள்ள ஐந்து பந்தங்களும் கண்டு தம்முள்ளே ஏளனமாகச் சிரிக்கும். 'வஞ்சமனத்தான் படிற்று ஒழுக்கம் பந்தங்கள் ஐந்தும் அகத்தே நகும்' (குறள்.271).

படிற்று ஒழுக்கம் என்பதில் 'படிறு' என்றது பொய் எனப் பொருள்படும். படைக்கலங்களை ஏந்திய எட்டுத் திருக்கரங்களை உடைய பெருமான் பொய்யாகப் பலியேற்பதுபோலப் பிரமக பாலத்தைக் கையில் ஏந்தி வீடுகளின் வாயில்களில் சென்று பலியேற்றுண்ணும் கள்வன் என்ற பொருளில், 'படையிலங்கு கரம் எட்டுடையான் படிறாகக் கலனேந்திக்கடையிலங்கு மனையில் பலி கொண்டு உணும் கள்வன்' (1:3:2)என்று திருஞானசம்பந்தர் கூறுகின்றார். உலகமெல்லாவற்றையும் தமக்கு உடைமையாகக் கொண்ட இறைவன் பலி கொண்டு உண்டான் என்பது பொருந்தாது ஆதலின் அஃது அவருக்கு விளையாட்டு உண்மையன்று என்பது பொருள். இங்குப் 'படிறு' என்றது பொய் எனப்பொருள்படும்.

உடுக்கை - ஆடை

'உடுக்கை இழந்தவன் கைபோல் ஆங்கே இடுக்கண் களைவதாம் நட்பு' (குறள். 788) என்ற குறளில் 'உடுக்கை' என்பது ஆடையைக் குறிக்கும். உணவை உண்டு ஆடையைக் கைவிட்ட சமணர்களை, 'உண்டு உடுக்கை விட்டார்கள்' என்று சம்பந்தர் குறிப்பிடுவதில் உடுக்கை என்பது ஆடை எனப்பொருள்படுதல் காண்க.

வெறிநாற்றம் - நறுமணம்

'முறிமேனி முத்தம் முறுவல் வெறிநாற்றம் வேல் உண்கண் வேய்த்தோள் அவட்கு' (குறள் 1113) மூங்கில் போலும் தோள்களை உடையளுக்கு உடல் நிறம் தளிர் நிறமாகும். பற்கள் முத்தாகும். இயல்பான மணம் நறுமணமாய் இருக்கும். மையுண்ட கண்கள் வேற்படையாகும் என்பது பொருள். இக்குறளில் 'வெறிநாற்றம்' என்றது 'நறுமணத்தைக்' குறித்தது.

'வெறியார் மலர்த் தாமரையான்', 'நாற்றமலர் மிசை நான்முகன்' என்ற திருஞானசம்பந்தர் பாடலடிகளில் 'வெறி, நாற்றம்' என்பன நறுமணம் எனப்பொருள்படுதல் காண்க.

பயனில சொல்லாமை

பயனில்லாத சொற்களைப் பலமுறையும் பேசுகின்றவனை மனிதன் என்று சொல்லாதீர்கள். அவன் மக்களுள் 'பதர்' எனக் குறிப்பிடுகின்றார் வள்ளுவர் (குறள்,196). 'பேச்சினால் உனக்கு ஆவது என் பேதைகாள்' என்பதால், சிவ சம்பந்தமில்லாத அவப்பேச்சால் ஒரு பயனுமில்லை. அவ்வாறு பேசுபவர்கள் அறிவிலிகள் என அறிவுறுத்துகின்றார் திருஞான சம்பந்தர்.

'சொல்லுக சொல்லிற் பயனுடைய சொல்லற்க சொல்லிற் பயனிலாச் சொல்' (குறள், 200) என்று வள்ளுவர் கூறுகிறார். 'பெற்றம் அமரும் பெருமானை அல்லால் பேசுவது மற்றோர் பேச்சிலோமே' என்பதால் மெய்யுணர்வு பெற்றவர்கள் இறைவனைப் பற்றிய பேச்சு அல்லாமல் வேறு பயனில்லாத வீண்பேச்சுப் பேசமாட்டார் என்கிறார் திருஞானசம்பந்தர்

சிவநெறிக் கொள்கைகளில் ஒப்புமை

சிவநெறிக்கொள்கைகள் கூறும் இறைவன், உயிர், உலகம் என்ற முப்பொருட்கள் பற்றிய கருத்துக்களில் திருக்குறள் மற்றும் தேவார நூல்களுக்கு இடையேயான ஒப்புமையான கருத்துக்கள் சில இப்பத்தியில் ஆராய்ந்து கூறப்படுகின்றன.

இறைவன்

வள்ளுவர் இறைவனை 'ஆதிபகவன்' (கடவுள் வாழ்த்து) எனக் குறிப்பிடுகின்றார். திருஞானசம்பந்தரும் 'ஆதி பாதமே ஓதி உய்ம்மினே பரமன் பகவன் பரமேச்சுவரன் பழனநகராரே' என இறைவனைக் குறிப்பிடுகின்றார். மேலும் வள்ளுவர் இறைவனை 'வாலறிவன்' (கடவுள் வாழ்த்து 2) எனக் குறிப்பிடுகின்றார். வாலறிவன் என்றால் தூய அறிவினன், நிறைந்த ஞானம் உடையவன் எனப் பொருள். திருஞானசம்பந்தரும், 'ஞானத் திரளாய் நின்ற பெருமான்' என இறைவனைப்போற்றுகின்றார்.

திருவள்ளுவர் இறைவன் அன்பர்களின் நெஞ்சமாகிய தாமரை மலரில் வீற்றிருப்பவன் என 'மலர்மிசை ஏகினான்' (குறள் 3) என குறிப்பிடுவதும், திருஞானசம்பந்தர் 'மலர்மிசை யெழுதரு

பொருள்' என்று இறைவனப் போற்றுவதும் ஒப்பு நோக்கத்தக்கது. திருவள்ளுவர் இறைவனைப் 'பொறிவாயில் ஐந்தவித்தான்' (குறள் 6) என்று குறிப்பிடுவது போலத் திருஞான சம்பந்தரும் 'புலன்கள் வென்றவன் எம் இறைவன்' எனப் போற்றுகின்றார்.

இறைவனுக்கு ஒப்பாக எவரையும் கூற முடியாது ஆதலால் வள்ளுவர், 'தனக்குவமை இல்லாதவன்' (குறள் 7) என்று குறிப்பிடுவதுபோலத் சம்பந்தரும் 'தன்னேர்பிறரில்லான்' எனப் போற்றுகின்றார். இறைவன் அறக்கடலாக விளங்குவதை வள்ளுவர் 'அறவாழி' (குறள் 8) என்கிறார். திருஞானசம்பந்தரும் இறைவன் அறவடிவினன் என்பதை அறிவுறுத்துகின்றார்.

இறைவனின் குணங்கள்

இறைவனை 'எண்குணத்தான்' (குறள் 9) என வள்ளுவர் குறிப்பிடுகின்றார். தன்வயத்தனாதல், தூய உடம்பினனாதல், இயல்பாகவே பாசங்களை நீக்கியவன், இயற்கை உணர்வினன், முற்றுணர்வினன், பேரருளுடையவன், முடிவிலா ஆற்றல் உடையவன், வரம்பில் இன்பமுடையவன் என எண்குணங் களைப் பரிமேலழகர் குறிப்பிடுகின்றார். திருஞானசம்பந்தரும் இறைவன் எண்குணத்தினன் எனக்குறிப்பிடுகின்றார்.

உயிர்கள்

தேவாரம் மற்றும் திருக்குறள் இவ்விரு நூல்கட்கும் உயிர்கள் பல என்பதில் உடன்பாடு உண்டு (குறள் 322 மற்றும் திருஞானசம்பந்தர் தேவாரம்). உயிர் இவ்வுடம்பிற்கு வேறாய் உள்ளது என்பதும், அது தான் செய்யும் வினைக்கீடாக வேறுவேறு பிறப்புக்களுள் புகுந்து உழன்று வரும் என்பது வள்ளுவர் கருத்து. அவர் 'குடம்பை தனித் தொழியப் புட்பறந்தற்றேஉடம்போடு உயிரிடை நட்பு' (குறள், 338) என்கிறார். இதனால் புள் (பறவை), குடம்பையின் (முட்டை அல்லது கூடு) வேறானதுபோல் உயிர் உடம்பின் வேறாயுள்ளது என்பது பெறப்படும்.

திருஞானசம்பந்தரும் 'உடல் வரையின் உயிர்' என உடல் வேறு, உயிர் வேறு என உணர்த்துகிறார். 'உறங்குவது போதும் சாக்காடு உறங்கிவிழிப்பது போலும் பிறப்பு' (குறள் 339) என்பதால் உறக்கமும், விழிப்பும் மாறி மாறி வருதல் போல, உயிர்கட்கு இறப்பும், பிறப்பும் மாறி மாறிவரும் என மறுபிறப்பு உண்மை பெறப்படும். திருஞான சம்பந்தரும் மறுபிறப்பு பற்றிக் கூறுகின்றார்.

பாசம்

ஆணவம், கன்மம், மாயை முதலியன பாசம் என்ற சொல்லால் சிவநெறிக் கொள்கைகளில் குறிப்பிடப்படும். 'யான் எனது என்னும் செருக்கு' (குறள் 346) என்பதில் 'செருக்கு' என்றது ஆணவத்தைக் குறிக்கும். இந்த ஆணவமே உயிர்கள் இறைவனை உணராத வண்ணம் அவற்றின் அறிவை மறைக்கின்றது. இந்த மறைத்தல் சக்தி காரணமாக அஃது இருள் எனப்படும். ஆணவமலச் சேர்க்கை காரணமாக உயிர்கள் செய்யும் செயல்களே வினை எனப்படும். இச்சிவநெறிக் கொள்கையை 'இருள்சேர் இருவினை' (குறள் 5) என்ற தொடர் உணர்த்தும்.

திருஞானசம்பந்தரும் 'ஊனத்திருள்' என ஆணவத்தையும், 'நல்வினை', 'தீவனை' என இருவினைகள் பற்றியும் குறிப்பிடுகின்றார்.

இறைவனை வணங்குதலின் இன்றியாமை

'கோளில் பொறியில் குணமிலவே எண்குணத்தான் தாளை வணங்காத் தலை' (குறள் 9) எனத் தலை முதலிய உறுப்புகள் இறைவனை வணங்காவிடில் காணாத கண்போல, கேளாத செவிபோல, மற்றும் தம்தம் புலன்களைக் கொள்ளாத பிற பொறிகள்போலப் பயனற்றவையாய்க் குற்றம் உடையவனவாம் என வள்ளுவர் கூறுகிறார்.

> 'ஆமாத்தூர் அம்மானைக் காணாத கண்ணெல்லாம் காணாத கண்களே',
>
> 'ஆமாத்தூர் அம்மானைக் கூறாத நாவெல்லாம் கூறாத நாக்களே'
>
> 'ஆமாத்தூர் அம்மானைக் கேளாச் செவியெல்லாம் கேளாச் செவிகளே'

என்ற திருஞானசம்பந்தரின் தேவார அடிகள் முற்கூறிய திருக்குறள் கருத்துடன் ஒப்புடையதாய் விளங்குவதைக் காண்க.

இறைவனைப் புகழ்வதால் உண்டாகும் நன்மை

இறைவனைப் புகழ்ந்து போற்றுபவர்களை இருவினைகள் வந்தடையா. 'இருள்சேர் இருவினையும் சேரா இறைவன் பொருள் சேர் புகழ்புரிந்தார் மாட்டு' (குறள் 5) என்கிறார் வள்ளுவர். திருஞானசம்பந்தரும், 'நல்லூர்ப் பெருமானைப் பாடும் அடியார்கட்கு அடையா பாவமே' என்கின்றார்.

முடிவுரை

திருக்குறள் 'உத்தரவேதம்' என்றும், திருஞானசம்பந்தர் தேவாரம் 'தமிழ்வேதம்' என்றும் போற்றப்படுகின்றன. இவ்விரு நூல்களையும் 'எழுதுமறை' என்று ஆன்றோர்கள் போற்றி உள்ளனர். திருஞானசம்பந்தர் தேவாரத்தில் திருக்குறள் மேற்கோள்களாகப் பல இடங்களில் எடுத்தாளப்பட்டுள்ளன. சில சொல்லாட்சிகள் திருக்குறளில் எப்பொருளில் வழங்கப் பட்டனவோ, அப்பொருளில் அச்சொற்கள் திருஞானசம்பந்தர் தேவாரத்திலும் பயிலப்பட்டுள்ளன.

திருக்குறளின் கருத்துக்களை உள்ளடக்கித் திருஞானசம்பந்தர் தேவார அடிகள் பலவிளங்குகின்றன. பாக்களால் தொடுக்கப் பட்ட மாலைக்குள் இழைநார் ஊடுருவிச் செல்வதுபோல, திருஞானசம்பந்தரின் தேவாரப் பாடல்களில் மனிதனின் உள்ளத்தைப் பண்படுத்தும் உயரிய அறக்கருத்துக்கள் திருக்குறளின் அறக்கருத்துக்களுடன் இவ் ஆய்வில்ஒப்பிட்டுக் காட்டப்பட்டுள்ளன.

இவ்விரு நூல்கட்கிடையே சிவநெறிக் கொள்கைகளில் ஒப்புமைகள் பல உள்ளன. ஆயினும் இட எல்லை கருதி ஒரு சில ஒப்புமைகள் மட்டுமே இங்குச் சுட்டிக் காட்டப்பட்டன. இவ்வாறு திருக்குறளுக்கும், திருஞானசம்பந்தர் தேவாரத்திற்கும் இடையே காணப்படும் ஒப்புமைகள் பலவாகும். இவ்விரு நூல்களையும் ஊன்றிப் படித்து ஆராய்வோர்க்கு அவை உவப்பிலா ஆனந்தத்தை உண்டாகும்.

❖

முனைவர் சு.மாதவன் எழுதிய 'சமூக மெய்யியல் நோக்கில் திருக்குறள்' (செம்மொழிப் பதிப்பகம், தஞ்சாவூர்) என்னும் நூலில் திருக்குறள் சைவ மரபை ஒத்து வருகிறது என்பது குறித்த அவரது பார்வை புதிது. நிலைத்த பேருண்மையை உணர்த்த மட்டுமே திருவள்ளுவர் 'ஏ' காரத்தைப் பயன்படுத்தி உள்ளார் என்கிறார் முனைவர் சு.மாதவன் (வலம்: டிசம்பர் 2019).

1130 குறட்பாக்களில் 114இல் மட்டுமே 'ஏ'காரங்கள் உள்ளன. அதாவது 133 அதிகாரங்களில் 74 மட்டுமே 'ஏ' காரங்கள் பயன் படுத்தப்பட்டுள்ளன. கடவுள் வாழ்த்தில் 'ஏ'காரம் உண்டு. ஏனெனில் 'கடவுள்' என்பது நிலைத்த பேருண்மை. நீத்தார்

பெருமையில் 'ஏ' காரம் உண்டு. ஆனால் வான் சிறப்பில் இல்லை. வானம் அப்படியானது அன்று. அவ்வப்போது மாறுபடும், நிலையானதாக இருக்காது. எனவே வான் சிறப்பில் எந்தக் குறளிலும் 'ஏ'காரம் இல்லை.

'சுவை ஒளி ஊறு ஓசை நாற்றம் என்று ஐந்தின்
வகை தெரிவான் கட்டே உலகு'

'அறத்தான் வருவதே இன்பம்'

'அறமெனப் பட்டதே இல்வாழ்க்கை'

'அமிழ்அமிழ்தினும் ஆற்ற இனிதே'

'அன்றே மறப்பது நன்று'

விளக்கம்: 'அனந்த ஞானம், அனந்த வீரியம், அனந்த குணம், அனந்த தெரிசனம், கோத்திரமின்மை, அவாவின்மை, அழியா இயல்பு' என்பன.

⊠

சைவ சித்தாந்த அறிஞர் கி.லெக்ஷ்மணன் 'தாடலை' என்னும் சொல் குறித்துக் கூறுவது:

சைவ சித்தாந்தத்தின்படி 'முக்தி' என்பது துன்பம் துளியும் இல்லா நிலை மட்டுமின்றிப் பேரின்பமயமான உடன்பாட்டு நிலையும் ஆகும். இந்த முக்தியாலேயே ஆன்மா இறைவனோடு இரண்டறக் கலந்தபோதும் தன் தனி இயல்பை முற்றாய் இழந்து விடுவதில்லை. இக்கலப்புக்குத் தமிழில் 'தாள்' மற்றும் 'தலை' ஆகிய இரு சொற்களின் புணர்ச்சியை உதாரணமாகக் காட்டுவது மரபு. தலை ஆன்மாவையும், தாள் இறைவனையும் குறிப்பதாகும். அதாவது இறைவனது திருவடியில் (தாள்), ஆன்மாவின் தலை பொருந்துகிறது என்பதே கருத்து. தமிழ் இலக்கண விதிப்படி 'தாள் + தலை' புணரும்போது 'தாடலை' ஆகும். இந்தத் தாடலைக் கோட்பாட்டின் சிந்தனையைத் திருக்குறள் கடவுள் வாழ்த்தில் காணமுடிகிறது என்கிறார் முனைவர் மாதவன். ஆக, சைவ சித்தாந்தக் கருத்தும் வெளிப்படுகிறது.

திருவள்ளுவர் வைணவரே

1954இல் பண்டித ரெ.திருமலை ஐயங்கார் எழுதிய 'திருவாதிமாலை' என்னும் நூலில் 'ஆதிபகவன்' என்னும் சொல்லாடல் எவ்வாறு ஆழ்வார் பாசுரங்களிலும், விஷ்ணு புராணம் முதலிய வைணவ நூல்களிலும் கையாளப்படுகிறது என்பதை விளக்கி, திருவள்ளுவர் 'வைணவரே' என்பதை நிறுவுகிறார். 'பகவன்' என்னும் சொல் 'பகவந்' என்னும் வடமொழிச் சொல்லின் திரிபே என்பதைக் கீழ்க்காணும் விஷ்ணு புராண ஸ்லோகம் மூலம் விளக்குகிறார்: (வலம்: டிசம்பர் 2019).

பகவச்சப்த வாச்யாநி விநா ஹேயர் குணாதிபி:
ஏவமேஷ மஹாசப்தோ மைதேய பகவாநிதி
தவேத பகவத் வாச்யம் ஸ்வரூபம் பரமாத்மந:
வாசகோ பகவச் சப்தஸ் தஸ்யாத் யஸ்யாக்ஷயாத்மந:

சம்பூர்ணமான ஐஸ்வர்யம், வீர்யம், கீர்த்தி, செல்வம், ஜஞாநம், வைராக்கியம் ஆகிய ஆறு குணங்களும் 'பக' என்னும் பதம் வாசகமாயிருக்கிறது. பூதங்களைச் சரீரமாகக் கொண்டவனும், எல்லாவற்றுக்கும் ஆத்மாவாக இருப்பவனுமான அவனிடத்தில் பூதங்கள் வசிக்கின்றன. அவனும் எல்லா பூதங்களிலும் வசிக்கின்றான். எனவே அழிவற்றவனான பகவான் 'வ' காரத்துக்கு அர்த்தமாகிறான். ஞானம், சக்தி, பலம், ஐஸ்வர்யம், வீர்யம், தேஜஸ் ஆகிய குணங்களும் பகவான் என்னும் சப்தத்தினால் சொல்லப்படுகின்றன. அந்த பரமாத்ம ஸ்வரூபமே 'பகவான்' எனப்படுவது. அழிவற்றவனான அந்த ஆதி புருஷனுக்கே வாசகமாய் இருப்பது பகவச் சப்தம். மைத்ரேயரே! 'பகவான்' என்னும் இந்த மஹாசப்தம் பரப்பிரம்மமான வாஸுதேவனுக்கே உரியது. வேறு ஒருவரையும் குறிக்காது.

1904இல் மதுரை ஜில்லா, சிறுகூடல்பட்டி சே. சுப்பாய ஐயர் விஷ்ணு புராணத்தைத் தமிழ்ப் பாக்களாக மொழிபெயர்த்து எழுதினார். அப்பாக்களில் 'பகவன்' என்னும் சொல் பல இடங்களில் இருப்பதைக் காணலாம்:

பகவன் என்று உரைக்கா நின்ற பதத்திற்குப் பொருளாம் அந்தப்....

பகவனா நாம மன்னோன் பற்பல குணம் சொரூப....

மற்றும் இப் பகவன் என்னும் வாசக நாம் ரூபம்....

'அந்தமிலாதியம் பகவன்' என்னும் திருவாய்மொழி திருமாலைச் சொல்கிறது. ஒன்பதினாயிரப்படி என்னும் வைணவ உரையின்படி 'தனக்கு அந்தமின்றி எல்லார்க்கும் தான் ஆதியாய்' என்று மகாவிஷ்ணுவை விவரிக்கிறது. இவ்விடத்தில் 'ஆதி', 'பகவன்' என்பது வைணவத்தின் மூலமான திருமாலைக் குறிப்பதை உணரலாம்.

கோளில் பொறியின் குணமிலவே எண்குணத்தான்
தாளை வணங்காத் தலை (குறள்: 9)

என்னும் குறளில் வள்ளுவர் பயன்படுத்தும் 'எண்குணத்தான்' என்னும் சொல் சாந்தோக்ய உபநிஷத் சொல்லும் பாபமின்மை, நரையின்மை, மரணமின்மை, சோகமின்மை, பசியின்மை, தாகமின்மை, சத்யகாமம், சத்யசங்கல்பம் ஆகிய மாலவனின் எட்டுக் குணங்களாகும்.

கற்றதனால் ஆய பயன் எங்கொல் வாலறிவன்
நற்றாள் தொழாஅ ரெனின் (குறள் 2)

மலர்மிசை ஏகினான் மாணடி சேர்ந்தார்
நிலமிசை நீடுவாழ் வார் (குறள் 3)

இவ்விரு குறட்பாக்களும் அடியைத் தொழும் வைணவ மரபைக் குறிக்கின்றன. ஆண்டாள் எழுதிய 'பாதங்கள் தீர்க்கும் பரமன் அடி காட்டும்' என்னும் பாசுரமும் சரணாகதி தத்துவத்தையே உரைக்கிறது. 'அன்று இவ்வுலகம் அளந்தாய் அடி போற்றி' என்னும் ஆண்டாளின் மற்றொரு பாசுரம் வாமன அவதாரத்தைப் போற்றுகிறது. திருவள்ளுவரும் தனது,

அடியளந்தான் தாயது எல்லாம் ஒருங்கு என்று முடியும் குறளில் 'மூன்று அடிகளால் மூன்று உலகங்களையும் அளந்த வாமனனைப் பற்றிப் பேசுகிறார்.

வேண்டுதல் வேண்டாமை இலான் அடி சேர்ந்தார்க்கு
யாண்டும் இடும்பை இல (குறள் 4)

என்னும் குறளில் எந்தப் பொருள்மீதும் விருப்பு, வெறுப்பு இல்லாதவனாகிய பரம்பொருளைப் பார்க்க முடிகிறது. இவ்விரு குணங்களும் இல்லாமையால் எவ்விதப் பாபமும் இல்லாதவன் அதாவது பாவங்களில் இருந்து நீங்கியவன் என்றாகிறது. இதுவும் மாலவனின் எண் குணங்களில் ஒன்றாகும்.

இருள்சேர் இருவினையும் சேரார் இறைவன்
பொருள்சேர் புகழ்புரிந்தார் மாட்டு (குறள் 5)

என்னும் குறளால் இறைவனின் குணங்களான ஸத்யகாமம் (பழுதடையாத இச்சை), ஸ்த்யஸங்கல்பம் (பழுதடையாத நினைவு) ஆகியவை புலனாகின்றன.

பொறிவாயில் ஐந்தவித்தான் பொய்தீ ரொழுக்க
நெறிநின்றார் நீடுவாழ் வார் (குறள் 6)

என்னும் குறளில் மெய், வாய், கண், மூக்கு, செவி என்னும் ஐந்து பொறிகள் வழியாக வந்தடையும் ஐந்து ஆசைகளையும் ஒழித்தவனது மெய்யான ஒழுக்க நெறியின் கண் வழுவாது நின்றவர், பிறப்பில்லாமல் எக்காலத்திலும் ஒரு தன்மையராய் வாழ்வார். இதன் மூலம் பசியின்மை, தாகமின்மை, சோகமின்மை, மரணமின்மை என்னும் நான்கு குணங்களையும் அறிய முடிகிறது. பசி, தாகம் இருந்தால் அவற்றை நீக்கிக் கொள்ளவேண்டிப் புலன்களை மேயப் பொறிகள் செல்லும்.

சுவை, ஒளி, ஊறு, ஓசை, நாற்றம் என்பன புலன்கள். மெய், வாய், கண், மூக்கு, செவி என்பன பொறிகள். பசி, தாகம், முதலியன இல்லாதவன் ஆதலால் பொறிவாயில் ஐந்தவித்தவன் ஆகிறான். பசி, தாகம் இல்லாததால் அவற்றால் உண்டாகும் சோகம் அற்றவனாகிறான். உண்ணும் சோறும், பருகும் நீரும் பசி தாகங்களை அகற்ற உதவுகின்றன. இவை இல்லாவிட்டால் மரணமே. இறைவன் பசி, தாகம் இல்லாதவன். ஆதலால், உணவுப் பொருள்களை உட்கொள்ள வேண்டியதில்லை. அதனால் வளர்தல், தேய்தல் அற்றவனாகிறான். இவற்றினால் மரணம் அற்றவன் ஆகிறான். திருக்குறளில் வைணவக் கருத்துகள் நிரம்பியிருப்பதால் வள்ளுவரை வைணவர் என்றாலும் தகும்.

ஆகவே திருவள்ளுவர் இந்து / சைவர் / வைணவர் என்பதற்கு அவரது குறட்பாக்களே சாட்சி.

5. திருவள்ளுவர் கிருத்தவர்

திருக்குறளில் பல பாக்களில் கடவுள் பெயர்கள் கூறப்பட்டாலும், 'கடவுள் வாழ்த்து' அதிகாரத்தில் திருவள்ளுவர் எந்த மதத்தையும், கடவுள் பெயரையும் தெளிவாகக் கூறாமல் குறிப்பாகக் கூறியதை எல்லாச் சமயங்களும் அவரவர்களுக்குச் சாதகமாகப் பயன்படுத்திக் கொண்டன. வீரமாமுனிவர், ஜி.யூ. போப், ராபர்ட் நொபிலி, எல்லிஸ் உள்பட தமிழகம் வந்த ஆங்கிலேயர்கள் தொடங்கி தேவநேயப் பாவாணர், பேராயர் அருளப்பா, தெய்வநாயகம் வரையிலான கிருத்துவர்கள் அனைவரும் இந்து, சமண, பௌத்த மதத்தினரைப் போலவே திருவள்ளுவரைக் கிருத்தவராக்கும் முயற்சியில் ஈடுபட்டனர். தொடர்ந்து ஈடுபட்டும் வருகின்றனர். குறட்பாக்களில் இடம் பெறும் கடவுள் பெயர்கள் அனைத்தும் கிருஸ்துவையே குறிக்கும் என்றும் கூறத் துணிந்தனர்.

திருக்குறள் உலகின் வாழ்வியல் பேரிலக்கியம். உலகின் பொதுமறை என்னும் பெருமைக்கு முழு தகுதியும் உடையது. அதனால், அதனை எல்லாச் சமயப் பெருமக்களும் தத்தமக்குரிய நூலாகக்கொண்டு உரிமை பாராட்டி வருவதில் வியப்பேதும் இல்லை. அவ்வாறு சொந்தம் பாராட்டுபவர்களுள் கிறித்தவர்களும் அடங்குவர். திருக்குறளையே கிறித்தவ நூல்

என்றும், திருவள்ளுவரையே கிறித்தவர் என்றும் உரிமை கொள்பவர்களும் உள்ளனர்.

இயேசுவின் பன்னிரு சீடர்களுள் ஒருவர் புனித தோமா அல்லது தோமையர் அல்லது தாமஸ் ஆவார். இவர் தமிழகத்தில் திருவள்ளுவரைச் சந்தித்ததாகவும், இதனைத் தொடர்ந்தே திருவள்ளுவர் இயற்றிய திருக்குறள் புனித தோமாவின் கிறித்துவ சமயப் பரப்புரைகளின் தாக்கத்தினால் உருவானவை என்பது முனைவர் மு. தெய்வநாயகத்தின் ஆய்வாகும். திருக்குறள் உள்ளிட்ட சங்கம் மற்றும் சங்க காலத்துக்குப் பிந்திய இலக்கிய நூல்கள் அனைத்தும் கிருஸ்துவ நூல்களே என நிறுவ முயற்சிப்பதே அவரது நோக்கமாகும். இம்முயற்சியில் இவருக்கு முன்னோடிகளாக இருந்தவர்களைப் பார்ப்போம்.

ஜோசப் பெஸ்கி என்கிற வீரமாமுனிவர்

இத்தாலி நாட்டைச் சேர்ந்த கான்ஸ்டண்டைன் ஜோஸஃப் பெஸ்க்கி என்னும் இயற்பெயர் கொண்ட வீரமாமுனிவர் கிருத்துவத்தைப் பரப்ப இந்தியா வந்த பாதிரியார்களுள் ஒருவர். 1710இல் தமிழகம் வந்த இவர் உள்ளூர் மொழியைக் கற்றால் கிருத்தவத்தைப் பரப்புவது எளிது என்ற நோக்கில் தமிழைக் கற்கத் தொடங்கிப் பின்னர் தமிழின் செழுமையிலும், இலக்கண இலக்கியச் சிறப்பிலும் மனத்தைப் பறிகொடுத்தார். திருவள்ளுவரை ‘மெய்யாம் ஞானத் திருக்கடல்’ எனவும், ‘இருளில் விளங்கும் மீன்’ எனவும், ‘பாலையில்பதுமம்’ எனவும், ‘இருளில் விளக்கு’ எனவும், ‘கடவுள் இயற்றிய ஞானத் திருவிளக்கு’ எனவும் பாராட்டி உள்ளார்.

திருக்குறளுக்கு உரை எழுதும்போது வீரமாமுனிவர் கிறித்தவ நோக்கிலேயே அதற்கு உரை எழுதிச் செல்லுகின்றார். கிறித்தவத்தை விட்டுப் பிரிந்து அவரால் திருவள்ளுவரைக் காண இயலவில்லை. திருக்குறளை கிருத்தவக் கொள்கைகளை விளக்கும் நூலாகவும், திருவள்ளுவரைக் கிருத்தவராக்கும் பணியையும் முதன் முதலில் தொடங்கி வைத்தவர் வீரமாமுனிவரே ஆவார். திருக்குறளின் அறத்துப் பாலையும், பொருட்பாலையும், இலத்தீன் பாஷையில் மொழிபெயர்த்தார்.

வீரமாமுனிவர் மொழிபெயர்க்காமல் விடுத்த மூன்றாவது பாலாகிய காமத்துப் பாலையும் சேர்ந்து ஆங்கிலத்தில் மொழிபெயர்த்த டாக்டர் ஜி. யு. போப் அந்நூலுக்கு

'The Sacred Kural' எனப் பெயரிட்டார். மேலும் இயேசு பெருமானுடைய மலைப்பொழிவின் எதிரொலியாகத் திருக்குறள் விளங்குகிறது எனவும், திருவள்ளுவருக்கும் கிறித்தவர்களுக்கும் நேரடித் தொடர்பு இருந்திருக்கவேண்டும் எனவும் கருதுவதாகக் குறிப்பிட்டார். டாக்டர் போப்பின் இந்த நம்பிக்கை கிறித்தவத் திருமறையையும் திருக்குறளையும் ஒப்பிட்டு மேற்கொள்ளப் படும் வருங்கால ஆராய்ச்சிக்குப் பின்னரே, சரியா தவறா எனக் கொள்ள இயலும் என்று முனைவர் கா. மீனாட்சிசுந்தரனார் தமது ஆய்வுக் கட்டுரையில் கூறுகின்றார்.

திருவள்ளுவருக்கும், கிருத்துவத்துக்கும் உள்ள தொடர்பை வலுப்படுத்தும் நோக்கில் ஜி.யு. போப் நூலின் முன்னுரையில் பல செய்திகளைப் பதிவிட்டுள்ளார். ரோமானிய மற்றும் கிரேக்கக் கப்பல்கள் சென்னை மயிலாப்பூர் துறைமுகத்தை வந்தடைந்தவுடன் சம்மந்தப்பட்ட கப்பல்களின் தலைமை மாலுமி அப்போது மயிலையில் வாழ்ந்துகொண்டிருந்த திருவள்ளுவருக்குச் செய்தி அனுப்புவார். வாணிகத்துக்காகவும், கிருத்தவ மதப் பிரச்சாரத்துக்காகவும் தமிழகம் வந்துள்ள மாலுமி களுடன் திருவள்ளுவர் கலந்துரையாடி இருப்பார் என்பதே தனது நம்பிக்கை என்பது இவரது கருத்து. இதன் காரணமாகக் கிறிஸ்து மற்றும் விவிலியம்பற்றி ஏராளமான செய்திகளைத் திருவள்ளுவர் தெரிந்துகொண்டதுடன் அவற்றைத் தனது குறட்பாக்களிலும் பதிவு செய்தார் என்பது போப்பின் முடிவு.

ஜி.யு. போப்பைப் பொருத்தவரை வள்ளுவர் மயிலாப்பூரில் வாழ்ந்ததை ஒப்புக்கொண்டாலும் அவரது காலம் கி.பி. 800 - 1000வரை என்பதில் உறுதியாக உள்ளார். மயிலாப்பூர் துறைமுகத்தில் வந்திறங்கிய கிருத்தவப் பாதிரியார்களுடன் திருவள்ளுவர் உரையாடினார் என்று கூறும் ஜி.யு. போப் எந்த இடத்திலும் புனித தோமையர் குறித்த செய்திகள் எதையுமே பதிவிடவில்லை என்பதும் நோக்கத்தக்கது.

கோவர் என்னும் ஐரோப்பியரும் குறளை மொழி பெயர்த்தபோது, திருக்குறள் விவிலியத்தின் அடிப்படையில் எழுந்தது எனவும், விவிலியத்தின் உந்து சக்தியாலேயே திருவள்ளுவர் இத்தகைய உயர்ந்த உண்மைகளைக் கூறி இருக்க இயலும் எனவும், மற்ற யாரும் திருவள்ளுவரைப்போன்று விலிலிய உண்மைக்கு இவ்வளவு நெருக்கமாய் வர இயலாது எனவும் கருதுகின்றார்.

17ஆம் நூற்றாண்டில் பிரான்சு நாட்டிலிருந்து வந்த ராபர்ட் தே நொபிலி என்கிற கிறிஸ்துவப் பாதிரியார் மக்களைச் சுலபமாக மதமாற்றம் செய்யவேண்டும் என்பதற்காக சமஸ்கிருதம் கற்றுக் கொண்டு தன்னை 'ரோமாபுரி பிராமணர்' என்றும் சொல்லிக் கொண்டார். காவி உடை அணிந்து உடம்பில் ஒரு பூணூலையும் அணிந்து கொண்டு, ஓர் ஆசிரமத்தையும் அமைத்துக்கொண்டார். பைபிள் பல நூற்றாண்டுகளுக்கு முன்னால் மறைந்து போன வேதங்களில் ஒன்று என்று சாதித்தார்.

இவர்களைத் தொடர்ந்து சீகன் பால்கு ஐயர் (ஜெர்மானியர்), இரேனியஸ் (ஜெர்மானியர்) மற்றும் எல்லிஸ் துரை (Francis Whyte Ellis) ஆகியோரும் தமிழ்த் தொண்டு புரியும் நோக்கத்துடன் கிருத்தவ சமயப் பணியையும் ஆற்றினார்கள். இவர்களைப் போலவே கால்டுவெல் என்கிற பாதிரியாரும் 'ஆரிய-திராவிட' இனக் கோட்பாடுகளை உண்மையான சரித்திரம் எனப் புகுத்தி மதமாற்றத்தில் அதிக நாட்டம் காட்டினார்கள்.

சென்னை - மயிலை மறைமாவட்ட பேராயர் அருளப்பா - ஜான் கணேஷ் - சர்ச்சை - வழக்கு

(ஆதாரம்: 'மோசடி' என்ற தலைப்பில், 1987 ஏப்ரல் 26 - மே 2, பம்பாய், தி இல்லஸ்டிரேடெட் வீக்லி வார இதழில் மூத்த பத்திரிக்கையாளர் கே.பி. சுனில் எழுதிய மூலக் கட்டுரையின் தமிழாக்கம். Source: Article by K P Sunil originally published under the title 'Hoax!' in *The Illustrated Weekly of India*, April 26 - May 2, 1987, Bombay)

மதமாற்ற முனைவுகளுக்குப் பல்வேறு கோணங்கள் உள்ளன. ஆனால் இது சற்று வித்தியாசமான மற்றும் சுவாரஸ்யமான கதை அல்ல. உண்மைச் சம்பவம் ஆகும். இந்த நிகழ்வு 1970இல் ஜான் கணேஷ் அல்லது ஜான் தாமஸ் அல்லது ஆச்சார்யா ஜான் பால் என அறியப்படும் கணேஷ் என்பவரிடமிருந்து தொடங்குகிறது. ஸ்ரீரங்கத்தைச் சேர்ந்த இவர், தனது மறுபிரவேசப் பிரச்சார பயணத்தில், பனாரஸ் பல்கலைக்கழகத்தின் தத்துவம் மற்றும் சமயங்களின் ஒப்பீட்டுத் துறைப் பேராசிரியர் எனும் அறிமுகத்தோடு திருச்சியிலுள்ள பாதிரியார் மைக்கேலைச் சந்தித்தார். ஜான் கணேஷின் கிறிஸ்துவ சமய ஆராய்ச்சிகளை மெச்சிய பாதிரியார் மைக்கேல் அவரை ஸ்ரீவில்லிபுத்தூர் பாதிரியார் மரியதாஸ் என்பவருக்கு அறிமுகப்படுத்த அவரிடம் கிருத்தவத் தத்துவங்களில் தனக்கிருக்கும் ஞானத்தை

விவரித்ததுடன், கைவசம் இருந்த நூறாண்டுப் பழைமையான ஓலைச் சுவடிகள் மற்றும் செப்புத் தகடுகளின் நிழற்படங்களைக் காட்டினார். இவற்றைக் கண்ட பாதிரியார் மரியதாஸ் கிருத்தவத்தில் ஜான் கணேஷுக்கு உள்ள பற்றையும், அறிவையும், ஆற்றலையும் கண்டு வியந்து போகிறார்.

கைவசம் உள்ள பழமையான ஓலைச் சுவடிகளும், செப்புத் தகடுகளும் இந்தியாவில் கிருத்தவம் ஆயிரக் கணக்கான ஆண்டுகளுக்கு முன்பே வேரூன்றியதற்கான அடையாளம் என்கிறார் ஜான் கணேஷ். ஆனால் அதை நிரூபிக்கத் தேவையான தீவிர ஆய்வுப் பணிகளுக்குத் தன்னிடம் போதிய பணம் இல்லை என்றும் கூறினார். ஈராயிரம் ஆண்டுகளுக்கு முன்பே இந்தியாவில் கிருத்தவம் வேரூன்றியது என்பது மட்டும் ஆய்வில் நிரூபணமானால் அது தனக்குப் மிகப் பெரிய அளவில் செல்வத்தையும், செல்வாக்கையும் பெற்றுத் தருமென நம்பிய பாதிரியார் மரியதாஸ் ஓலைச் சுவடிகள் மற்றும் செப்பேடுகள் ஆய்வுகளுக்கு ஜான் கணேஷிடம் முதற்கட்டமாக ரூபாய் 22,000/- நிதி உதவி அளித்தார்.

ஒரு காலகட்டத்தில் அந்த ஆராய்ச்சி நிதி தீர்ந்துவிடவே மேலும் பொருளுதவிக்குப் பாதிரியார் மரியதாஸை நாடினார் ஜான் கணேஷ். இதனைத் தொடர்ந்து மரியதாஸ் அப்போதைய சென்னை மயிலாப்பூர் கத்தோலிக்க திருச்சபைத் தலைவர் பேராயர் அருளப்பாவைச் சந்திக்குமாறு ஜான் கணேஷுக்கு ஆலோசனை கூறி அனுப்பி வைக்கிறார். பேராயர் அருளப்பா தமிழிலும், சமஸ்கிருதத்திலும் புலமை பெற்றவர். ‘உலகின் உயிர்’ என்ற தலைப்பில் ஏசுபிரானின் வரலாற்றை எழுதியவர். மேலும் திருக்குறள் மற்றும் திருவள்ளுவரின் தோற்றம் குறித்த ஆய்வுகளை மேற்கொண்டு, திருக்குறளைக் கிறிஸ்துவ சமய நூலாகவும், திருவள்ளுவரைக் கிருத்தவராகவும், நிரூபிக்கும் தீவிர முனைவுகளிலும் ஈடுபட்டுக்கொண்டிருந்தார். இந்தத் தருணத்தில் அவருடனான ஜான் கணேஷின் அறிமுகம் பழம் நழுவிப் பாலில் விழுந்த கதை ஆனது. அவருடனான சந்திப்பு ஜான் கணேஷின் வாழ்க்கையில் மிகப் பெரிய திருப்புமுனையை ஏற்படுத்தியது. திருவள்ளுவரை கிறிஸ்துவராக நிரூபிக்க முயலும் ஆராய்ச்சிக்கு பெரிதும் உதவியது.

திருவள்ளுவரின் காலம், மதம், இனம், பெற்றோர், உடன் பிறந்தோர் உள்ளிட்ட எந்த வரலாற்றுக் குறிப்பும் ஆதாரப் பூர்வமாக நமக்குக் கிடைக்கவில்லை. கிடைத்தவை அனைத்தும்

ஐதீகம் மற்றும் செவி வழிக் கதைகளே. ஆனால் அவர் எழுதிய 1330 குறட்பாக்கள் மட்டும் ஒன்றுவிடாமல் முழுமையாகத் தப்பிப் பிழைத்தது ஆச்சரியமும், அதிசயமும்தான். இவரது குறட்பாக்கள் அறம், ஒழுக்கம், நீதி, நேர்மை, அஹிம்சை, தர்மம் என மனித வாழ்க்கைக்குத் தேவையான அனைத்து நெறிகளையும் உணர்த்தியதால், இந்து, கிருஸ்தவம், சமணம், பௌத்தம் என எல்லா மதத்தினரும் திருவள்ளுவரையும், திருக்குறளையும் தங்களுக்குச் சொந்தமானவர் என்று உரிமை கொண்டாடத் தொடங்கினார்கள்.

யூத குல வழக்கப்படி தேர்வாகும் திருத்தூதர்களுள் ஒருவரான தோமையர் (புனித தாமஸ்) 'சிறப்பான அபோஸ்தலர்' என்று போற்றப்படுபவர். இலங்கை வழியே குமரி வந்தவர் அங்கிருந்து மயிலாப்பூர் துறைமுகத்தை வந்தடைந்தார். மயிலையில் தோமையர் வாழ்ந்த கி.பி.50களில்தான் திருவள்ளுவரும் வாழ்ந்தார் என்பது பேராயர் அருளப்பாவின் கருத்து. தோமையர் மூலமாகக் கிருத்தவ சமயத் தத்துவங்களைத் திருவள்ளுவர் ஏற்றுக்கொண்டதுடன் அவற்றைத் தனது திருக்குறளில் பல இடங்களில் இடம் பெறச் செய்தார் என்றும், அதிலும் 'ஐந்தவித்தான்' என்று வள்ளுவர் கூறும் வார்த்தை இயேசுவையே குறிக்கும் என்பதும் பேராயர் அருளப்பாவின் வாதம். இது குறித்து அவர் பல நூல்களை எழுதி உள்ளார்.

பேராயர் அருளப்பாவுடனான அறிமுகத்தை ஜான் கணேஷ் நன்கு பயன்படுத்திக்கொண்டார். இருவரும் நல்ல நண்பர்கள் ஆனார்கள். ஜான் கணேஷைச் சந்தித்து உரையாடிய பிறகு திருவள்ளுவரைக் கிருத்தவராக்கும் தனது திட்டத்துக்கு அவரே ஏற்றவர் என்ற முடிவுக்கு வந்தார் பேராயர் அருளப்பா. கிருத்தவ போதனைகளில் ஜான் கணேஷுக்கு இருக்கும் ஆர்வத்தையும், ஆளுமையும் கண்டு அதிசயித்ததுடன் அவரையே தனது திட்டம் தொடர்பான ஆய்வுப் பணிக்கும் நியமித்தார்.

ஜான் கணேஷுக்குத் தேவையான அனைத்து நிதி உதவிகளுக்கும் பேராயர் அருளப்பா ஏற்பாடு செய்தார். திருவள்ளுவர் - புனித தோமையர் நட்பு, கிருஸ்துவின் சிந்தனைகளையே திருவள்ளுவர் தனது திருக்குறளில் பிரதிபலித்தார் என்பதுடன், இயேசுவின் பிறப்பை முன்கூட்டியே கிழக்கிலிருந்து கணித்த மூவர் இந்து முனிவர்களாகிய வசிஷ்டர், விசுவாமித்திரர் மற்றும் அகஸ்தியர் ஆகியோரே என்பதையும் தன்னால் ஆதாரங்களுடன் நிரூபிக்க முடியும் என்று ஜான் கணேஷ் உறுதியளித்தார். மேலும் மயிலை

கபாலீஸ்வரர் கோயில், திருவண்ணாமலை அருணாசலேஸ்வரர் கோயில் ஆகியவையும் கிருத்துவ தேவாலயங்களே என்று நிரூபிக்கத் தன்னிடம் போதிய ஆதாரங்கள் இருக்கின்றன என்றும் கூறி பேராயர் அருளப்பாவை நம்ப வைத்தார்.

ஜான் கணேஷ் தனது ஆய்வுப் பணியின் நம்பகத்தன்மைக்கு அவ்வப்போது ஓலைச் சுவடிகள் மற்றும் செப்புத் தகடுகளின் மாதிரிகளைக் காட்டினார். அவற்றின் மூலங்கள் இந்தியா முழுவதுமுள்ள பல அருங்காட்சியங்களிலும், பல்கலைக் கழகங்களிலும் எளிதில் எடுக்க முடியாதவகையில் பாதுகாப்பாக உள்ளன என்றார். மேலும் இவற்றின் உண்மைத் தன்மையை நிரூபிக்க அங்குள்ள பொறுப்பாளர்களின் சான்றொப்பமிட்ட சான்றிதழ்களையும் காட்டி உறுதிப்படுத்தினார். பேராயர் அருளாப்பாவுக்கு எந்தத் தருணத்திலும் தன்மீது எள்ளளவுகூட சந்தேகம் வராதவகையில் எல்லா முன்னெச்சரிக்கை நடவடிக்கை களையும் ஜான் கணேஷ் துல்லியமாகவும், கச்சிதமாகவும் செய்தார்.

பேராயர் அருளப்பாவைச் சந்திப்பதற்கு முன்பு ஏழ்மை நிலையில் இருந்த ஜான் கணேஷிடம் ஆய்வுப் பணிக்காகக் கொடுக்கப்பட்ட பணம் ஏராளமாகப் புரள ஆரம்பித்தது. பங்களா, கார், நகை என வாங்கிக் குவித்து வசதியான வாழ்க்கை வாழத் தொடங்கினார். 1976இல் ஆச்சார்ய பால் என்ற பெயரில் ஜான் கணேஷ் பாஸ்போர்ட் பெற, பேராயர் அருளப்பா கத்தோலிக்கத் திருச்சபை அவருக்களித்த அதிகாரப்பூர்வ மயிலை இல்லத்தையே முகவரியாகக் கொடுத்தார். இந்தியாவின் பல இடங்களுக்கு மட்டுமின்றி உலகின் பல நாடுகளுக்கும் ஆய்வு நிமித்தம் பயணிக்கவும் ஜான் கணேஷுக்கு போதிய வசதிகளைச் செய்து கொடுத்தார் அருளப்பா. அத்துடன் ஜான் கணேஷை 1977 ஆம் ஆண்டு வாடிகன் நகருக்கு தன்னுடன் அழைத்துச் சென்று போப்பாண்டவரைச் சந்தித்து அவருடன் நீண்ட நேரம் உரையாடவும் உதவினார். அந்த அளவுக்கு ஜான் கணேஷை முழுமையாக நம்பினார் பேராயர் அருளப்பா.

ஆனால் ஒரு கட்டத்தைத் தாண்டிய பிறகும் ஜான் கணேஷ் எந்தவொரு ஆய்வை நடத்தியதாகவோ, ஆவணங்களைத் திரட்டியதாகவோ தெரிய வராததால் அவர்மீது சந்தேக ரேகைகள் படரத் தொடங்கின. எப்போது கேட்டாலும் ஆய்வுப் பணிகள் நடந்துகொண்டிருப்பதாகவே சொல்லிச் சமாளித்தார். பணத்தைக் கறப்பதிலும் குறியாக இருந்தார். திருவள்ளுவரைக்

கிருத்தவராக்கும் ஆய்வுப் பணிக்காக பேராயர் அருளப்பாவிடம் இருந்து கிட்டத்தட்ட ரூ 14 லட்சம் வரை ஜான் கணேஷ் என்னும் ஆச்சார்ய பால் பெற்றுக் கொண்டதாக புகார் எழுந்தது. ஜான் தாமஸ் மற்றும் அந்தோணி ராயப்பா ஆகியோர் மதராஸ் - மயிலாப்பூர் ஆர்க்பிஷப் ஃபாதர் அருளப்பா தேவாலயப் பணத்தைத் தவறாகப் பயன்படுத்தியதாக அவர்மீது வழக்குத் தொடுத்தனர். காவல் துறை விரிவாக விசாரித்து ஆய்வறிக்கை சமர்ப்பிக்க நீதிமன்றம் உத்தரவிட்டது.

தொடக்கத்தில் காவல் துறை ஆய்வாளர் சேஷாத்திரியும், பிறகு ஆய்வாளர் சந்திரய்யா பெருமாளும் விசாரணையை ஆரம்பித்தனர். ஜான் கணேஷ் வீட்டைச் சோதனையிட்டதில் அங்கு உண்மையான பனை ஓலைச் சுவடிகள் எதுவும் காணப்படவில்லை. அவரிடம் நடத்திய விசாரணையில் ஓலைச் சுவடிகளைப் போலவே பழுப்பு நிறக் காகிதங்களை வெட்டி, அவற்றில் பழங்கால எழுத்துக்களைப்போல எழுதி, வெள்ளைத் தாள்களில் ஒட்டி, நிஜமான ஓலைச் சுவடிகளைப் போன்று தோற்றமளிக்கும் வகையில் அவை படமெடுக்கப்பட்டதாக ஒப்புக்கொண்டார். பின்னாளில் அவர்மீது மோசடி வழக்கு தொடரப்பட்டபோது இதுபோன்ற போலியான ஓலைச் சுவடிகளைத் தயாரிக்கத் தூண்டுகோலாக இருந்தவரே பேராயர் அருளப்பாதான் என்றும் வாக்குமூலம் அளித்தார்.

ஜான் கணேஷ் வீட்டில் நடைபெற்ற சோதனையில் பல்வேறு இந்து, கிருத்தவ நிலையங்கள், ஆய்வகங்கள், பல்கலைக் கழகங்களின் ரப்பர் ஸ்டாம்புகளும், பிரபலங்களின் கையெழுத்து மாதிரிகளும் கண்டெடுக்கப்பட்டன. போலியாகத் தயாரிக்கப் பட்ட ரப்பர் ஸ்டாம்புகள் மற்றும் கையெழுத்துக்களைப் பயன்படுத்தியே அவர் தனக்குத் தேவையான பல பாராட்டுக் கடிதங்களையும், பரிந்துரைகளையும் தானே தயாரித்துக் கொண்டார் என்ற உண்மையும் தெரிய வந்தது.

தன்னை பனாரஸ் பல்கலைக்கழகத்தில் டாக்டர் பட்டம் பெற்றவர் என்று அறிமுகப்படுத்திக்கொண்ட ஜான் கணேஷ் உண்மையிலேயே படித்தது ஏழாம் வகுப்புவரை மட்டுமே. எந்தக் கல்லூரியிலும், பல்கலைக்கழகத்திலும், சமயம் தொடர்பான எந்த ஆசிரியப் பணியையும், ஆய்வையும் மேற்கொள்ளவில்லை என்றும் தெரிய வந்தது. ஜான் கணேஷ் என்னும் ஆச்சார்ய பால் மோசடிப் பேர்வழி என்று தெரிய வரவே 1980 ஏப்ரல் 29 அன்று கைதாகி அவர் மீது இபிகோ 419, 420, 465, 471, 473 ஆகிய

பிரிவுகளின் கீழ் வழக்கு பதிவு செய்யப்பட்டு சிறையில் அடைக்கப்பட்டார்.

1986 பிப்ரவரி 6 ஆம் தேதி இரண்டாம் குற்றவியல் நீதிபதி பி. அறிவுடையப்பன் மேற்கண்ட 100087/82 வழக்கு தொடர்பான தீர்ப்பை வழங்கினார். ஜான் கணேஷ் ரு 14 லட்சம்வரை 1975-80 காலகட்டத்தில் பேராயர் அருளப்பாவிடமிருந்து போலியான ஆய்வுப் பணிகளுக்காக பெற்றுக்கொண்டது சந்தேகத்துக்கு இடமின்றி நிரூபணமாகி உள்ளது. எனவே அவருக்கு 10 மாதம் சிறைத் தண்டனையும், 5 மாதம் கடுங்காவல் தண்டனையும் விதித்துத் தீர்ப்புக் கூறினார். ஆனால் திடீரென பேராயர் சமரசத்துக்கு கேட்டுக்கொண்டதால் ஜான் கணேஷின் தண்டனைக் காலம் 2 மாதங்களாகக் குறைக்கப்பட்டது. 1980 ஏப்ரல் 29 கைதாகி ஜூன் 27 அன்று ஜாமீனில் விடுதலை ஆனார். 2 மாத சிறைத் தண்டனையில், ஏற்கெனவே 59 நாள்கள் சிறையில் இருந்ததால் தொடர்ந்து சிறையில் இருக்கவேண்டிய அவசியமே இல்லாமல் உடனடியாக விடுதலை ஆனார்.

பேராயர் அருளப்பாவின் ரூ 14 லட்சம் வரையிலான நிதி உதவியுடன், ஜான் கணேஷின் 1975-80களில் திட்டமிடப்பட்ட புனைவு ஆராய்ச்சியானது நீதி மன்றத்தில் தொடுக்கப்பட்ட வழக்கின் மூலம் மோசடி என நிரூபணமானது. பேராயர் அருளப்பாவின் தூண்டுதலின் பேரிலேயே ஜான் கணேஷ் இத்தகைய ஆய்வில் ஈடுபட்டதை அவரே ஒப்புக்கொண்டதைத் தொடர்ந்து தண்டனைக் காலம் இரு மாதங்களாகக் குறைக்கப் பட்டது. பேராயர் அருளப்பா கட்டாய ஓய்வில் அனுப்பப் பட்டார்.

ஆனால் திடீரெனப் பேராயர் அருளப்பா எதற்காக மோசடி செய்த ஜான் கணேஷுடன் சமரசரம் செய்து கொண்டார் என்ற விவரம் இன்றுவரை வெளிச்சத்துக்கு வரவே இல்லை. அனைத்தும் மூடு மந்திரமாகவே உள்ளது. திருவள்ளுவரைக் கிருத்தவராக்கும் முயற்சியில் ஈடுபட்ட ஜான் கணேஷ் போன்ற மோசடிப் பேர்வழிகள் 2 மாத சிறைத் தண்டனையுடன் தப்பித்து ரூ 14 லட்சம் வரை (1975-80 வரை சவரன் விலை சராசரி ரூ700/-தான்) சம்பாதித்ததும், சிறந்த அறிஞரான பேராயர் அருளப்பா அவமானப்பட்டும், பதவி பறிக்கப்பட்டும், கட்டாய ஓய்வில் வீட்டுக்கு அனுப்பப்பட்டதும்தான் மிச்சம்.

‘பேராயர் அருளப்பா - ஜான் கணேஷ் - சர்ச்சை - வழக்கு’ தொடர்பாக ஆர்.பி.வி.எஸ். மணியன் (வி.ஹெச்.பி) ‘விஜய பாரதம்’ 10.12.04 மற்றும் ‘ஓம் சக்தி’ ஜனவரி 2005 இதழ்களில் எழுதியது

அதில் பேராயர் அருளப்பா போப் ஆண்டவர் கட்டுப்பாட்டில் இருக்கும் வாடிகன் குடிமகன் என்னும் அதிர்ச்சித் தகவலைத் தெரிவிக்கிறார்:

‘இந்த வழக்கு, விசாரணைக்கு வந்தபோது ஆர்ச் பிஷப் அருளப்பா சார்பில் வாதாடிய வழக்கறிஞர் ‘ஆர்ச் பிஷப் அருளப்பாவை நீதி மன்றம் விசாரிக்க முடியாது. அவர் இந்த நாட்டின் (இந்திய) குடிமகன் அல்ல. அவர் போப்பாண்டவர் அரசாளும் வாடிகனின் குடிமகன். அவர்மீது வாடிகன் நீதிமன்றம் மட்டுமே விசாரணை நடத்த முடியும். இந்திய சட்டத்தில் வழிவகை கிடையாது’ என்று வாதாடினார். இதைக் கேட்ட நீதிபதி சத்தியதேவன் அதிர்ச்சி அடைந்தார். சட்ட நிபுணர்களுடன் ஆராய்ந்த நீதிபதி, இந்தப் பிரச்னைக்கு ஒரு தீர்வு காணுமாறு மத்திய அரசை வலியுறுத்தி தீர்ப்பு வழங்கினார்.

ஆர்ச் பிஷப் வாடிகன் குடிமகன் என்பதால் அவர் கொலை செய்தால்கூட இந்திய அரசாங்கம் அவர்மீது நடவடிக்கை எடுக்க முடியாது என்ற உண்மை அன்றுதான் வெளியே வந்தது. இப்போது சட்டம் எல்லோருக்கும் சமம் என்று கூறுபவர்கள், ஆர்ச் பிஷப் விஷயத்தில் என்ன சொல்லப் போகிறார்கள்? ஆர்ச் பிஷப்புக்கு ஒரு சட்டம், இந்து சன்னியாசிக்கு ஒரு சட்டம். இந்த லட்சணத்தில் சட்டம் எல்லோருக்கும் சமம் என்று கூறுவது வேடிக்கையாக இருக்கிறது’ என்று கட்டுரையை நிறைவு செய்கிறார் ஆர்.பி.வி.எஸ். மணியன். ஆனால் இது எந்த அளவுக்கு உண்மை என்று தெரியவில்லை.

முனைவர் தெய்வநாயகம்

இவர்களைப் பின்பற்றியே முனைவர் மு. தெய்வநாயகமும், திருவள்ளுவரைக் கிருத்துவராக்கும் அதே பணியைத் தொடர்ந்தார். திருக்குறள் என்பதே கிருத்துவ மத நூல்தான் எனபதற்குச் சில ஆதாரங்களைச் சுட்டி காட்டி 1969ஆம் வருடம் ‘திருவள்ளுவர் கிருஸ்தவரா?’ என்ற நூலை வெளியிட்டார். திருக்குறள் பதினெண் கீழ்க்கணக்கு நூல்களில் ஒன்று என்றாலும் தோமா வழியில் உருவாக்கப்பட்ட கிருத்தவ நூல் என்கிறார். கி.பி. 52-53 காலகட்டங்களில் வாழ்ந்த புனித தோமா என்ற

அப்போஸ்தலர் இந்தியாவில் தமிழ்நாட்டிற்கு வந்தார். மயிலாப்பூர் வாழ்ந்த திருவள்ளுவரும் அவரும் இணைபிரியாத தோழர்களாக இருந்தனர் என்றும் தோமாவிடமிருந்தே ஏசுநாதரின் கருத்துக்களை திருவள்ளுவர் கேட்டு அறிந்து மனத்தைப் பறிகொடுத்து அதை தமது திருக்குறளை எழுதினார் என்பது அவர் வாதம்.

இதன் காரணமாக அவர்மீது பொறாமை கொண்ட மயிலை மாங்கொல்லையில் வாழ்ந்த இந்துக்கள் சிலர் வஞ்சகமான முறையில் சூழ்ச்சி செய்து கொலை செய்தார்கள் என்றும் கூறுகிறார். ஆனால் புனித தோமா தமிழகம் வந்ததாகவோ, அவரை மயிலாப்பூரிலுள்ள இந்துக்கள் கொலை செய்ததாகவோ எந்த ஆதாரமும் இல்லை.

முனைவர் தெய்வநாயகத்தின் நூல் வெளியானபோதே தமிழ் அறிஞர்கள் மத்தியில் அது மிகப் பெரிய சலசலப்பை ஏற்படுத்தியது. சில கிறிஸ்தவ அறிஞர்களேகூட இந்த நூல் முழுமையான கற்பனை என்றும் கிருஸ்தவ மதக் கருத்துக்கள் எதுவும் திருக்குறளில் இல்லை என்றும் தெளிவுபடுத்தினர். 'திருக்குறளில் மறுபிறப்பு, விதி, ஊழ் போன்ற விஷயங்கள் பேசப்படுகின்றன; அவை ஏசுநாதரின் உபதேசங்களுக்கு விரோதமானவை' என்று மு.தெய்வநாயகத்தைக் கண்டித்தார்கள். கிறிஸ்தவர்களே கண்டித்த அந்த நூலுக்கு ஆதரவு தெரிவித்து முன்னுரை எழுதியது வள்ளுவர் கோட்டம் எழுப்பியும், குறளோவியம் எழுதியும், வள்ளுவருக்கு குமரிமுனையில் வானளாவிய சிலை வைத்தும் போற்றிய அப்போதைய முதல்வர் கலைஞர் மு.கருணாநிதி அவர்கள்தான்.

மு. தெய்வநாயகத்தின் ஆய்வுகளும், மறுப்புகளும்

உயிர்வதை:

மு.தெய்வநாயகம்: **பழைய ஏற்பாட்டுக் காலத்தில் கருதப்பட்ட பல கருத்துக்கள், இயேசு பிறந்த பிறகு வந்த வரலாற்றின் அடிப்படையில் எழுதப்பட்ட புதிய ஏற்பாட்டுக் காலத்தில் மறுக்கப்பட்டன. பழைய ஏற்பாட்டில் பணக்காரனுக்குத்தான் பரலோக சாம்ராஜ்ஜியம் என்று கூறப்பட்டது. ஆனால் இயேசுவோ ஊசி நுழையும் இடத்தில் ஒட்டகம் நுழைந்தாலும் நுழையலாம்; ஒரு பணக்காரன் பரலோக சாம்ராஜ்ஜியத்தில் நுழைய முடியாது என்று கூறியது புதிய ஏற்பாட்டில் வருகிறது.**

பழைய ஏற்பாட்டில் கண்ணுக்குக் கண், பல்லுக்கு பல், கைக்கு கை, காலுக்கு கால் என்று பழிக்குப் பழி வாங்கவேண்டும் என்று யாத்திராகமத்தில் வருகிறது. ஆனால் புதிய ஏற்பாட்டில் இயேசுவோ, ஒரு கன்னத்தில் அறைந்தால் மறு கன்னத்தைக் காட்டு என்று கூறுகிறார். எனவே பழைய ஏற்பாட்டு யூத மதம் வேறு; புதிய ஏற்பாட்டு கிறித்துவ மதம் வேறு.

புதிய ஏற்பாட்டில் பலி நிறைவேற்றக் கொள்கை உண்டு. இயேசுவே உலக மக்களை மீட்க தானே பலியுண்டார். அத்துடன் பலி நிறைவேறிவிட்டது. இந்தக் கொள்கையைத்தான் தோமா தமிழகத்திற்கு தந்து தமிழகத்தில் பலிகளை நிறுத்தினார். அதற்கு முன் தமிழகக் கோயில்களில் பலி இடப்படுவது காணப்படுகிறது. அதன்பின் தோமா வழியைத் தமிழகம் ஏற்றுக்கொண்டபோது பலி நிறுத்தப்பட்டது. சைவர்கள் நெற்றியில் இட்டுக் கொள்ளும் திருநீறு கூட புனித தோமாதான் தமிழகத்திற்கு அறிமுகப் படுத்தினார்.

தோமாவிடம் கற்றுக்கொண்டுதான் திருவள்ளுவர் உயிர்வதைக்கு எதிராகக் குறட்பாக்களை எழுதினார். புதிய ஏற்பாடு ரோமர் 14 பகுதியில் உயிர் வதைக்கு எதிரான வசனங்கள் வருகின்றன. இவை திருக்குறளில் எப்படி வந்தன? தோமா வழிக் கிறித்துவத்தால்தான் திருக்குறளில் கூறப்பட்டது எனில் யாராவது மறுக்கமுடியுமா என்று கேட்கிறார் முனைவர் தெய்வநாயகம்.

மறுப்பு: திருக்குறளில் உயிர் வதைக் கோட்பாட்டிற்கு எதிரான கருத்துக்கள் உண்டு. இந்தக் கருத்து விவிலியத்தின் பழைய ஏற்பாட்டில் இல்லை என்றாலும் புதிய ஏற்பாட்டில் இருக்கிறது. உயிர் வதை செய்யலாகாது என்பது உலகில் உள்ள எல்லா அருளாளர்களின் பொதுக் கருத்து. அதை திருவள்ளுவர் கூறினார் என்பதாலேயே புனித தோமாவிடமிருந்துதான் வள்ளுவர் அதைக் கற்றுக்கொள்ளவேண்டும் என்பதென்ன கட்டாயம்? புனித தோமா வருவதற்கு முன் தமிழர்கள் அனைவரும் உயிர்வதை செய்வதையே தொழிலாகக் கொண்டிருந்தனரா? அல்லது புனித தோமா வந்தவுடன் அசைவ உணவுகளை சாப்பிடுவதைத் தமிழர்கள் கைவிட்டார்களா? இதற்கெல்லாம் ஏதாவது ஆதாரம் உண்டா? உண்டென்றால் காட்டினாரா? அது ஒருபுறம் இருக்கட்டும்; இவரது மேற்கோளாவது உயிர் வதையை எதிர்க்கிறதா என்றால் அதுவும் இல்லை. கீழ்க்காணும் வசனங்கள் எல்லாம் உயிர் வதையை எப்படி எதிர்க்கின்றன என்பதை மு.தெய்வநாயகம் விளக்க வேண்டும்.

புதிய ஏற்பாடு ரோமர் 14: 2: ஒருவன் எந்தப் பதார்த்தத்தையும் புசிக்கலாம் என்று நம்புகின்றான்; பலவீனமானவனோ மரக்கறிகளை மாத்திரம் புசிக்கிறான்.

புதிய ஏற்பாடு ரோமர் 14:3: புசிக்கிறவன் புசியாதிருக்கிறவனை அற்பமாய் எண்ணாதிருப்பானாக; புசியாதிருக்கிறவனும் புசிக்கிறவனைக் குற்றவாளியாகத் தீர்க்காதிருப்பானாக; இறைவன் அவனை ஏற்றுக் கொண்டாரே!

காமத்துப்பால்:

மு.தெய்வநாயகம்: திருக்குறளில் இன்பத்துப்பால் இருப்பதைப்பற்றி சிலர் மாறுபடப் பேசுகிறார்கள். அதன் உயர்வு தெரியாமலேயே இவர்கள் பேசுகிறார்கள் என்றுதான் சொல்லவேண்டும். அதில் கூறப்படும் தலைவன் - தலைவி என்பது இறைவனும் -ஆன்மாவும்தான். இறைவனை மணவாளன் என்றும் ஆன்மாவை மணவாட்டி என்றும் கூறும் கருத்துக்கள் விவிலியத்தில் உண்டு. எனவே ஆன்மா இறைவனோடு சேர்ந்து அனுபவிக்கும் பேரின்பம்தான் திருக்குறளில் வரும் இன்பத்துப் பால்.

மறுப்பு: திருக்குறளில் இன்பத்துப் பால் இருக்கிறதே! புனித தோமாவிற்கும் காமத்துப் பாலுக்கும் என்ன சம்பந்தம்? புனித தோமாவிடம் கற்றுக்கொண்டா காமத்துப் பாலைத் திருவள்ளுவர் எழுதினார்? (கூட்டத்தில் இந்தக் கேள்வியைப் பேராயர் எஸ்றா சற்குணம் எழுப்பினார் என்பது குறிப்பிடத்தக்கது.)

மு.தெய்வநாயகம்: ஆதி பகவன் - பகுத்தவன் பகவன்; பகுத்தவன் இறை, பரிசுத்த ஆவி, குமரன் என்று பகுத்தான்; வாலறிவு - ஒளி அறிவு; இருவினை - பிறக்கும்போதே வரும் வினை. இது உடனிருப்பதால் சகசமலம் எனப்படும். ஐந்தவித்தான் - புனித பேதுரு; ஐந்தவித்தான் ஆற்றல் - சாவை வென்ற ஆற்றல்.

மறுப்பு: புனித பேதுருதான் ஐந்தவித்தான் என்கிறார். ஐந்தவித்தான் ஆற்றல் என்பது சாவை வெல்லும் ஆற்றல் என்கிறார். ஆனால் புனித பேதுரு சாவை வென்றதாக வரலாறில்லை. மாறாக அந்தப் பேதுரு கொலையுண்டார் என்றே விவிலியம் சான்று பகர்கின்றது.

காலம்:

மு. தெய்வநாயகம்: திருவள்ளுவர் கி.மு. 31ல் தோன்றியவர் என்று மறைமலை அடிகள் உள்ளிட்ட சில தமிழறிஞர்கள் ஆராய்ச்சி முடிவுக்கு வந்து அதை தமிழக அரசும் ஏற்றுக்கொண்டு

நாட்காட்டிகளை அச்சிட்டு வருகின்றது. உண்மையில் திருவள்ளுவர் கி.பி. 3 முதல் 6ம் நூற்றாண்டிற்கு இடைப்பட்ட காலத்தைச் சேர்ந்தவர். இதனை எந்தப் பல்கலைக் கழகத்தில் வேண்டுமானாலும் வந்து ஆதாரங்களுடன் நிரூபிப்பேன். முன்னர் அறிஞர்கள் செய்த ஆராய்ச்சிகள் எல்லாம் ஆராய்ச்சியன்று.

மறுப்பு: வள்ளுவரைக் கிறிஸ்துவிற்கு 31 ஆண்டுகள் மூத்தவர் என்று சொல்வதை ஏற்க முனைவர் தெய்வநாயகத்துக்கு மனம் இல்லை. ஏனென்றால் கிருஸ்துவுக்கு முன்னர் வள்ளுவர் பிறந்தவர் என்றால் அவர் புனித தோமாவிற்கு சீடராக முடியாதே! எனவே இதுவரை யாரும் கூறாதவாறு வள்ளுவர் கி.பி. 3 - கி.பி. 6 இடைப்பட்டவர் என்கிறார். தமிழறிஞர்கள் வள்ளுவர் பிறந்த ஆண்டு கிமு 31 என்று தெளிவாக நிர்ணயித்ததுபோல் முனைவர் தெய்வநாயகம் ஏன் வள்ளுவர் பிறந்த ஆண்டைத் துல்லியமாகக் கூறாது கி.பி.3 முதல் கி.பி.6 வரை என்று சொன்னது விளங்கவில்லை.

அடுத்து புனித தோமாவோ கி.பி. 52 - கி.பி.72 வரை அதாவது 20 ஆண்டுகள் மட்டுமே தமிழகத்தில் இருந்தார் என்றும் அவரைக் கொலை செய்துவிட்டனர் என்பதும் இவர் போன்றவரின் நம்பிக்கை. தோமாவின் சீடர் வள்ளுவர் என்றால் அவரும் தோமாவின் காலத்தில்தானே வாழ்ந்திருக்க வேண்டும்? பின் வள்ளுவர் எப்படி கி.பி. 3 - கி.பி.6 நூற்றாண்டுகளின் இடையில் பிறந்தவராக இருக்க முடியும்?

டாக்டர் மு. தெய்வநாயகத்தின் ‘விவிலியம் திருக்குறள் சைவ சித்தாந்தம் - ஓர் ஒப்பாய்வு’

கடவுள் வாழ்த்து

தெய்வநாயகம்: கிருத்தவம் தந்தை, பரிசுத்த ஆவி, மகன் என்று காட்டுவதை வள்ளுவம் கடவுள், வான் நீத்தார் எனக் குறிக்கின்றது. வள்ளுவர் கூறும் ‘ஐந்தவித்தான்’ சமணத்தை உருவாக்கிய மகாவீரரையோ, பௌத்தத்தை உருவாக்கிய புத்தரையோ, கிருத்துவத்தை உருவாக்கிய இயேசு கிருத்துவையோ குறிக்கலாம் என்றாலும் மகாவீரரும், புத்தரும், கடவுள் கருத்தை ஏற்றுக்கொண்டவர்கள் இல்லை. ஆனால் இயேசு கடவுள் கொள்கையைக் கூறுவதுடன், அந்த இயேசுவையே கிருத்துவர்கள் கடவுளாகக் கருதுபவர்கள். வள்ளுவருக்கு கடவுள் கோட்பாடுடன் உடன்பாடு என்பதால்

வள்ளுவர் கூறும் 'ஐந்தவித்தான்' மேற்கண்ட ஆய்விலிருந்து 'இயேசு'வுக்கே பொருந்தும்.

கடவுளின் அருவ நிலை, அருவுருவ நிலை, உருவ நிலை ஆகிய மூன்று நிலைகளையும், திருக்குறளின் பாயிரத்தின் முதல் மூன்று அதிகாரங்களும், வாழ்த்திச் சிறப்பித்துப் பெருமைப் படுத்துகின்றன. உருவக் கடவுளின் வாழ்த்தாக நீத்தார் பெருமையும், அருவக் கடவுளின் வாழ்த்தாகக் கடவுள் வாழ்த்தும், அருவக் கடவுளில் இருந்து உருவக் கடவுள் தோன்றுவதற்குக் காரணமாக விளங்கும் இறைவனின் அருவுருவ அருட்சக்தி வாழ்த்தாக வான் சிறப்பும் அமைக்கப்பட்டுள்ள இணைப்பு திருவள்ளுவரின் மூவுரு கடவுள் கோட்பாட்டை விளக்குவதாக அமைந்துள்ளது. திருவள்ளுவர், 'ஐந்தவித்தான்' என்னும் பெயரால் அருவக் கடவுளாகிய இறைவனையும் (குறள்.6), உருவக் கடவுளாகிய 'நீத்தாரையும்' (குறள் 25) ஒருவராக்கிக் காட்டியிருக்கும் தனிச் சிறப்பாகும்.

உயிரினும் ஓம்பப்படும் ஒழுக்கம் (குறள் 131), யார் யார்க்கும் அமைவதற்குக் காரணமாக விளங்கும் வானாகிய இறைவனின் அருட்சக்தியை (குறள் 20) இறைவனின் அருவ உருவங்களுக்கு இடையே சிறப்பித்திருக்கும் தன்மை ஆழ்ந்து நோக்கத்தக்கது. அருவக் கடவுளையும் உருவக் கடவுளையும், இறைவனின் அருட்சக்தியையும் விளக்கிக் காட்டுவதற்காக எழுந்த உருவக் கதைகளே, பிற்காலத்தில் புராணங்களாக உருவம் பெற்றன.

திருக்குறளுக்குப் பிற்பட்ட காலத்திலேதான் சிவன், விஷ்ணு, சைவம், வைணவம் என்னும் பெயர்கள் தோற்றம் பெற்றன. இறைவனுக்கு மனைவி, மக்கள் உண்டு என்னும் உருவகக் கதைகள் எழுந்தன. இந்து சமயத்தில் உள்ள கடவுளர் பெயர் களையும், அவர்களுக்கு இடையே கூறப்படும் உறவுகளையும், அவர்களைப்பற்றி எழுதப்பட்டுள்ள புராணங்களையும் நாம் ஆழ்ந்து நோக்குங்கால், அவை வெறுமையிலிருந்து உருவாக வில்லை என்பதையும், இறைவனைப்பற்றிய அடிப்படைத் தத்துவத்தை விளக்குவதற்காக நாளாவட்டத்தில் ஏற்பட்ட விளக்கக் குறிப்புகளே அவை என்பதையும் அறியலாம்.

அன்பாகிய இறைவனை அப்பனாகவும், அருளாகிய இறைச் சக்தியை அம்மையாகவும் காண முயன்றது தமிழ் உள்ளம். அன்பும் அருளும் இணைந்து மக்களுக்கு வெளிப்பட்ட இறைவனின் உருவமே மனித உருவில் தோன்றிய குமரக்

கடவுளானார். கிறித்தவம் கூறும் தந்தை (Father), மகன் (Son), பரிசுத்த ஆவி (Holy Spirit) என்னும் கோட்பாட்டிற்கும் 'அப்பன்', 'அம்மை', 'மகன்' என்னும் கோட்பாட்டிற்கும் அதிக வேற்றுமை இல்லை. தந்தை, மகன் என்னும் குடும்ப உறவுப் பெயர்களில், தந்தையிலிருந்து மகன் தோன்றுவதற்குக் காரணமாக விளங்கி, தந்தையையும் மகனையும் இணைக்கும் உறவுப் பாலமாக விளங்குபவள் தாயே. அருவக் கடவுளாகிய தந்தையிலிருந்து உருவக் கடவுளான மகன் தோன்றுவதற்கு, இடையில் நிற்கும் அருட்சக்தியாகிய தாயாக பரிசுத்த ஆவி எண்ணப்படுகிறது எனலாம்.

ஆவியை விளக்குவதற்கு உவமையாகவோ, உருவகமாகவோ, விவிலியம் முழுவதும் நீர், மழை, பனி, ஊற்று, பெருங்காற்று, நெருப்பு ஆகிய சொற்கள் பயன்படுத்தப்பட்டுள்ளன. வள்ளுவரும் உருவக முறையில் வான் (குறள் 11,20), மழை (குறள் 12,15), விண் (குறள் 13), புயல் (குறள் 14), விசும்பின் துளி (குறள் 16), எழிலி (குறள் 17), வானம் (18,19), என்னும் சொற்களால் அருட்சக்தியாகிய ஆவியை விளக்க முற்பட்டுகிறார். விவிலியத்தின் பரிசுத்த ஆவியையே திருவள்ளுவர் 'வான்' என்று குறிப்பிடுகிறார் (பக்கம் 250).

'உண்மை எதுவோ, கண்ணியம் எதுவோ, நீதி எதுவோ, தூயது எதுவோ, இனியது எதுவோ, நற்பண்பு எதுவோ, அவற்றை மனத்தில் கொள்ளுங்கள் என்ற விவிலியத்தின் போதனையை வள்ளுவர் 'அன்பு, நாண், ஒப்புரவு, கண்ணோட்டம் வாய்மையொடு, ஐந்து சால்பு ஊன்றிய தூண் (குறள் 983) மூலம் பிரதிபலிக்கிறார்.

'கிருஸ்து நமக்காக உயிரைக் கொடுத்தார். இதனால் அன்பு இன்னதென்று அறிந்தோம்' என்று விவிலியம் கூறுவதை 'அன்பிலார் எல்லாம் தமக்குரியர் அன்புடையார் என்பு முரியர் பிறர்க்கு' என்னும் குறள் (72) மூலம் உறுதிப்படுத்துகிறார் (பக்கம் 261).

இயேசு பெருமானின் போதனையில் முக்கியமானது 'செய்த தவறுக்காக வருந்தி மனம் திருந்துவது. அப்படி திருந்தாதவர்கள் மனிதர்கள் அல்ல மரக் கட்டை' என்கிறார். இதையே வள்ளுவர் 'நாண்அகத் தில்லார் இயக்கம் மரப்பாவை நாணால் உயிர்மருட்டி அற்று (குறள் 1020) என்று பிரதிபலிக்கிறார் (பக்கம் 263).

'இன்னா செய்தார்க்கும் இனியவே செய்தல் சால்பு' (குறள் 987), 'ஒப்பில்லாத தாழ்ந்தோரிடத்திலும் தோல்வியை ஒப்புக்

கொள்ளுதல்' (குறள் 986), 'பகைவரிடத்திலும் பகைமை மாறும்படி பணிவாக நடந்து கொள்ளுதல்' (985) ஆகிய குறட்பாக்கள் இயேசு தன்னைச் சிலுவையில் அறைந்து கொன்றவர்களுக்காகவும் அன்புடன் வேண்டிக்கொண்டதை நினைவுபடுத்தும் (பக்கம் 264).

சான்றோரை 'விளக்கு' என்றும் 'உப்பு' என்றும் இயேசு கூறிய வழியில் வள்ளுவரும் 'உப்பாதல் சான்றோர்க் கடன்' (குறள் 802), 'பொய்யா விளக்கே விளக்கு' (குறள் 299) என்கிறார்.

முக்தி

தெய்வநாயகம்: மனிதர்களை மீண்டும் முக்தி நிலையில் சேர்க்க இறைவன் இயேசு குருவாக இவ்வுலகில் தோன்றி மனிதரை மீட்டுத் திரும்பவும் முக்தி நிலையில் சேர்க்கிறார் என்கிறது விவிலியம். அமரருள் உய்க்கும், வானுறையும் தெய்வத்துள் வைக்கப்படும், புத்தேளிர் வாழும் உலகு, நல்விருந்து வானத்தவர்க்கு, நிலமிசை நீடு வாழ்வார், மற்றின்பம் வேண்டுபவர், வானோர்க்கு உயர்ந்த உலகம், பேரா இயற்கை, புக்கில் உள்ளிட்ட சொற்களை முக்தியைக் குறிக்க வள்ளுவர் பயன்படுத்துகிறார். இதையே 'நீடு வாழ்வு' எனப் போற்றும் வள்ளுவர், தனக்குவமை இல்லாத கடவுள், இருள்சேர் இருவினையும் மனிதரைச் சேராது காத்து, ஒழுக்க நெறியில் இணைந்து, பொய்யை அகற்றி, நீடுவாழ்வை ஏற்படுத்தினார் என்கிறார். (பக்கம் 266).

புனித பேத்ரு, புனித பவுல் ஆகியோரால் பரப்பப்பட்ட கிருத்தவம் புதிய ஏற்பாடு நூல்களைத் தொகுக்கக் காரணமானது போல், புனித தோமையரால் பரப்பப்பட்ட ஆதி கிருத்தவம் திருக்குறள், சைவ சித்தாந்தம், பன்னிரு திருமுறைகள், நாலாயிரத் திவ்வியப் பிரபந்தம் உள்ளிட்ட நூல்கள் தொகுக்கப்படவும், சைவ வைணவ சமயங்கள் எழவும் காரணமாயின (பக்கம் 273).

'யவனர்' என்ற சொல் கிரேக்கர், ரோமர், யூதர், சீரியர் ஆகியோரைக் குறிக்கும். இயேசுவின் மாணவராக தோமா, யவனராகத் தமிழகம் வந்து, இயேசுவின் நற்செய்தியை அறிவித்து, திருக்குறள் (பின்னர் சைவ சித்தாந்தங்கள்) எழவும் கருவாய் விளங்கினார். (பக்கம் 274).

சைவ வைணவ இலக்கியங்கள் தோன்றுவதற்கான மூலக்கருவாக விளங்கும் நூல் திருக்குறளே ஆகும். திருக்குறளுக்குப் பின் வந்த

சமயங்கள் அனைத்தும் அதன்மீது உரிமை கொண்டாட திருக்குறளின் பாயிர அமைப்பும், அதிலுள்ள 'ஐந்தவித்தான்', 'வான்', 'நீத்தார்', 'இயல்புடைய மூவர்' முதலான தொடர்கள் ஆகும். இவை கிருத்துவத்தை வெளிப்படுத்தும் கருத்துக் களஞ்சியங்களாகவே கருத்தப்படுகின்றன. இதுவரை புரியாத புதிராக இருந்தவை இந்த ஒப்பாய்வின் விளைவாகப் புது உண்மைகளையும், இணைப்புகளையும் ஏற்படுத்துகிறது. (பக்கம் 275).

தெய்வநாயககம் எழுதிய நூலுக்கு மறுப்பு

முனைவர் தெய்வநாயகம், 'விவிலியம், திருக்குறள், சைவ சித்தாந்தம் (ஒப்பாய்வு)' எனும் ஆராச்சிக்கட்டுரை மூலம் திருவள்ளுவரை கிறிஸ்துவராகவும் திருக்குறளை கிறிஸ்துவ நூலாகவும் நிறுவ முயலும் உள்நோக்கம் கொண்டே எழுதியிருக்கிறார். இது ஏற்கெனவே பேராயர் அருளப்பாவால் முயன்றும் முடியாமல் கல்லறையில் அடைக்கப்பட்டுவிட்ட விஷயமாகும். முனைவர் தெய்வநாயகம் அந்த ஆராய்ச்சிக்கு புத்துயிர் கொடுத்து மீண்டும் உயிர்த்தெழுப்பும் முயற்சியை ஆரம்பிக்கிறார். அந்த நூலில்தான் திருக்குறள் கிறிஸ்துவ நூல் என நிறுவும் ஆதாரங்களைக் கூறியிருக்கிறார். (*Mythical Thomas, devious Deivanayagam, and conniving Church,* B.R. Haran, Source: https://apostlethomasindia.wordpress.com)

மு. தெய்வநாயகத்தின் விவிலியம், திருக்குறள், சைவ சித்தாந்தம் ஒப்பாய்வு ஆராய்ச்சி நூலினை, 'இது ஓர் ஆராய்ச்சி நூலே இல்லை' எனும் ஒரு சுற்றறிக்கை மூலம் உலகத் தமிழாராய்ச்சி நிறுவனம் மறுப்புத் தெரிவித்ததைத் தொடர்ந்து, சென்னை கிறித்துவக் கல்லூரியின் தமிழ்த் துறையிலிருந்து முனைவர் தெய்வநாயகம் வெளியேற்றப்பட்டார்.

இந்நிலையில் மு. தெய்வநாயகத்தின் ஆய்வு நூலுக்கு எதிர்ப்பு தெரிவித்து தருமபுரம் ஆதீனத்தின் 'சர்வதேச சைவ சித்தாந்த ஆய்வு மையம்' சார்பில் 1991இல் எழுதிய மறுப்பு நூல் வெளியானது. சைவ சமயப் பெரும் புலவர் அருணை வடிவேல் முதலியார் எழுதிய மறுப்பு நூலை சரோஜினி வரதப்பன் வெளியிட்டார்.

புலவர் அருணை வடிவேல் எழுதிய இந்நூலின் வெளியீட்டு விழாவில் பங்கேற்றுத் தருமபுர ஆதீனத் தலைவர் ஸ்வாமிநாத

தம்பிரான் பேசுகையில் ‘தனிப்பட்ட முறையில் தெய்வ நாயகத்துக்குக் கடிதம் எழுதி அவர் குறிப்பிட்ட தவறான தகவல்களைச் சரி செய்யச் சொன்னேன். ஆனால் அவர் உடன்படவில்லை. பின்னர் தருமபுர ஆதீனத்தில் கூட்டத்துக்கு ஏற்பாடு செய்து அவரை வரவழைத்தோம். கூட்டத்துக்கு வருகை தந்தார் எனினும் தனது நிலைப்பாட்டை மாற்றிக்கொள்ள வில்லை. எனவேதான் வேறு வழியின்றி ஆதீனத்தின் தலைவர் என்ற முறையில் அவர் எழுதிய நூலுக்கு மறுப்பு எழுதத் துணிந்து வெளியிட்டோம்’ என்றார்.

தெய்வநாயகம் எழுதிய நூலுக்கு மறுப்பு எழுதிய சைவ சமயப் பெரும் புலவர் அருணை வடிவேலு முதலியார் ‘எனது நம்பிக்கை மீதான தாக்குதல் என்பது என் தாயின்மீதான தாக்குதலுக்கு இணையாகும் என்பதாலேயே மறுப்பு நூலை எழுதினேன்’ என்று ஒற்றை வரியில் தனது கோபத்தையும், ஆதங்களையும் வெளிப்படுத்தினார்.

தெய்வநாயககம் எழுதிய ‘விவிலியம் திருக்குறள் சைவ சித்தாந்தம் ஒப்பாய்வு’ - என்னும் நூலை மறுத்து தருமை ஆதீனம் சார்பில் அருணை வடிவேல் முதலியார் எழுதிய நூலின் வெளியீட்டு விழாவில் பங்கேற்ற மதிப்பிற்குரிய நீதிபதி உயர்திரு. கிருஷ்ணசாமி ரெட்டியார் அவர்களின் கருத்து பின்வருமாறு:

‘ஆய்வு என்ற பெயரில் குப்பைகளைப் பதிப்பிக்கும் இன்றைய நவீன போக்கு கண்டனத்துக்கு உரியது. உண்மையக் கண்டறிய ஆய்வுக்கு நோக்கம் மற்றும் காரணம் வேண்டும். பண்டைய நம்பிக்கையைக் கொச்சைப்படுத்தும் வகையில் ஆதாரங்களைக் கண்டுபிடிப்பது ஆய்வு இல்லை. முன் முடிவு, தவறான எண்ணங்களுடன் ஆய்வைத் தொடங்கக் கூடாது. ஆசிரியரின் நோக்கம் கிருத்தவ மதத்தின்மீது தனக்கிருக்கும் ஆளுமையை வெளிப்படுத்தும் விதமாகவே உள்ளது. மதம் என்பது உண்மைகளை மட்டும் அடிப்படையாகக் கொண்டது அல்ல. நம்பிக்கையையும், பழக்க வழக்கங்களையும் கொண்டதாகும். இந்துக்களின் நம்பிக்கையை தெய்வநாயகத்தின் புத்தகம் காயப்படுத்தி விட்டது’ என்றார்.

சீதா ராம் கோயல் மற்றும் ஈஸ்வர் ஷரன் ஆகியோரின் ஆய்வு நூல்களை மேற்கொள் காட்டித் தொடர்ந்து பேசிய நீதியரசர் கிருஷ்ணசாமி ரெட்டியார் ‘இந்தியாவுக்குப் புனித தோமா வந்தது ஒரு கற்பிதம் அல்லது கட்டுக்கதை. இதுபோன்ற நூலை அரசால்

நிறுவப்பட்ட, சென்னை அடையாறிலுள்ள, உலகத் தமிழ் ஆய்வு நிலையம், எப்படி அச்சிட்டு வெளியிட்டது என்பது ஆச்சரியமாக உள்ளது. இதுபோன்ற ஒரு நூலை எழுதி, அச்சிட்டு வெளியிட்டது மட்டுமின்றி, சென்னைப் பல்கலைக்கழகம் முனைவர் பட்டமும் வழங்கியது அதைவிட மிகப் பெரிய குற்றம். இதுபோன்ற நூல்களுக்கு நாம் மறுப்புத் தெரிவிக்காவிட்டால் வரும் தலைமுறை நம்மைக் குற்றம் காணும். மேலும் இவ்வகை நூல்கள் எதிர்கால ஆய்வாளர்களுக்குத் தவறான அடிப்படை ஆதாரங்களாகிவிடும். நாம் மறுப்புத் தெரிவிக்காவிட்டால், இவ்வகை நூல்கள் உண்மையைத் தெரிவிக்கின்றன என்ற ஏற்புடன், மேலும் மதப் பிரச்சாரங்களுக்குப் பயன்படுத்தப்படும். கடும் நெருக்கடிக்களுக்கு இடையே இந்த மறுப்பு நூலை வெளியிட்ட தருமபுரம் ஆதீனத்துக்கு மனமார்ந்த நன்றிகள்' என்றார்.

மேலும், 'திருக்குறளில் கிறித்தவம்' எனும் ஆராய்ச்சி நூலின் நூலாசிரியரும் (Presented at Venkateshwara University, Tirupathi), கத்தோலிக்க லயோலா கல்லூரித் தமிழ்த்துறை தலைவரும், இயேசு சபையாளருமான மெய்த்திரு முனைவர் இராசமாணிக்கம் அவர்களின் மறுப்பு அறிக்கை பின்வருமாறு:

'தெய்வநாயகம்' என்ற புலவர் 'திருவள்ளுவர் கிறித்தவர்' என்று கூறி, கிறித்தவத்துக்கு முரணாகத் தென்படும் பல குறட்பாக்களுக்குப் புதிய விளக்கம் கூறி வருகிறார். அவற்றுள் சிலவற்றை ஊன்றிப் படித்தும், அவர் வலியுறுத்தும் கருத்தை நம்மால் ஒப்புக்கொள்ளமுடியவில்லை. 'திருவள்ளுவர் மறுபிறப்பை ஏற்கவில்லை' என்றும், 'ஐந்தவித்தான் என்பான் கிறிஸ்து' என்றும், 'வான் என்பது பரிசுத்த ஆவி' என்றும், 'நீத்தார் என்பவர் கிறித்து பெருமானார்' என்றும், 'சான்றோர் என்பது கிறித்தவர்களைச் சுட்டுகின்றது' என்றும் பல சான்றுகளால் எடுத்துரைக்கின்றார்.

முனைவர் தெய்வநாயகத்தின் கருத்துக்களோ, அவற்றை மெய்ப்பிக்க அவர் கையாளும் சான்றுகளோ, நமக்கு மனநிறைவு அளிக்கவில்லை. கிறித்துவ மதத்துக்குரிய தனிச்சிறப்பான கொள்கை ஒன்றுகூட திருக்குறளில் காணப்படவில்லை. கிறிஸ்து பெருமானின், பெயர்கூட வரவில்லை. ஆனால் இந்திரன் *(25)*, திருமால் *(அடியளந்தான்-610; அறவாழி-8; தாமரைக் கண்ணான்-103)*, திருமகள் *(செய்யவள்-167; செய்யாள்-84;*

தாமரையினாள்-617), மூதேவி (தவ்வை-167, மாமுகடி-617), அணங்கு(1081). பேய்(565), அலகை(850), கூற்று (375,765,1050, 1083; கூற்றம்-269,1085), காமன் (1197), புத்தேள் (58,234,213, 290,966,1322), இமையார்(906), தேவர் (1073), வானோர் (18, 346) முதலிய இந்து மதத் தெய்வங்களே திருக்குறளில் சுட்டிக் காட்டப்படுகின்றன. (திருக்குறள் கருத்தரங்கு மலர்-1974, பக்கம்-92-93 - டாக்டர் ந சுப்பு ரெட்டியார்) என்று குறிப்பிடுகிறார்.

முன்னாள் திருச்சி பிஷப் ஹீபர் கல்லூரி துணை முதல்வரும், தமிழ்த் துறைத் தலைவருமான பேராசிரியர் ப.ச.ஏசுதாசன் தனது 'திருக்குறளும் திரு விவிலியமும்' பக்கம் 5, 6 இல், 'விவிலியக் கருத்துக்களைத்தான் திருக்குறள் கூறியுள்ளது என்று நிறுவும் முயற்சியில் நான் ஈடுபடவில்லை. அது தேவையற்ற, பயனற்ற ஒன்று. அதனாலே அழுக்காறுதான் தோன்றும். ஒத்த சிந்தனைகள், நன்நெறிக் கருத்துக்கள் நல்ல சிந்தனையாளர்களிடையே நாடு கடந்தும், மொழி கடந்தும், இனம் கடந்தும், சமயம் கடந்தும் தோன்றுவது இயல்பே. எனவே இதிலிருந்துதான் இது தோன்றியது என வாதிடுவது நல்லதல்ல. ஒரு மொழியில் தோன்றிய ஒரு நூலின் செல்வாக்கு, பதிவு, அம்மொழியில் தோன்றும், பிற இலக்கியங்களிடையே இடம் பெறப் பல நூற்றாண்டுகள் ஆகும். அவ்வாறாயின், தகவல் சாதனங்கள் வளர்ச்சி பெற்றிறாத, போக்குவரத்து சாதனங்கள் பெரிதும் அற்ற காலத்தில் இனத்தாலும், மொழியாலும் சமய நிலையாலும் வேறான விவிலியமும், பொது மறையாம் திருக்குறளும் ஒன்றையொன்று தழுவியன எனக் கூறல் ஏற்புடையதன்று.' என்று குறிப்பிட்டிருப்பது கவனிக்கத்தக்கது.

மதுரை காமராசர் பல்கலைக்கழகத்தின் குறள் பீடத்தின் இணைந்து பணியாற்றிய விரிவுரையாளர் செல்வி காமாட்சி சீனிவாசன் மறைவுக்குப் பின் தொகுக்கப்பட்டு வெளிவந்த நூலான 'குறளும் சமூகமும்' நூலில் 'மு.தெய்வநாயகத்தின் நூல்களைப் படிக்கும்போது அவர் திருக்குறளைச் சரியாக புரிந்து கொண்டாரா என்பதனுடன் கிறிஸ்தவ சமய வரலாற்றையும் எவ்வளவு கற்றறிந்தார் என்ற ஐயமே ஏற்படுகிறது' என்று குறிப்பிட்டுள்ளார்.

இந்திய வரலாறு, தொல்லியல் மற்றும் கல்வெட்டு எழுத்து அறிஞர் டாக்டர் இரா நாகசாமி 'ஜெசூட்' என்னும் திருச்சபை உறுப்பினருடன் சாந்தோம் தேவாலயத்தில் சில

அகழ்வாய்வுகளை மேற்கொண்டு அறிக்கை வெளியிட்டார். அதில் புனித தோமா இந்தியாவுக்கு வந்தார் என்பதே ஆதாரமற்ற கற்பிதம் என்றும் அது இந்தியாவில் கிருத்துவத்தைப் பரப்பப் போர்த்துகீசியரின் தந்திரம் என்றும் கூறுகிறார். ஆனால் முனைவர் மு. தெய்வநாயகம் இந்தியாவுக்கு தோமா வந்தார் என்பதை உறுதிப்படுத்துவதுடன் அது தொடர்பான தனது கருத்துக் களையும், முடிவுகளையும் நிறுவி உள்ளார். ஆனால் கிடைக்கும் ஆதாரங்கள் மற்றும் தோமா தொடர்பான நூல்களை ஆய்வு செய்கையில் அவர் 'பார்த்தியா' என்னும் பண்டைய மேற்காசியப் பகுதிக்குத்தான் வந்துள்ளார் என்றும் இந்தியாவுக்கு வரவே இல்லை என்றும் தெரிய வந்துள்ளது. ஆனால் இந்த உண்மைகளைக் கவனத்தில் கொள்ளாமல் உலகத் தமிழாய்வு நிறுவனம் தெய்வநாயகம் எழுதிய நூலைப் பதிப்பித்துள்ளது மற்றும் சென்னைப் பல்கலைக்கழகம் அவரது போலியான ஆய்வுக்கு டாக்டர் பட்டம் வழங்கி உள்ளது இவை இரண்டுமே வெட்கக் கேடானவை' என்கிறார்.

இது, முழுக்க முழுக்க, நூறு விழுக்காடு சாந்தோம் சர்ச்சின் நிதி உதவியுடன், சென்னைப் பல்கலைக்கழத்தின் கிறித்துவத் தமிழ்த் துறையின் ஆர்க்டயோசியான் கிருத்தவ ஆய்வுகள் இருக்கையின் ஆராய்ச்சிக் கட்டுரை என்பதனையும் நாம் இங்கு கவனத்தில் கொள்ளவேண்டியது அவசியமாகிறது.

இதனைத் தொடர்ந்து, ஆகஸ்ட் 2008 இல் 'தமிழர் சமயம்: முதல் உலக மாநாடு' எனும் பெயரில் சென்னையில் நடந்த மாநாடு, இந்த ஆராய்ச்சிகளின் உள்நோக்கத்தினை தெள்ளத் தெளிவாக்கி விட்டிருக்கிறது. இதனைப் பற்றிய மேலதிக விஷயங்களுக்கு, தமிழ் ஹிந்து தினசரி நாழேட்டில் வந்த 'சென்னை தமிழர் விரோத மாநாடும், முறியடிக்கப்பட்ட சதியும்' எனும் கட்டுரை நமக்குத் தெளிவுபடுத்துகிறது.

போப் ஆண்டவர் பெண்டிக்ட் XVI மறுப்பு

திருவள்ளுவரையும், புனித தோமாவையும் இணைக்க இயேசு கிறிஸ்துவின் இறந்த வருடத்தையும், திருவள்ளுவரின் பிறந்த வருடத்தையும் மாற்றும் வேலையினைச் செவ்வனே செய்கின்றனர். இயேசு கிறிஸ்துவின் பிறப்பு, இறப்பிற்கே வரலாற்று ரீதியான உறுதியான சான்றுகள் இல்லாத நிலையில் (பண்டைய ரோமானியப் பேரரசில், மரண தண்டனைக்கு

உள்ளானவர்களை முறையாகக் கல்லறையில் அடக்கம் செய்யும் வழக்கம் இல்லை. ஆனால், இயேசு கிறிஸ்து கல்லறைக்குள் அடக்கம் செய்யப்பட்டதாகச் சொல்லப்படுகிறது), புனித தோமாவின் இந்தியப் பயணமும் புதிரானதாகவே உள்ளது. இதனையே போப் ஆண்டவர் பெனடிக்ட் XVI-யும் மறுத்து வழிமொழிகிறார். (Pope denies St. Thomas evangelised South India – Ishwar Sharan, Source: https://apostlethomasindia.wordpress.com)

கேரள யுனைடெட் தியோலாஜிகல் செமினரி முதல்வர் எல். டபிள்யூ ப்ரௌன் மறுப்பு

மேலும், திருவனந்தபுரத்திலுள்ள கேரள யுனைடெட் தியோலாஜிகல் செமினரியின் முன்னாள் முதல்வர் மற்றும் உகாண்டாவின் முன்னாள் பிஷப்புமான எல். டபிள்யூ. ப்ரௌன் 'புனித தோமாவின் வட இந்திய வருகையைத் தவறுதலாக தென் இந்திய வருகை எனக் குறிப்பிட்டிருக்க வேண்டும். கி.பி.2ஆம் நூற்றாண்டு பிற்பகுதி வரை வரலாற்று ஆசிரியர்கள் அரேபியா மற்றும் எதியோபியாவின் பகுதிகள் அனைத்தையும் இந்தியா என்றே குறிப்பிட்டுவந்தனர். ஆகவே ஐரோப்பியர்களைப் பொறுத்தவரையில், ஐரோப்பாவைத் தாண்டிய எந்தப் பகுதியையும் அவர்கள் இந்தியா என்றே கருதி வந்தனர். புனித தோமையரின் தமிழக வருகை என்பது இதனால் ஏற்பட்ட குழப்பமே அன்றி உண்மை இல்லை. பண்டைய இந்தியா என்பது இன்றைய இந்தியா, பாகிஸ்தான், ஆப்கானிஸ்தான், பங்களாதேஷ், பூட்டான் மற்றும் இலங்கை ஆகிய நாடுகளை உள்ளடக்கிய அகண்ட பாரதமாகும்.

தோமையர் வருகை என்பதே கட்டுக்கதை

அவர்களின் வாதப்படி, சிரியன் கிருஸ்தவர்கள் கி.பி.345 - கி.பி.825க்கும் இடைப்பட்ட காலகட்டத்தில் பாரசீகப் பகுதியிலிருந்து தங்களின் இரண்டாம் கோவில் இடிப்பிற்குப் பிறகு, புலம் பெயர்ந்தவர்கள். இத்தகவல்களை கி.பி. 1259இல் இந்தியா வந்த தேசாந்திரி மார்க்கோ போலோவின் குறிப்புகளும் உறுதிப்படுத்துகின்றன. இவர்கள் ரோமன் சர்ச்சுக்கு கட்டுப் பட்டவர்கள் கிடையாது. இவர்கள் ஜுடாயிஸம் பிரிவினைப் பின்பற்றியவர்களே அன்றிக் கிறிஸ்துவத்தினை அல்ல.

அதே வேளையில், கிறிஸ்தவ மதம் பரப்பப்பட்டதற்கு எந்தவித ஆதாரங்களும் வரலாற்றுக் குறிப்புகளில் காணக்

கிடைக்கவில்லை. இவர்கள் அனைவரும் அன்றைய அரசியல் காரணங்களால் (பாரசீகப் படையெடுப்பு) அகதிகளாக வந்தவர்களே. மதத்தினைப் பரப்பும் நோக்கத்துடன் வந்தவர்களாக இருக்கவே முடியாது.

இந்தியாவில் கிருஸ்தவர்களின் வருகை ஆறாம் நூற்றாண்டு வாக்கில் இருந்தாலும், கிருஸ்தவ மிஷனரிகளின் இருப்பும், அதன் மூலம் கிருஸ்தவ மதம் பரப்பும் மதப் பிரச்சாரங்களும் வாஸ்கோடகாமாவின் வருகைக்குப் பின்னரே நடந்துள்ளது. அதற்கு முன்னர் நடந்ததற்கான எந்தவொரு குறிப்போ, தரவோ கிடைக்கவில்லை. வாஸ்கோடகாமா வருகைக்குப் பின்னர் இந்தியாவில் கிறிஸ்தவர்கள் இவ்வாறாகப் பிரிந்தனர்: புனித தாமஸ் கிருத்துவர்கள், நெஸ்தோரிய கிருத்துவர்கள், சிரியன் கிருத்துவர்கள், ஜெகோபைட்டுகள், நஸ்ஸரேன் கிருத்துவர்கள், கத்தோலிக்கக் கிருத்துவர்கள்.

கி.பி.52இல், புனித தோமாவின் தென் இந்திய வருகை என்பது ஒரு புதிர்தான் எனச் சிலர் ஒப்புக்கொண்டாலும், அவர்கள் வைக்கும் மற்றொரு வாதம், வராத புனித தோமா வந்ததாகக் கருதப்படும் காலத்திற்கு முன்னரே, சிரியக் கிருஸ்துவர்கள் இந்தியாவுக்கு வந்ததாகவும் அவர்கள் கிறிஸ்துவக் கருத்துக்களைப் பரப்பினர் என்பதும்தான்.

சிரியக் கிறிஸ்தவர்கள் ஜுடாயிஸத்தை பின்பற்றியவர்களே தவிர கிறிஸ்துவை அல்ல என்பதும், கிறிஸ்தவக் கொள்கைகள் கிறிஸ்துவின் சிலுவை அறைதலுக்குப் பிறகே பரப்பப்பட்டன என்பதையும் இங்கே குறிப்பிட்டாகவேண்டும். இவர்கள் சிரியாக் மொழி பேசுபவர்கள். இயேசுவும், அவருடைய சீடர்களும் பேசிய அராமைக் மொழி அறியாதவர்கள். இரண்டுக்கும் எந்தத் தொடர்பும் இல்லை.

கிறிஸ்தவர்கள் என்னும் வார்த்தைப் பிரயோகமே கி.பி.46-48இல் புனித பவுலின் வருகைக்குப் பிறகே உபயோகிக்கப்படுகிறது. மேலும் உலகின் பழமையான தேவாலயம், ஜோர்டானில் கி.பி.33-70இல் கண்டுபிடிக்கப்பட்டதாக சில அகழ்வாராய்ச்சி முடிவுகள் தெரிவிக்கின்றன. இந்நிலையில், தோமாவுக்கு முந்தைய சிரியக் கிறிஸ்தவர்களோ, புனித தோமாவோ கிறிஸ்தவ தேவாலயம் கட்டியதாகவோ அல்லது கிறிஸ்தவ வழிபாடு நடத்தியதாகவோ கூறுவதை நம்ப இயலாது. காரணம் இந்தியாவில் கிருஸ்தவம் கி.பி.1500க்குப் பிறகே குறிப்பாக போர்ச்சுகீசியர்கள் வருகைக்குப் பிறகுதான் பரவத் தொடங்கியது.

சிரியோ-மலபார் தேவாலயம், பாளையூர், குறிப்பின்படி புனித தோமா தென் இந்தியா மயிலாப்பூருக்கு கி.பி.62இல் வந்திருப்பார் என்றே வைத்துக்கொள்வோம். திருவள்ளுவர் ஆண்டுக் கணக்கின்படி அப்பொழுது திருவள்ளுவரின் வயது 93 (கி.மு.31 + கி.பி.62) ஆக இருந்திருக்கும். அதாவது திருவள்ளுவரின் 93ஆம் வயதில் புனித தோமையர் அவரை மயிலாப்பூரில் சந்தித்து, கிருத்தவக் கொள்கைகளை விளக்கி, அதை வள்ளுவர் உள்வாங்கிக்கொண்டு திருக்குறளை இயற்றினார் எனில், அதை எந்த வயதில் முழுமையாக எழுதி முடித்தார், எந்த வயதில் அதை மதுரையில் சங்கப் பலகையில் ஏற்றி அரங்கேற்றினார் என்பதெல்லாம் மிகப் பெரிய கேள்விக் குறியே?!

கி.பி.2இன் பின்பகுதியில், மதுரைக் கூலவாணிகன் சீத்தலைச் சாத்தனாரால் இயற்றப்பட்ட, ஐம்பெருங் காப்பியங்களுள் ஒன்றான 'மணிமேகலை'யில் காப்பிய நாயகி மணிமேகலை பத்து விதமான சமய வாதங்களை (அளவை வாதம், சைவ வாதம், பிரம வாதம், வைணவ வாதம், வேத வாதம், ஆசீவக வாதம், நிகண்ட வாதம், சாங்கிய வாதம், வைசேடிக வாதம் மற்றும் பூத வாதம்) உள்ளடக்கிய ஆறு வகை சமயக் கணக்கர்களுடன் (பௌத்தம், ஆசீவகம், சாங்கியம், வைசேடிகம், வேத மதம், பூத வாதம்) வாதம் செய்கிறாள். இவை எவற்றிலும் கிருத்தவ மதம் பற்றிய குறிப்புகள் எதுவுமே கிடைக்கவில்லை என்பதும் பதிவு செய்யத்தக்கது.

இதில் சிறப்பு என்னவெனில், மணிமேகலை செய்யும் வாதமும், சமயக் கணக்கர்களிடம் திறம் கேட்டறிதலும், புகார் மற்றும் வஞ்சி மாநகர்களில் நடைபெறுகிறது. இதில் வஞ்சி மாநகரம் சிரியக் கிறிஸ்தவர்களும், புனித தோமாவும் வந்திறங்கிய பகுதியாகக் கருதப்படும், அன்றைய சேர நாட்டின் தலைநகரம் ஆகும். இன்னும் சிலர், மணிமேகலையின் காலத்தினை சற்றே பின்தள்ளி கி.பி.7 என்றும் குறிப்பிடுவர். அப்படியே கொண்டாலும், கிருத்தவம் குறித்த எந்தக் குறிப்பும் மணிமேகலையில் காணப்படாததால், கி.பி. 7ஆம் நூற்றாண்டில்கூட அம்மதம் தமிழகத்தில் பரவவில்லை என்பது தெளிவாகிறது.

மற்றொரு ஐம்பெருங் காப்பியங்களுள் ஒன்றான கி.பி.10 காலகட்டத்தைச் சேர்ந்த பௌத்த நூலான 'குண்டலகேசி'யில் கூடக் காப்பியத் தலைவி நடத்தும் சமய வாதங்களிலும், கிறிஸ்துவம் பற்றிய குறிப்புகள் எதுவும் இல்லை. ஏறக்குறைய

இதே காலகட்டத்தில் இதனை மறுத்து இயற்றப்பட்ட சமண நூலும், ஐஞ்சிறு காப்பியங்களுள் ஒன்றுமான 'நீலகேசி'யிலும் கிறிஸ்தவம் பற்றிய குறிப்புகள் இல்லை.

மேற்கண்ட தரவுகள் மூலம், திருவள்ளுவர் காலத்திலேயோ, அவருக்குப் பிந்திய காலத்திலேயோ கிறிஸ்தவம் என்கிற மதமோ, தத்துவமோ பண்டைய தமிழகத்தில் பரவியதற்கான எந்தவொரு சான்றும் இல்லை என்பது தெள்ளத் தெளிவு.

இத்தகைய ஆய்வுகளையும், ஆராய்ச்சிக் கட்டுரைகளையும், நூல்களையும் எதிர்த்து எதிர்வாதம் செய்த தமிழறிஞர்களும், சான்றோர்களும்கூட தமிழ் சார்ந்தல்லாமல், சைவத்திற்கும் கிறிஸ்தவத்திற்குமான இடையேயான போட்டியாகவே பாவித்து வாதிட்டதாகவே தோன்றுகிறது. தமிழினையும், தமிழரின் அறம், நீதி, அகம், புறம், உயிர் கொல்லாமை, தத்துவம் சார்ந்த பொருள் பொதிந்த வாழ்வியல் கருத்துக்களையும், கோட்பாடுகளையும் தத்தம் மதத்திற்கே உரியது என்று நிறுவும் முனைப்பே அதில் ஓங்கி நின்றுள்ளது.

'திருக்குறளும், கிறிஸ்தவமும்' என்னும் தலைப்பில் பேராசிரியர் சாமி தியாகராசன் எழுதிய கட்டுரையில் 'திருக்குறள் அன்பை எடுத்துரைப்பது, கிறிஸ்தவ மதச் சிறப்புக் கொள்கை போன்று தோன்றினாலும், கொல்லாமை, புலால் மறுத்தல் முதலிய அதிகாரங்களில் அவர் சொல்லும் கருத்துக்கள் கிறிஸ்தவ மதத்திற்கு முரண்பட்டவை.

'உண்ணாமை உள்ளது உயிர்நிலை ஊன் உண்ண
அண்ணாத்தல் செய்யாது அளறு' (குறள் 255)

கிறிஸ்தவ மதத்தில் இறைச்சி சாப்பிடக் கட்டளை இல்லை என்றாலும் அதை உண்டால் பாவம் என்று கூறுவதுமில்லை.

அதேபோல் கள்ளுண்ணாமை, மறுபிறப்புக் கொள்கை, ஊழ்வினை அல்லது தலைவிதி அல்லது கர்மம் ஆகியவை குறித்துத் திருவள்ளுவர் கூறுவன கிறிஸ்தவ மதத்துக்கு ஏற்புடையதன்று.

'ஊழிற் பெருவலி யாவுள மற்றொன்று
சூழினும் தான் முந்துறும்' (குறள் 380)

என்று வள்ளுவர் உயர்த்திக் கூறும் விதியின் வல்லமை கிறிஸ்தவத்துக்குப் பொருந்தாது.

திருக்குறளில் காணப்படும் பின்வரும் மூன்று அதிகாரங்களை கிறிஸ்தவம் காட்டும் மூவொருமைக் கோட்பாடுகளுடன் ஒப்பிட்டு தெய்வநாயகம் கூறும் விபரீதக் கருத்துக்கள்:

கடவுள் வாழ்த்து - பிதாவாகிய கடவுள் - பிதா - கர்த்தர்

வான் சிறப்பு - தூய ஆவியாகிய கடவுள் - பரிசுத்த ஆவி

நீத்தார் பெருமை - குமாரனாகிய கடவுள் - சுதன் - இயேசு

கடவுள் வாழ்த்தில் பிதாவாகிய 'கர்த்தரையும்', வான் சிறப்பில் 'பரிசுத்த ஆவியையும்', நீத்தார் பெருமையில் கர்த்தராகிய கடவுளின் குமாரனாகிய 'இயேசுநாதரையே நீத்தார்' என்றும் வள்ளுவர் கூறுகிறார் என்பது முனைவர் தெய்வநாயகம் முடிவு. இயேசுநாதர் எவற்றைத் துறந்தார்? எவற்றை நீக்கினார்? இயேசுநாதர் விண்ணிலிருந்து மண்ணுக்கு கடவுளால் அனுப்பப் பட்டவர் என்பது கிறித்தவர் கொள்கை. அவர் விண்ணுலகில் இருக்கும்போது ஐம்பொறிகளை அடக்கினார் என்றோ, தவம் செய்தார் என்றோ எந்தக் குறிப்பும் கிடையாது. மண்ணுலகுக்கு வந்தபிறகு அவர் புலனடக்கம் செய்யவில்லை. மீன் சாப்பிட்டார். திராட்சைப் பழ ரசம் அருந்தினார். வாசனைத் திரவியங்களைப் பூசிக்கொண்டார். பலரோடு இருந்து உண்டு களித்தார். கோயிலில் புகுந்து அங்கிருந்தோரை சாட்டையால் அடித்தார். மேரி மக்தலேனா உள்ளிட்ட பெண்களுடன் கூடிக் களித்தார்' என்றும் கிறித்தவ மதத்தின் புராடெஸ்டெண்ட் பிரிவைத் தோற்றுவித்த மார்ட்டின் லூதர் சொல்கிறார் (டேபிள்டாக் எண் *14:72* - கிறிஸ்தவம் உள்ளது உள்ளபடி தொகுதி *1* பக்கம் *48*). நிலைமை இவ்வாறிருக்க இயேசு நாதரை நீத்தார் என்று தெய்வநாயகம் கூறுவது பொருந்துமா?

கிறிஸ்தவத்தின் கொள்கை ஒன்றுகூட திருக்குறளில் காணப்படவில்லை என்னும் நிலையில் திருக்குறளே பைபிளை அடிப்படையாகக் கொண்ட நூல்தான் என்று சாதிக்கிறார் முனைவர் மு. தெய்வநாயகம். இவர் கிறித்தவ சமயப் பற்றாளரே தவிர கிறித்தவ சமய அறிஞர் அல்லர். மேலும் அவரது மொழிபெயர்ப்புகள் அனைத்தும் தப்பும், தவறுமாக, மூலக் கருத்துக்கு எதிர்மறையாக / முரணாகவே உள்ளது. உதாரணத்துக்கு:

> 'Gover comes dangerously near the frequently asserted belief that Thiruvalluvar had his Kural based on Bible'

(Dr K Meenakshisundaram – 'The Contribution of European Scholars to Tamil – The Unviersity of Madras 1974)

மேற்கண்ட ஆங்கிலச் சொற்றொடரின் உண்மையான கருத்து, 'விவிலியத்தை அடிப்படையாகக் கொண்டே திருவள்ளுவர் திருக்குறளைச் செய்தார் என அடிக்கடி வலியுறுத்தப்படுகின்ற ஆபத்தான நம்பிக்கைக்கு அருகில் கோவர் வருகின்றார்' என்பதே ஆகும். ஆனால் முனைவர் தெய்வநாயகமோ 'விவிலியத்தை அடிப்படையாகக் கொண்டே திருவள்ளுவர் திருக்குறளைச் செய்தார் எனக் கோவர் கருதுகின்றார்' என்று எதிர்மறையாக மொழிபெயர்த்துள்ளார். 'அடிக்கடி வலியுறுத்தப்படுகின்ற ஆபத்தான நம்பிக்கை' என்னும் முக்கியமான சொற்களை முனைவர் தெய்வநாயகம் வேண்டுமென்றே தவிர்த்து தவறான செய்தியைப் பதிவு செய்துள்ளார் (விவிலியம் - திருக்குறள் - சைவ சித்தாந்தம் ஒப்பாய்வு). பொய்யை அடிக்கடிச் சொல்லி அதை மெய்யாக்கும் ஆபத்தான நம்பிக்கை என்பதே முனைவர் மீனாட்சிசுந்தரம் எழுதிய கட்டுரையின் சாரம்.

பைபிள் முழுமை பெறுவதற்கு முன்பே புனித தாமஸ் இயேசுவின் கருத்துக்களை திருவள்ளுவரிடம் கூற அவற்றை ஒட்டியே வள்ளுவர் குறட்பாக்களை யாத்தார் என்கிறார் முனைவர் தெய்வநாயகம். சரி... புனித தாமஸ் எப்போது சென்னைக்கு வந்தார் என்றால் கிபி 52 - கிபி 72 வரை என்கிறார். இதற்கு ஆதாரம் கேட்டால் நான் சொல்வதுதான் ஆதாரம் என்று வாதிடுகிறார். இதுபற்றி கத்தோலிக்கர்களின் தலைமையிடமான வாடிகன் திருச்சபையில் விவரம் கேட்டால் 'புனித தாமஸ் இந்தியாவுக்கோ குறிப்பாக சென்னை மயிலாப்பூருக்குச் சென்றதற்கோ எந்த ஆதாரமும் வாடிகனிடம் இல்லை' என்று திட்டவட்டமாக மறுத்துள்ளார் போப் ஆண்டவர்.

புனித தாமஸ் கிபி 52 - கிபி 72 இந்தியாவுக்கு வந்தார் என்று தெய்வநாயகம் சொல்லும் காலத்தில் கிறிஸ்தவ மதமே தோன்ற வில்லை. இயேசு நாதர் கிறிஸ்தவ மதத்தைத் தோற்றுவிக்க வில்லை. இயேசு யூதராகப் பிறந்து, யூதராக வாழ்ந்து, யூதராகவே மரித்தார். மனித குல உய்விற்கு யூத சமயத்தை விட்டால் உறுதிப்பொருள் வேறில்லை என்றார். இயேசு மறைந்து பல ஆண்டுகள் கழித்துப் 'புனித பவுல்' என்பவரால் உருவாக்கப் பட்டதே கிறிஸ்தவம். இயேசுவின் போதனைகளை வெளிப் படையாக மீறியவரும் இந்தப் புனிதப் பவுல்தான்.

கிபி 400இல் வாழ்ந்த ரோமாபுரிப் பேரரசன் கான்ஸ்டண்டைன் ஆட்சியில் நூற்றுக்கணக்கான கடவுள் செய்திகள் உலவிய நிலையில் அவற்றுள் 'மத்தேயு', 'லூக்கா', 'மாற்கு', 'யோவான்' ஆகிய நான்கைத் தேர்ந்தெடுத்து நான்கு பெரியவர்கள் பெயரில் சுவிசேஷங்கள் அறிவிக்கப்பட்டன. இவற்றின் தொகுப்பே பின்னாளில் 'பைபிள்' எனப் பெயர் பெற்றது. கிரேக்க மொழியில் எழுதப்பட்ட பைபிள் பின்னாளில் இலத்தீன் பாஷையில் மொழி பெயர்க்கப்பட்டது. யூதராகப் பிறந்த இயேசு அறிந்த மொழி 'அரேமியம்' மட்டுமே. ஹீப்ரூ அறிந்திருக்கலாம். மற்றபடி அவருக்கு கிரேக்கம் மற்றும் இலத்தீன் மொழிகள் தெரிந்திருக்க வாய்ப்பே இல்லை என்று அவரைப்பற்றிய குறிப்புகள் மூலம் தெரிய வருகிறது.

கி.பி. 400க்குப் பிறகு உருவான பைபிளில் காணப்படும் இயேசுவின் கருத்துக்களையே புனித தாமஸ், திருவள்ளுவருக்கு கி.பி. 52 - கி.பி. 72 காலத்தில் (அதாவது பைபிள் உருவாவதற்கு 300 ஆண்டுகளுக்கு முன்பாகவே) கூறினார் என்பது முனைவர் தெய்வநாயகத்தின் வாதம். இப்போது புனித தாமஸ் யாரென்று பார்ப்போம். புனித தாமஸ் இயேசுவோடு இரட்டைப் பிள்ளையாகப் பிறந்தவர். இயேசுவின் தம்பி ஜேம்ஸ். கத்தோலிக்கர்கள் இவர்களை ஏற்க மாட்டார்கள். ஆனால் புராடெஸ்டெண்ட்கள் இதை ஏற்பார்கள்.

இயேசுவின் பன்னிரண்டு அப்போஸ்தலர்களில் புனித தாமஸூம் ஒருவர். ஆனால் தெய்வநாயகம் பதிவு செய்துள்ளதாக அண்மைக் காலத்தில் வெளியாகி உள்ள 'தாமஸ் காஸ்பல்' என்னும் தாமஸ் சுவிசேஷம் மற்ற சுவிசேஷங்களுடன் சேர்க்கப்படவில்லை. இன்னும் சொல்வதென்றால் புதிய ஏற்பாட்டின் சுவிசேஷம் புனித தாமஸை 'சந்தேகத்துக்கு உரியவர்' என்கிறது. மேலும் இயேசு உயிருடன் இருந்த காலத்தில் தனக்குப் பின்பு தன்னிடத்தில் வர உரியவர் ஜேம்ஸ் என்று அறிவித்திருந்தார். ஆனால் இந்தச் செய்தியை இரும்புத்திரை போட்டு மறைத்துவிட்டது திருச்சபை.

தாமஸ் சுவிசேஷம் எகிப்தில் நாக் ஹமாதியில் கிடைத்துள்ளது. பாப்பிரஸ் சுவடிகளில் எழுதப்பட்ட அந்தச் சுவடியின் கார்பன் டேட்டிங்க் முறைப்படி அதன் காலம் கி.பி. 1 ஆம் நூற்றாண்டு என்று கண்டுபிடித்துள்ளனர். எனவே தாமஸ் கி.பி.1 இல் எகிப்தில் வாழ்ந்தார் என்பதும் அங்கேதான் காப்டிக் தேவாலயத்தை நிறுவினார் என்பதும் நிரூபணமாகி உள்ளது.

எனவே நிரூபிக்கப்பட்ட இக்கருத்துடன் ஒப்பிடுகையில் முனைவர் தெய்வநாயகம் சொல்வதுபோல் புனித தாமஸ் கி.பி. 52 - கி.பி. 72 காலத்தில் இந்தியாவில் தமிழகத்தில் மைலாப்பூரில் வாழ்ந்ததற்கோ, திருவள்ளுவரைச் சந்தித்ததற்கோ, இயேசுவின் கருத்துக்களை திருவள்ளுவரிடம் சொன்னதன் அடிப்படையிலேயே திருக்குறள் எழுதப்பட்டதற்கோ எந்த விதமான அடிப்படை ஆதாரமும் இல்லை என்பதே நிஜம்.

பிரபல எழுத்தாளர் ஜெயமோகன் ‘தமிழர்களுக்குச் சிந்திக்கச் சொல்லி தந்த புனித தாமஸ்’ கட்டுரையின் முடிவுரையை மேற்கோள் காட்டுவது சாலப் பொருந்தமாக இருக்கும்:

> ‘கிறித்தவ மரபில் தாமஸ் முக்கியமானவர் அல்ல. ஏனென்றால் அவர் கிறிஸ்துவை ஐயப்பட்டவர். இருந்தும் ஏன் அவரை திடீரென மீட்டெடுக்கிறார்கள்? இந்தியப் பாரம்பரியம் கிறித்தவம் வருவதற்கு முன்பு சிந்தனையற்ற இருண்டகாலம் கொண்டிருந்தது என்று சொல்வதற்கு பெரும் தடையாக உள்ளவை இங்குள்ள தமிழ் இலக்கியங்கள். அவற்றை மறைப்பது கடினம். ஆகவே அவற்றின் காலத்தை பின்னுக்குத் தள்ளி கிறித்தவத்தின் வருகையை முன்னுக்குக் கொண்டு செல்கிறார்கள். இந்த முயற்சிக்கு தாமஸ் தேவைப்படுகிறார். இந்த நீட்சியில் உருவானதே திருவள்ளுவர் - புனித தோமா சந்திப்பு.

தாமஸ் எகிப்தில் வாழ்ந்தார், இந்தியாவில் அல்ல

தாமஸின் சுவிசேஷம் என்று ஒன்று எகிப்தில் நாக் ஹமாதியில் கிடைத்துள்ளது. (விவிலியத்தின் முகங்கள் - ஓர் அறிமுகம்) பாப்பிரஸ் சுவடிகளில் எழுதப்பட்ட அந்தச்சுவடி கார்பன் டேட்டிங் முறைப்படி கிபி இரண்டாம் நூற்றாண்டுக்கு முந்தியது தான் என்று நிரூபிக்கப்பட்டுள்ளது. அந்த சுவிசேஷத்தில் (மறைக்கப்பட்ட பைபிள்: தோமையர் எழுதிய சுவிசேஷம்) ஏசுவை ஒரு தேவனாக, கடவுளின் மகனாக தோமை முன்வைக்க வில்லை. மாறாக ஒரு ஞானகுருவாக முன்வைக்கிறார். கிறிஸ்து வானத்தில் உள்ள சொர்க்கத்தைப்பற்றி பேசுபவராக வரவில்லை, மண்ணில் உள்ள சொர்க்கத்தைப்பற்றி பேசுபவராக வருகிறார். பைபிளின் அதிகாரபூர்வ வரிகளில் இருப்பதைவிட ஆழமும் கவித்துவமும் கொண்டவையாக அவ்வரிகள் உள்ளன. ஆனால் நாக் ஹமாதியிலும், செங்கடல் பகுதிகளிலும், கிடைத்த பல

பைபிள் வடிவங்களை வலுவான தொல்பொருள் சான்று இருந்த போதிலும்கூட கத்தோலிக்கத் திருச்சபை அதை முழுமையாக நிராகரித்துவிட்டது. ஆனால் எந்த உறுதியான ஆதாரமும் இல்லாமல் இந்தியப் பண்பாடே தாமஸ் என்ற தனிநபரால் உருவாக்கப்பட்டது என்பதை மு. தெய்வநாயகம் உள்ளிட்டோர் ஆணித்தரமாக நிறுவ முயல்வதுதான் வேடிக்கை. இது எந்த வகையில் ஏற்றுக் கொள்ளத்தக்கது என்றும் தெரியவில்லை.

மத நம்பிக்கையைப் பேண எவருக்கும் உரிமை உள்ளது. தன் மத நம்பிக்கையைப் பரப்புவது ஒருவரது பிறப்புரிமை. அதிலும் இஸ்லாமிய கிறித்தவ மதங்களில் அது புனித கடமையும்கூட. மதச்சார்பின்மை இந்திய மண்ணில் அதன் வீச்சை ஒருபோதும் இழக்கலாகாது என்று விரும்புகிறேன். ஆகவே மதமாற்றமும் ஓர் இந்தியனின் பிறப்புரிமையே.

ஆனால் வரலாற்றுத்திரிபுகள், வெறுப்புப் பிரச்சாரங்கள் மூலம் அதைச்செய்ய நினைப்பது மிக ஆபத்தான போக்கு. கிறிஸ்து மனிதனாக வந்த இறைகுமாரன் என்ற உறுதியான நம்பிக்கை இவர்களுக்கு இருக்கும்பட்சத்தில் அந்த ஒரே வரியை சொல்லியே இவர்கள் தங்கள் மதத்தை பரப்பலாமே? அதற்கும் அப்பால்சென்று கிறிஸ்துவின் சொற்களில் வெளிப்படும் மானுட நீதிக்கும் எளியவர் மீதான கருணைக்குமான குரலை இவர்கள் கேட்டிருந்தார்கள் என்றால் கிறிஸ்துவை முன்வைப்பதற்கு இத்தனை பொய்களைச் சொல்லக் கூச மாட்டார்களா? ‘தியாகத்தின் சிலுவையுடன் கிறிஸ்து வரட்டும், கள்ளநோட்டு எந்திரத்துடன் வரவேண்டாம். வழி தவறிய ஆடுகள் நல்ல மேய்ப்பரைச் சென்றடையட்டும்!’

கோவாவில் செய்ததுபோலவே, வட தமிழகத்தின் (சென்னை) கடலோரத்தில் அற்புதமாக அமைந்திருந்த ஸ்ரீகபாலீஸ்வரர் கோவிலையும் அழித்து அந்த இடத்தில் புனித தாமஸ் (Santhome Church) தேவாலயத்தை அமைத்தனர். மேலும் தற்போது ‘புனித தோமையர் மலை’ (St. Thomas Mount) என்று அழைக்கப்படும் பிருங்கி மலையில் (பிருங்கி முனிவர் தவம் செய்த மலை பிருங்கி மலை - இதுவே பின்னர் பறங்கி மலையாக மருவியது) உள்ள கோவில்களையும் அழித்து, அங்கும் ஒரு தேவாலயத்தை அமைத்தனர். புனித தாமஸை ஒரு மயிலை பிராமணர் ஈட்டியால் குத்திக் கொன்றதாகவும் அவரது உடல் அங்கே புதைக்கப் பட்டிருப்பதாகவும் கதை கட்டிவிட்டனர்.

இங்கே முக்கியமாகக் கவனிக்கப்படவேண்டிய விஷயம் என்னவென்றால் தாமஸ் என்று ஒருவர் தமிழகத்துக்கு வந்தார் என்பதற்கோ, இங்கே ஒரு பிராமணர் அவரைக் கொன்றார் என்பதற்கோ எந்த வரலாற்றுச் சான்றும் கிடையாது. ஆனால், போர்ச்சுகீசியர் படையெடுத்து வந்து ஸ்ரீ கபாலீஸ்வரர் கோவிலை அழித்தனர் என்பதற்கும், பிருங்கி மலையில் இருந்த கோவிலையும் அழித்தனர் என்பதற்கும் கல்வெட்டு ஆதாரங்கள் உட்படப் பல ஆதாரங்கள் இருக்கின்றன. எனவே, இந்தத் தாமஸ் என்கிற கதாபாத்திரத்தை உருவாக்கியதே பாரதத்தின் தென் பகுதியில் உள்ள இந்துக்களை மதமாற்றம் செய்யத்தான்.

தாமஸ் இங்கு வந்து திருவள்ளுவருக்கு குருவாக இருந்தார் என்றும் அவரிடம் திருவள்ளுவர் பைபிள் கற்று, பின்னர் பைபிளில் உள்ள பல கருத்துக்களின் அடிப்படையில் திருக்குறளை இயற்றினார் என்றும் கதை கட்டிவிட்டதுதான் தமிழுக்குப் பங்குத் தந்தைகளின் பங்களிப்பு. திருக்குறள் பதினெண்கீழ் கணக்கு நூல்களில் ஒன்றாகும். பின்னாளில் இயற்றப்பட்ட கம்ப ராமாயணம், பெரிய புராணம் ஆகியவற்றில் திருக்குறள் கருத்துக்கள் காணப்பட்டாலும், கிறிஸ்துவம்பற்றிய ஒரு தகவலும் இல்லாமல் இருப்பதுமே, இவர்களின் தாமஸ் கதை கற்பிதம் என்பதையே வெளிச்சம் போட்டுக் காண்பிக்கிறது.

மயிலையில் உள்ள புனித தாமஸ் தேவாலயத்தின் சுவர்களில் பதினோராம் நூற்றாண்டு ராஜேந்திர சோழனின் கல்வெட்டுக் குறிப்புகள் இருந்து பின்னர் அழிக்கப்பட்டுள்ளன. கிறிஸ்தவர் களின் தாமஸ் கூத்தை ‘புனித தாமஸ் கட்டுக்கதையும் மயிலை சிவாலயமும்’ (*The Myth of St.Thomas and Mylapore Shiva Temple*) என்ற புத்தகத்தின் மூலம் ஈஸ்வர் சரண் என்கிற ஆராய்ச்சியாளர் தோலுரித்துக் காட்டியுள்ளார். அதற்குக் கோன்ராட் யெல்ட்ஸ் எழுதியுள்ள முன்னுரையும் படிக்கவேண்டிய ஒன்று. வேதம் வேதபிரகாஷ் என்கிற வரலாற்று ஆசிரியரும், தன்னுடைய ‘புனித தாமஸ் கட்டுக்கதை’ என்கிற புத்தகத்தில் விளக்கி உள்ளார்.

பேராயர் சின்னப்பா ரஜினி நடிப்பில் எடுக்க முனைந்த திருவள்ளுவர் திரைப்படம்

1970களில் மு. தெய்வநாயகம் எழுதிய நூலுக்கு அப்போதைய முதல்வர் கருணாநிதி முன்னுரை எழுதியதைத் தொடர்ந்து அந்த ஊக்கமே அவரை ‘விவிலியம் திருக்குறள் சைவ சித்தாந்தம்’ நூலை

எழுதத் தூண்டுகோலாக அமைந்தது. உலகத் தமிழ் ஆய்வு நிறுவனம் அதை வெளியிடச் சென்னைப் பல்கலைக்கழகம் மு. தெய்வநாயகத்துக்கு டாக்டர் பட்டம் தந்தது.

பேராயர் அருளப்பா - ஜான் கணேஷ் மோசடிகள் நீதிமன்றம்வரை சென்று பின்னர் சமரசம் செய்து கொண்டதால் வழக்கு ஒரு வழியாக முடித்து வைக்கப்பட்டது. பேராயர் அருளப்பாவும் கட்டாய விடுப்பில் வெளியேற்றப்பட்டார். அவருக்குப் பிறகு சென்னை மயிலை உயர்மறை மாவட்டப் பேராயர் பதவிக்கு வந்த பாதிரியார் சின்னப்பாவும் தனது முன்னோடிகளைப்போலவே 'திருவள்ளுவரைக் கிருத்தவராக்கும்' முனைவில் ஈடுபடத் தொடங்கினார். அதற்கு அவர் எடுத்துக்கொண்டதும் அதே 'திருவள்ளுவர் - தோமா' நட்பு என்னும் கருதுகோள்தான்.

2006-2011இல் கலைஞர் கருணாநிதி மீண்டும் முதலமைச்சரான காலத்தில் பேராயர் சின்னப்பா அவரைச் சந்தித்துச் சென்னை-மயிலை உயர் மறை மாவட்டம் சார்பில் ரூ 50 கோடி செலவில் 'புனித தோமையர்' என்ற தலைப்பில் படம் தயாரிக்க உள்ளதாகவும் அதில் திருவள்ளுவராக சூப்பர் ஸ்டார் ரஜினி நடிக்க உள்ளதாகவும் தெரிவித்தார். 2010 மே மாதம் நடைபெற்ற நிகழ்ச்சிக்கு அப்போதைய முதல்வர் கருணாநிதி தலைமை தாங்கத் திரைப்படத்தின் தொடக்க விழா சென்னை மயிலாப்பூரில் உள்ள சாந்தோம் கிருத்தவ தேவாலய வளாகத்தில் கோலாகலமாக நடைபெற்றது.

திருவள்ளுவராக ரஜினி நடிக்கப் போகும் 'புனித தோமையர்' திரைப்படத்தின் திரைக்கதை, வசனகர்த்தாவான அருட்தந்தை பால்ராஜ் லூர்துசாமி இது குறித்துப் பேசுகையில் 'புனித தோமையர் குமரி வழியாக மயிலை துறைமுகத்துக்கு வந்தார். அவரது வாழ்க்கை வரலாறு கிருத்துவர்களுக்கே அதிகம் தெரியாது. அவர் மதவாதி மட்டுமின்றிச் சமூகச் சீர்திருத்தவாதியும் ஆவார். மக்களின் மூட நம்பிக்கைகளைச் சாடினார். அந்தக் காலத்தில் மயிலை மாங்கொல்லையில் வாழ்ந்த நரபலி இடும் மனிதர்களுக்கும், புனித தோமையருக்கும் கடுமையான வாக்குவாதம் நடைபெற்றது. வாக்குவாதம் முற்றி புனித தோமையர் கொல்லப்பட்டார்.

மயிலாப்பூரில் தோமையார் வாழ்ந்த அதே கி.பி.50களில்தான் திருவள்ளுவரும் வாழ்ந்தார். இருவரும் மிகச் சிறந்த நண்பர்கள். இருவருக்கும் இடையே நட்பு ரீதியான கருத்துப் பரிமாற்றங்கள் அடிக்கடி நடைபெற்றுள்ளதைத் தொடர்ந்தே திருக்குறளில் பல

இடங்களில் கிருஸ்துவின் போதனைகளும் சிந்தனைகளும் நிறைந்துள்ளன. குறிப்பாக 'ஐந்தவித்தான்' என்று திருவள்ளுவர் தனது திருக்குறளில் கூறும் சொல் இயேசுவைத்தான் குறிக்கும் என்பது கிருத்தவர்களுக்கு நன்றாகத் தெரியும்.

திருவள்ளுவரும், புனித தோமையரும் ஒரே காலகட்டத்தில் மயிலாப்பூரில் வாழ்ந்து வந்ததால் இருவருக்கும் இடையே நடைபெற்ற சந்திப்புகள், முகிழ்ந்த நட்பு, கருத்துப் பரிமாற்றங்கள், தோமையர் மூலமாகத் திருக்குறளில் கிருத்துவ போதனைகளை இடம் பெறச் செய்தல் ஆகியவை இந்தப் படத்தின் ஹைலைட்டாக இருக்கும்' என்றார்.

படத் தொடக்க விழா நடைபெற்று பத்து ஆண்டுகள் கடந்த நிலையில் அந்தத் திரைப்படத்தின் நிலை என்னவென்று இதுவரை தெரியவில்லை. ஆரம்ப நிலையிலேயே அப்படம் நின்று போனதன் காரணமும் புலப்படவில்லை? திருவள்ளுவராக ரஜினி என்றால், புனித தோமையராக யார் நடிக்க ஒப்புக்கொண்டார்கள்? பிறகு ஏன் ரஜினி பின்வாங்கினார். தொடக்க விழாவோடு திரைப்படம் எடுப்பது ஏன் நின்று போனது? பேராயர் அருளப்பா - ஜான் கணேஷ் விவகாரம்போல் பேராயர் சின்னப்பா மறை மாவட்டம் தயாரிப்பில் - ரஜினி நடிப்பதாக இருந்த திருவள்ளுவர் படச் செய்திகளும் புதிராகவே உள்ளன.

வள்ளுவரை தங்களவர் என்று காட்டிக்கொள்ள இந்து, சமண, பௌத்த மதங்களைப்போலவும், சொல்லப் போனால் இன்னும் தீவிரமாகவும், கிருத்தவம் ஆர்வமாக உள்ளதற்கு மேற்கண்ட பல நிகழ்வுகளே சான்று. கோடிகளைக் கொட்டிக் கொடுக்கவும் தயாராக இருக்கிறது. அந்த ஆர்வம் நீர்த்துப் போகாமல் இன்னும் நீறு பூத்த நெருப்பாகவே இருப்பதன் காரணம்தான் புரியவில்லை?

ஈராயிரம் ஆண்டுகள் கடந்த நிலையிலும் இன்னும் கோடிகளைக் குவிக்கும் நிரந்தர சூப்பர் ஸ்டாராகவே திருவள்ளுவர் விளங்குவது அதிசயம் ஆனால் உண்மை. உலகின் எந்தப் புலவனுக்கும் கிடைக்காத பேறு இது. தமிழ், தமிழர் என்ற சொற்களைத் திருவள்ளுவர் தனது திருக்குறளில் எங்குமே குறிப்பிடவில்லை என்றாலும் தமிழர் என்ற முறையில் அவரை நினைத்து நாம் பெருமைப்படுவோம். வாழ்த்தி வணங்குவோம்.

6. திருவள்ளுவர் சமணர்

திருவள்ளுவரா? குந்தகுந்தரா? - இருவரும் ஒருவரே என்கிறது சமணம்

திருவள்ளுவர் சென்னை மயிலாப்பூரில் வாழ்ந்தவர் என்பதை இந்துக்களும், கிருத்துவர்களும் ஒப்புக் கொள்ளும் நிலையில் அவர் வந்தவாசியில் வாழ்ந்தவர் என்கிறார்கள் சமணர்கள். திருவள்ளுவரா? குந்தகுந்தரா? இருவரும் வேறு வேறா அல்லது ஒருவர்தானா? திருவள்ளுவர் மற்றும் திருக்குறள் குறித்துச் சமண ஆய்வுகள் என்ன சொல்கின்றன என்று காண்போம்.

உலகப் பொதுமறை திருக்குறளை எழுதிய திருவள்ளுவர், சென்னை மயிலாப்பூரில் கி.மு.31 ஆம் நூற்றாண்டில் அதாவது இயேசு பிறப்பதற்கு 31 ஆண்டுகளுக்கு முன் பிறந்தார் என்ற மறைமலை அடிகளார் தலைமையிலான தமிழறிஞர்களின் முடிவை தமிழக அரசும் ஏற்றுக்கொண்டுள்ளது. திருக்குறள் எவ்வித மதங்களின் சாயலும் அற்றது என்று கூறப்பட்டாலும் ஒவ்வொரு மதமும் திருவள்ளுவரை தங்களுக்கானவர் என்று உடைமையாக்கிக் கொள்வதில் பல்லாண்டுகளாகவே ஆர்வமாக உள்ளன. திருவள்ளுவர் பெருமைக்கு இதுவே சான்று என்றாலும் ஏனைய தமிழ்ப் புலவர்களின் வாழ்க்கை வரலாறு குறித்து ஓரளவு புரிதல் இருக்கையில் திருவள்ளுவர் வரலாறு மட்டும்

தெளிவின்றிப் பல்வேறு சமயங்களால் மாறுபட்ட வடிவங் களுடன் உலா வருகிறது. அவர் திருக்குறளை இயற்றினார் என்ற ஒரேயொரு தகவலைத் தவிர அவரது பிறப்பு, வளர்ப்பு, இறப்பு, பெற்றோர், மதம், இனம் ஆகியவைபற்றி ஆதாரப்பூர்வமான விவரங்கள் எதுவுமே இதுவரை கிடைக்கவில்லை.

சமணர்களின் வரலாறு சொல்லும் பொன்னூர்மலை

தமிழகத்தில் சைவம், வைணவம், சமணம், பௌத்தம் முதலான சமயங்கள் மக்களிடம் செல்வாக்குப் பெற்றிருந்தன. இவற்றுள் சமணமும் பௌத்தமும் புறச்சமயங்களாகக் கருதப்படுகின்றன. தமிழகத்தை ஆண்ட அரசர்கள் சார்ந்திருந்த சமயங்களுக்கு ஏற்ப ஒவ்வொரு சமயமும் வளர்ச்சியையோ, தளர்ச்சியையோ சந்திக்க நேர்ந்தன. களப்பிரர், பல்லவ அரசர்களின் காலத்தில் சமண சமயம் செல்வாக்குப் பெற்றிருந்ததை வரலாறு சொல்கிறது. எனினும் களப்பிரர், பல்லவர்களின் வரலாறு குறித்து அறிஞர்கள் இடையே கருத்து வேறுபாடுகள் நிலவுகின்றன. இவற்றுள்ளும் களப்பிரர் ஆட்சிக்காலம் இருண்ட காலம் எனும் முத்திரை குத்தப் பெற்றுத் தமிழக வரலாற்று ஆசிரியர்களால் எழுதப்பெற்றது.

இச்சூழலில் அறிஞர் மயிலை சீனி வேங்கடசாமி களப்பிரர் பற்றியும் சமண, பௌத்த சமயங்களின் வளர்ச்சி, செல்வாக்கு, தமிழ்ப்பணிபற்றியும் விரிவாக ஆராய்ந்து எழுதியுள்ளார். மேலும் பௌத்த, சமண சமயங்களின் செல்வாக்கு, பூசல்கள்பற்றித் தேவாரம், பெரிய புராணம் முதலான நூல்களின் வழியாகவும் அறிய முடிகின்றது. மேலும் பிற்காலப் பல்லவர்கள், பிற்காலச் சோழ அரசர்கள் பலர் சமண, பௌத்த கோயில்களுக்கு வழங்கிய கொடைகளைக் கல்வெட்டுகள் வழியாகவும் அறிய முடிகின்றது.

காஞ்சிபுரம், செஞ்சி, செய்யாறு, வந்தவாசி, ஆரணி, விழுப்புரம், திருவண்ணாமலை, திண்டிவனம் சார்ந்த பகுதிகளில் சமணர்கள் பலர் இன்றும் வாழ்வதையும் தத்தம் முன்னோர்கள் வழியில் அருக வழிபாடு நிகழ்த்துவதையும் காணமுடிகிறது. திருநறுங் குன்றம் (விழுப்புரம் அருகில்), திருமலையில் (போளூர் அருகில்) சமணக்கோயில்களில் வழிபாடு சிறப்புடன் நடைபெறுகிறது. சமணர்களின் தெய்வீகத் திருத்தலமாகக் கருதப்படும் இடம் பொன்னூர் மலையாகும்.

திருவண்ணாமலை மாவட்டம் வந்தவாசியிலிருந்து சேத்துப் பட்டு செல்லும் சாலையில் 8வது கிலோ மீட்டரில் இம்மலை

உள்ளது. வந்தவாசி - சேத்துப்பட்டு செல்லும் பேருந்துகளில் ஏறிப் பொன்னூர் மலை ஐ.டி.ஐ. பேருந்து நிறுத்தத்தில் இறங்கி மலைப்பகுதியை அடையலாம். மலையடிவாரத்தில் மூன்று அறக்கொடை வழியாக இயங்கும் சமணர் கோயில்களும் தொண்டு நிறுவனங்களும் உள்ளன. இவற்றில் வழிபாடு நிகழ்த்துவதற்கு வசதியாகப் பளிங்கு மண்டபங்களில் சமண முனிவர்களின் சிலைகள் உள்ளன.

அறக்கொடை நிலையங்களில், பொன்னூர் மலையில் தங்கித் தவம் செய்ததாக நம்பப்படும் குந்த குந்தர் பற்றிய பன்மொழி நூல்கள் உள்ளன. மேலும் சுருதகேவலி பத்ரபாகு சுவாமி சேவாதளம், விசாகசாரியார் தபநிலையம் எனும் அறநிலையங் களில் செய்யப்பெறும் சில அறப்பணிகளையும் பார்வை இடலாம். இங்குச் சமண வழிபாடு, சமயம் பற்றிய ஆய்வு நூல்களைக் கொண்ட நூலகம், இறைவழிபாடு நிகழ்த்தும் கூடம், இலவச மருத்துவமனை, மகாவீரர் உண்டுறைப்பள்ளி உள்ளன.

பொன்னூர் என்னும் ஊரின் எல்லையில் உள்ளதால் பொன்னூர் மலை என்று பெயர் பெற்றுள்ளது. பொன்னூரில் சமணர் குறித்த கல்வெட்டுக்கள் உள்ளன. பொன்னூர் சார்ந்த வங்காரம், இளங்காடு, எறும்பூர், ஆயிலவாடி முதலான சிற்றூர்களில் சமண சமயம் சார்ந்த மக்கள் வசித்து வருகின்றனர். மலையடிவாரத்தில் இருந்து மேலே செல்வதற்கு படிக்கட்டு வசதி உள்ளது. கால் மணி நேரம் நடந்தால் மலையின் மேல் பகுதியை அடையலாம். படிக்கட்டுகளின் ஓரச்சுவர்களில் படிக்கட்டுகளை அமைக்க உதவியவர்கள் பெயர்கள் கல்வெட்டுகளில் பொறிக்கப் பட்டுள்ளன.

மலையின் மேலே மண்டபம் போன்ற பகுதி கட்டப்பட்டுள்ளது. இதில் குந்த குந்தர் எனும் முனிவரின் 'பாதம்' வழிபாட்டிற்கு உரியதாகக் கல்லில் வெட்டப்பட்டுள்ளது. இதன் அருகில் மகாவீரரின் சிலை உள்ளது. அமர்ந்து ஓய்வெடுக்க குளிர்ந்த நிழலுடன் இம்மண்டபம் அமைக்கப்பட்டுள்ளது. அருகே சமண முனிவர்கள் தங்கியிருந்ததாக நம்பப்படும் குகைகள் உள்ளன. மேலும் சமண முனிவர்கள் வாழ்ந்ததற்கான பல தடயங்களும் காணப்படுகின்றன.

பொதுவாகவே வந்தவாசி நெசவுத் தொழில் செய்பவர்கள் அதிகம் வசிக்கும் பகுதியாகும். மேலும் சமணர் படுகைகளும் சமணர்கள் வசித்து வந்ததற்கான எண்ணற்ற தடங்களையும்

கொண்ட ஊரும் ஆகும். இந்த நிலையில், பொன்னூர் கிராமத்தில்தான் உண்மையில் குந்த குந்தர் என்று அவர்கள் நம்பும் திருவள்ளுவர் வாழ்ந்தார் என்பதற்கான சான்றுகளைத் தருகின்றார்கள் அங்கிருக்கும் சமணர்கள். தமிழகத்தில் வேறெங்கும் இல்லாத அளவுக்கு இன்றைக்கும் சமண மதத்தைச் சேர்ந்த, குறிப்பாக தமிழ்ச் சமணர்கள், அதிகம் இருக்கும் இடமாக வந்தவாசியும், பொன்னூர் உள்ளிட்ட அதன் சுற்றுவட்டாரப் பகுதிகளும் விளங்குகின்றன.

அங்கே உள்ள ஒவ்வொரு இந்துமதக் கோயில்களுக்கு அருகிலும் ஒரு சமண வாழ்வியல் நெறியாளர்களின் கோயில்கள் இருப்பதை இன்றைக்கும் பார்க்கலாம். ஒவ்வொரு தெருவுக்கும் பிள்ளையார் கோயில் இருப்பதுபோல அங்கே சமண வழிப்பாட்டுக் கோயில்கள் இருக்கின்றன. சமணர்களில் காணப்படும் ஸ்வேதாம்பர், திகம்பரர் என இரு பிரிவுகளில் திகம்பரர்கள் இந்தப் பகுதியில் அதிகம் வசிக்கிறார்கள். திக் + அம்பரம் = திகம்பரம். திக் = திசை; அம்பரம் = ஆடை; திசைகளையே ஆடையாகக்கொண்டு அதாவது ஆடை அணியாதோர் திகம்பரர்கள். இவர்கள் நிர்வாண சாமியார்கள் என்றும் அழைக்கப் படுவர்.

சுமார் இருநூறு அல்லது முந்நூறு படிகளை உடைய அந்தப் பொன்னூர் மலையின் அடிவாரத்தில் சமண ஸ்தூபி ஒன்று நம்மை வரவேற்கிறது. செங்குத்தாக இருக்கும் அந்தப் படிகளில் ஏறி, உச்சியை அடைந்தால் அங்கே 'குந்த குந்தர்' என்று எழுதப்பட்ட ஒரு சிறு மண்டபத்துக்குள் அவரது திருப்பாதங்கள் வைக்கப் பட்டுள்ளன. அதற்கு அருகிலேயே படுகையும், அதில் குந்தகுந்தரின் பெயரும் அவர் வாழ்ந்த காலம் உள்பட சில தமிழ்ச் சமணப் பாடல்களும் பதியப்பட்டிருப்பதைக் காணலாம்.

அந்த மலை முகட்டிலிருந்து பார்த்தால் வந்தவாசி முழுவதும் தெரிகிறது. கூடவே மலையின் கீழ் உண்டு உறைவிட இல்லமும் உள்ளது. இல்லத்திற்கு யார் சென்றாலும் அங்கிருக்கும் பிள்ளைகள் 'ஜீனேந்திரா' என்று வணக்கம் சொல்லி வரவேற்பதைப் பண்பாடாகக் கொண்டிருக்கின்றனர். ஆறாம் வகுப்பு தொடங்கி பன்னிரெண்டாம் வகுப்புவரை படிக்கும் இந்த மாணவர்களுக்கு சமண மதம் குறித்த மத போதனைகளும் வழங்கப்படுகின்றன. அதே தருணம் தமிழ் வளர்க்கும் சமூகமாக அந்த இல்லத்தின் நிர்வாகிகள் இருக்கிறார்கள். இல்லத்தை தலைமுறை தலைமுறையாக நிர்வகிக்கும் சமணர்கள், ஒவ்வொரு

மாதமும் திருக்குறள் ஆய்வுக் கூட்டத்தையும் நடத்தி வருகின்றனர். அது தொடர்பான வாத விவாதங்களும் இங்கு நடப்பது குறிப்பிடத்தக்க சிறப்பம்சமாகும். திருவள்ளுவர் மதச் சார்பற்றவர் என்று கூறப்பட்டாலும், அவர் சமணர் என்பது தொடர்பான ஓலைச்சுவடி ஆதாரங்கள் இங்குள்ள உண்டு உறைவிட நிர்வாகிகள் வசம் இருப்பதாகக் கூறப்படுகிறது.

குந்த குந்தர் எனும் முனிவர் இங்கு தங்கித் தவம் செய்ததாக இம்மலையின் வரலாறு சொல்கிறது. இவர் ஆந்திராவில் பிறந்து காஞ்சிபுரம் முதலான இடங்களில் கல்வி பயின்று பொன்னூர் மலையில் தங்கித் தவம் செய்து தனது இறுதி வாழ்வைக் கர்நாடக மாநிலத்திலுள்ள சிரவண பெலகோலாவில் கழித்ததாக நம்பப் படுகிறது. சமண சமய குருமார்களில் மகாவீரர், கௌதம கணதரருக்கு அடுத்து மூன்றாம் இடத்தில் வைத்துப் போற்றப் படும் குந்த குந்தரே திருக்குறளை இயற்றியவர் என்பது சமணர்களின் கருத்தாகும். இவருக்கு ஏலாசாரியார் என்ற பெயரும் உண்டு. திருக்குறளில் சமண சமயக் கருத்துக்கள் மிகுதியாக உள்ளன எனவும் ‘ஆதிபகவன்’ என்பது அவர்களின் கடவுள் எனவும் குறிப்பிடுகின்றனர்.

திருவள்ளுவர் மயிலாப்பூரில் வாழ்ந்ததாகச் சொல்லப்படும் அதே காலகட்டத்தில்தான் பொன்னூர் மலையில் ‘குந்த குந்தர்’ என்னும் சமண முனிவர் வாழ்ந்ததாக இங்குள்ளோர் கூறுகின்றனர். சமண மதத்தில் ‘திரி’ என்கிற சொல்லாடல் புழக்கத்தில் உண்டு. ‘குந்த குந்தர்’ அந்த மலையில் அமர்ந்து எழுதிய ‘திரிகுறள்’ தான் பின்னாளில் ‘திருக்குறளாக’ மாற்றம் அடைந்துவிட்டதாக அங்குள்ள சமணப் பெரியார்கள் நம்புகின்றனர்.

சமணர்களின் சித்தாந்தப்படி திருக்குறளை இயற்றியவர் குந்த குந்தர் என்றழைக்கப்படும் அவர்களது ஆச்சாரியார் ஆவார். இவர் கிமு 52 முதல் கிபி 45 வரை சுமார் 93 ஆண்டுகள் உயிர் வாழ்ந்தவர். இவருக்குப் பத்மநந்தி, வகிரகிரிவர், ஏலாச்சாரியார் ஆகிய பெயர்களும் உண்டு. இப்போது கடலூர் என்றும் அக்காலத்தில் திருப்பாதிரிப்புலியூர் என்றழைக்கப்படும் ஊரிலுள்ள சமண சங்கத்தின் தலைவராகவும் இவர் இருந்துள்ளார்.

பிராகிருத மொழியில் இவர் எழுதியுள்ள பல நூல்களுள் பஞ்சாஸ்தி காயம், பிரவசனசாரம், சமயசாரம் ஆகிய மூன்று நூல்கள் ‘பிரப்ருதத்திரயம்’ என்றழைக்கப்படுகிறது. ஆனால் இவர் தமிழில் எழுதிய ஒரே நூல் ‘திருக்குறள்’ ஆகும். குந்த குந்தர்

என்பவர்தான் திருவள்ளுவர் என்றும், அவர் எழுதிய திருக்குறள் முழுக்க முழுக்க சமண தத்துவங்களைப் பிழிந்தெடுத்த மத நூல் என்பதும், அவர் பொன்னூர் மலையில் தங்கியிருந்த காலத்தில் எழுதியதுதான் திருக்குறள் என்பதும், அங்கேதான் முக்தி அடைந்தார் என்பதும், சமணர்களின் நம்பிக்கை ஆகும்.

பொன்னூர் மலைக் கோயிலில் வர்த்தமான மகாவீரரும், ஆச்சாரியார் குந்த குந்தரும் வழிபடு தெய்வங்களாக உள்ளனர். சமண தத்துவப்படி அமைந்துள்ள ஸ்தூபியின் நான்கு பக்கங்களிலும் திருக்குறட்பாக்களும், உட்கார்ந்த நிலையிலுள்ள திருவள்ளுவர் சிலையில் ‘அகர முதல’ என்ற குறளும் செதுக்கப்பட்டுள்ளன. ‘குந்த குந்தர்’ என்பவரே ‘திருவள்ளுவர்’ என்று சமணர்கள் அறுதியிட்டுக் கூறும் ‘குந்த குந்தர்’ யாரெனப் பார்ப்போம்.

ஆச்சாரியர் குந்த குந்தர் என்பவர் தென் இந்திய ஜைன இலக்கிய மறுமலர்ச்சிக்குக் காரணமாக இருந்தவர்களுள் முக்கியமானவர் ஆவார். ஜைன இலக்கிய வரலாற்றில் மிகவும் போற்றப் பெறுபவரும், மூலச்சங்கத்தின் முதன்மைத் தலைவரும், திருக்குறளின் ஆசிரியர் எனப்படுபவரும் இவரே ஆவார். இவரது மரபுவழி பல்வேறு பகுதிகளிலும் பரவி உள்ளது. திகம்பர முனிகள் என்போர் குந்தகுந்தரின் மரபு வழியினரே. இவர் சமணத் திருநூல் தொகுதியை நிறுவி நாடெங்கும் பரவச் செய்தவர் என சிரவணபெலகொலாக் கல்வெட்டு சாசனங்கள் தெரிவிக்கின்றன. இவரது நூல்கள் அவரைத் தொடர்ந்து பின் வந்த பல ஆச்சாரியார்களால் பெரிதும் போற்றப்பட்டு மேற்கோள் காட்டப் படுகின்றன. சமண சமயத்தினரின் அனைத்து உட்பிரிவினராலும் இவரது நூல்கள் குறிப்பாகச் சமயசாரம் போற்றிப் பயிலப் படுகின்றன.

மற்ற ஜைன அறவோர்கள் போன்று இவரது வரலாறு குறித்தும் நமக்கு அதிகம் தெரியவில்லை. கல்வெட்டுகளில் இவர் பல பெயர்களில் குறிப்பிடப்படுகிறார். இருப்பினும் ‘கொண்டகுந்தா’ என்றும் ‘குந்த குந்த’ என்ற பெயர்களே அதிகம் காணப் படுகின்றன. இவரது நூல்களுக்கு உரை எழுதிய தேவசேனர் (கி.பி 1133) ஜெயசேனர் (கி.பி. 1050) ஆகியோர் இவரைப் ‘பத்மநந்தி’ என்று குறிப்பிடுகின்றனர். பதிநான்காம் நூற்றாண்டிற்குப் பிற்பட்ட நூல்களில் ‘வக்ரக்கீரிவர்’, ‘கிருத பிஞ்சர்’, ‘ஏலாச்சாரியார்’, ‘உமாசுவாமி’ ஆகிய பெயர்களும்

காணப்படுகின்றன. பாரச அணுவெக்கா, போதபாகுடா ஆகிய இவரது நூல்களின் முடிவில் முறையே குந்த குந்தா, பத்ரபாகு சீடன் என்று குறிப்பிடப்பட்டுள்ளன. பின் வந்த உரையாசிரியர்கள் இவரது பெயர்கள் பற்றிய வழிவழி கதைகளைத் தெரிவிக் கின்றனர். குந்த குந்தர் பல அதிசயங்கள் புரிந்ததாகவும், அதிசயத் திறமைகள் பல கொண்டவர் என்றும் அவரது சீடர்கள் தெரிவிக்கின்றனர்.

இவரது பெயரில் 'திராவிடத்' தொடர்பு இருப்பதால் இவர் தென்னகத்தை சேர்ந்தவராகத்தான் இருக்க வேண்டும் என்று நிறுவப்பட்டுள்ளது. குந்த குந்தா எனும் பெயர் கன்னட நகர் அல்லது கிராமம் ஒன்றினைக் குறிக்கலாம் என்றும், அப்பகுதியில் வாழ்ந்ததால் குந்த குந்தாச்சாரியர் (குந்தகுந்தாவை சார்ந்த ஆச்சாரியர்) எனப் பெயர் பெற்று விளங்கினார் என்றும் எஃப்.டபிள்யூ. தாமஸ் குறிப்பிடுகிறார். பாலசந்திரர் (கி.பி.1176), இந்திரநந்தி (கி.பி.10) போன்றோர் இவர் கொண்டகுந்தா என்னும் ஊரினை சார்ந்தவர் என எழுதி உள்ளனர். இன்றும் இதே பெயரில் ஆந்திர மாநிலம் குண்டக்கல் ரயில் நிலையத்திற்கு அருகில் 4 அல்லது 5 மைல் தொலைவில் ஒரு கிராமம் உள்ளது. இதற்கு அருகிலுள்ள குகை ஒன்றில் தவம் புரிந்ததாக தெரிகிறது. மற்றொரு மரபு இவரை 'நந்திக்குன்று' டன் தொடர்பு படுத்துகிறது.

குந்த குந்தர் தமிழகத்தைச் சார்ந்தவர் என்றும், தென்பாடலி புரத்தில் இருந்த சமண சங்கத்தின் தலைவராக நியமிக்கப்பட்டார் என்றும் திராவிட பட்டாவெளிகள் மூலம் தெரிகிறது. இந்தப் பகுதியே இன்று திருப்பாபுலியூர் என்று அழைக்கப்படுகிறது. கி.மு.1 முதல் சமண சங்கம் இருந்த மயிலாப்பூருடன் தொடர்பு உடையவர் குந்த குந்தர் என்று பேராசிரியர் சக்ரவர்த்தி (1949) தெரிவிக்கிறார். இங்குதான் திருக்குறள் நூலை இயற்றித் தனது சீடர் திரவுள்ளம் நயினார் மூலம் மதுரையில் அரங்கேற்றினார் என்கிறார் காஞ்சிபுரம் தி.அனந்தநாத நயினார் (1932), பின்னர் வடஆற்காடு மாவட்டம் வந்தவாசிக்கு அருகில் உள்ள பொன்னூர் மலைக்குச் சென்று தவம் புரிந்து தம் வாழ்நாளின் கடைசிப் பகுதியை அங்கு கழித்தார் என்பது இவரது முடிவு. இதன் காரணமாகவே இம்மலையில் அவரது திருவடிகள் செதுக்கப் பட்டு உள்ளன. இம்மலை இந்திய அளவில் அனைத்து சமணர்களாலும் போற்றப்படுகிறது என்று தனது சமணவியல் திரட்டு நூலில் தெரிவிக்கிறார் பேராசிரியர் சிரே. தன்யகுமார்.

சமணம் - நீதிநெறி - பழமொழி - திருக்குறள் ஒப்பீடு

இந்நூலுக்கு எழுதிய முன்னுரையில் பேராசிரியர் எஸ். வையாபுரிப்பிள்ளை இந்நூலின் பதிப்பு வரலாற்றில் உள்ள பல சிக்கல்களை சுட்டிக்காட்டுகிறார். இந்நூலுக்கு மூலச்சுவடிகள் கிடைக்கவில்லை. ஆகவே சரியான பாடபேதமும் இல்லை. நீதிநூல் என்ற முறையில் இது மிக எளியதுதான். பொதுவாக சமண நீதிநூல்களில் காணப்படும் பொது நீதிகளே இதிலும் காணப் படுகின்றன. சமண சமயத்திற்குரிய மதநெறிகள் இதில் பேசப்பட வில்லை. பொதுவாக இல்லறத்தாருக்கு உரியனவாக சமணம் வகுத்த 12 நெறிகளைப்பற்றிப் பேசுகிறது. முதல் ஐந்து நெறிகள் அனுவிரதங்கள். அவை அனைவருக்கும் உரியவை. மூன்று குணவிரதங்களும் நான்கு சிக்ஷா விரதங்களும் உள்ளிட்ட மீதம் 7 நெறிகள் துறவிகளுக்கு உரியவை.

பொறுமை, வாய்மை, ஈகை, ஆன்றோரை வழிபட்டு அவர் வழி நடத்தல் போன்றவையே பழமொழி நூல் முன்வைக்கும் நீதிகள். பழமொழியின் இயல்பில் ஒரு சிறப்பு உள்ளது. இந்நூல் ஏற்கெனவே வழங்கி வந்த ஒரு பழமொழியை தன் ஈற்றடியாகக் கொண்டு அமைந்த வெண்பா வடிவில் உள்ளது. இவற்றில் பல வரிகள் பழமொழிகள் அல்ல. 'நாய் பெற்ற தெங்கம்பழம்' 'தூங்கும் புலியை இடறியவாறு' போன்ற பழமொழிகளும், 'குலவித்தை கல்லாமல் பாகம் படும்' 'கற்றலில் கேட்டலே நன்று' போன்ற மூதுரைகள் அல்லது வழக்காறுகளும் இவற்றில் ஈரடியாக அமைந்துள்ளன.

இந்நூலை திருக்குறளுடன் ஒப்பிட்டுப் பார்க்கலாம். பொதுவாக பதினெண் கீழ்க்கணக்கு நூல்களைத் திருக்குறளுடன் ஒப்பிட்டுப் பார்ப்பது விரிவாகவே நடந்துள்ளது. குறளில் உள்ள நீதிகளே இந்நூலிலும் பெரும்பாலும் பயின்று வந்துள்ளன எனலாம். இந்நூல்களில் உள்ள சமண நீதி நோக்கின் உச்சம், குறட்பாக்களில் வெளிப்படுகின்றன. உதாரணத்துக்கு 'இவ்வுலகில் தீயதை உணர்ந்து அகற்றி ஒழுகுபவன் விண்ணவர்க்கு உரியவனாகிய முனிவன் ஆவான்' (He who, in the world, comprehends and renounces these causes of sin, is called a reward-knowing sage) என்பதைக் குறளில் 'வையத்துள் வாழ்வாங்கு வாழ்பவன் வானுறையும் தெய்வத்துள் வைக்கப்படும்' என வருவதைக் காணலாம்.

சமண சூத்திரங்களுக்கும், குறளுக்கும் உள்ள வியப்பூட்டும் நெருக்கமான உறவை விரிவாகவே நாம் ஆராய வேண்டி இருக்கிறது. 'கறுத்தாற்றி நம்மை கடிய செய்தாரை பொறுத்தாற்றி சேறல் புகழால்' என்று பழமொழி சொல்லும் வரியானது 'ஒறுத்தார்க்கு ஒருநாளை இன்பம் பொறுத்தார்க்கு பொன்றும் துணையும் புகழ்' என்ற குறள் வரியே ஆகும். இக்கருத்து சமண நீதிநூல்களின் மைய ஊற்றான ஜைன சூத்திரங்களில் மீண்டும் மீண்டும் சொல்லப்படுகிறது. சமண மதத்தின் நீதியின் இயல்பை இதில் நாம் காணலாம். போரே வாழ்க்கை நெறியாக, மறமே பேரறமாக விளங்கிய அன்றைய இந்தியச் சூழலை நோக்கி இந்த வரி பேசப்படுகிறது என்பதை நாம் கருத்தில்கொள்ளவேண்டும். சமணம் மீண்டும் மீண்டும் முன் வைத்த இரு அரச நீதிகளில் இது முதலாவது. பொறுமை மற்றும் கருணை மூலம் முரண்பாடுகளை முடிவுக்குக் கொண்டுவருதல், எளியோர்க்கு நன்மை செய்யும் நோக்கமுடைய வலிமையான அரசு என்பது அடுத்த கருத்து. ஆயினும் ஆழமான கவித்துவத்துடன் குறட்பாக்கள் சற்று ஓங்கியே உள்ளன.

ஒரு நீதி நூலின் கவித்துவம் இருவகையில் அனுபவப்படுகிறது. ஆழமான நீதி சார்ந்த உத்வேகம் நேரடியாகவே வெளிப்படும் இடம் கவித்துவமாக அமைகிறது 'இரந்தும் உயிர் வாழ்தல் வேண்டின் பரந்து கெடுக உலகியற்றியான்' என்பதுபோன்ற அறச்சீற்றமானாலும் சரி, 'இன்னா செய்தாரை ஒறுத்தல் அவர் நாண நன்னயம் செய்துவிடல்' என்ற கருணையானாலும் சரி, அந்த மன எழுச்சி கவித்துவமாகிறது. 'அறத்தாறிதுவென வேண்டா சிவிகை பொறுத்தானோடு ஊர்ந்தானிடை' போன்ற அருமையான அணிகள் கவித்துவத்தை உருவாக்குகின்றன. ஆனால் நீதி பழமொழியைப்பற்றி அப்படிக் கூறமுடிவதில்லை. அதன் வடிவமே அப்படி அமைந்துள்ளது. இறுதி வரியின் விளக்கமாக முதல் மூன்று வரிகள் அமைகின்றன. ஆகவே அம்மூன்று வரிகளும் சாதாரணமான மனநிலையில் நின்று விளக்கிச் சொல்வனவாக உள்ளன. கடைசி வரி ஏற்கெனவே மரபில் இருந்துவந்துள்ள ஒன்றாகையால் அதன் கவித்துவம் இந்நூலுக்கு உரியதாகவும் இல்லை. ஆக இது ஓர் எளிய பாடநூலாகவே இருந்திருக்கிறது. குறிப்பிடத்தக்க மூலநூல் என இதைச் சொல்ல முடியாது.

இதற்கு தெளிவான நடைமுறைப் பயன்பாடு இருந்திருக்க வேண்டும். எடுத்துச் சொல்லவேண்டிய ஒரு சிறப்பே

இந்நூலுக்கு உள்ளது என்று தோன்றுகிறது. இது தமிழகத்தில் சமண நீதி வந்த பரிணாமத்தின் பாதையை தெளிவாகக் காட்டும் ஒரு நூல். நீதி ஒரு படிப்படியான பரிணாம வளர்ச்சி ஆகும். நீதி ஒரு சமூகத்தில் எந்நிலையிலும் ஓயாது விவாதிக்கப்பட்டுக் கொண்டே இருக்கும். இன்றைய சமூகத்தில் ஒருநாளில் ஒரு கணத்தில் எத்தனை ஆயிரம் நீதிமன்ற அறைகளில் நீதி விவாதிக்கப்படுகிறது. அவ்விவாதங்கள் வழியாக நீதி ஒவ்வொரு கணமும் வளர்கிறது, உருமாறுகிறது. தராசின் முள்போல நீதி குறித்த சமூக உருவகம் எப்போதும் ஆடிக்கொண்டே இருக்கிறது. சங்க காலத்துப் பழங்குடி நீதி அப்படி பல நூறு விவாதங்கள் வழியாகவே இனக்குழு நீதியாக உருமாறியிருக்க வேண்டும்.

தமிழ்ச் சமூக உருவாக்கத்தில் பேரரசுகள் உருவாக ஆரம்பித்துக் கடும் போர்கள் நடந்துகொண்டிருந்த காலகட்டத்தில் சமண மதம் இங்கு வந்ததும் ‘சமரசம்’ மற்றும் ‘கொல்லாமை’ சார்ந்த ஒரு நீதியை நிலைநாட்டியதும், தமிழகத்தின் நல்லூழ் என்றே கொள்ளவேண்டும். அவ்வகையில் நோக்கினால் தமிழகத்தின் ஒளிமிக்க இறந்தகாலம் களப்பிரர் காலமே. அக்காலகட்டத்தின் அழிவில் உடனே பேரரசுகள் தோன்றி பெரு மதங்களும் பெரும் சுரண்டலும் பெரும் வன்முறையும் நிலைநாட்டப்பட்டன. சமணம் ‘கொல்லாமையையும் கருணையையும்’ வலியுறுத்தியது. நலம் நாடும் சமரச அரசாங்கம் குறித்த கருத்தை முன்வைத்தது. சமணத்தின் அந்த தரப்புக்கும் ஏற்கெனவே இங்கிருந்த இனக்குழுச் சமூகத்து நீதிக்கும் இடையே நீண்ட, தீர்க்கமான விவாதங்கள் நிகழ்ந்திருக்கவேண்டும். அவ்விவாதங்களின் விளைகனிகளே திருக்குறள் உள்ளிட்ட நீதிநூல்கள்.

அவ்வாறு உருவான நீதிநூல்களில் எஞ்சியவை, திருக்குறள் உள்பட, நீண்டகாலம் கழித்துப் பதினெண் கீழ்க்கணக்கு என்ற பெயரில் தொகுக்கப்பட்டன. இவ்விவாதங்களின் தடங்கள் நீதிநூல்களில் உள்ளன. அவற்றில் உள்ள நீதி ஒருபக்கம் சமண மெய்ஞானத்தில் வேரூன்றியிருக்கிறது. இன்னொரு பக்கம் இங்கு ஏற்கெனவே புழங்கும் நீதிகள் பலவற்றை தனக்குள் உள்வாங்கிக் கொண்டதாக இருக்கிறது. திருக்குறளே சிறந்த உருவகம் ஆகும். பொருண்மொழிக்காஞ்சி திணையில் வரும் பல வரிகளை திருக்குறளில் காணமுடியும் என்பதை அறிஞர்கள் சொல்லி இருக்கிறார்கள். அத்தகைய உரையாடல் அல்லது சமரசம் இன்னும் வெளிப்படையாகத் தெரியும் நூல் என்பதே பழமொழி நானூறு நூலின் சிறப்பாகும். இதில் உள்ள பழமொழி என்பது

தமிழகத்தில் விளங்கிய தொன்மையான விவேகத்தின் விளைவு. அதை தனது சமண நீதியுடன் கொண்டு சென்று இணைப்பதையே மூன்றுறையனார் செய்கிறார். விளைவாக ஒரு சமரசத்தை அல்லது முரணியக்கத்தை நிகழ்த்துகிறார். ஏற்கெனவே இங்கு வேரூன்றியிருந்த நீதியின் சிறந்த கூறுகளுடன் சமண நீதியைக் கலக்கிறார்.

சமணர் காலகட்டம் முற்றும் துறந்த சமண முனிவரை மண்ணில் பெரியவர்களாக முன்வைத்தது என நாம் அறிவோம். செங்கோல் ஏந்திய மன்னர்களைவிடப் பல மடங்கு மதிப்பை உடலெங்கும் தூசு மூடி நிர்வாணமாக அலைந்து தெருக்களிலும் காடுகளிலும் வாழ்ந்த பெரியோர்களுக்கு அளித்தது. அறத்தின் சக்கரத்தை அவர்களே உருட்டுகிறார்கள் என்ற கருத்தை முன்வைத்தது. சென்ற காலத்தில் தமிழ்நாட்டில் முடிமன்னர்களுக்கு மட்டுமே முதன்மை மதிப்பு இருந்தது. அவர்களை நயந்தும் பயந்தும் நன்னெறி சொல்பவர்களாகவே புலவர்கள் இருந்திருக்கிறார்கள்.

ஆனால் சமண மரபு அவர்களுக்கும் மேலாக 'நீத்தாரை' முன்வைத்தது. 'பெரியோரை' மதித்தல், அவர்சொல் கேட்டல்' என்ற பொருளில் குறிப்பிடுவதெல்லாமே இந்த முனிவர்களுக்கு அளிக்கப்பட்ட முதன்மை மரியாதையைத்தான். திருக்குறள் உள்ளிட்ட சமண நூல்களில் இந்த கருத்து மிகமிக விரிவாக முன்வைக்கப்பட்டிருக்கக் காணலாம். சமணத்தின் அடிப்படையே பற்றும், சினமும் இல்லாத அறவோர் சமூகத்தை வழிநடத்துதலே. (R.S.Sharma, *Perspectives in Social and Economic History of Early India*; P.V.Kane, *History of Dharma Sastras;* ஹெர்மான் ஜெகோபியின் [Hermann Jacobi] மொழியாக்கம்.; பேரா. ராஜ்கௌதமன் - 'பாட்டும் தொகையும் தொல்காப்பியமும் தமிழ்ச்சமூக உருவாக்கமும்', தமிழினி பிரசுரம்)

ஐந்தவித்தான் யார்?

'ஐந்தவித்தான் யார்?' என்ற தலைப்பில் கிறித்துவப் புலவர் திரு. மு. தெய்வநாயகம் அவர்கள் எழுதியுள்ள நூலைப் பற்றி ஆராய்ந்து அவரது கூற்றுக்கள் ஏற்புடைத்தா இல்லையா என்பது கீழே விளக்கப்பட்டுள்ளது. திருக்குறள் சமண நூலாக அறியப்பட்ட நிலையில், முனைவர் தெய்வநாயகம் எழுதியுள்ள 'திருவள்ளுவர் கிறித்துவரா' என்று நூலைப் படித்துப் பார்க்கையில் வியப்பும் வேதனையுமே மிஞ்சுகிறது.

ஆராய்ச்சி அறிவு

ஆராய்ச்சித்துறை ஒரு தனிக்கலை. அது சிந்தனையைக் கிளறுவது. ஆழ்ந்த அறிவை வெளிப்படுத்துவது. ஆராய்ச்சியாளர் தாம் மேற்கொண்டுள்ள கொள்கைகளுக்கு அரணாக பன்னூல் பயிற்சியும், வரலாறு, காலம், மரபுகள், அகச்சான்றுகள் ஆகிய துறைகளிலும் புலமை பெற்றிருக்கவேண்டும். இவைகளைக் கொண்டே தம் கொள்கைகளை நிலைநிறுத்தவேண்டும். இத்தகைய ஆராய்ச்சி அறிவுடையோரின் நூல்களையே அறிஞர் உலகம் ஏற்றுக்கொள்ளும். அதுமட்டுமல்ல; அந்நூல்களே என்றும் எவராலும் போற்றப்பட்டு நிலைத்து நிற்கும். மேற்கூறிய முறைகளைப் புறக்கணித்துவிட்டு, கண்டதே காட்சி, கொண்டதே கோலம் என்ற பழமொழிப்படி, ஆராய்ச்சி என்ற பெயரால் நூல்களை எழுதித் தள்ளுவது அறிவுடைமையாகாது. அத்தகைய நூல்கள் நகைப்பிற்கும், எதிர்ப்புக்கும் இடம் தரும். அந்நூல்களை வாசிக்கத் தொடங்கும்போதே அறிவு வெறுப்படையும். மேற்கொண்டு படிக்கவும், அதில் மனதை செலுத்தவும் உள்ளம் ஓடாது. அத்தகைய போலி நூல்கள் அக்கணமே, அன்றைப் பகலே அழிந்து மறைந்துவிடும். எனவே ஆராய்ச்சியாளர்கள் நாம் மேலே கூறிய வரலாறுகள் அகச்சான்றுகள் புறச்சான்றுகள் போன்றவைகளைக் கடைப்பிடிப்பது இன்றியமையாததும், கடமையும் ஆகும். இப்பேருண்மைகளை அடிப்படையாகக் கொண்டு 'ஐந்தவித்தான் யார்?' என்ற நூல் அமைந்திருக்கிறதா என்பதை இனி ஆராய்வோம்.

ஐந்தவித்தான் - ஐந்தவித்துயர்ந்த சமண பகவான் விருஷபதேவர்

ஐந்தவித்தான் என்ற இப்பண்பு இறந்தகால நிகழ்ச்சியாகும். மெய், வாய், கண், மூக்கு, செவி ஆகிய ஐந்தின் வயப்பட்ட ஒருவர் தன் உயர் பண்புகளால் அவற்றைத் தன் வயப்படுத்தி ஆட்கொண்டார் என்பதாகும். இவ்வாறு ஐம்புலன்களையும் வென்ற தூயோர்களை முதன் முதலாகப் பாரத நாட்டு வரலாற்றிலும், பாரத நாட்டு பண்டைய இலக்கியங்களிலுமே காண்கிறோம். வேதங்களில் உபநிஷத்துக்களிலும் பல்வேறு புராணங்களிலும் பகவான் விருஷபதேவர் பேசப்படுகின்றார்.

இப்பெருமகனார் வரலாற்றுக்கு எட்டாத காலத்தில் தோன்றி அப்பொழுது சீர்குலைந்திருந்த மக்கள் சமுதாயத்திற்குக் கல்வி, உழவு, வாணிபம் போன்றப் பல்வேறு தொழில் முறைகளைக் கற்பித்தார். அதோடு அஹிம்சையின் அடிப்படையில் மக்கள்

பண்பாட்டுக்குரிய அறநெறிகளையும் வகுத்தருளினார். அந்த அறநெறிகளை இல்லறம், துறவறம் என இருவகை அறங்களாகப் பிரித்து வாழ்க்கைக்கு வழிவகுத்தார். அதுமட்டுமல்லாமல் தாமும் இல்லறத்தை நடத்திப் பின்னர் துறவறம் பூண்டு ஐம்புலன்களையும் தன் வயப்படுத்தும் தவத்தை மேற்கொண்டு வீடு பேறு பெற்றார். இவ்வரலாற்றை மேற்கண்ட வேதங்களும், ஜைன இலக்கியங்களும் படம் பிடித்துக் காட்டுகின்றன. ஐம்புலன்களையும் வென்று வீடுபேறு பெற்ற இப் பெருந்தகையை மண்ணுலகமேயன்றி விண்ணுலகமும் இறைவன் அல்லது கடவுள் எனப் போற்றி வழிப்பட்டன. இறைவன் என்ற பெயரே அப்பெருமகன் காலமுதலே உலகில் வழங்கி வரலாயிற்று.

இந்திரன் வருகை

இந்திரனைப்பற்றி பல்வேறு சமய நூல்களில் காண்கிறோம். ஜைன (சமணம்) நூல்களிலும் இந்திரன் வரலாறுகள் காணப் படுகின்றன. அவன் பேரறிவாளன், ஆயிரங் கண்ணுடையோன், நற்பண்பும், நற்பணியும் கொண்டவன். ஐந்தவித்துயர்ந்த ஆற்றல் படைத்த மகான்களை அடிப்பணிந்து போற்றும் அன்பும் ஆர்வமும் உடையவன். இப்பெருந்தகை பகவான் விருஷபதேவர் ஐந்தவித்துயர்ந்து கேவல ஞானமெனும் முழுதுணர் ஞானத்தை பெற்றுள்ளார் என்ற செய்தி கேட்டு இந்திரன் ஆர்வமேலிட்டு தம் மனைவியோடு மண்ணுலகிற்கு வந்து பகவான் விருஷபதேவரை அடிபணிந்து வணங்குகின்றான். இக்காட்சியைப் பல்வேறு மொழிகளிலுமுள்ள ஜைன இலக்கியங்கள் அனைத்தும் பாராட்டிப் புகழ்கின்றன.

தமிழ் இலக்கியங்களில் ஐந்தவித்துயர்ந்த பகவான் விருஷபதேவரை இந்திரன் வழிபடும் காட்சியை

‘களியானை நாற்கோட்டத்
தொன்றுடைய செல்வன்
கண்ணோயிரமுடையான்
கண்விளக்கமெய்தும் ஒளியானை’ (சூளாமணி)

‘காமாதி கடந்ததுவும்.....
.... தேவர் கோமான்
தாமாதியணிந்து பணிந்தெழுந்ததுவும்
தத்துவமென்றகவோ வென்ன’ (மேருமந்தர புராணம்)

'வெந்துயர் அருவினை வீட்டிய அண்ணலை
இந்திர உலகம் எதிர் கொண்டாங்கு' (பெருங்கதை)

என்று இதுபோன்ற பல்வேறு தமிழ் ஜைன நூல்களில் காணலாம்.

இந்திரன் - ஆயிரம் கண்களின் வரலாறு

விருஷபதேவரை பகவான் அடைந்த ஞானப் பேரொளியைக் கண்டு களிக்கும் இந்திரன், ஆனந்த மேலீட்டால் பகவானைக் காண இரு கண்களும் போதாவென எண்ணுகின்றான். ஆயிரம் கண்களால் கண்டுகளிக்க வேண்டுமென விழைகின்றான். எண்ணிய எண்ணியவாறு எய்தும் தனக்குரிய வைக்கிரம சரீரத்தின் ஆற்றலால் (உருவை மாற்றிக்கொள்ளும் ஆற்றல்) இந்திரன் தன் உடலெங்கும் கண்களை உண்டாக்கிக்கொண்டு பகவானைப் போற்றி மகிழ்கின்றான். இக்காட்சியைக் கண்ட புலவர் பெருமக்கள் இந்திரனை 'ஆயிரம் கண்ணுடையோன்' எனப் புகழ்ந்து வாழ்த்தினர். இவ்வரலாற்று நிகழ்ச்சி ஆதிபுராணம் என்னும் வடமொழி நூலில் பின்வருமாறு விளக்கப்பட்டுள்ளது.

'தவரூபஸ்ய ஸௌந்தர்யம் திருஷ்டியா
திருப்திம் ஆனாயி வான் உயக்ஷ:
சஹஸ்க்ஷ: பபூப பஹூவிஸ்வமய:'

இத்ன் பொருள், 'இறைவனே! விருஷபதேவ பகவானே! தத்துவத்தால் உயர்ந்து ஞான ஒளி வீசும் நினது பேரழகினைத் தனது இரு கண்களால் பருகியும் திருப்தியடையாத இந்திரன், பலரும் வியக்கத்தக்க முறையில் ஆயிரங்கண்களை உண்டாக்கிக்கொண்டு உன்னைப்போற்றி வழிபடுகின்றான்' என்பதாகும்.

இவ்வாறே தமிழ் நூலாகிய தோத்திரத் திரட்டில், 'இன்றே யருளென இந்திர ரெண்ணில வாய்க் கண்கொண்டு' எனத் தொடங்கி, வாழ்த்தப் பெற்றுள்ளது.

இதனால் இந்திரன் ஆயிரங்கண்களைத் தற்காலிகமாகப் பெற்றான் என அறிகின்றோம். இத்தகு சிறப்பமைந்த உண்மை நிகழ்ச்சியை மறைத்து இந்திரன் கௌதம முனிவரின் சாபத்திற்குள்ளாகி உடலெல்லாம் சொல்லொணாப் (பெண்) குறிகளை உடையவனானான் என இந்து சமய நூல்கள் கூறுகின்றன. இக்கொள்கையை பரிமேலழகரும், தற்கால உரையாசிரியர்கள் சிலரும் ஏற்றுக் கொண்டுள்ளது வருந்தத்தக்க செய்தியாகும்.

ஐந்தவித்தோரின் மாண்பு

வைதீக சமயக் கூற்றால் ஐந்தவித்து உயர்ந்தோரின் தூய தவநெறியும் அத்தகு அறிவோரைப் போற்றும் இயல்புடைய இந்திரனின் எழில் நிலையும் மாசடைகின்றன.

ஐந்தவித்தானெனில் ஐம்புலன்களால் ஏற்படும் உலகியல் ஆசைகளை அறவே அகற்றி, ஐம்புலன்களைத் தன் வயப் படுத்தியவன் என்பதாகும். அருந்தவத்தோரையே ஐந்தவித்தான் ஆற்றல் எனத் தேவர் போற்றினார். இவ்வரலாற்றின் மேன்மையை உலகோர் அறியவே திருவள்ளுவர் 'பொறி வாயிலைந்தவித்தான் பொய்தீர் ஒழுக்க நெறிநின்றார் நீடுவாழ் வாழ்வார்' என்னும் கடவுள் வாழ்த்தின் வாயிலாக முற்றுந் துறந்த முனிவர்களின் தவநெறியின் மாண்பையும், அவரே கடவுள் அல்லது இறைவன் எனும் கருத்தையும், அப்பெருமகன் அருளிய குற்றமற்ற ஒழுக்க நெறிகளின் உயர்வையும் குறட்பாக்கள் மூலம் அறிய வைத்துள்ளார். இங்கே இந்து மத வைதீக சமயத் துறவுக்கு இடமில்லை. அத்துறவுக் கோலத்தைக்கொண்டு குறளில் காணும் ஐந்தவித்தோரைக் காதல் வாழ்க்கையில் காட்டுவது ஐந்தவித்தான் பண்பிற்கு முரணானது.

ஐந்தவித்தானுக்கு அதாவது ஐம்புலன்களை வென்றவனுக்கு (கௌதம முனிவருக்கு) மனைவி இருக்கலாமா? தம் மனைவியை (அகலிகை) வேறொருவர் (இந்திரன்) காதலித்துக் கற்பழித்தார் என்பதற்காக கோபம் கொள்ளலாமா? அக்கோபக் கனலின் வயப்பட்டு அவரை (இந்திரன்) சபிக்கலாமா? எனும் கேள்வி களுக்கு இடம் உண்டாகிறது. அறிவியலுக்குப் பொருந்தாத இக்கதையைத் திருக்குறளில் காணும் ஐந்தவித்துயர்ந்த அறவோர்களுக்குக் காட்டியது பொருத்தமற்ற செயல் மட்டுமல்ல சிந்தனையற்ற செயலுமாகும்.

இந்து வைதீக சமயத்து இந்திரன் கதையைத் திருக்குறளில் காணும் சமண முனிவர்களின் தூய தவ வாழ்க்கையில் முதன் முதல் பொருத்திக் காட்டியவர் பரிமேலழகரே ஆவார். சமண மதக் கருத்துக்களை இந்து மதத்தில் அன்று புகுத்திய பரிமேலழகரே, கிருத்தவ மதத்தில் இன்று புகுத்தும் தெய்வ நாயகம் எனில் மிகையாகாது.

திருக்குறளுக்கு உரை எழுதிய பதின்மரில் பரிமேலழகர் இறுதியானவர். இவர் திருக்குறள் இயற்றிய ஆசிரியர் ஜைன

அறவோர் என்பதையும் திருக்குறளில் காணும் அறநெறிகள் யாவும் பகவான் விருஷப தேவரால் அருளப்பெற்ற நல்லறங்களே என்பதையும் நன்கு உணர்ந்தவர். அது மட்டுமல்ல, திருக்குறளின் முதல் உரையாசிரியராகிய தருமர் உரையை ஆழ்ந்து கண்டவர். இவ்வுண்மையைப் பரிமேலழகர் தம் உரையிலேயே சுட்டிச் செல்வதை அறியலாம். இவர் உரையில் மேற்கோள் காட்டும் நூல்களில் பெரும்பாலும் ஜைன இலக்கியங்களேயாகும்.

பரிமேலழகரைப் போன்றே தெய்வநாயகமும், திருக்குறளாசிரியர் சமண அறவோரே என்பதை நன்கு உணர்ந்தவர் எனும் உண்மையைத் தாம் எழுதிய 'திருவள்ளுவர் கிறித்தவரா' என்ற நூலின் 70ம் பக்கத்தில் 'திருவள்ளுவர் வற்புறுத்தும் புலால் மறுத்தல், கொல்லாமை முதலியன தமிழகத்திலுள்ள மற்ற சமயங்களுடன் இருந்த தொடர்பைவிட சமண சமயத்துடன் அதிகத் தொடர்பை புலப்படுத்துகின்றன. இவர் பிறப்பில் சமணராயிருந்திருத்தல் வேண்டும் என்றும் இவர் இறப்பில் சமணர் அல்லர்' எனவும் எழுதியுள்ளதிலிருந்தும் அறியலாம்.

திருக்குறள் முதல் நூல் அல்ல

திருக்குறள் ஆசிரியர் திருவள்ளுவர் பாரத நாட்டின் மிகத் தொன்மை வாய்ந்த அறநெறிகளை மறுமலர்ச்சியுறச் செய்தவரே அன்றி திருக்குறளை அவர் முதல் நூலாகக் கூறவில்லை. திருக்குறளாசிரியர் 'பகுத்துண்டு பல்லுயிரோம்புதல் நூலோர் தொகுத்தவற்றுளெல்லாம் தலை' எனக் குறிப்பிடும் குறளின் வாயிலாகத் தாம் மேற்கொண்டுள்ள கொள்கைகள் யாவும் தமக்கு முன்னர் விளங்கிய நூல்களே என்பதை ஒளிவு மறைவின்றி வெளிப்படுத்தியுள்ளார். அவ்வாறாயின் முதல் நூல் எது என்பதை ஆராய்வோம்.

முதல் நூல்

'வினையின் நீங்கி விளங்கிய அறிவின்
முனைவன் கண்டது முதல் நூல்'

எனும் தொல்காப்பியப் பாயிரத்தால் முதல் நூலையும், முதல் நூல் உரைத்த முனிவரையும் காண்கிறோம். முனிவர் எனில் முற்றும் துறந்து ஐம்புலன்களையும் வென்று உயர்ந்தோரே ஆவர். இம் முனிபுங்கவர்களின் தவ மாண்பினை நீத்தார் பெருமையில் படம் பிடித்துக் காட்டியுள்ளார் திருக்குறளாசிரியர்.

திருக்குறள் காட்டும் முதல் நூலின் தவக்கோலம்.

'இயல்பாகும் நோன்பிற் கொன்றின்மை உடைமை
மயலாகும் மற்றும் பெயர்த்து'

'மற்றுந் தொடர்பாடெவன்கொல் பிறப்பறுக்க
றுற்றார்க்கு உடம்பும் மிகை'

என்ற பற்றற்ற நிலையையுடைய தவத்தை முதன்முதல் மேற்கொண்டு துறவறத்துக்கு வழிகாட்டியவர் நாம் முதலில் கூறிய பகவான் விருஷப தேவரேயாவர். இம்முதல் முனிவரே இருவினைகளையும் வென்று வானோர்க்கும் உயர்ந்த உலகமாகிய வீடுபேற்றை அடைந்தவர்.

ஆகவே வினையின் நீங்கி விளங்கிய பேரறிவனாம் பகவான் விருஷப தேவரின் திருமொழியே முதல் நூலாகும். இவ்வரலாற்று உண்மையை முன் வைத்தே 'நூலோர் தொகுத்தவற்று எல்லாம் தலை' என்னும் பொன் மொழியால் ஒளி வீசச் செய்துள்ளார் வள்ளுவர். இம்மாண்புடைய முதல் நூலோரைப் போற்றும் ஐஞ்சிறு காப்பியங்களுள் ஒன்றான 'நீலகேசி' ஆசிரியர்.

'நல்லார் வணங்கப்படுவான் பிறப்பாதி நான்கும்
இல்லான் உயிர்கட்கு இடர் தீர்த்து உயரின்பமாக்கும்
சொல்லான் தருமச்சுடரான் எனுந்தொன்மையினால்
எல்லாம் உணர்ந்தான் அவனே இறையாக ஏத்தி'

எனவும்,

'சொற்றியாவதுங் கேளாய் சுதநயம் துணிவுமல் குரைத்தி
கற்றியாவதும் இலையாய்க் கடையில் பல்பொருளுணர் உடையை
பற்றியாவதும் இலையாய்ப் பரந்த வெண் செல்வமும் உடையை
முற்றயார்நினை உணர்வோர் முனைவர் தம் முனைவர்க்கும்
முனைவா'

எனவும் போற்றி மன்னுயிர்க்கெல்லாம் அரண் செய்யும் அறநெறியை உரைத்த முதல் இறைவன் முதல் முனைவன் பகவான் விருஷப தேவர் என்பதைக் கலங்கரை விளக்கம்போல் காட்டியுள்ளார்.

அறிவுரைகளும் தத்துவக்கலைகளும்

நாம் மேலே கண்ட முதல் நூல் உரைத்த முனிவராகிய பகவான் விருஷப தேவர், அஹிம்சையின் அடிப்படையில் இல்லறம்,

துறவறம் ஆகிய இரு அடிப்படையில் இல்லறம், துறவறம் ஆகிய இரு பேரறங்களோடு அரசியல், பொருளாதார சமத்துவம், பகுத்துண்டு வாழ்தல், உலகம், உயிர், உயிரில்லாதவை, இறப்பு, மறுபிறப்பு, பாவம், புண்ணியம், ஊழ்வினை, வானுலகம், வானோர்க்குமுயர்ந்த வீட்டுலகம் போன்ற பல தத்துவங்களையும் உலகுக்கு அருளினார்.

இப்பேரறங்களை தம் பெயரால் அமைக்காமல் மக்கள் பொது நெறிகளாக வேண்டி அறம், என்றே பெயரிட்டு வழங்கினார். அப்பெருமகனாருக்குப் பின் அவ்வப்போது இருபத்து மூவர் தோன்றி அந்த அறநெறிகளைப் பரப்பினர். அவர்கள் வழிவந்த அறவோர்கள் பலரும் இயற்றி அருளிய நூல்களிலும், இலக்கியங் களிலும் அறம் என்ற பெயராலேயே அம்முதல்வராகிய பகவான் விருஷப தேவரின் கொள்கைகளைப் படைத்துவந்தனர். எனவே சமயம் (சமணம்) என்ற பெயரையே அந்நூல்களில் காணவியலாது.

பகவான் விருஷப தேவர் அருளிய முதல் நூல் வழி வந்த நூல்கள் யாவற்றிலும் பிறர் நம்பும், காண இயலாத கடவுளைப்பற்றியோ, படைப்பைப்பற்றியோ, கூறப்படவில்லை. இவ்வுலகம் ஆதியும் அந்தமும் அற்றது என்றும், இவ்வுலகமும், உலகில் காணும் உயிர்களும் எவராலும் படைக்கப்பட்டவை அல்ல என்னும் கொள்கையையும் அடிப்படையாகக் கொண்டவை. அதனால்தான் பகவான் விருஷப தேவர் மக்கள் வாழ்க்கைப் பண்பிற்கும், ஆன்மீக வளர்ச்சிக்கும் உரிய அற நெறிகளை வகுத்து, அவற்றின் வழி ஒழுகி, உயர்நிலையை எய்தவேண்டும் என்ற உண்மையை வலியுறுத்தியுள்ளார்.

இதனால் மக்கள் பலரும் அறநெறிகளைக் கடைபிடிக்கவேண்டும் என்பது தெளிவாகிறது. 'தன்னை இறைவனாச் செய்வானும் தானே, தன்னைச் சிறுவனாச் செய்வானும் தானே, ஆகையால் அவரவர் உயர்வுக்கும், தாழ்வுக்கும் அவரவர் செயல்களே அன்றி, வேறெந்தச் சக்தியும் அல்ல' என்பதாகும். அதாவது எல்லாம் ஆண்டவன் செயல் என்ற கொள்கை சமணத்துக்கு உடன்பாடல்ல. இவ் அறிவியல் தத்துவத்தை மேற்கொண்ட திருவள்ளுவர்...

> 'இரந்தும் உயிர்வாழ்தல் வேண்டின் பரந்து
> கெடுக உலகியற்றி யான்'

எனும் குறட்பாவின் வாயிலாக 'ஏற்றத் தாழ்வுடன் கூடிய இவ்வுலகைப் படைத்த இறைவன் ஒருவன் இருப்பானாயின்

அவன் விரைவில் அழிக' என வன்மையாகச் சபிக்கின்றார். இதனால் இவ்வுலகைப் படைத்தும், காத்தும், அழிக்கும் கடவுளே இல்லை என்னும் சமணக் கொள்கையைத் திருவள்ளுவர் நிலைநாட்டி உள்ளதை அறிகின்றோம். அது மட்டுமல்ல, மனிதன் தன் சுய முயற்சியாலும், ஒழுக்கத்தாலும் தவநெறியாலுமே, இன்ப துன்பங்களை அடைகின்றான் என்னும் உண்மையையும், அவன் ஐம்புலன்களையும் வென்று வீடு பேற்றை அடையும் ஆற்றலும் படைத்தவன் என்பதையும் வலியுறுத்திக்கூறும் முதல் அறவோரின் வழிநின்று திருவள்ளுவர்,

'ஆராவியற்கை அவா நீங்கின் அந்நிலையே
பேரா இயற்கை தரும்'

என்னும் குறளால் ஐந்தவித்துயர்ந்தோர் அடையும் இனிப் பிறவா நிலையையும்,

'வையத்துள் வாழ்வாங்கு வாழ்பவன் வானுறையும்
தெய்வத்துள் வைக்கப் படும்'

என்னும் குறளால் இல்லற நெறி வழுவா இல்லறத்தோர் உறும் தேவருலகையும்,

'யான்எனது என்னும் செறுக்குஅறுப்பான் வானோர்க்கு
உயர்ந்த உலகம் புகும்'

என்னும் குறளால் தவ மாண்புடையோர் வினைகளை வென்று அடையும் வானோர்க்கும் உயர்ந்த வீட்டு உலகையும் கூறி மனிதனின் ஆற்றலை வெளிப்படுத்தியுள்ளார். இக் குறட்பாக்களால், கடவுளின் செயலுக்கே இடமில்லை என்பதை அறிகின்றோம்.

எனவே திருவள்ளுவர் மேற்கொண்ட கொள்கைகள் அனைத்துமே பகவான் விருஷப தேவர் கொள்கைகளே. அவையே திருக்குறளாக மலர்ந்தள்ளன என்பதில் எள்ளளவும் ஐயமில்லை.

பண்டைய அறநெறியின் பகைவர்கள்

இந்த அறநெறி நூலை வைதீக சமயச் சார்புடையதாகக் காட்ட வேண்டியே பரிமேலழகர் தம் உரையில் ஆங்காங்கு வைதீக சமயக் கொள்கைகளை வலிந்து புகுத்தி உரை எழுதிப் பரப்பினார். இச்செயலைப் பரிமேலழகர் தம் உரைகளின் விளக்கத்திலேயே வெளிப்படுத்தியுள்ளார். தாம் தம் சமயக் கொள்கைகளை புகுத்திய

இடங்களில் 'இவ்வாறு கூறுவாரும் உளர்' எனக் கீழே குறிப்பிட்டுச் செல்கின்றார். அக்குறிப்புகள் யாவும் பண்டைய அறநெறிகளின் சார்புடையனவே ஆகும். அது மட்டுமல்ல, நாம் முன்னர் கூறியது போன்று பரிமேலழகர் தம் உரைகளில் பெரும்பாலும் சமண நூல்களையே மேற்கோள் காட்டியுள்ளார்.

எனவே பரிமேலழகர் சமண உரையாசிரியராகிய தருமர் உரையையே அங்கும் இங்கும் மாற்றி உரை எழுதியுள்ளார் எனில் மிகையன்று. மறுக்க வியலாத இவ்வுண்மைகளால் பரிமேலழகர் மக்கள் அறமாய், பொது நெறியாய் விளங்கும் திருக்குறள் அறநெறிகளை ஒரு சமயச் சார்புடையதாக அதாவது வைதீக சமய சார்புடையதாகக் காட்ட வேண்டி உரை எழுதிய சூழ்ச்சிகளில் ஒன்றுதான் ஐந்தவித்துயர்ந்த அறவோர்களின் இயல்புக்கு மாறாக வைதீகப் புராணங்கள் கூறும் இந்திரன் கதையைத் திருத்தித் திருக்குறளில் புகுத்தியது. அக்காலத்தில் பரிமேலழகர் கையாண்ட குறுகிய மனப்போக்கைப் போன்றதே இக்காலத்தில் முனைவர் தெய்வநாயகம் மேற்கொண்ட செயல்.

> 'ஐந்துவித்தான் ஆற்றல் அகல் விசும்புளார்
> கோமான் இந்திரனே சாலும்'

எனத் திருவள்ளுவர் இந்திரனைக் குறிப்பிட்டது, நாம் முன்னர் கூறிய வரலாற்றுப்படி, இந்திரன் ஐந்தவித்தோரின் ஆற்றலைக் கண்டு வியந்து, அத்தூயோரை வழிபடும் உயரிய காட்சியையே சாட்சி எனக் குறிப்பிட்டாரே அன்றி, சாட்சி கூறினார் எனக் குறிப்பிடவில்லை. எனவே திருவள்ளுவர் இந்திரனின் பெருந்தன்மையையும் ஐந்தவித்துயர்ந்தோரின் மாண்பினையும் இக்குறள் மூலம் வெளிப்படுத்தியுள்ளார் என்பதுதான் உண்மை.

திருவள்ளுவர் மேற்கொண்ட முதல் நூலிலும், திருக்குறளிலும், ஆண்டவனைப்பற்றியோ, அவன் நீதிபதியாக விளங்கி நீதி பகர்பவன் என்றோ, அவன் அடிக்கடி உலகில் தோன்றுவான் என்றோ, பாவம் செய்தோரை மன்னித்துவிடுவான் என்றோ, இறந்த மனிதர்கள் மறுபடியும் பிறவாமல் ஆண்டவன் நீதியைப் பெறச் செல்வார்கள் என்றோ எங்கும் கூறவுமில்லை. அக்கொள்கைகள் சமணத்துக்கு உடன்பாடல்ல என்பதே முக்கியக் காரணம்.

இவைகளுக்கு மாறாக இறந்த மனிதர்கள் அல்லது மற்ற ஜீவராசிகள் பிறந்தேயாக வேண்டும். இப்பிறவிகள் அவரவர்

புரிந்த நல்வினைத் தீவினைகளுக்கேற்ப தன்மையும் தீமையும் அடையும் என்னும் உண்மைகளைச், சான்றுகளை முன்னரே கூறியுள்ளோம். அறிவியலோடு பொருந்தும் பண்டைய அறநெறிகளைக் கொண்ட தத்துவக் கொள்கைகளோ, ஆட்சியோ, அகச்சான்றோ சிறிதேனும் கிறித்துவ நூல்களில் காணவியலாது. எனவே முனைவர் தெய்வநாயகம் அவர்கள் எழுதியுள்ள 'ஐந்தவித்தான் யார்' எனும் நூலில் காணும் கூற்றுக்கள் யாவும் பொருந்தாக் கூற்றுகளேயாகும். ஆராய்ந்தறியும் தமிழக அறிஞர்கள் மட்டுமின்றிப் பாரத நாட்டுப் பல்வேறு சமய அறிஞர்களும் தெய்வநாயகம் கூற்றை ஏற்றுக் கொள்ள மாட்டார்கள். கிறித்துவ அறிஞர்களேகூட வெறுப்படைவர் என்பது திண்ணம்.

தஞ்சை சரசுவதி மகால் நூலகம் வெளியிட்டுள்ள 'திருக்குறள் (ஜைன உரை)'

தஞ்சை சரசுவதி மகால் நூலகம் வெளியிட்டுள்ள 'திருக்குறள் (ஜைன உரை)' எனும் நூல் முக்கியமான ஒன்று. திருப்பனந்தாள் செந்தமிழ்க் கல்லூரி முன்னாள் முதல்வர் கே.எம். வேங்கடராமையா பதிப்பாசிரியராக இருந்து பதிப்பித்த நூலாகும். இந்நூலில் வேங்கடராமையா தெளிவாகச் சொல்லும் விஷயம் திருக்குறள், ஜைன சமய நூல் என்பது. 'எம் ஓத்து' என திருக்குறளுக்கு ஜைனர்கள் உரிமைக் கோருவதை சுட்டிக்காட்டும் அவர், அந்நூல் 'ஸ்ரீ குந்தகுந்த ஆச்சாரியர்' எனும் ஜைன சமயப் பெரியவர் எழுதியது என்றும், அதனை அவரது மாணவரான 'திருவுள்ளம் நயினார்' மதுரை தமிழ்ச்சங்கத்தில் அரங்கேற்றிய தாகவும் கூறுகிறார். திருவுள்ளம் நயினாரே பிற்காலத்தில் திருவள்ளுவர் என அழைக்கப்பட்டதாகவும் வேங்கடராமையா கருத்து தெரிவிக்கிறார்.

திருவள்ளுவர் ஸ்ரீ குந்த குந்த ஆச்சாரியார், பத்ம நந்தி, வக்கிர கிரீவர், க்ருத்ர பிஞ்சர், ஏலாச்சாரியார் எனப் பல பெயர்களால் அழைக்கப்பட்டுள்ளார். இவரைப்பற்றிய சிலாசாசனம் கர்நாடக மாநிலம் சிரவண பெலகொலாவில் உள்ளது என்றும் இந்நூல் கூறுகிறது.

ஆசாரியர் ஸ்ரீ குந்த குந்த 95 ஆண்டுகள், 10 மாதங்கள், 15 நாட்கள் உயிர் வாழ்ந்தவர் என துல்லியமான தகவல்களைத் தரும் வேங்கடராமையா, அவரது காலம் கிமு 52 - கிபி 44 வரை என

வரையறை செய்கிறார். உலகப் புகழ் பெற்ற திருக்குறளை இயற்றிய ஸ்ரீ குந்த குந்த தமிழில் திருக்குறள் என்ற ஒரே ஒரு நூலை மட்டுமே இயற்றியதாகவும், பன்மொழிப் புலமை வாய்ந்த அவர் பிராகிருதமொழியில் ஏராளமான நூல்களை (52) இயற்றி உள்ளதாகவும், அவற்றில் 'பஞ்சாஸ்திகாயம்', 'பிரவசனஸாரம்', 'மையஸாரம்' ஆகிய 3 நூல்கள் முக்கியமானவை என்றும் வேங்கடராமையா பதிவு செய்கிறார்.

திருக்குறளின் முதல் குறளில் கூறப்படும் 'ஆதிபகவன்' என்பது ஜைன மதத்தவரின் முதல் தீர்த்தங்கரான 'ரிஷப தேவர்' என்றும், அவரே எண்ணையும் எழுத்தையும் தந்தவர் என ஜைன இலக்கியங்கள் குறிப்பிடுவதை எடுத்துக்காட்டுகிறார் வேங்கடராமையா. சமணர்களின் கடவுள் வணக்கம் அருக சரணம், சித்த சரணம், சாது சரணம், தர்ம சரணம் என நான்கு வகையானது. சீவக சிந்தாமணிக்கு உரை எழுதிய நச்சினார்க்கினியனார் 'நல்லறத்து இறைவனாகி நால்வகைச் சரணம் எய்தி' என்ற பகுதிக்கு உரை எழுதுகையில் மேற்கூறிய நான்கு வகை வணக்கங்களைப் பற்றி விரிவாகக் கூறுகிறார்.

இந்த நான்குவகை சமண வணக்கங்களையும் திருக்குறள் கடவுள் வாழ்த்து அதிகாரத்தில் காண முடியும். அவ்வதிகாரத்தின் முதல் ஏழு குறட்பாக்களால் 'அருக சரணமும், சித்த சரணமும்'; 'பொறிவாயில் ஐந்தவித்தான்' குறளால் 'சாது சரணமும்'; 'அறவாழி அந்தணன்' குறளால் 'தர்ம சரணமும்' குறிக்கப் படுகின்றன.

மேலும் 'கவிராஜ பண்டிதர்' உரை எழுதிய 'திருக்குறள் ஆய்வு' என்னும் நூல் 'கடவுள் வாழ்த்து அதிகாரத்தில் 'அருக சரணமும், சித்த சரணமும்' உள்ளன என்றும், நீத்தார் பெருமை அதிகாரத்தில் 'சாது சரணம் மற்றும் அறன் வலியுறுத்தல் அதிகாரத்தில் 'தரும சரணம்' ஆகிய சமண வகை வணக்கங்கள் உள்ளன என்றும் தெரிவிக்கிறது.

> கோதிலருகன் திகம்பரன் எண்குணன் முக்குடியயோன்
> ஆதிபகவன் அசோகமர்ந்தோன் அறவாழ் அண்ணல்'

என்னும் செய்யுள் மூலம் 'ஆதி பகவன்' எனபது 'அருகரையே' குறிப்பதாகக் 'கயாதர நிகண்டு' என்னும் சமண நூல் தெரிவிக்கிறது. 'ஆதிபகவனை அருகனை' என்கிறது திருக்கலம்பகம். இச்செய்யுளில் திருக்குறளில் இடம்பெற்றுள்ள

'ஆதிபகவன்', 'எண்குணன்' மற்றும் 'அறவாழி' என்னும் சொற்களைக் காண்க. இவ்வாறு ஆதிபகவன் என திருக்குறள் குறிப்பிடுவது ஜைன மதக்கடவுளைத்தான் என வேங்கடராமையா எடுத்துக் காட்டுகிறார்.

சீவக சிந்தாமணி 'அறவாழி அண்ணல் இவன் என்பார்' என்று அருக தேவனைக் குறிக்கிறது. ஐம்பெரும் காப்பியங்களுள் மற்றொன்றான சிலப்பதிகாரம் 'பண்ணவன் எண்குணன் பாத்தில் பரம்பொருள்' என்று குறிப்பதும் அருகனையே. 'இறைவனீ ஈசனீ எண்குணத் தலைவனீ' என்னும் வரிகள் எண்குணம் கொண்ட அருகனே என்கிறது மேரு மந்திர புராணம்.

'விருப்புறு பொன்எயிற்குள் விளங்கவெண் ணெழுத்திரண்டும்
பரப்பிய ஆதிமூர்த்தி'

என்கிறார் சூடாமணி நிகண்டை எழுதிய சமண சமய அறிஞரான மண்டல புருடர். எண்ணையும், எழுத்தையும் உயர்வாய் கருதும் 'எண்ணென்ப ஏனை எழுத்தென்ப' என வள்ளுவர் வாய் மொழியை நாம் இங்கு ஒப்பிட்டு பார்க்கலாம்.

மூன்றாவது குறட்பாவில் வரும் 'மலர்மிசை யேகினான்' என்பது மலர் மேல் நடந்த அருகக் கடவுளை குறிக்கும். அருகக்கடவுளின் கீழ் அமைந்துள்ள தாமரை மலர் தவிர, அவர் செல்லும்போது, முன் 7 தாமரை மலர்கள் தெய்வீக அம்சத்தில் ஏற்படுவதாக ஜைன இலக்கியங்கள் குறிப்பிடுகின்றன. அந்த மலர்கள்மீது (மிசை) அவர் நடந்துச் செல்வார். இதுவே மலர்மிசை ஏகினான் என்பது. இதை சமண மத இலக்கியமான சிலப்பதிகாரம் 'மலர் மிசை நடந்தோன்' எனப் பதிவு செய்கிறது. 'தன் தாமரைமேல் நடந்தான்' என்கிறது நீலகேசி.

நான்காவது குறளில் வரும் 'வேண்டுதல் வேண்டாமையிலான்' என்பது ஜைனர்களின் அருகக் கடவுளை குறிக்கும் என்பர். 'வேண்டுதல் வேண்டாமையில்லாத வீரன்' என திருக்கலம்பகம் அருகனை குறிப்பிடுகிறது. இப்படி திருக்குறளின் பாடல்கள் அடுத்தடுத்து ஏராளமான ஜைன மதக் குறிப்புகளை நமக்கு தடங்களாக விட்டுச் செல்கிறது.

அந்தணர் என்போர் அறவோர் மற்றெவ்வுயிர்க்கும்
செந்தண்மை பூண்டொழுக லான்

திருக்குறளில் கூறப்படும் 'அந்தணர்' எனப்படுவோர் 'பிராமணர்களைக்' குறிக்காது என்றும், ஜைனர்களின் ஸ்ரீபுராணம்

கூறும் அந்தணர்களான ஜைனர்களையே குறிக்கும் என்றும், அந்தணர் என்பது பிறப்பின் அடிப்படையிலானது அல்ல என்றும், அது குணத்தாலே அமையப் பெறுவது என்றும் திருக்குறள் கூறுவதாக வேங்கடராமையா குறிப்பிடுகிறார். இதற்கு விளக்கம் அளிப்பதுபோல் உள்ளது பின்வரும் சமண மதக் கதை:

'பரத சக்ரவர்த்தி 'மகாஜனங்களுக்குத்' தானம் செய்ய விழைகிறான். அரண்மனை வாயிலில் பூ, பழம், இலை முதலியன பரப்பிக் காத்திருக்கின்றான். அரசர்கள், செல்வந்தர்கள் வருகின்றனர். ஒரு சிலர் உள்ளே வரப் பெரும்பான்மை 'மகாஜனங்கள்' அந்த வழியாக உள்ளே வர மறுத்து வேறு பாதையில் உள்ளே வரச் சம்மதிக்கின்றனர்.

'மகாஜனங்களே! ஏன் வாயில் வழியில் உள்ளே வர மறுக்கிறீர்கள்?' எனக் கேட்டான் பரதன்.

'நீங்கள் வாயிலில் பரப்பி வைத்துள்ள பூ, பழம், இலைகள் ஆகியவை ஏகேந்திரிய ஜீவன்கள். இவ்வகை ஏகேந்திரிய ஜீவன்களைக்கூட இம்சை செய்யாதவர்கள் நாங்களாகிய மகாஜனங்கள்' என ஒருமித்த குரலில் பதிலளித்தனர்.

இது கேட்ட நெகிழ்ந்த பரத சக்ரவர்த்தி 'நீங்களே உண்மையான மகாஜனங்கள்' என்று சொல்லி அவர்களுக்கு ஒன்று முதல் பதினோரு சூத்திரம் ஈறாக, யக்ஞோபவீதம் இட்டுச் சன்மானம் செய்து ஆரிய ஷட்கர்மங்களை (ஆறு தொழில்களை) உபதேசித்தான். இவர்களே (ஜைன) அந்தணர்கள். இவர்களே செந்தண்மை பூணாத, ஏகேந்திரிய ஜீவ ஹிம்சைகூட செய்யாத அந்தணர்கள் என்கிறது சமண மரபு.

> அந்தணர் நூற்கும் அறத்திற்கும் ஆதியாய்
> நின்றது மன்னவன் கோல்

என்னும் குறளில் குறிக்கப்பெறும் நூல்கள் சமண வேதங்களான பிரதமாநு யோகம், கரணாநு யோகம், சரணாநு யோகம் மற்றும் திரவியாநு யோகம் ஆகியவையே.

'த்ரிகுப்தி' என்னும் மூன்று அவசியமான கோட்பாடுகளைச் சமணம் வலியுறுத்துகிறது. அவை காயம், வாக்கு, மனம் ஆகியவற்றின் அடக்கம். இவற்றையே திருக்குறள் 'அடக்கமுடைமை' என்னும் அதிகாரத்தில் கீழ்க்காணும் 3 குறட்பாக்கள் மூலம் 'த்ரிகுப்தி'யை விளக்குகிறது:

செறிவறிந்து சீர்மை பயக்கும் அறிவறிந்து
ஆற்றின் அடங்கப் பெறின் (காயத்தின் அடக்கம்)

ஒன்றானும் தீச்சொல் பொருட்பயன் உண்டாயின்
நன்றாகா தாகி விடும் (வாக்கின் அடக்கம்)

கதங்காத்துக் கற்றடங்கல் ஆற்றுவான் செவ்வி
அறம்பார்க்கும் ஆற்றின் நுழைந்து (மனம் அடக்கம்)

சுதந்திரப் போராட்ட வீரரும், சைவ பற்றாளருமான செக்கிழுத்த செம்மல் வ.உ.சிதம்பரனார், பரிமேலழகருக்கும் முன்பு திருக்குறளுக்கு உரை எழுதிய மணக்குடவரின் உரையுடன் திருக்குறளின் அறத்துப்பாலை பதிப்பித்தார். நேரடியாக சமண மதக் கருத்தியலைக்கொண்டுள்ளதால் திருக்குறளின் 'கடவுள் வாழ்த்து', 'நீத்தார் பெருமை', 'அறன் வலியுறுத்தல்' ஆகிய அதிகாரங்கள் இடைச்செருகல் என்று சொல்லும் அளவிற்கு வ.உ.சி சென்றுவிடுகிறார். இதிலிருந்தே திருக்குறளில் சமண சமயக் கருத்துகள் செலுத்திய செல்வாக்கு எளிதில் புரியும்.

எழுத்தாளர், தமிழர் வரலாற்று ஆய்வாளர் பொ.வேல்சாமி கருத்து

திருக்குறளை பொறுத்தவரை அது சங்க இலக்கியத்திற்கும், பிற்காலத்தில் உருவான பக்தி இலக்கியங்களுக்கும் இடைப்பட்ட காலத்தைச் சேர்ந்தது. அக்காலக்கட்டத்தில் தமிழகத்தில் வைதீக சமயம் மேலோங்கி இருக்கவில்லை. பௌத்தமும், ஜைனமும் மேலோங்கியிருந்த காலக்கட்டம் அது. குறிப்பாக தமிழகத்தைப் பொறுத்தவரை அந்தக் காலத்தில் ஜைனமே மேலோங்கி இருந்ததாக கல்வெட்டு ஆதாரங்கள், இலக்கியங்கள் குறிப்பிடுகின்றன.

பதினெண் கீழ்கணக்கு நூல்களில் பெரும்பாலான நூல்கள் ஜைன தத்துவங்களையும், ஜைன அறங்களையும் பேசுவனவாகவே உள்ளன. அந்த பதினெண் கீழ்கணக்கு நூல்களில் ஒன்றுதான் திருக்குறள். தமிழ் இலக்கியங்களுக்கு ஒரு தொகுப்பு வரலாறு உண்டு. பொதுவாக ஒரு நூலை தொகுக்கும்போது ஒரு பொதுத்தன்மை காணப்படும். சங்க இலக்கியம், பதினெண் கீழ்கணக்கு, பக்தி இலக்கியம், சைவ சித்தாந்த நூல்கள், நாலாயிரம் திவ்ய பிரபந்தம் என பொதுத் தன்மையோடே நூல்கள் தொகுக்கப்பட்டுள்ளன. குறிப்பிட்ட கருத்துகளை உள்ளடக்கிய

நூல்களே ஒன்றாக தொகுக்கப்படும். அவ்வாறு பொதுத்தன்மை இல்லாத நூல்கள் 'பல்வகைத் திரட்டு' என்றும், 'பன்னூல் திரட்டு' என்றும் பெயரிட்டுத் தொகுத்துள்ளனர். இந்த அமைப்பில் வைத்துப் பார்க்கையில், பதினெண் கீழ்கணக்கு நூல்களில் ஒன்றாக உள்ள திருக்குறள் அறம் சார்ந்த நூல். பக்தி சார்ந்த நூல் அல்ல என்பது புலனாகும்.

திருக்குறளைப் பொறுத்தவரை பரிமேலழகருக்கு முன்பே பல உரையாசிரியர்கள் ஜைன மரபையின் அடிப்படையில் உரை எழுதியுள்ளனர். குறிப்பாக, காளிங்கர் உரையில், ஊழ் அதிகாரத்தில் வரும்,

'வகுத்தான் வகுத்த வகையல்லாற் கோடி
தொகுத்தார்க்குந் துய்த்த லரிது'

என்ற குறளில், 'வகுத்தான்' என்பதற்கு 'நீ என்ன செய்தாயோ அதற்கு ஏற்ற விளைவுகளை நீ அனுபவிப்பாய்' என்றுதான் காளிங்கர் உரை எழுதினார். காளிங்கருக்கு 200 ஆண்டுகள் பிந்தையவரான பரிமேலழகர், 'வகுத்தான்' என்பதை 'வகுத்தார்' என மாற்றிக்கொண்டார். 'வகுத்தார்' என்றால், உனக்காக வகுத்துக் கொடுத்த ஒருவன் இருக்கவேண்டும். அவர்தான் கடவுள் என்கிறார் பரிமேலழகர். ஆனால், பழைய பாடமான 'வகுத்தான்' என்பதற்கு ஜைன மரபுப்படி காளிங்கர் விளக்கம் அளிக்கிறார்.

'மழித்தலும் நீட்டலும் வேண்டா உலகம்
பழித்த தொழித்து விடின்'

என்னும் குறள் சைவ, பௌத்த சமயங்களை ஒரே நேரத்தில் இழித்து உரைப்பதாகவும் தோன்றுகிறது. (மழித்தல் - பௌத்தத் துறவியர் செய்வது. நீட்டல் - ஜடா முடி வளர்க்கும் சைவ சமயத் துறவியர்). இக்குறளின் வாயிலாகவும் திருக்குறளின் ஜைனத் தொடர்பு புலனாகும்.

மேலும் கொல்லாமை, புலால் உண்ணாமை, கள்ளுண்ணாமை, உணவு, மருந்து முதலியனபற்றியும் குறட்பாக்கள் அமைந் துள்ளதால் சமண அறங்களான 'அன்ன அறம்', 'மருத்துவ அறம்', 'சாஸ்திர (கல்வி) அறம்' முதலியன திருக்குறளில் சுட்டப் படுகின்றன.

'கொடுப்பது அழுக்கறுப்பான் சுற்றம் உடுப்பதூஉம்
உண்பதூஉம் இன்றிக் கெடும்'

என்னும் ஒரு குறள் 'தானம்' செய்வதைக் கெடுப்பதால் ஏற்படும் கேட்டைக் குறிக்கிறது. மற்றவனுக்குச் செய்யும் உதவியை ஒருவன் கெடுத்தால், அவனது சுற்றம் உடுக்க உடையின்றியும், உண்ண உணவின்றியும் கெட்டழியும் என்று சாபம் இடுவதைப் போல் அமைந்துள்ளது இக்குறள். உதவியைக் கெடுப்பவனது கேட்டைக் குறிக்காமல், கெடுப்பவனின் சுற்றத்தார் இதனால் பெரும் இன்னலுக்கு ஆளாவர் என்று உரைத்ததால், இது பெரிய அளவில் ஜைனக் கோட்பாடான 'தானம்' என்னும் அறத்தை வலியுறுத்துகிறது என்பது தெளிவு.

19ஆம் நூற்றாண்டில் தமிழ் மக்கள் தமிழ் மொழியையும், அதன் இலக்கியங்களையும் மறந்துவிட்ட காலத்தில், மேல்நாட்டு அறிஞர்கள் இந்த நூல்களை பார்த்து படிக்க ஆரம்பிக்கும்போது முதல் முதலாக அவர்களுக்கு தமிழர்கள் மீதும், இந்தியர்கள் மீதும் மரியாதை ஏற்படுவதற்கான அடிப்படை நூலாக திருக்குறள் இருந்தது. பைபிளைப்போலவே இதில் அறநெறிகள் கூறப்படுவதாக எல்லா மேனாட்டு அறிஞர்களும் எழுதுகின்றனர். இருப்பினும் மேலைநாட்டு அறிஞர்களில் பெரும்பாலானோர் இது ஜைன நூல் என ஒப்புக் கொள்கின்றனர்.

திருவள்ளுவர் சமணரே - திரு.வி.கல்யாணசுந்தரனார் கருத்து

20ஆம் நூற்றாண்டில் இப்பிரச்னை மேலெழும்பி வரும் போது, ஒரு மிகச்சிறந்த நூல் வெளிவருகிறது. 1931-ல் அனந்தநாத நயினார் எழுதிய 'ஜைன சமயமும் திருக்குறளும்' என்ற நூல். இந்நூலுக்கு திரு.வி.க மிக அழகான முன்னுரை ஒன்றை எழுதியுள்ளார். இந்த முன்னுரையில் திரு.வி.க சில முக்கிய கேள்விகளை எழுப்புகிறார். 'திருக்குறள் ஜைன நூல் என்பதற்கான ஆதாரங்கள் தெளிவாக இருக்கின்றன. அது இந்து மதம் சார்ந்த - சைவம் சார்ந்த நூல் இல்லை' என்பதை திரு.வி.க தெளிவாகக் குறிப்பிடுகிறார். திருக்குறள் இந்து மதத்தின் சைவம் சார்ந்த அல்லது வைணவம் சார்ந்த நூலாகவோ இருந்திருந்தால் 63 சைவ நாயன்மார்களில் ஒருவராகவோ அல்லது 12 வைணவ ஆழ்வார்களின் வரிசையிலோ வள்ளுவரை சேர்த்திருப்பர். ஆனால் அப்படி நடைபெறவில்லை. பிற்காலத்தில் வந்த சைவ, வைணவ ஆலயங்களிலும் திருவள்ளுவர் சிலை எங்குமே காணப்படவும் இல்லை. மற்ற அடியார்களுக்கு சிலை உள்ளது' என்ற கருத்தை முக்கிய வாதமாக திரு.வி.க முன் வைக்கிறார்.

இரண்டாவது, வடமொழியிலும், தமிழிலும் இந்திய தத்துவ மரபை பேசும் 'பிரபோத சந்திரோதயம்' எனும் நூல் 17ஆம் நூற்றாண்டில் ம.வெ. திருவேங்கடநாதர் எனும் பிராமணரால் தமிழில் மொழி பெயர்க்கப்பட்டது. அந்நூல் தத்துவங்களையே பாத்திரமாக்கி அந்த பாத்திரங்கள் பேசும் வகையில் அமைக்கப் பட்டுள்ளது. அதில் ஜைன பாத்திரம் பேசும்போது,

'அவிசொரிந்து ஆயிரம் வேட்டலின் ஒன்றன்
உயிர்செகுத்து உண்ணாமை நன்று'

என்ற குறளை பாடியவாறு வருவதாக அமைக்கப்பட்டுள்ளது. ஜைன மதத்தின் நீதியாக இக்குறளைப் பாடி வருவதாக 17ஆம் நூற்றாண்டு இலக்கியமான 'பிரபோத சந்திரோதயம்' குறிப்பிடுகிறது.

மூன்றாவதாக, கடவுள் கொள்கை என்று வரும்போது, சைவத்திற்கும், ஜைனத்திற்கும் இடையிலுள்ள மிக முக்கிய வேறுபாட்டை திரு.வி.க சுட்டிக்காட்டுகிறார். ஜைனத்தில் கடவுள் என்பது அசைவில்லாதது. அது எதையும் செய்யாது. உனது செயல்கள், வினைகள் உனக்கான பலன்களை கொடுக்கும் என்பதுதான் ஜைன வினைக் கொள்கை. நாலடியாரில்கூட, எப்படி வினை அதைச் செய்தவனைச் சேரும் என்பதற்கு, '1000 பசுக்களின் இடையே ஒரு கன்றை விட்டால் அது தன் தாயைக் கண்டு ஓடுவதைப்போல அவரவர் வினைகள் அவரவரைச் சேரும்' என்று ஒரு பாடல் உள்ளது. ஆனால், சைவத்தில் அதுபோல கிடையாது. இதையெல்லாம் கொடுப்பது இறைவன் என ஒரு குறிப்பு உள்ளது.

திருக்குறளைப் பொறுத்தவரை தெய்வத்தைப்பற்றி குறிப்பிடும் போது 'ஐந்தவித்தான்' என்று குறிப்பிடப்படுகிறது. ஐந்தவித்தல் என்பது ஐந்து புலன்களையும் கட்டுக்குள் கொண்டுவருவது. ஐந்து புலன்களை கட்டுக்குள் கொண்டுவருவது என்பது மனித இயல்பு. பசு வர்க்கத்தின் இயல்பு. இந்து மரபில் இறைவனுக்குப் புலன்கள் கிடையாது. அப்படி இருக்கும்போது, 'ஐந்தவித்தானை' தான் 'பிறவிப் பெருங்கடல்' என்னும் பாடலில் வள்ளுவர் சுட்டிக் காட்டுகிறார். புலன்களே இல்லாத கடவுள் என்பதற்கும், புலன்களை வென்ற கடவுள் என்பதற்கும் உள்ள வேறுபாட்டை சுட்டிக்காட்டி, 'ரிஷப தேவர்' தனது புலன்களை வென்றவர் என்பதால் அவரையே ஜைனர்கள் தங்கள் கடவுளாகக் கருதுகின்றனர் என எடுத்துக்காட்டுகளுடன் விளக்குகிறார்

திரு.வி.க. மேலும் வடநூலில் இருந்தும் கீழ்க்காணும் மேற்கோளைத் தருகிறார். முதல் குறளில் கூறப்படும் 'ஆதி', 'பகவன்' என்பன வடசொற்கள். ஆதி என்பதும், பகவன் என்பதும் வடசொற்கள் என்பதால்தான் புணர்ச்சி விதிப்படி, 'ஆதிப்பகவன்' என்றில்லாமல் 'ஆதிபகவன்' என்று வந்துள்ளது. வல்லினம் மிகவில்லை. இந்த ஆதிபகவன் என்பதை தமிழிலுள்ள ஜைன நூல்கள் கையாள்கின்றன. 'மலர்மிசை ஏகினான்' போன்ற பல சொற்களை ஜைன நூல்கள் தொடர்ந்து கையாண்டுள்ளன. இதுபோன்ற எடுத்துக்காட்டுகளை அனந்தநாத நயினார், சக்கரவர்த்தி நயினார் போன்றோர் திருக்குறளுக்கு விளக்கவுரை எழுதும்போது எடுத்துக்காட்டுகின்றனர். சக்கரவர்த்தி நயினார் தனது பதிப்பான கவிராஜ உரையில் மிக தெளிவாகத் திருக்குறள் சமணம் சார்ந்தது என்பதற்கு ஏராளமான குறிப்புகளைத் தருகின்றார்.

இச்செய்திகளையெல்லாம் ஒருங்கிணைத்துப் பார்க்கையில், திருக்குறள் என்பது ஜைன மரபின்படி, அதன் கருத்துகளை உள்ளடக்கிய, பொதுவாக எல்லா தரப்பினருக்குமானதாக எழுதப்பட்ட அறிவுசார்ந்த நூல். அறிவுசார்ந்த நூலில் எப்போதும் மதம் சார்ந்த கருத்துகள் மேலோங்கி இல்லாமல் உள்ளடங்கியே இருக்கும் என்பதால், அவ்வாறே திருக்குறள் இயற்றப் பட்டிருக்கும் என்று மிகச்சிறந்த நடுநிலையான ஆராய்ச்சி யாளர்கள் எல்லோரும் கருதுகின்றனர். இதில் கவனிக்க வேண்டியது என்னவெனில், 1930களில் திரு.வி.க எழுப்பிய ஆணித்தரமான கேள்விகளுக்கு இன்றைக்குவரை அறிவுப் பூர்வமான மறுப்புரையை யாரும் அளிக்கவில்லை.

7. திருவள்ளுவர் பௌத்தர்

முத்தமிழ் புலவர் திருவள்ளுவர் - பண்டிதர் அயோத்திதாசர்

தலித்களின் தலைவராகவும், சமூகப் போராளியாகவும் பார்க்கப்படும் பண்டிதர் அயோத்திதாசர் சிறந்த தமிழ் அறிஞர் என்பது பலர் அறியாத செய்தி. இயற்கை வைத்தியர் மற்றும் கவிஞர் கந்தசாமிப் பண்டிதருக்கு மகனாக 1845இல் சென்னையில் பிறந்தார் அயோத்திதாசப் பண்டிதர். பெற்றோர் இவருக்கு வைத்த பெயர் காத்தவராயன். ஆனால் தனக்கு மருத்துவம் சொல்லிக் கொடுத்ததுடன், கல்வியையும் போதித்து அன்பு பாராட்டிய ஆசான் அயோத்திதாச கவிராஜ பண்டிதரின் பெயரையே தனக்குச் சூட்டிக் கொண்டதால் அப்பெயராலேயே பின்னாளில் அழைக்கப்பட்டார். தமிழ், ஆங்கிலம், சமஸ்கிருதம் மற்றும் பாலி மொழிகளுடன் சித்த மருத்துவத்திலும் தேர்ச்சி பெற்றார். 'சித்த வைத்திய சிம்மம்' என்னும் பட்டப் பெயருடன் சென்னையில் வாழ்ந்த புகழ் பெற்ற சித்த மருத்துவர்களுள் இவரும் ஒருவர். தமிழறிஞர் திரு.வி.க. உள்ளிட்ட பலரின் குடும்ப மருத்துவராகவும் விளங்கினார்.

1820இல் சென்னை மாகாண ஆட்சியராக இருந்த தாமஸ் மன்றோவின் கம்பெனி நிர்வாகத்தில் பொறியாளராகப்

பணியாற்றிய ஜார்ஜ் ஹாரிங்க்டன் என்பவரிடம் கந்தப்பன் உதவியாளராகவும், பட்லர் எனப்படும் சமையற்காரராகவும் பணியாற்றி வந்தார். இவர் அயோத்திதாச பண்டிதரின் தாத்தா ஆவார். மருத்துவம், சோதிடம், இலக்கியம், இசை, நாடகம் உள்ளிட்ட கல்வித் துறைகளில் சிறந்து விளங்கிய குடும்பத்தைச் சேர்ந்தவர் என்பதால் கந்தப்பனிடம் பரம்பரை பரம்பரையாகப் பாதுகாக்கப்பட்ட ஓலைச் சுவடிகள் குறிப்பாகத் திருக்குறள், நாலடியார் மற்றும் சித்த வைத்திய ஓலைச்சுவடிகள் இருந்தன.

1825 இல் சென்னை மாகாண கலெக்டராக இருந்த எல்லிஸ் நிர்வாகப் பணிகளுடன் பல்வேறு சுவடிகளை நூல் வடிவில் அச்சேற்றும் நோக்கத்துடன் தமிழ்ச் சங்கத்தையும் நிறுவி நடத்தி வந்தார். இந்த வாய்ப்பை பயன்படுத்திக்கொள்ள எண்ணிய கந்தப்பன் தம்மிடம் இருந்த திருக்குறள், திருவள்ளுவர் மாலை, நாலடி நானூறு ஆகிய சுவடிகளை ஜார்ஜ் ஹாரிங்க்டனிடம் கொடுத்து அவற்றை அச்சேற்றும்படி கேட்டுக்கொண்டார். ஹாரிங்க்டன் அவற்றை மாகாண கலெக்டர் எல்லிஸ்ஸிடம் ஒப்படைத்தார். ஓலைச்சுவடிகளின் பெருமைகளை உணர்ந்து தமிழ் வித்வான் தாண்டவராயன் முதலியார் மற்றும் முத்துசாமிப் பிள்ளை ஆகியோரை அழைத்து ஓலைச் சுவடிகளை அச்சேற்றி நூலாக வெளியிட எல்லிஸ் ஏற்பாடு செய்தார். இதன் பலனாக 1831இல் திருக்குறள் அச்சடிக்கப்பட்ட நூலாகக் கிடைத்தது. மேலும் திருவள்ளுவரின் வரலாற்றை விளக்கும் திருவள்ளுவ மாலை, நாலடி நானூறு ஆகியவையும் பதிப்பிக்கப்பட்டு வெளியாயின.

திருக்குறள் ஓலைச்சுவடிகளை அச்சேற்றக் கொடுத்த கந்தப்பன் மகன் கந்தசாமி ஆவர். கந்தசாமித் தம்பதிகளுக்குப் பிறந்த ஆண் குழந்தைதான் பண்டிதர் அயோத்திதாசர். பெற்றோர் இவருக்கு இட்ட இயற்பெயர் காத்தவராயன் என்றாலும் தனக்குப் பாடம் கற்பித்த சித்த வைத்தியரும், பன்மொழிப் புலவரும், குருவுமான வல்லக்காளத்தி வீ.அயோத்திதாசரின் பெயரையே தனக்கு வைத்துக்கொண்டார். அன்று முதல் காத்தவராயன் என்னும் இயற்பெயர் மறைந்து அயோத்திதாசர் என்னும் பெயராலேயே அழைக்கப்பட்டார்.

தொடக்கத்தில் இந்து மதப் பற்றாளராக இருந்தவர் பின்னாளில் பௌத்த மதத்தைத் தழுவினார். சித்த மருத்துவராக மட்டுமின்றி தமிழறிஞராகவும் அயோத்திதாசப் பண்டிதர் விளங்கினார். ‘புத்தரது ஆதிவேதம்’, ‘ஸ்ரீமுருகக் கடவுள் வரலாறு’,

‘அரிச்சந்திரன் பொய்கள்’ ‘இந்திரர் வேத சரித்திரம்’, ‘விபூதி ஆராய்ச்சி’, ‘திருவள்ளுவர் வரலாறு’, ‘சாக்கிய முனிவர் வரலாறு’ உள்பட பல நூல்களை எழுதி உள்ளார். இவற்றுள் குறிப்பிடத் தக்கது ‘திருவள்ளுவர் வரலாறு’ ஆகும். அதில் திருவள்ளுவர் பிறந்த ஊர் ‘திருவள்ளூர்’ என்றும், அவர் பௌத்த சமயத்தைச் சேர்ந்தவர் என்றும் அவருக்குக் கிடைத்த ஆதாரங்களுடன் நிரூபிக்க முயன்றுள்ளார். பண்டித அயோத்திதாசர் 1907இல் தான் தொடங்கிய ‘ஒரு பைசாத் தமிழன்’ என்னும் இதழில் ‘திருவள்ளுவர் வரலாற்றை’ 17.06.1908 முதல் தொடர் கட்டுரையாக வெளியிட்டுள்ளார். ‘திருவள்ளுவர் பிறப்பையும், அவர் பௌத்தர் என்பதையும் அயோத்திதாசர் தனது கோணத்தில் விளக்குகிறார்:

இந்தியா முழுவதும் புத்தரின் மெய்யறம் பரவியிருந்த காலத்தில் அரவரத்துகள், பிராமணர், அந்தணர் என்று வழங்கப் பெற்றவர்கள் ஞான குருக்களாக இருந்தனர். இவர்கள் தவிர்த்து சாக்கையர், வள்ளுவர், நிமித்திகர் எனப் பெயர் பெற்றோர் அரசர், வணிகர், வேளாளர் ஆகிய முத்தொழில் புரிவோர்க்குக் குருக்களாக விளங்கினார்கள். இதற்கான சான்றுகளை முன்கலை திவாகரம், பிங்கலை திவாகரம், மணிமேகலை, சீவகசிந்தாமணி ஆகிய நூல்களிலிருந்து மேற்கோள் காட்டுகிறார். தென் நாட்டிலும் இவர்கள் சாக்கையர், வள்ளுவர், நிமித்திகர் என்றே அழைக்கப்பட்டனர். திருநெல்வேலிக்கு அருகே உள்ள நாடு வள்ளுவ நாடு என்றே அழைக்கப்படுகிறது என்கிறார் அயோத்திதாசப் பண்டிதர்.

வள்ளுவர்கள் அரசு மரபைச் சேர்ந்தவர்கள். அந்த மரபில் தோன்றியவர்தான் ‘நாயனார்’ என்று பெயர் பெற்ற திருவள்ளுவர். நாயனார் என்பது ‘நாயக்’ அதாவது ‘தலைவர்’ என்று பொருள்படும். மாமதுரைக் கச்சன் அல்லது வடமதுரைக் கச்சன் என்று அறியப்படும் ‘கூர்வேல் வழுதி’ என்னும் அரசனுக்கும், உபகேசி என்னும் ரக்கினிக்கும் பிறந்தவர்தான் திருவள்ளுவர். எனவே திருவள்ளுவர் அரச குடும்பத்தைச் சேர்ந்தவர் என்பது தெளிவு. நாயனார் என்ற பெயர் சூட்டப்பட்ட இளவரசன்தான் குறள் யாத்த வள்ளுவராக நாம் அறியப்படும் திருவள்ளுவ நாயனார் எனக் கூறும் அயோத்திதாசர், ‘நல்கூர் வெளியார்’ என்பர் எழுதிய ‘திரிகுறள் சாற்றுக்கவி’ பாடலில் செந்நாப் போதரின் பெற்றோர் யாவர் எனக் குறிக்கும் வரிகளை இதற்குச் சான்றாகக் காட்டுகிறார்.

பன்னூல் பயின்ற புலவரான வள்ளுவர் நாடு முழுவதும் திரிந்து தனது குருவான சாக்கிய முனிவரின் (புத்தர்) 'திரிபீடகம்' என்னும் மூன்று பேத வாக்கியங்களையும், அதன் உபநிடதங்களையும் தெளிவறக் கற்றறிந்தார். பின்னர் பெற்றோர் அனுமதியுடன் திண்ணனூருக்கு (திருநின்றவூர்) மேற்கே இருந்த இந்திர வியாரம் என்னும் பௌத்த சங்கத்தில் சேர்ந்து துறவறம் மேற்கொண்டார்.

புத்தர் அருளிய திரிபீடகம் பாலி மற்றும் சமஸ்கிருத மொழிகளில் மட்டுமே இருப்பதால் அது சமணர்கள் மற்றும் பிராமணர்களுக்கு மட்டுமே பயன்படுவதை அறிந்த நாயனர் என்னும் திருவள்ளுவர் அதன் உயரிய கருத்துக்கள் அனைத்து மக்களுக்கும் பரவ வேண்டும் என்னும் நோக்கத்துடன் 'திரிபீடகம்' என்னும் மூல நூலைத் 'திரிகுறள்' என்ற பெயரில் தமிழில் வழிநூலாக மொழி பெயர்த்தார். இதற்கான சான்றுகளை பிங்கல நிகண்டார், நரிவெரூத்தலையார், வெள்ளிவீதியார் ஆகியோர் இயற்றிய பாடல்களிலிருந்து மேற்கொள் காட்டுகிறார். இவற்றில் புத்தரின் திரிபீடகம் என்னும் முதல் நூலை நாயனார் 'திரிகுறள்' அதாவது 'திருக்குறள்' என்னும் வழிநூலாக மொழிபெயர்த்துள்ளார் என்று அயோத்திதாசர் தெரிவிக்கிறார்.

திருவள்ளுவர் அரச குடும்பத்தைச் சேர்ந்தவர் என்பதால்தான் தனது அரச மரபில் நடைமுறையிலுள்ள அமைச்சு, படை, குடி, கூழ் என்னும் உறுப்புகளையும், அரசு நீதிகளையும், அமைச்சருக்குரிய விதிகளையும் விளக்கினார். தனது குருவாகிய புத்தர் போதித்த தம்ம பிடகம், சுத்த பிடகம், விநய பிடகம் ஆகிய முப்பிடகங்களை மெய்யறம், மெய்ப்பொருள் மற்றும் மெய்யின்பம் ஆகியவற்றை அறத்துப்பால், பொருட்பால் மற்றும் இன்பத்துப்பால் என முப்பாலாக வகுத்துக் குறள் வெண்பா இலக்கணத்தில் திரிக்குறளாகப் படைத்தார். இதைத் தனது தந்தையும் அரசனுமான கச்சனுக்குப் படித்துக் காட்ட அவர் அகமகிழ்ந்தார். பின்னர் அவையிலிருந்த 'பௌத்த அறிஞர்கள்' ஒன்று கூடி திரிக்குறள் இயற்றிய திருவள்ளுவ நாயனாரைப் போற்றிப் பாக்களால் அமைந்த 'திருவள்ளுவ மாலை' சூட்டிப் பாராட்டினர்.

அயோத்திதாசரின் பாட்டனார் கந்தப்பனிடமிருந்து ஜார்ஜ் ஆரிங்டன் மூலமாக எல்லீஸ் பிரபுவிடம் போய் சேர்ந்த திருக்குறள் சுவடிதான், 1812இல் ஞானபிரகாசரால் அச்சில் பதிக்கப்பட்டது என்கிறார் அயோத்திதாசர். வழக்கமாக நூலை அச்சடிக்கும்போது அது எந்த அச்சகத்தில் பிரசுரமானதோ அதன்

பெயர்தான் வெளிவரும். ஆகவே மூல ஓலைச் சுவடிகளைக் கொடுத்தது கந்தப்பன்தான் என்றாலும் அதை அச்சேற்றியது ஞானப்பிரகாசர் என்பதால் அவரது பெயர் நூலில் இடம் பெற்றுள்ளது. திருக்குறள் மூல ஓலைச் சுவடிகளைப் பாதுகாப்பாக வைத்திருந்து ஹாரிங்க்டன் மூலமாக எல்லிஸ் பிரவிடம் கொடுத்த தனது பாட்டனார் கந்தப்பன் பெயர் மறைக்கப் பட்டது மற்றும் மறக்கடிக்கப்பட்டது என்று மேலும் விளக்குகிறார் அயோத்திதாசர்.

அதன் உண்மைத் தன்மைக்காகத் திருக்குறள் முதற் பதிப்பின் முன்னுரை என்னும் வரலாறு பகுதியில் ஞானப்பிரகாசர் பின்வருமாறு குறிப்பிடுகிறார்:-

> 'இஃதுண்மை பெற திருபாச்சூர்' முத்துச்சாமி பிள்ளை, திருநெல்வேலி சீமை அதிகாரி ம.ராமசாமி நாயக்கர் முன்னிலையில் அந்நாட்டிலிருந்து அழைப்பித்து சுத்த பாடங்களுடன் எழுதின வரலாறு. இந்தப் புத்தகத்தில் எழுதிய தெய்வப்புலமைத் திருவள்ளவ நாயனார் அருளிச் செய்த திருக்குறள் மூலபாடமும், நாலடியார் மூலபாடமும், திருவள்ளுவ மாலையும் ஆக மூன்று சுவடியும் வெகு மூலபாடங்கள் உரை பாடங்கள் அதற்கு கருவியாக வேண்டாம்... இலக்கண இலக்கியங்களெல்லாம் ஆய்ந்துப் பரிசோதித்துப் பாடந் தீர்மானம்... செய்து - ஓரெழுத்து, ஓர் சொல் நூதனமாகக் கூட்டாமற் குறையாமல் அநேக மூல பாடங்களுரை பாடங்களுக்கு இணங்கினதாகத் தீர்மானம் பண்ணி அந்தப் பாடம் பார்த்தெழுதிச் சரவை பார்த்தப் படமாகையாலும் - அந்தப்படி தீர்மானம் பண்ணி எழுதின பாடமென்பதும் - இவடங்களிலிருக்குந் தமிழாராய்ச்சி உடைய மகாவித்துவ செனங்களாற் பார்க்கும்போது மவர்கள் கருத்திற்றோன்றப்படும் ஆகையாலும் பாடங்களிலென்ன வேனுஞ்... சந்தேகப்பட வேண்டுவதின்று... இந்தப் பாடங்களை திருவாவடுதுறை ஆதின வித்துவான் அம்பலவாணத் தம்பிரான், சீர்காழி வடுகநாத பண்டாரம் இவர்களாலும் மறுபடி கண்ணொட்டத்துடன ஆராயப்பட்டன.'
> (திருக்குறள் மீள் பதிப்பு).

எனவே ஞானபிரகாசரின் முதற் பதிப்பில் மேலாளர் முத்துசாமி பிள்ளையின் பெயர் தீர்க்கமாக குறிப்பிடப்பட்டிருக்கிறது என்பது தெளிவு. இந்த தரவுகளைக்கொண்டு பார்க்கும்போது

அயோத்திதாசர் பண்டிதரின் குறிப்பில் ஆண்டுக்கணக்கில் சிறு முரண்கள் இருந்தாலும் திருக்குறள் சுவடி அயோத்திதாசர் பண்டிதரின் பாட்டனார் கந்தப்பனார் அவர்கள் மூலம் தமிழ்க்கூறு நல்லுகத்திற்கு கிடைத்தது என்பது ஐயமறப் புலனாகிறது.

திருவள்ளுவர் கட்டுக்கதை எதிர்ப்பு

எல்லீஸ் மூலமாக அச்சான திருக்குறளில் திரிபுகள் ஏதுமில்லை. ஆனால் திருவள்ளுவ மாலையில் மட்டும் நான்கு பாடல்கள் நூதனமாக சேர்க்கப்பட்டிருப்பதாய் கந்தப்பனவர்கள் கண்டு பிடித்து அதுபற்றி ஜார்ஜ் ஆரிங்டன் அவர்களிடம் முறையிட்டதை 'சூர்யோதையம்' (வேங்கிடசாமி பண்டிதர், 1869) எனும் பத்திரிக்கையில் வெளிவந்த தகவலைக்கொண்டு அயோத்திதாசர் பண்டிதர் உறுதி செய்திருக்கிறார். மேலும், அப்பதிப்பில் திருவள்ளுவர் பார்ப்பானுக்குப் பிறந்தார் என்னும் கட்டுக் கதைகள் ஏதும் இல்லை என்பதைக் குறித்த அயோத்திதாசர் கட்டுக்கதை எப்படி உருவானது என்பதை அம்பலப்படுத்தினார்.

1812ஆம் ஆண்டு விசாகப் பெருமாள் ஐயர் தமிழ்ப் பேராய்வு ஆய்விதழ் பதிப்பித்த திருக்குறளின் பின்னிணைப்பில் ஓர் அகவற்பாவை இணைத்து, அதன் ஆசிரிய விவரங்கள் ஏதும் அதில் குறிக்காமல் பின்வரும் கதையை கூறியிருக்கிறார். அதில் 'ஆதி என்னும் பறைச்சி, 'பகவன்' என்னும் பிராமணன், அவ்விருவருக்கும் ஏழு பிள்ளைகள் பிறந்தனென்றும், அவர்களில் திருவள்ளுவ நாயனார் மயிலாப்பூரில் தங்கி இல்லறம் நடத்துங்கால் இக்குறளைப் பாடினார்' என்று அந்த அகவற்பாவில் குறித்திருக்கிறார்.

மேலும் ஏழு பிள்ளைகள் பிறந்தார்கள் என்கிற தகவலோடு விசாகப் பெருமாள் ஐயர் நிறுத்திக்கொண்டார். மேலும் தொடரவில்லை. மாறாக அவருடைய தம்பி சரவணப் பெருமாள் ஐயர் 1837இல் வெளியிட்ட 'திருவள்ளுவ மாலை' என்னும் நூலில் கதையை மேலும் தொடர்ந்திருக்கிறார் என்று பண்டிதர் அம்பலப்படுத்தினர். சரவணப் பெருமாள் ஐயர் நான்காவதாக அச்சிட்ட புத்தகத்தில் வள்ளுவர், கபிலர், ஔவையார், அதியமான், உப்பை, உருவை, வள்ளி ஆகிய ஏழு பிள்ளை பிறந்தன என்றும் ஒவ்வொரு பிள்ளையும் பிறந்தவுடன் ஒவ்வொரு வெண்பாவைப் பாடிவிட்டதென ஏழு வெண்பாக்களை பாடிச் சேர்த்துவிட்டார்.

விசாகப் பெருமாள் ஐயர் அச்சிட்ட புத்தகத்தில் நாயனார் வைசியக் குலப் பெண்ணை மணந்தாரென்று வரைந்திருக்கிறார். அதன்பின் சரவணப் பெருமாள் ஐயர் அச்சிட்ட புத்தகத்தில் நாயனார் வேளாளக் குலப் பெண்ணை மணந்தாரென்று வரைந்திருக்கிறார். விசாகப் பெருமாள் ஐயர் அகவலில் ஆறு பிள்ளைகள் பிறந்த இடங்களையும் தங்கிய இடங்களையும் காண்பிக்காமல் நாயனார் பிறந்த இடம் மட்டும் மயிலை என்று குறித்திருக்கின்றார் என்று சுட்டிக்காட்டுகிறார் அயோத்திதாசப் பண்டிதர். மேலும் 1847ஆம் ஆண்டு திண்டுக்கல் முத்துவீரப் பிள்ளை என்பவரின் உத்தரவின்படி வேதகிரி முதலியார் அவர்கள் கொண்டுவந்த பதிப்பில் மேலும் சில கதைகள் சேர்க்கப்பட்டன என்பதையும் கோடிட்டுக் காட்டுகிறார்.

அதில், பிரமன் விவாகம் செய்துகொண்டு மறுபடியும் அகஸ்தியராகத் தோன்றி சமுத்திர கன்னிகையை மணந்து பெருஞ்சாகரன் என்பவரைப் பெற்றான். அப்பெருஞ்சாகரன் திருவாரூர் புலைச்சியைச் சேர்ந்து பகவன் என்பவரைப் பெற்றனர். பின்பு பிரம்ம வம்சத்தில் தவமுனி என்பவர் அருண்மங்கை என்னும் பிராமண மாதைச் சேர்ந்து, ஒரு புத்திரியைப் பெற்று விராலி மலைக்குத் தவம் செய்யப் போய் விட்டாராம். அப்பெண் குழந்தையை உரையூர் பெரும்பறையன் கண்டெடுத்து வளர்த்து வருகையில் அச்சேரியில் உள்ளோர் எல்லாம் மண் மாரியால் மடிந்து போக, இப்பெண் ஒருத்தி மட்டும் பிழைத்து, மேலூர் அகரத்தில் நீதி ஐயன் வீட்டில் வளர்ந்தாள். பின்னர் பகவன் என்பவருக்கும் ஆதி என்பவளுக்கும் நீதி ஐயன் ஐந்து நாளைய விவாகமும் மங்கள ஸ்நானமும் செய்த பின்னர் வெளியேறி, ஏழு பிள்ளைகள் பெற்றதாக விவரித்து விட்டார் .

மேலும் நாயனார் தோன்றியதை இன்ன அரச காலம், இன்ன கலியுக வருட காலம் என்னும் யாதொரு காலக் கணக்கையும் குறிப்பிடாமல் பொத்தம் பொதுவாகவே கூறியுள்ளார். மேலும் முதற் சங்கம், நடுச்சங்கம், கடைச்சங்கம் என்னும் நிலையற்ற சங்கத்தார் முன்னொரு காலத்தில் சிவனென்பவரை தமிழ்ப் பேராய்வு அவமதித்து விட்டதாகவும், அந்தக் கோபத்தால் சங்கத்தை அழிக்க வேண்டி பிரம்மாவை திருவள்ளுவராகவும், சரஸ்வதியை அவ்வையாகவும், விஷ்ணுவை இடைக் காடராகவும் பூமியில் சிவபெருமான் அவதரிக்கச் செய்தாராம்.

திருவள்ளுவர் பற்றின பொய்க் கதைகளை நையாண்டியுடன் அம்பலப்படுத்திய அயோத்திதாசப் பண்டிதர், திருவள்ளுவர்

குறித்த உண்மையான வரலாற்றை விரைவில் எழுதப்போவதாக 1908ஆம் ஆண்டு சூலை 15ஆம் நாள் 'தமிழன்' இதழில் அறிவித்தார். அதன்படி 'புத்தர்' என்னும் இரவு பகலற்ற ஒளி' என்ற தலைப்பில் கட்டுரை தொடரை நிறைவு செய்த பின்னர், பல்வேறு தலைப்புகளில் திருவள்ளுவர் பற்றின செய்திகளைத் தொடர்ந்து வெளிக்கொண்டு வந்தார். திருவள்ளுவர் பற்றின இலக்கிய கல்வெட்டு ஆதாரங்கள், முதன்மைத் தரவுகளெல்லாம் ஓலைச் சுவடிகளாகவே அயோத்திதாசப் பண்டிதரிடம் இருந்தன. சில கையேட்டுப் பிரதிகளாகவும், கல்வெட்டுச் சாசனங்களாகவும் கிடைத்தன. அவற்றை பட்டியலிட்டுள்ளார்.

அவை முன்கலை திவாகரம், பின்கலை நிகண்டு, மணிமேகலை, சீவக சிந்தாமணி, சூளாமணி, திருக்கழுக்குன்றம் சீர்காழி தம்பிரான் கையேட்டுப் பிரதி, பலியனாரின் கையேட்டுப் பிரதியில் இருந்து நல்கூர் வேள்வியார், சாற்றுக்கவிதை, பொன்முடியார், நரிவெருத்தலையார், வெள்ளி வீதியார், கீரந்தையார் ஆகியோரின் 'திரிகுறள்' சாற்றுக் கவிதைகள், பாகுபலி நாயனார், மாகலிங்கப் பண்டாரம் ஆகியோரின் கையேட்டுப் பிரதிகள், பண்டிதரின் நண்பரும் சித்தூர் ஜில்லா தாசீல்தாருமான ஏ.ஜெயராம் நயினார் சேகரித்துக் கொடுத்த சகச விளக்கம், நூறு பாடல், விபூதி விளக்கம், பத்துப்பாடல், பஞ்சரத்தின பாடல் அடங்கிய சுவடி, அச்சிடப்பட்ட (ய)அசோதரைக் காவியம் ஆகியனவாம்.

திருவள்ளுவர் யார் ?

திருவள்ளுவ நாயனார் மற்றும் திருவள்ளுவ சாம்பவனார் என வேறுபட்ட இருவர் இருந்தனர். திருவள்ளுவ சாம்பவனார் காலத்தால் பிற்பட்டவர். இவர் இயற்றியது நொண்டிச் சிந்து, ஞானவெட்டி ஆகியன. இந்த இரண்டையும் எழுதியது திருவள்ளுவ நாயனார் என கூறப்படுவது இடைச்செருகல் என அயோத்திதாசர் பண்டிதர் கண்டித்தார். மேற்கண்ட குறிப்புகளின் அடிப்படையில் பார்க்கும்போது திருவள்ளுவ நாயனார் ஓர் அரசனின் மகன் என்பதும், இளவரசர் என்பதும் உறுதியாகிறது. மேலும் அவர் பௌத்த பிக்குவாக மாறினார் என்பதைப் பஞ்சரத்னப் பாடல் வரிகள் பறைசாற்றுகின்றன:-

இதில் திருவள்ளூர் வீரராகவ பெருமாள் கோயில் கல்வெட்டில் பதிக்கப்பட்ட நல்லுரையார் எழுதிய பஞ்ச ரத்தினப் பாடல் ஓலைச்சுவடியில் எழுதி வைக்கப்பட்டதாகும். ஆனால்

அக்கல்வெட்டை ஆய்வு செய்ய பண்டிதர் நேரில் போனபோது, கோயிலில் எங்கு தேடியும் அது கண்ணுக்கு அகப்படவில்லை. எனவே அதை கண்டுபிடிக்கும் பொருட்டு அங்கே வசித்து வந்த வேலூர் மார்க்கலிங்கப் பண்டாரத்தின் மைத்துனர் முத்துசுவாமி ஜோசியர், காசி விசுவநாத முதலியார் சம்மந்தி இளவல் செந்தூரப் பாண்டிய முதலியார் ஆகியோரைச் சந்தித்து விவரங்களைக் கோரினார். அவர்கள் பல்வேறு தரவுகளையும், நல்கூர் வேள்வியாரின் சுவடியையும் தந்தனர். நல்கூர் வேள்வியாரின் வெண்பாவிற்கு வேலூர் மகாலிங்க பண்டாரம் இயற்றியுள்ள கருத்துரையினால் தகவல்களை உறுதிப்படுத்திக்கொள்ளலாம் என்று பஞ்சரத்தின பாடலைப் பாடியதுடன், கைவசமிருந்த திருக்குறள் பிரதி ஒன்றையும் தமக்களித்தாகக் கூறுகிறார் அயோத்திதாசர்.

திருவள்ளூர் கோயில் முழுவதும் அலசி ஆராய்ந்து தேடியும் அயோத்திதாசரால் கல்வெட்டைக் காணமுடியவில்லை. அந்த கல்வெட்டு இருந்தது உண்மையென்றும், அந்தக் கல்வெட்டை உடைத்து குளத்தில் போட்டிருக்கலாம், அல்லது கோவிலுக்கு அடிக்கல்லாக போட்டிருக்கலாம் என்று சொன்னார்கள். அக்கல்வெட்டுப் பாக்களை மனப்பாடம் செய்து வைத்திருந்த முத்துசுவாமி ஜோசியர் பாடிக்காட்ட அதை பண்டிதர் பதிவு செய்துகொண்டார். அவையே மேற்கண்ட பஞ்சரத்னப் பாடல்கள்.

பண்டிதர் மட்டும் பஞ்சரத்னப் பாடலைப் பதிவு செய்யாமல் போயிருந்தால் அது அழிந்தே போயிருக்கும். எனவே இந்தப் பாடல்கள் பண்டிதரால் மட்டுமே தமிழுக்கு கிடைத்த அரிய சான்றாவணமாகும். திருவள்ளுவர் பிறந்த இடம், திருவள்ளுவ நாயனாரின் வரலாற்றுக் குறிப்பை காணும்போது, அவர் பிறந்த இடம் உத்திர மாமதுரை என்னும் வட மதுரை குறிக்கப்படுகிறது. அந்த வட மதுரை எங்குள்ளது. அதற்கான குறிப்பையும் பண்டிதர் பின்வருமாறு அளிக்கிறார்.

திருவள்ளுவர் பிறந்த இடம் திருவள்ளூர்

அதில் 'தின்னனூருக்கு (தற்போது திருநின்றவூர்) மேற்கே இந்திர வியாரத்திலுள்ள புத்த சங்கத்தில் சேர்ந்து 'திருவள்ளுவ நாயனார்' தந்தை கச்சனென்னும் அரசன் வட மதுரையை ஆண்ட அனுபவம் கொண்ட நாளது வரையில் அந்நாட்டை கச்சயம் என்றும், கச்சம் என்றும் வழங்கி வருகிறார்கள். இதற்கு ஆதாரமாக நல்கூர்

வேள்வியாரின் சாற்றுக் கவியை முன்வைக்கிறார் அயோத்திதாசப் பண்டிதர். எனவே இந்த வட மதுரை நாடு எது என்பதை உறுதி செய்யவேண்டும். வடமதுரை (திருநின்றவூரிலிருந்து பெரிய பாளையத்திற்கு போகும் வழியில் வெங்கல் எனும் கிராமத்திற்கு அடுத்து வருவது), கச்சம் என்பதின் மருவலான கச்சூர் (திருவள்ளூரிலிருந்து ஊற்றுக்கோட்டைக்கு போகும் பாதையில் ஆரணி ஆற்றுக்கு அருகில்) மற்றும் தின்னனூர் என்கிற திருநின்றவூர் ஆகியன திருவள்ளூர் தாலுக்காவில் இருப்பதை 1930ல் வெளியான அரசு ஆவணம் உறுதி செய்திருக்கின்றது.

பழைய செங்கல்பட்டு மாவட்டத்தில் இருந்த திருவள்ளூர் தற்போது தனி மாவட்டமாக இருக்கிறது. திருவள்ளூர் நகரை மையமாக வைத்துப் பார்க்கும்போது, திருவள்ளூரிலிருந்து வடமதுரை 28 கிமீ, தின்னனூரிலிருந்து வடமதுரைக்கு 26 கிமீ, தின்னனூரிலிருந்து திருவள்ளூருக்கு 14 கிமீ, திருவள்ளூரிலிருந்து கச்சூருக்கு 20 கிமீ ஆகும், கச்சூரிலிருந்து வடமதுரைக்கு 22கிமீ என குறுகிய தூரங்களே இருக்கின்றன. மிக அருகருகே அமைந்துள்ள இந்த வரலாற்றுச் சிறப்பு மிக்க இடங்களில் புகழ்பெற்ற பழைமையான சைவ மற்றும் வைணவக் கோயில்கள் இன்றும் இருக்கின்றன. இந்தப் பகுதியில் இருக்கும் ஊர்ப் பெயர்கள் பெரும்பாலும் பௌத்த பெயர்களே என்பது தற்செயலானதல்ல. ஒருகாலத்தில் இவை பௌத்த விகாரங்களாக இருந்திருக்கக்கூடும். எனவே பண்டிதர் குறிப்பிடும் பகுதிகள் அனைத்தும் இந்தப் பகுதியில் இருப்பது கண்கூடு என்பதில் ஐயமில்லை.

'பூர்வத்தில் வடதேசத்தில் சாக்கையர் என்னும் பெயர் பெற்றிருந்த கலிவாகு, குலவாகு, வீரவாகு, இட்சுவாகு பரம்பரையினர் தென்னாட்டில் 'வள்ளுவர்' என்றே வழங்கப்பட்டு வந்தனர். இத்தகைய வள்ளுவ அரச வம்ச வரிசையில் வட மதுரையை ஆண்டு வந்த கச்சன் என்னும் அரசனுக்கும் அவனது மனைவி உபதேசிக்கும் பிறந்தவர் நாயனார். புத்த பிக்குவாகத் திருவள்ளூரில் உள்ள இந்திர வியாரம் என்னும் பௌத்த சங்கத்தில் சேர்ந்தார். தாம் கற்ற பௌத்த 'தம்ம' கருத்துக்களை மக்களுக்கு விளக்கி வந்தார். திரிபீடகங்களுக்குத் தமிழில் வழிநூல் எழுதும் நோக்கில் திருக்குறள் எழுதினார். ஈரடியில் அமைந்த திருக்குறள் திரிபீடகமாகிய தம்ம பீடகம், சூத்ர பீடகம், விநய பீடகம் ஆகியவற்றை அடிப்படையாகக்கொண்டு மெய்

அறம், மெய்ப் பொருள், மெய் இன்பம் என்பதாக வகுத்துக் கொண்டு எழுதினார். இவையே அறத்துப்பால், பொருட்பால் மற்றும் காமத்துப்பால் என வழங்குகின்றன' என்கிறார் அயோத்திதாசர்.

காலம்

திருவள்ளுவரின் காலம் குறித்த பல வேறுபாடுகள் தமிழ் ஆய்வு உலகில் நிலவினாலும். அவர், கடைச்சங்க காலத்தைச் சேர்ந்தவர் என்பது பொதுவாக ஏற்றுக்கொள்ளப்பட்டுள்ளது. ஆனால் அயோத்திதாசப் பண்டிதர் திருவள்ளுவர் காலம் குறித்த ஆய்விலும் வேறுபடுகிறார். ஏற்கெனவே கடைச்சங்க கால புலவர்களின் திமிர்த்தனத்தை அடக்க சிவன் மூலம் அனுப்பப்பட்டவர் என்கிற கட்டுக்கதையை அவர் முற்றாக நிராகரித்திருந்த நிலையில் பண்டிதர் குறிக்கும் காலம் எதுவெனப் பார்ப்போம்.

கடைச் சங்கத்திற்கு இருநூறு ஆண்டுகளுக்கு முன்பிருந்தவர் திருவள்ளுவர் என்று 'சுதேசமித்திரன்' பத்திரிக்கை எழுதியதைப் பண்டிதர் மேற்கோள் காட்டி திருவள்ளுவர் கடைச்சங்கத்தை சேர்ந்தவரல்ல என்பதை ஏற்றுக் கொள்கிறார்.

'வேலூர் விநயலங்கார வியாரம், தின்னனூர் வியாரம், திருவள்ளூர் வியாரம் ஆகியன ஒரே காலத்தில் கட்டப்பட்டவை. திருவள்ளுவரின் மறைவிற்குப் முன்பு அது இந்திர வியாரம் என்றும் இராகுல வியாரம் என்றும் வழங்கப்பட்டது. பின்பு திருவள்ளுவரின் பெயர் சூட்டப்பட்டது. அக்கோயில் புத்த விகாரம் என்பதற்கு உள்ளிருக்கும் பௌத்த நிர்வாண சிலையே சான்று. எனவே மூன்று விகாரைகள் ஏக காலத்தில் கட்டப்பட்டன என்பது தெளிவானால் அது எந்தக் காலம்?

முற்றிலும் அழிக்கப்பட்ட வேலூர் விநயலங்கார வியாரம், சாம்ராட் அசோகரால் கட்டப்பட்டதாகும். அசோகர் பிறந்தது கி.மு304. அவர் ஆட்சிக் கட்டிலில் ஏறிய ஆண்டு கி.மு.268. மறைந்த ஆண்டு கி.மு.232. இந்தக் காலக்கணக்கு தற்போதைய ஆய்வுகளின்படி இன்னும் முன்னே போகின்றன. எனினும் அசோகரின் விநயலங்கார வியாரம் கட்டப்பட்டக் காலத்தில் திருவள்ளுவர் வாழ்ந்தார் என்பதே வரலாற்று அமைதிக்கு பொருத்தமாயிருக்கும் என்று திருவள்ளுவரின் காலத்தை வரையறுக்கிறார் அயோத்திதாசர்.

திருவள்ளுவ நாயனாரின் மதம் அல்லது தம்மம்

திருவள்ளுவ நாயனார் பௌத்த மதத்தைச் சார்ந்தவர் என்பதையும், திரிபிடகங்களை வழி நூலாகக்கொண்டு தமது முப்பாலை அதாவது திருக்குறளை எழுதினார் என்பதையும் உறுதியாகத் தெரிவிக்கும் அயோத்திதாசப் பண்டிதர், நாயனாரின் போதனைகளைப்பற்றிக் கூறும்போது வேறுவிதமான கருத்தை முன் வைக்கிறார். இந்தச் செய்தி முற்றிலும் தமிழகத்திற்குப் புதிது. பண்டிதர் கூறுவதாவது:

'புத்தபிரான் ஓதியுள்ள திரிபீட வாக்கியம், திரிபேத வாக்கியம், திரிமறை வாக்கியம், திரி சுருதி வாக்கியமென வழங்கும் முதல் நூலின் ஆதாரங்களைக் கொண்டே இந்திர தேசத்திலுள்ள சகல மதங்களும் தோன்றியுள்ளன. இதன் காரணமாக ஒவ்வொரு மதத்தைச் சேர்ந்தவரும், தமிழ் பாஷையில் வரைந்துள்ள வழிநூலாம் திரிக்குறளில் ஒவ்வொரு பாடல்களை எடுத்துக் கொண்டு 'திருவள்ளுவர்' மதம் எங்கள் மதம்... எங்கள் மதம்... என்று தங்கள் மதங்களைச் சிறப்பித்துக்கொள்வது இயல்பாம்.

ஆனால் திருவள்ளுவருக்கோ மதம் என்பதே கிடையாது. தங்கள் மதமே மதம், தங்கள் தேவனே தேவனென்று கூறி மதக்கடைப் பரப்பிச் ஜீவிப்பவர்கள் யாரோ அவர்களுக்கே மதம் என்பது சான்றாம். ஆகவே 'திரிபீடகத்தை புத்த தன்மம்' என்றும், 'திரிக்குறளைத் திருவள்ளுவர் தன்மம் என்றே கூறத்தகும்' என்கிறார் அயோத்திதாசர். பண்டிதரின் இந்தக் கருத்துப்படி திருவள்ளுவரின் தத்துவம் என்பது தனியானது. தனி தத்துவம் கொண்டது. தனித்துவமானது. தனி மதம் போன்றது. புத்தரின் தம்மத்தைப்போல தனித்த தம்மம். அதுவே திருவள்ளுவர் தம்மம் என்பது தெளிவாகிறது' என்கிறார்.

திருவள்ளுவ நாயனார் மறைவு

திருவள்ளுவர் எந்த ஆண்டு மறைந்தார் என்பதைப்பற்றின துல்லியமான ஆண்டுக் கணக்கு இல்லை. அதை அயோத்திதாசப் பண்டிதரும் ஏற்றுக்கொள்கிறார். ஆனால் காலக் கணக்கு இருப்பதை அவர் தெளிவுபடுத்தி உள்ளார். அதன்படி 'அறகத்து நிலையடைந்த நாயனார், தமது தம்ம அறத்தை விளக்கி வந்த நிலையில் சித்திரை மாதம் சதுர்த்தி பின்னாள் வந்த அமரவாசி (அமாவாசை) இரவில் நிர்வாணம் அடைந்தார் அல்லது மறைந்தார். பின்பு அவரது தேகத்தை பௌத்த முறைப்படி தகனம்

செய்து சாம்பலை இந்திர வியாரம் எனும் இராகுல வியாரத்தில் வியார அங்கத்தினர் புதைத்தனர். நினைவேந்தும் பழக்கத்தை ஒட்டி அவ்விடத்தில் ஒரு கல்வெட்டினை நாட்டினர். அக்கல்வெட்டில் ஐந்து பாடல்கள் பொறிக்கப்பட்டன. அதை எழுதியவர் நல்லுரையார் என்னும் பாணராவார். இப்பாடல்களே முன்பு கூறிய பஞ்ச ரத்தினப் பாடல்கள் ஆகும்' என்று வள்ளுவர் மறைவு குறித்துப் புது விளக்கம் தருகிறார் அயோத்திதாசர்.

வீரராகவர் கோயிலில் சித்திரை அமாவாசை கொண்டாட்டம்

மூதாதையர்களுக்குத் திதி கொடுக்கும் பொருட்டு ஒவ்வொரு ஆண்டும் சித்திரை அமாவாசை அன்று திருவள்ளூர் வீரராகவர் கோயிலில் கூட்டம் அலைமோதும். இது பலநூறு ஆண்டுகளாக அந்தக் கோயிலில் நடைபெறும் பழக்கமாகும். இதன் காரணமாகவே வீரராகவர் கோயிலில் ஆண்டுதோறும் சித்திரை அமாவாசை வெகு விமரிசையாகக் கொண்டாடப்படுவதுடன், ஒவ்வொரு மாத அமாவாசைக்கும் கோயிலைச் சுற்றி மக்கள் கூடி வழிபட்டு, இரவு முழுவதும் கோயில் வளாகத்தில் தங்கி வணங்கும் வழக்கம் இன்றுவரை தொடர்ந்து நடைபெற்று வருகிறது. ஆனால் இந்த நிகழ்வுக்கு அயோத்திதாசர் கொடுக்கும் விளக்கம் அதாவது திருவள்ளுவர் மறைவு தினத்தை ஒட்டி மக்கள் திதி கொடுக்கவே கூடுகின்றனர் என்பது வித்யாசமானதாகும்.

திருவள்ளுவ நாயனார் மறைவுக்குப் பின்னர் அவர் வாழ்ந்த வியாரமானது இந்திர வியாரம் என்றும், புத்தரின் மகனான இரகௌலர் பெயரில் இராகுல வியாரம் என்றும் அழைக்கப்பட்டு வந்தது. ஆனால் பின்னாளில் அந்த இடம் 'திருவள்ளுவர்' பெயராலேயே அதாவது 'திருவள்ளூர்' என்றே அழைக்கப் படலாயிற்று. அரசனாக இருந்து அறவழி புத்த பிக்குவான நாயனாரும் அவர்தம் வம்சப் பெயரான 'திருவள்ளுவர்' என்றே அழைக்கப்படுகிறார்.

இந்திர வியாரம்

அதே நேரத்தில் பண்டிதர் குறிப்பிடும் இந்திர வியாரம் எது? இந்திர வியாரத்திற்கு மற்றொரு பெயர் இராகுல வியாரம் அல்லது வீரராகுல வியாரம் என்பதாகும். இந்த 'வீரராகுல' என்ற பெயர்தான் தற்போது மருவி 'வீரராகவர்' கோயிலாக மாற்றப் பட்டுள்ளது. எனவே திருவள்ளூரில் இருக்கும் வைணவக் கோயிலான வீரராகுல வியாரத்தில் திருவள்ளுவர் மறைவிற்குப்

பிறகு அங்கே அடக்கம் செய்யப்பட்டதை பஞ்சரத்தினப் பாட்டு தெளிவுபடுத்துகிறது. 'திருவள்ளுவர்' மற்றும் 'திருவள்ளூர்' ஆகிய பெயர்களில் உள்ள ஒற்றுமையையும், தகவல்களையும் ஒருங்கிணைத்துப் பார்க்கும்போது திருவள்ளுவர் பிறந்தது தற்போதைய திருவள்ளூர் என்னும் ஊரே என்று அயோத்திதாசர் உறுதிப்படுத்துகிறார்.

'திருக்குறளை ஆராய்ந்த அறிவாணர்கள் திருவள்ளூர் என்னும் பெயர் திருவள்ளுவரைக் குறிக்கிறது என்பதை துளியும் கண்டுகொள்ளாதது பெரும் வரலாற்றுப் பிழை. குறைந்தபட்சம் பெயர் ஒலிப்பு ஒற்றுமையைக்கூட அவர்கள் கவனிக்காதது பெரும் வியப்பை அளிக்கிறது' என்று ஆதங்கப்படுகிறார் அயோத்திதாசர்.

திரிக்குறள் என பெயர்க் காரணமும் பண்டிதரின் திருக்குறள் உரையும்

இவ்வாறாக வள்ளுவரின் வரலாற்றை வெளிக் கொணர்ந்த அயோத்திதாசப் பண்டிதர் தொடர்ந்து வள்ளுவரின் வாழ்க்கை வரலாறு குறித்த பதிவுகள் எவ்வாறு குறள் பதிப்பில் இடைச் செருகலாக புகுத்தப்பட்டன என்பதையும் அம்பலப்படுத்தினார். இவரின் பாட்டனார் கந்தப்பன்தான் திருக்குறள் வெளி வருவதற்குக் மூல காரணம் என்பதால் அவரது வீட்டில் பரம்பரையாகப் பாதுகாக்கப்பட்டு வந்த திருக்குறள் ஓலைச் சுவடிகளில் இல்லாத செய்திகள் பின்னாளில் அச்சுப் பிரதிகளில் இடைச் செருகல்களாகச் சேர்க்கப்பட்டன என்பதை எளிதில் அடையாளம் கண்டுகொண்டார்.

திருக்குறள் மற்றும் திருவள்ளுவர் குறித்து வாசகர்கள் கேட்கும் கேள்விகளுக்கு அரிய தகவல்களை பதில்களாகத் தந்ததுடன் விரைவில் திருக்குறளுக்கு உரை எழுதப் போவதாகவும் *06.07.1910* அன்று அயோத்திதாசர் அறிவித்தார். அப்பணியைத் தொடங்கு வதற்கு முன்பே வள்ளுவர் பிறப்பு, குறள் பாட பேதம் மற்றும் காமத்துப்பால் குறித்த தம் கருத்துக்களை வெளியிட்டிருந்தார்.

குறளிலுள்ள காமத்துப் பால் கருத்துகள் அறநெறி சார்ந்த செயலை அறிவுறுத்துவதாகக் கருதினார். சிற்றின்பத்தைக் கடந்து பேரின்ப நித்திய வாழ்வை அடைவதற்குக் காமத்துப்பால் வழிகாட்டுவதாக உள்ளது என்றார். கொக்கோகத்தையும், மதன நூலையும் அவற்றை இயற்றிய ஆசிரியர்களையும் உயர்வாக மதித்தார்.

மக்கள் நோயின்றி வாழவே இவர்கள் நூலெழுதினர் என்றும், காமத்துப்பால் இந்நூல்களுடன் இசைந்து அகவாழ்வுக்கு வழிகாட்டுவதாகவும் கருதினார்.

அயோத்திதாசர் திருக்குறளுக்கு உரையெழுதும் பணியைத் தொடங்கியபோது தனது வணக்கத்தைப் இவ்வாறு கூறுகிறார்:

> 'சப்த சிறப்பமைந்த திரிக்குறள் ஆக்கியோன் திருவள்ளுவ நாயனார் திருவடி வணங்கி அவரது வழிநூலுக்குப் பதவுரை, பொழிப்புரை, கருத்துரை, விரித்துரை நான்கையும் எழுதத் துணிந்து, கருடன் பறக்கும் இடத்து ஈயும் பறப்பது போலாயினும், ஆதிபகவனது சரித்திரத்தையும், திரிபீடகமாம் திரிபேத மொழிகளின் அந்தரார்த்தங்களையும் உணர்த்தவுமே உள்ளதை விளக்குவான் வேண்டி வழி நூலுக்கு உரை ஆரம்பித்துள்ளோம். இவற்றுள் வரிவழு, குறிவழு ஏதொன்று வழுவினும், பௌத்த தன்ம ஆன்றோர்கள் பொறுத்து நீதிவழு, நெறிவழுவுகளை நியதி களைந்து விளக்க வேண்டுவாம். இவ்வேண்டுகோள் மகட பாஷையிலும், திராவிட பாஷையிலும், சத்திய தன்மை ஆராய்ச்சியில் மிகுந்த புத்த தன்மத்தைச் சார்ந்தோரையன்றி ஏனைய மதத்தோரைச் சாரா என்பதாம்.'

திருக்குறள் எனப் பொதுவாக வழங்கப்படுவதை அயோத்திதாசப் பண்டிதர் ஏற்றுக்கொண்டாலும் 'திரிகுறள்' என்பதே அதன் உள்ளார்ந்த பெயர் என்பதை வலிறுத்தித் தமது நூல்களில் முழுமைக்கும் திரிகுறள் என்றே வழங்கி வந்தார். ஏனெனில் 'மேன்மை' என்ற பொருளைத் தருவதன்றி வேறு சிறப்பு இல்லை. திரி - மூன்று எனக் காரணச் சிறப்புப் பெயராக இருக்கிறது எப்படி என்பதற்கான காரணத்தை பின்வருமாறு விளக்குகிறார்.

> 'உலகுப் புகழ் அரிய திரிபேத வாக்கியங்கள் என்றும், வழங்கிய மூவறு மொழியாம் முதநூலுக்கு வழி நூலாகத் தோன்றியவை திரிகுறளும், சார்பு நூலாகத் தோன்றியவைகள் திரிமந்திரம், திரிவாசகம், திரிவெண்பா, திரிமாலை, திரிகடுகம், சித்தர்கள் நூல்கள் ஆகியனவாம். இத்திரிகுறளுக்கு திருவென்னும் அடைமொழியைச் சேர்த்துத் திருக்குறள் என சிறப்பு வழங்கினும் தன்ம பிடகம், சூத்ர பிடகம், விநய பிடகம் என்னும் மகட பாஷா முந்நூலுக்கு திராவிட பாஷா வழி நூலாம். அறத்துப்பால், பொருட்பால், காமப்பால் என்னும்

> திரிகுறளே உடன்பாடு ஆதலின் திருவென்னும் அடைமொழி சிறப்பென்று எண்ணி திருக்குறள் என ஏற்றுக் கொண்டது. மும்மணிகள் என்பதை மூன்று அழகு மணிகள் என்பற்கு ஒப்பாகும். ஆகவே திரிபேதங்களாம் முதல் நூலுக்குத் திரிகுறளே வழி நூலாதலின் திருவென்னும் அடைமொழி நீக்கித் திரியென்னும் மூவரு மொழிகளை விளக்கி உள்ளதே முதற் சிறப்பாகும்.'

தாம் கண்டறிந்த உண்மைகளின் அடிப்படையில் அயோத்திதாசப் பண்டிதர் திருக்குறள் எனும் திரிகுறளுக்கு 1910ம் ஆண்டு ஆகஸ்ட் மாதம் உரை எழுதத் தொடங்கினார். 'திருவள்ளுவ நாயனார் இயற்றிய திரிகுறள்' எனும் தலைப்பில் 55 அதிகாரங்களுக்கு ஒவ்வொரு இதழிலும் பத்துக் குறளுக்குத் தனித்தனியாக பதவுரை, பொழிப்புரை, கருத்துரை மற்றும் விரித்துரை என பிற இலக்கிய ஆதாரங்களுடன் எழுதி வெளியிட்டார். 55ஆம் அதிகாரம் அவர் குறளுக்குக் கடைசியாக உரை எழுதியது. இந்நிலையில், 1914ஆம் ஆண்டு மே மாதம் 5ம் நாள் மரணமடைந்தார். அயோத்திதாசரின் குறள் உரைகள் முற்றுப் பெறாமல் நின்றது தமிழ் உலகத்திற்குப் பெரும் இழப்பெனினும் அவர் உரை எழுதிய 55 அதிகாரங்களே இன்றும் அவரது அறிவாற்றலுக்குச் சான்றாக விளங்குகின்றன.

தூயத் தமிழ் மறைத் தந்த பேராசான் வள்ளுவரின் திருக்குறள் ஓலைச்சுவடிகளின் படிகள் இன்று உலகின் பல நாடுகளில், குறிப்பாக ஐரோப்பிய ஆவணப் பாதுகாப்பகங்களில் பாதுகாப்பாக இருக்கின்றன. அவற்றினையும் வாசித்துப் பாடபேதங்களைக் கண்டறிவது ஆய்வுலகத்திற்கு முன் உள்ள கடமையாகும்' என்று திருவள்ளுவர் மற்றும் திரிகுறள் வரலாற்றை விவரிக்கிறார் அயோத்திதாசர்.

முடிவுரை

திருக்குறள் தொடர்பான அயோத்திதாசப் பண்டிதரின் ஆய்வுகளைச் சுருக்கிப் பார்ப்பதெனில் 'திருவள்ளுவர் ஓர் அரச குமாரனாக பிறந்தார், வாழ்ந்தார், துறவியாக மறைந்தார். பௌத்த கொள்கைகளைக் கூறும் மூல நூலின் வழிநூலே திருவள்ளுவர் இயற்றிய 'திரிகுறள்' அல்லது 'திருக்குறள்' ஆகும். அவரது பிறந்த இடம் 'திருவள்ளுவர்' என்னும் அவரது பெயராலே இன்றும் வழங்கும் திருவள்ளூர் ஆகும். அவரது

தம்மம் தனியான தனித்துவம் கொண்ட நாயனார் தம்மம் ஆகும். அவரது காலம் அசோகர் வாழ்ந்த காலம் அதாவது இயேசு கிருஸ்து பிறப்பதற்கு முந்திய காலம். அவர் மறைந்தது சித்திரை மாதம் சதுர்த்தி பின்னாள் வந்த அமாவாசை. அவரது பூத உடல் புதைக்கப்பட்டது திருவள்ளூர் வீரராகவர் கோயிலில். அவரது மறைவு தினத்தில் சித்திரை அமாவாசையில் திதி கொடுக்கவே மக்கள் கூடுகின்றனர். முன்பு வீரராகுல பௌத்த வியாரமே பின்னாளில் வீரராகவ வைணவக் கோயிலானது.

8. திருவள்ளுவர் சிலை, திருக்கோயில், கோட்டம், படங்கள்

திருக்கயிலாயப் பரம்பரை திருவண்ணாமலை ஆதீனம் ஸ்ரீஅமுர்தலிங்கத் தம்பிரானால் அருளிச்செய்யப்பட்டது 'திருமயிலைத் தலபுராணம்'. இந்நூலை 150 ஆண்டுகளுக்கு முன்பு அவர் இயற்றியுள்ளார். இந்நூலின் பின்னிணைப்பில்தான் திருவள்ளுவர் பிறப்பு, அவர் உருவ எழில், மயிலையில் உள்ள திருவள்ளுவர் ஆலயம், தாய் - தந்தை, மனைவிபற்றிய செய்திகள் காணப்படுகின்றன. இத்தகவல் 1931இல் மீனாட்சிசுந்தரம் பிள்ளை பதிப்பித்த திருக்குறள் பரிமேலழகர் உரை நூலில் இருந்து தரப்பட்டுள்ளதாகத் தெரியவருகிறது. அதில் வள்ளுவரின் திருவுருவம்பற்றிய அரிய பழம் பாடல் ஒன்று அவரது திருவுருவத்தைப் பற்றிக் கூறுவதால், தமிழ் சான்றோனாய்த் தலைமகனாய் விளங்கும் திருவள்ளுவரின் திருவுருவ எழிலை அறிய துணைபுரிகிறது. 'நாயனார் சொரூபஸ்துதி' என்ற குறிப்போடு பாடல் காணப்படுகிறது.

'திருமுடி மிசையார் மயிர்முடி யழகுத்
தீர்க்கபுண் டரநுத லழகும்

என்று தொடங்கும் அப்பாடலின் பொருள் பின்வருமாறு:

‘நாயனார் தலைமயிரை எடுத்துக்கட்டி நெடு முடியாக முடிந்துள்ளார். அழகிய நெற்றியில் திருநீறு விளங்குகிறது. மணியணிந்த நீண்ட செவிகள் தோளில் தவழ்கின்றன. முகத்தில் நீண்ட தாடி விளங்குகிறது. வலது கையில் சின்முத்திரையுடன் ஜெபமாலை விளங்குகிறது. அது உயிருக்கு அபயமளிப்பதாகும். உயிர்களுக்கு வரங்களைத் தந்து வாழ்விக்கும் இடது கரத்தில் அமுதம் நிறைந்த முப்பாலாய் விளங்கும் தமிழ் மறையாம் திருக்குறள் சுவடிகள் விளங்குகின்றன.

யோகப்பட்டையை அணிந்து, நீண்ட உடை தரித்து பத்மாசனத்தில் அமர்ந்துள்ளார். திருவடிகளில் அறிஞர்கள் அணியும் ஞானத் தண்டையை (கழல்) அணிந்துள்ளார். மணி மாடங்களின் முடியில் மேகங்களை உரசிச் செல்லும் வளப்பம் பொருந்திய மயிலாபுரியில், மாதவர்கள் வந்து கண்டு மகிழ்ந்து போற்ற வீற்றிருக்கும் மிகுந்த புகழை உடைய ‘திருவள்ளுவர்’ என்னும் பெயர் படைத்த மேலான உயர்ந்த குருபிரானின் திருவடிகளைச் சரணம் சரணம் என்று பணிகின்றேன்.’ என்பதாகும்.

200 ஆண்டுகளுக்கு முன்பே திருவள்ளுவருக்கு முதன்முதலாக உருவம் கொடுத்து தங்கக்காசு வெளியிட்டவர் ஆங்கிலேய ஆட்சியர் பிரான்சிஸ் ஒயிட் எல்லீஸ் ஆவார். இதற்காக 1812-ல் தென்னிந்திய மொழிகளையும் பிற இந்திய நாட்டு மொழி களையும் ஆங்கிலேய நிர்வாக அதிகாரிகளுக்குப் பயிற்று விப்பதற்காக சென்னை புனித ஜார்ஜ் கோட்டையில் தி மெட்ராஸ் காலேஜ் நிறுவப்பட்டது.

பிரான்சிஸ் ஒயிட் வெளியிட்ட
திருவள்ளுவர் உருவ தங்கக் காசு

பிரான்சிஸ் ஒயிட் எல்லீஸ் திருக்குறளைப் படித்ததன் பயனாக 1818-ல் சென்னையில் பெரும் தண்ணீர்ப் பஞ்சம் வந்தபோது அங்கு 27 கிணறுகள் வெட்டி வைத்தார். சென்னையின் ஆட்சியராக இருந்தபோது மின்ட் சாலையின் தலைவராகவும்

இருந்ததால் அவர் திருவள்ளுவருக்கு முதன்முதலாக உருவம் கொடுத்து அவருக்கு தங்கக் காசுகளை வெளியிட ஏற்பாடு செய்தார். திருக்குறளை முதன்முறையாக ஆங்கிலத்தில் மொழிப் பெயர்த்த பிரான்சிஸ் ஒயிட் எல்லீஸ் அவர்களால் உருவாக்கப் பட்ட தெய்வப் புலவர் வள்ளுவர் திருவுருவப்படம் கொண்ட சில காசுகளில் இரண்டே இரண்டுதான் இப்போது உள்ளன. ஒன்று லண்டன் இரண்டாவது காளிக்கோட்டம் (கொல்கத்தா) அருங்காட்சியகத்தில் இருக்கின்றன.

காலந்தோறும் மாறிவரும் திருவள்ளுவரின் திருவுருவப் படங்கள்

1954-55 ஆம் ஆண்டுகளில் குடியாத்தம் நகராட்சி உயர்நிலைப் பள்ளிக்கு, அதன் தமிழ்ச் சங்கத் தலைவராக இருந்த இராம. தமிழ்ச் செல்வன், பாலு பிரதர்ஸ் எழுதிய திருவள்ளுவர் ஓவியப் படத்தை நன்கொடையாகப் அளித்தார். இந்தப் படத்தில் திருவள்ளுவர் திருநீறுடன் மார்பில் பூணூலுடன் இருப்பதைக் காணலாம். ‘திருவள்ளுவர் திருவுருவப் பட வரலாறு - அன்றும் இன்றும்’ என்ற தலைப்பில் இராம. தமிழ்ச்செல்வன் நூலும் வெளியிட்டுள்ளார்.

(1) (2) (3)

1. கோ.வடிவேலு செட்டியார் 1904இல் வெளியிட்ட நூலில் இடம் பெற்ற திருவள்ளுவர் படம்
2. தென் இந்திய சைவ சித்தாந்த நூற்பதிப்புக் கழகம் 1952இல் வெளியிட்ட நூலின் அட்டைப்படம்
3. பாலு பிரதர்ஸ் எழுதிய திருவள்ளுவர் ஓவியப்படம்

1950களின் தொடக்கத்தில் பாலு - சீனு என்ற சகோதரர்கள் 'கலை' என்ற இதழை நடத்தினார்கள். அந்த இதழில் ஒரு திருவள்ளுவர் படம் இடம்பெற்றிருந்தது. அந்தப் படத்தில் திருவள்ளுவர் எந்த மதச் சின்னமும் இன்றி இருந்தார். பிறகு 1950களின் பிற்பகுதியில் தான் நாம் இப்போது காணும் வெள்ளுடை தரித்த வள்ளுவரை வரைவதற்கான முயற்சிகள் துவங்கின. இந்த முயற்சியைத் துவங்கியவர் கவிஞர் பாரதிதாசன். திராவிடர் கழகத்தைச் சேர்ந்த ராமச்செல்வன் என்பவருடன் சேர்ந்து இருவரும் ஓவியர் வேணுகோபால் சர்மாவைச் சந்தித்தனர். மூன்று பேரும் சேர்ந்து திருவள்ளுவர் படத்தை உருவாக்கும் திட்டமிட்டனர். இதற்கான செலவுகளை ராமச்செல்வன் ஏற்றுகொண்டார்' என்கிறார் திராவிட இயக்க ஆய்வாளரான க. திருநாவுக்கரசு.

திருவள்ளுவர் படத்தை வரைந்த வேணுகோபால் சர்மா - செய்தியும், சர்ச்சையும்

சென்னைப் பல்கலைக்கழகத்தின் திருக்குறள் ஆராய்ச்சிப் பகுதி, இந்தப் படம் வரையப்பட்டது குறித்து 'திருக்குறள் திருவுருவப் பட விளக்கம்' என்ற ஒரு சிறிய வெளியீட்டைக் கொண்டுவந்தது. தற்போதைய திருவள்ளுவரின் படத்தை வேணுகோபால் சர்மா ஏன் அப்படி வரைந்தார் என்பதற்கான விளக்கம் அந்த வெளியீட்டில் இடம்பெற்றிருந்தது.

> திருவள்ளுவர் கருத்துலகில், சிந்தனை வானில் வாழ்ந்தவர் என்பதால் அவரைச் சுற்றி மரம், செடி, கொடிகள், வீடுகள் ஏதும் இல்லாமல் அவரைச் சுற்றி அறிவொளி மட்டும் இருக்கும்படி இந்த உருவம் உருவாக்கப்பட்டது. தன்னுடைய சிந்தனை, செயல், ஆடை ஆகியவற்றை அழுக்குத் தீண்டாமல் இருப்பதற்காக அவர் ஒரு சிறிய மரப் பலகை மீது இருப்பது போன்று அமைக்கப்பட்டது. 'தூய்மை நிறைந்த உள்ளம், தூய்மை நிறைந்த நோக்கு, தூய்மை நிறைந்த வாக்கு' ஆகியவற்றைக் கொண்டிருப்பதால் திருவள்ளுவருக்கு வெண்ணிற ஆடை உடுத்தப்பட்டதாக அந்த வெளியீட்டில் கூறுகிறார் வேணுகோபால் சர்மா. பின்னால் வளர்க்கப்படும் குடுமியும் வெட்டப்பட்ட சிகையும் பல இனக் குழுக்களுக்கு அடையாளமாகிவிட்டதால், திருமுடியும் நீவப்படாத தாடியும் இருப்பதுபோல வரையப்பட்டது.

இந்தப் படம் வரைந்து முடிக்கப்பட்ட பிறகு நாகேஸ்வரபுரத்தில் ஒரு வீட்டில் வைக்கப்பட்ட இந்தப் படத்தை காமராஜர்,

சி.என். அண்ணாதுரை, மு. கருணாநிதி, நெடுஞ்செழியன், எழுத்தாளர் கல்கி உள்ளிட்ட பல முக்கியப் பிரமுகர்களும் படத்தைப் பார்வையிட்டு பாராட்டிச் சென்றனர்.

1960இல் சி.என். அண்ணாதுரையால் காங்கிரஸ் மைதானத்தில் இந்தப் படம் வெளியிடப்பட்டது. பிறகு இதே படம், மத்திய அரசால் தபால் தலையாகவும் வெளியிடப்பட்டது. தி.மு.க. சட்டமன்றத்திற்குள் வந்த பிறகு, திருவள்ளுவர் உருவப் படத்தை சட்டமன்றத்தில் வைக்க வேண்டுமென மு. கருணாநிதி கோரிக்கை வைத்தார். முதல்வர் பக்தவசலம் அதற்குப் பதிலளிக்கையில் ‘மு. கருணாநிதி ஓர் உருவப்படத்தை வாங்கி அளித்தால் அதை வைப்பதில் ஆட்சேபணையில்லை’ என்றார். 1964ஆம் ஆண்டு மார்ச் 23ஆம் தேதி தமிழக சட்டமன்றத்தில் திருவள்ளுவரின் உருவத்தை முதல்வர் பக்தவச்சலம் தலைமையில் குடியரசு துணைத் தலைவர் ஜாகிர் ஹுசைன் திறந்து வைத்தார்.

தமிழக அரசின் அதிகாரப்பூர்வ
திருவள்ளுவர் படத்தை வரைந்த வேணுகோபால் சர்மா.

தமிழக அரசால் அங்கீகரிக்கப்பட்டு தற்போது பயன்படுத்தப்பட்டு வரும் திருவள்ளுவர் படத்தை 40 ஆண்டுகால ஆய்வுக்குப் பிறகு கே.ஆர்.வேணுகோபால் சர்மா வரைந்ததாக அவரது மகன் விநாயக் வே.ஸ்ரீராம் தெரிவித்துள்ளார். திருவள்ளுவர் யார் என்பது தொடர்பான சர்ச்சை எழுந்துள்ள நிலையில் ‘இந்து தமிழ்’

நாளிதழிடம் அவர் கூறியதாவது ‘எனது தந்தை வேணுகோபால் சர்மா உலகப் புகழ் பெற்ற ஓவியர் மட்டுமல்ல. மிகச் சிறந்த தமிழறிஞரும் ஆவார். கம்ப ராமாயணப் பாடல்களை மனப்பாடமாக சொல்லக் கூடியவர். திருக்குறள்பற்றியும், திருவள்ளுவர்பற்றியும் 40 ஆண்டுகள் ஆய்வு செய்து 1959-ல் திருவள்ளுவர் படத்தை வரைந்து முடித்தார்.

திருக்குறள் உலகப் பொதுமறை. உலகின் எந்த நாட்டவரும், எந்தமொழி பேசுபவரும், எந்த இனத்தைச் சேர்ந்தவரும் அப்பா வரைந்த திருவள்ளுவரைப் பார்த்தால் இவர் நம்மவர் என்று சொல்வார்கள். அந்த அளவுக்கு ஈடுபாட்டுடன் 40 ஆண்டுகால முயற்சியில் வரைந்த படம் அது. அப்பா வரைந்த படத்தை முன்னாள் முதல்வர்கள் காமராஜர், பக்தவத்சலம், அண்ணா, கருணாநிதி, எம்ஜிஆர் மற்றும் தமிழறிஞர்கள் மு.வரதராசனார், கி.ஆ.பெ.விசுவநாதம், பாரதிதாசன், ஜீவா, கவிஞர் கண்ணதாசன், கிருபானந்த வாரியார் உள்ளிட்டோர் ஏற்றுக் கொண்டு பாராட்டி உள்ளனர்.

1964-ம் ஆண்டு, காங்கிரஸ் ஆட்சியில், பக்தவத்சலம் முதல்வராக இருந்தபோது சட்டப்பேரவையில் அப்பா வரைந்த திருவள்ளுவர் படத்தை அன்றைய குடியரசு துணைத் தலைவர் ஜாகீர் உசேன் திறந்து வைத்தார். நிகழ்ச்சிக்கு மெருகூட்டும் வகையில் மத்திய அரசு தபால் தலையும் வெளியிடப்பட்டது.

1967-ல் அண்ணா முதல்வரானதும் இந்த திருவள்ளுவர் படத்தை அரசு அலுவலகங்கள், கல்வி நிலையங்கள் உள்ளிட்ட அரசு தொடர்பான அனைத்து இடங்களிலும் வைக்கவேண்டும் என்று அரசாணை வெளியிடப்பட்டது. அப்பா கைப்பட வரைந்த திருவள்ளுவர் படம் இப்போதும் என்னிடம் பாதுகாப்பாக உள்ளது.

திருவள்ளுவர் மட்டுமல்ல. சட்டப்பேரவையில் உள்ள பசும்பொன் முத்துராமலிங்கத் தேவர், காயிதே மில்லத் ஆகியோரின் படமும் அப்பா வேணுகோபால் சர்மா வரைந்தவைதான். மேலும், தமிழ்த்தாய், தியாகய்யர், புவனேஸ்வரி அம்மன், காஞ்சி காமாட்சி, மதுரை மீனாட்சி, கிருஷ்ணர், நள தமயந்தி, தங்கமயில் முருகன் உள்ளிட்ட படங்களையும் அப்பா வரைந்துள்ளார். தற்போது திருவள்ளுவர் படம் பெரும்பாலான இடங்களில் இல்லை. அவற்றை மீண்டும் அரசு அலுவலகங்கள், கல்வி நிலையங்கள் உள்ளிட்ட இடங்களில் வைக்க வேண்டும்.

திருவள்ளுவரைப் பூணூலுடன் ஓவியர் வேணுகோபால் சர்மா வரையவில்லை

தமிழக அரசு அங்கீகரித்த திருவள்ளுவரின் படம் ஓவியர் வேணுகோபால் சர்மா வரைந்ததுதான். இது குறித்து 22.08.18இல் வெளியான துக்ளக் இதழில் காங்கிரஸ் கட்சியைச் சேர்ந்த பீட்டர் அல்ஃபோன்ஸ் அளித்த பேட்டியில் முதலில் வேணுகோபால் சர்மா பூணூலுடன்தான் திருவள்ளுவரை வரைந்தார் என்று கூறியுள்ளார். இதன் உண்மைத் தன்மையை அறிந்துகொள்ள ஓவியர் வேணுகோபால் சர்மாவின் மகன் ஸ்ரீராம் சர்மா அளித்த பதில் 29.08.19 துக்ளக் இதழில் 'வரலாற்றுப் பிழை' என்ற தலைப்பில் வெளியாகி உள்ளது. அதன் சாரம்சம் பின்வருமாறு:

> 'என் தந்தையார் வேணுகோபால் சர்மா பல்லாண்டு அரும்பாடு பட்டு வரைந்த திருவள்ளுவர் படம் குறித்துப் பீட்டர் அல்ஃபோன்ஸ் வாய்மொழியாகக் கடுமையான வரலாற்றுப் பிழை ஒன்று பதியப்பட்டு உள்ளது. அப்பா வரைந்த திருவள்ளுவர் படத்தில் கையில் ஏடு, எழுத்தாணி, தாடியோடு அவருக்குப் பூணூலும் இருந்தது. கலைஞர் அந்த ஓவியரிடம் திருவள்ளுவரின் மார்பின் குறுக்கே ஒரு துண்டை வரைந்து அப்பூணூலை மறைக்கும்படிக் கூறினார்.'
>
> முத்தமிழ் அறிஞர் எங்கள் குடும்பத்துக்கு மிகவும் நெருக்க மானவர். அவரைப்பற்றி ஏற்றிச்சொல்ல ஆயிரம் காரணம் உண்டு. ஆனால் அவரே பதியாத ஒன்றை இந்த வரலாற்றுப் பிழையைப் பீட்டர் அல்ஃபோன்ஸ் சொல்லியிருப்பார் என்று நானும் கருதவில்லை. இந்த நிலையில் நடக்காத ஒரு சம்பவத்தை நடந்ததுபோல் பீட்டர் அல்ஃபோன்ஸ் கூறியுள்ளார். என் தந்தையாரின் அருஞ்செயலுக்கு அன்று உதவியாளராக இருந்த இன்றைக்கு 87 வயது நிரம்பிய மாயவரம் பதி என்னை அழைத்து திருவள்ளுவர் திருவுருவம் பற்றி இப்படி அபாண்டமாகத் துக்ளக்கில் எழுதியிருக்காமே' என்று வருத்தப்பட்டார். என் தந்தை ஆச்சாரமான பிராமணர் என்றாலும், சாதி சமய வேறுபாடு பார்க்காமல் வாழ்ந்தார் என்பது அவருடன் நெருங்கிப் பழகியவர்களுக்கும், முதல்வர்கள் பக்தவச்சலம், அண்ணா, கலைஞர், எம்ஜிஆர் மற்றும் ஏனைய தமிழறிஞர்களுக்கும் தெரியும். என் தந்தை வேணுகோபால் சர்மா திருவள்ளுவர் திருவுருவைப் பூணூலுடன் வரையவில்லை என்பதுதான் உண்மை' என்று தெளிவுபடுத்தினார் அவரது மகன் ஸ்ரீராம் சர்மா.

என்னாச்சு! அண்ணாவின் அரசாணை?

மொழிக்காகப் போராட்டம் நடத்தி மொழியின் பெயராலேயே தேர்தலில் வென்று ஆட்சிக் கட்டிலில் 1967இல் அமர்ந்த கட்சி அண்ணா தலைமையிலான திராவிட முன்னேற்றக் கழகம். உலகம் பொதுமறையைத் தந்த திருவள்ளுவருக்காக அண்ணா ஆட்சியில் வெளியிடப்பட்ட அரசாணை கடந்த இருபது ஆண்டுகளாக இதே திராவிடக் கட்சிகளின் ஆட்சியில் முழுமையாக அமல் படுத்தப்படவில்லை என்பது ஆச்சரியமான விஷயம்.

'மதராஸ்' என்று அழைக்கப்பட்ட மாநிலத்துக்குத் 'தமிழ்நாடு' என்று பெயர் சூட்டிய அண்ணாதுரை தனது ஆட்சிக் காலத்தில் முக்கியமான சில மைல்கல் நிகழ்வுகளுக்கும் காரணமாக உள்ளார். அனைத்து அரசு அலுவலகங்கள், ஊராட்சி அலுவலகங்கள், கல்வி நிலையங்கள், போக்குவரத்துக் கழகப் பேருந்துகள் ஆகியவற்றில் 'திருவள்ளுவர்' திருவுருவப்படம் தவறாமல் இடம் பெறவேண்டும் என்பதே அந்த உத்தரவாகும்.

1959லேயே திருவள்ளுவர் திருவுருவப் படத்தை வரைந்த வேணுகோபால் சர்மா தனது இல்லத்துக்கு அண்ணாவை வரவழைத்து, தான் தீட்டிய வள்ளுவர் ஓவியத்தைக் காட்டினார். அண்ணா மட்டுமல்ல பல தமிழறிஞர்களும், வல்லுனர்களும், திருவள்ளுவர் ஓவியம் தொடர்பான பல கேள்விகளைக் கேட்டு ஐயம் தெளிந்த பின்னரே அதை ஒப்புக்கொண்டனர். 1967இல் அண்ணா ஆட்சிக்கு வந்ததும் மேற்கண்ட அரசாணையைச் சாதாரண அரசாணையாக வெளியிடாமல் நிலைத்த அரசாணையாக வெளியிட்டு திருவள்ளுவர் திருவுருவப் படத்துக்குப் பெருமை சேர்த்தார்.

அதென்ன சாதாரண மற்றும் நிலைத்த அரசாணை என்ற கேள்வி வரும். அரசாணைகள் நான்கு வகைப்படும். 1D, 2D, 3D, 4D என்று அவை குறிப்பிடப்படும். இதில் 'D' என்றால் டிகேட், அதாவது பத்தாண்டுகள் என்று பொருள்படும். ஓர் அரசாணை எத்தனை பத்தாண்டுகள் அமலில் இருக்கவேண்டுமென அரசு எண்ணு கிறதோ அதற்கேற்ற வகையில் அந்த அரசாணை 1D, 2D, 3D, 4D என்ற குறியீட்டைப் பெறும்.

அரசு அலுவலகங்கள், ஊராட்சி அலுவலகங்கள், கல்வி நிலையங்கள், போக்குவரத்துக் கழக பேருந்துகள் ஆகியவற்றில் திருவள்ளுவர் திருவுருவப் படம் இடம் பெறவேண்டும் என்னும்

அரசு ஆணையை அண்ணா மேற்கண்ட நான்கு வகையான அரசு ஆணைகளுக்குள் அடக்காமல் MANUSCRIPT என்னும் ஐந்தாம் வகை அரசாணையாக வெளியிட்டார். இவ்வகை அரசாணைக்கு இருக்கும் சிறப்பு என்னவெனில் முதல் நான்கு அரசாணை களுக்கும் கால வரையறை உண்டு. ஆனால் MANUSCRIPT என்னும் வகையில் வெளியாகும் அரசாணையை அடுத்து வரும் எந்த ஆட்சியும் மாற்ற முடியாது. அதாவது கொள்கையில் முரண்பட்ட வேறு கட்சி ஆட்சிக்கு வந்தாலும்கூட திருவள்ளுவர் திருவுருவம் தொடர்பான அரசாணையை மாற்றக்கூடாது என்பதே இதன் நோக்கமாகும். இந்த உறுதியான அரசாணை அரசு வட்டாரங் களில் MANUSCRIPT அல்லது எம்.எஸ். என்று சுருக்கமாக அழைக்கப்படும். இதனைக் கருத்தில் கொண்டே இவ்வகை அரசாணையைத் திருவள்ளுவர் திருவுருவப் படத்துக்காகப் பிரத்யேகமாக வெளியிட்டார் அண்ணா.

அண்ணாவின் அரசாணையைத் தொடர்ந்து 1967 முதல் அரசாங்கத்துக்கு திருவள்ளுவரின் படங்களை வழங்கி வந்தது வேணுகோபால் சர்மா-கோ. இந்நிறுவனத்தை அவரது மகன் ஸ்ரீராம் சர்மா நிர்வகித்து வருகிறார். திருவள்ளுவர் திருவுருவப் படங்கள் கொள்முதல் செய்வது படிப்படியாகக் குறைந்து வருவதை வருத்தத்துடன் பதிவு செய்தார்:

> ‘அப்பாவோடு நான் பலமுறை தலைமைச் செயலகத்துக்குச் சென்றிருக்கிறேன். முதலமைச்சர் அறை உள்பட எல்லா அறைகளிலும் திருவள்ளுவரின் திருவுருவப் படம் 20x28 என்ற அளவில் கன கம்பீரமாகப் பிரம்மாண்டமாக காட்சி தரும். அதேபோல் எல்லாப் பேருந்துகளிலும் முன்பக்க கண்ணாடிக்கு மேலே திருவள்ளுவர் படத்துடன் திருக்குறளையும் காணலாம். எல்லா இடங்களிலும் திருவள்ளுவர் படம் காட்சி தந்து கொண்டிருக்கும்.
>
> இது குறித்து ஒருமுறை திருக்குறள் முனிசாமி நகைச்சுவையாக ‘தமிழ்நாட்டில் ஓடும் பஸ்ஸுக்கும், ஸ்கூல், காலேஜ், பஞ்சாயத்து ஆஃபீஸ், அட நம்ம ஐகோர்ட், போலீஸ் ஸ்டேஷன் இதுக்கெல்லாம் ஒரேயொரு ஓனர் யார் தெரியுமா? நம்ம திருவள்ளுவர்தான்! அதுனாலதான் அவர் ஃபோட்டோவை அங்கெல்லாம் வச்சிருக்காங்க!’ என்று கூறுவார். அந்த அளவுக்கு எல்லா இடங்களிலும் திருவள்ளுவர் நீக்கமற நிறைந்திருந்தார்.

எம்ஜிஆர் படங்களில் தவறாமல் திருவள்ளுவர் படம் இடம்பெறும். அண்ணா, கருணாநிதி மற்றும் எம்ஜிஆர் ஆட்சிக் காலங்களில் அப்பா வரைந்த திருவள்ளுவர் படங்களை எந்தப் பிரச்னையும் இல்லாமல் சப்ளை செய்து வந்தோம்.

ஆனால் இன்றைக்கு நிலைமையே வேறு. அரசு அலுவலகங்கள் திருவள்ளுவர் படங்கள் இல்லாமல் களை இழந்து காணப்படுகின்றன. எப்போதாவது பொங்கல் நேரத்தில் மட்டும் தமிழ் வளர்ச்சித் துறையிலிருந்து 50 - 100 திருவள்ளுவர் படங்கள் கேட்பார்கள். மற்றபடி முன்பைப்போல் அதிக அளவில் திருவள்ளுவர் படங்களை கேட்பதில்லை.

1990கள் தொடங்கி திருவள்ளுவர் படங்களை அரசு அலுவலகங்களில் புதுப்பிப்பதை ஏனோ தமிழக அரசு குறைத்துவிட்டது என்றே தோன்றுகிறது. 2000ஆம் ஆண்டில் கருணாநிதி குமரிக் கடலில் நின்ற கோலத்தில் திருவள்ளுவர் சிலையை நிறுவிய பிறகு அவரது ஆட்சியில் அந்த சிலையின் படத்தைத்தான் அதிகம் பயன்படுத்தத் தொடங்கினார்கள். அமர்ந்த கோலத்தில் அப்பா வரைந்த படத்தை வாங்குவதில் அதிக ஆர்வம் செலுத்தாததால், காலப்போக்கில் கொள்முதல் படிப்படியாகக் குறைந்துவிட்டது' என்று ஆதங்கப்பட்டார் ஸ்ரீராம் சர்மா.

மயிலாப்பூர் திருவள்ளுவர் திருக்கோயில்

மயிலாப்பூர் திருவள்ளுவர் திருக்கோயில் உலகப் பொது மறையாம் திருக்குறளை இயற்றிய திருவள்ளுவரை மூலவராகக் கொண்டு அமைக்கப்பட்டுள்ள கோயிலாகும். திருவள்ளுவர் பிறந்த இடம் மயிலாப்பூர் என்பதால் அவரது கோயில் அங்கே அமைக்கப்பட்டுள்ளது. உலகிலேயே திருவள்ளுவருக்கெனப் பிரத்யேகமாக கட்டப்பட்ட புராதனக் கோயில் இது ஒன்றுதான். இக்கோயில் மயிலாப்பூர் ஸ்ரீ முண்டகக்கண்ணி அம்மன் கோயிலின் சார்புக் கோயிலாக இந்து சமய அறநிலையத் துறை பராமரித்து வருகிறது.

16ஆம் நூற்றாண்டில் கட்டப்பட்ட இக்கோயிலில் திருவள்ளுவருக்கும், அவரது மனைவி வாசுகிக்கும் தனித்தனி சந்நிதிகள் உள்ளன. கோயில் வளாகத்துக்குள், இலுப்பை மரத்தடியில் வள்ளுவர் அவதரித்ததாகக் குறிப்பிடப்படுகிற அந்த இடத்திலிருந்து 30 அடி தள்ளி அவருக்கு இந்த சந்நிதி

அமைந்துள்ளது. மேலும் சிவன், பார்வதி, விநாயகர், முருகன் சந்நிதிகளும் இருக்கின்றன. கோயிலில் உற்சவ மூர்த்திக்கு அருகே விபூதி மடக்கு ஒன்று இருந்தது. அதில், இத்தலத்துக்கு 1925ஆம் ஆண்டு இந்த விபூதி மடக்கு உபயமாக அளிக்கப் பட்டதாகப் பொறிக்கப்பட்டிருந்தது.

1962ஆம் ஆண்டுவரை குறிப்பிட்ட ஒரு சமூகத்தினருக்குப் பாத்தியப்பட்டிருந்த இந்தக் கோயில், பிறகு அறநிலையத் துறையின் கீழ் கொண்டுவரப்பட்டதாகக் கூறுகின்றனர். 1897இல் வெளியான ஜெ.எம்.நல்லசாமிப் பிள்ளை எழுதிய புத்தகத்தில் இக்கோயில்பற்றிய குறிப்புகள் உள்ளன. ஏழு சிவாலயங்கள் கொண்ட மயிலையில் வள்ளுவர் கோயில் எட்டாவது சிவாலயமாகச் சிறப்புப் பெற்றுள்ளது. தினமும் மாலையில் குழந்தைகளுக்கு திருக்குறள் கற்றுத் தரப்படுகிறது.

இக்கோயிலின் மைய மண்டபம் அருகே திருவள்ளுவர் பிறந்த இடத்தில் இருந்த புன்னை மரம் இன்றும் 'தல விருட்சமாக' காட்சி தருகிறது. இந்த மரத்தைச் சுற்றி கடந்த 6.5.1935-ல் மேடை அமைக்கப்பட்டு, செப்புத் தகடு கவசமாகப் பூணப்பட்டது. எம்.கே. கன்னியப்பநாயகர், டி. சுப்பிரமணிய செட்டியார் ஆகியோர் இந்த மேடையை அமைத்ததாகத் தெரிகிறது.

இதிலுள்ள இன்னொரு சிறப்பு என்னவெனில் இக்கோயிலின் திருப்பணிகளை 27.4.1973இல் தொடங்கி வைத்ததே அப்போதைய முதல்வர் கருணாநிதிதான் என்பது குறிப்பிடத் தக்கது. மேலும் இத்திருப்பணிகளுக்கான புரவலராகவும் கருணாநிதியே பொறுப்பேற்றார். அறநிலையத் துறை அமைச்சர் மு.கண்ணப்பன், கல்வி அமைச்சர் நெடுஞ்செழியன் உள்ளிட்டோர் இவ்விழாவில் பங்கேற்றுச் சிறப்பித்துள்ளனர். இக்கோயிலின் வளாகத்தில் உள்ள ஸ்ரீகாமாட்சி - ஏகாம்பரநாதர் கோயில் திருப்பணியும் தொடங்கப்பட்டது. திருப்பணிக் குழுத் தலைவராக குன்றக்குடி அடிகளார் இருந்துள்ளார்.

பின்னர் சற்றேறக் குறைய முப்பது ஆண்டுகள் கழித்து 23.01.2001இல் திருவள்ளுவர் கோயிலுக்கு கும்பாபிஷேகம் நடந்தேறி உள்ளது. அப்போதைய இந்து அறநிலையத் துறை அமைச்சர் தமிழ்க்குடிமகன் உள்ளிட்டோர் பங்கேற்றுள்ளனர்.

சந்நிதியில் தொள்ளக்காதுடன் வள்ளுவர் ஒரு கையில் ஜெபமணியும் மறு கையில் ஓலைச்சுவடியும் கொண்டுள்ளார்.

பத்மாசனத்தில் அபயமுத்திரை அருளியபடி காட்சி தருகிறவர், தமது சிரசில் லிங்கம் சூடியிருப்பதாகவும், மார்பில் அணிந்திருக்கும் யோகப்பட்டையில் 'நமசிவாய' எனும் பஞ்சாட்சர மந்திரம் பொறிக்கப்பட்டிருப்பதாகவும் அர்ச்சகர்கள் தெரிவிக்கின்றனர். மாசி மகம், சிவராத்திரி, ஆவணி மூலம் உள்ளிட்ட உற்சவங்கள் இங்கே சிறப்பாக நடைபெறுகின்றன. சிவனுக்கான சகல அலங்காரங்களும் அபிஷேகங்களும் திருவள்ளுவருக்கும் நடைபெறுகின்றன. வள்ளுவர் வாசுகிக்குத் திருக்கல்யாண வைபவமும் ஆண்டுதோறும் சித்ரா பௌர்ணமியில் இங்கே நடைபெறுகிறது.

வள்ளுவர் கோட்டம்

திருவள்ளுவரின் நினைவைப் போற்றும் வகையில் அவருக்காகக் கட்டப்பட்டதுதான் 'வள்ளுவர் கோட்டம்' ஆகும். இது சென்னை நுங்கம்பாக்கத்தில் அமைந்துள்ளது. 1973 ஏப்ரல் 27ஆம் நாள் அப்போதைய முதல்வர் கருணாநிதியால் அடிக்கல் நாட்டப்பட்டு 1976இல் கட்டி முடிக்கப்பட்டு திறக்கப்பட்டது.

சிற்பத் தேர் : திருவாரூர் கோயில் தேர் போலவே அதன் சாயலில் இங்குள்ள சிற்பத் தேர் கட்டப்பட்டுள்ளது. இதன் அடிப்பகுதி 25து25 அடி அளவு கொண்ட பளிங்குக் கல்லால் ஆனது. இதன் உயரம் 128 அடி ஆகும். 7 அடி உயரம் கொண்ட இரு யானைகள் தேரை இழுப்பதுபோல் வடிவமைக்கப்பட்டுள்ளது. தேரின் ஒவ்வொரு பக்கத்திலும் தனித்தனிக் கற்களால் செதுக்கப்பட்ட நான்கு சக்கரங்கள் காணப்படுகின்றன. இவை ஒவ்வொன்றும் 11.25 அடி குறுக்களவும், 2.5 அடி தடிமனும் கொண்டவை. பக்கவாட்டில் இரு சக்கரங்களுக்கு நடுவே இரு சிறிய சக்கரங்கள் அமைந்துள்ளன.

இத்தேருக்குள் திருவள்ளுவரின் சிலை வைக்கப்பட்டுள்ளது. இந்த கருவறை நில மட்டத்திலிருந்து 30 அடி உயர்த்தில் இருக்கிறது. எண் கோண வடிவான இக்கருவறையின் அகலம் 40 அடி. இக்கருவறை வாயிலில் திராவிடக் கட்டடக் கலைப் பாணியில் தூண்கள் நிறுவப்பட்டுள்ளன. இத்தேரின் முன்னுள்ள அரங்கத்தின் கூரைத் தளத்திலிருந்து இச்சிலை வைக்கப்பட்டுள்ள கருவறைப் பகுதியை அணுக முடியும். இத்தேர் அமைப்பின் கீழ்ப்பகுதி திருக்குறள் கருத்துக்களை விளக்கும் புடைப்புச் சிற்பங்களால் அழகூட்டப்பட்டுள்ளது.

நுங்கம்பாக்கம் வள்ளுவர் கோட்டம்

அரங்கம்: 220 அடி நீளமும், 100 அடி அகலமும் கொண்ட இந்த அரங்கத்தில் ஒரே நேரத்தில் சுமார் 4000 மக்கள் அமரலாம். இந்த அரங்கத்தின் வெளிப்புறத்தில் 20 அடி அகலம் கொண்ட தாழ்வாரங்கள் காணப்படுகின்றன. இவ்வரங்கத்தின் ஒரு பகுதியில் மேல் தளம் அமைக்கப்பட்டுள்ளது. இதற்குக் 'குறள் மணிமாடம்' என்று பெயர். இங்கு திருக்குறளிலுள்ள 1330 குறட்பாக்களும் கற்பலகைகளில் செதுக்கி வைக்கப்பட்டுள்ளன. அறம், பொருள், இன்பத்துப் பால்களைச் சேர்ந்த குறள்கள் முறையே கருநிறம், வெள்ளை மற்றும் செந்நிறப் பளிங்குக் கற்களில் பொறிக்கப்பட்டுள்ளன. இவற்றுடன் குறள்களில் உள்ள கருத்துக்களைத் தழுவி வரையப்பட்ட மரபு வழி மற்றும் நவீன ஓவியங்களும் காட்சிக்கு மெருகூட்டுகின்றன.

வேயா மாடம்: அரங்கத்தின் கூரைத்தளம் வேயாமாடம் எனப்படும். இந்த வேயா மாடத்துக்குச் செல்வதற்கு அரங்கத்தின் வாயிலுக்கு அருகில் படிக்கட்டுகள் அமைக்கப்பட்டுள்ளன. இத்தளத்தில்

உருந்து கருவறையை அணுக முடியும். இங்கேயிருந்து சில படிகள் உயரத்தில் அமைக்கப்பட்டுள்ள திருவள்ளுவர் சிலையையும், அதன் மேலுள்ள கோபுரத்தையும், கலசத்தையும் கண்டு களிக்கலாம். கட்டிடத்தைச் சுற்றி அழகான பூங்காவும் உண்டு.

கன்னியாகுமரி திருவள்ளுவர் சிலை

தமிழக அரசு சார்பில் முக்கடல் சங்கமிக்கும் குமரி முனையில் கடல் நடுவே நீர் மட்டத்திலிருந்து 30 அடி உயரமுள்ள பாறையின்மீது 133 அடி உயரத்தில் திருவள்ளுவருக்குப் பிரம்மாண்ட சிலை அமைக்கப்பட்டுள்ளது. இச்சிலை அமைக்கும் பணி 1990 செப்டம்பர் 1 ஆம் தேதி தொடங்கி முழுமையாக நிறைவடைந்ததைத் தொடர்ந்து 2000 ஜனவரி 1இல் கோலாகலமாகத் திறந்து வைக்கப்பட்டது.

வரலாறு

முக்கடல் சங்கமிக்கும் குமரிமுனைக்குத் தெற்கே கடலில் இரு பாறைகள் உண்டு. இதன் ஒரு பாறையில் விவேகானந்தருக்கு நினைவு மண்டபத்தை நிறுவிய ஏக்நாத் ரானடே, அதனுருகே உள்ள மற்றொரு பாறையில் திருவள்ளுவருக்குச் சிலை வைக்கலாம் என்று முதல்வர் கருணாநிதியிடம் பரிந்துரைத்து அதற்கான முழுத் திட்டத்தையும், வரைபடத்தையும் வழங்கினார். 1975ஆம் ஆண்டு டிசம்பர் மாதம் திருவள்ளுவர் சிலை அமைக்கும் திட்டமும் அறிவிக்கப்பட்டது. கருணாநிதி ஆட்சிக்குப் பிறகு எம்ஜிஆர் முதல்வரானர். 1979இல் பிரதமர் மொரார்ஜி தேசாயின் தலைமையில் திருவள்ளுவர் சிலை அமைக்க எம்ஜிஆர் அடிக்கல் நாட்டினார். 1989இல் கருணாநிதி மீண்டும் முதல்வரானதைத் தொடர்ந்து 1990-91இல் நிதி நிலை அறிக்கையில் நிதி ஒதுக்கீடு செய்யப்படவே 1990 செப்டம்பர் 6ஆம் தேதி சிலை அமைக்குப் பணிகள் தொடங்கி வைக்கப்பட்டன. மாமல்லபுரம் அரசு சிற்பக் கலைக் கல்லூரி முன்னாள் முதல்வர் கணபதி ஸ்தபதி தலைமையில் சிலை செதுக்கும் பணிகள் ஆரம்பமாயின.

அடுத்த ஐந்து ஆண்டுகள் எந்த முன்னேற்றமும் இன்றிச் சிலை அமைக்கும் பணிகளில் தொய்வு ஏற்பட்டது. பின்னர் மீண்டும் 1997இல் பணிகள் புத்துயிர் பெற்று விரைந்து முடிக்க முடுக்கி விடப்பட்டன. சிலை அமைக்கக் கற்கள் எடுத்துச் செல்ல கொச்சியிலிருந்து ‘பாண்டூன்’ என்ற படகு வாங்கப்பட்டது.

இதற்கான மொத்த செலவு ரூ 6.14 கோடிகள். சிற்பிகள், உதவியாளர்கள், பணியாளர்கள் என மொத்தம் 150 நபர்கள் நாளொன்றுக்குச் சுழற்சி முறையில் 16 மணி நேரம் வேலை செய்து குறித்த காலத்துக்குள் சிலையைச் செய்து முடித்தார்கள்.

திருவள்ளுவர் நேராக நிற்காமல் இடுப்பைச் சற்று வளைத்து நிற்பதுபோல் செதுக்கி உள்ளனர். இச்சிலையின் இடுப்பு வளைவு சற்றுச் சவாலாக இருந்தாலும் நவீன அறிவியல் துணையோடு வாஸ்து சாஸ்திரப்படி இதன் மர மாதிரியை உருவாக்கி அதன் எடை மையத்தை அளந்து பின்னர் செதுக்கி உள்ளனர். கன்னியாகுமரி, அம்பாசமுத்திரம் மற்றும் சோழிங்கநல்லூர் ஆகிய மூன்று சிலைக் கூடங்களிலும் பணிகள் நடைபெற்றதுடன் அம்பாசமுத்திரத்திலிருந்து 5000 டன் மற்றும் சோழிங்க நல்லூரிலிருந்து 2000 டன் கருங்கற்கள் கன்னியாகுமரிக்கு எடுத்துச் செல்லப்பட்டன.

சிலையின் ஆதார பீடம் அமைக்க மொத்தம் 3681 கற்கள் பயன்படுத்தப்பட்டன. இவை ஒவ்வொன்றின் நீளம் 13 அடி மற்றும் 15 டன் எடையாகும். மற்றவை 3 முதல் 8 டன் எடை கொண்ட கற்கள். காது, மூக்கு, கண், வாய், நெற்றி பகுதி களுக்கான கற்கள் எந்திர உதவியின்றி கைகளால் செதுக்கப்பட்ட ஒரே கற்களாகும். பனை மரமும், சவுக்கு மரமும், இரும்புக் கம்பிகளும், சாரம் கட்டப் பயன்படுத்தப்பட்டன. மொத்தம் 18,000 சவுக்கு மரங்கள் இரண்டு சரக்குந்து கொள்ளளவு கொண்ட கயிற்றால் முழுச் சாரமும் கட்டப்பட்டது.

சிலை அமைப்பு

சிலை பல கற்களைக்கொண்டு கட்டப்பட்ட பல மாடிக் கட்டிடம் போன்ற அமைப்பு கொண்டதாகும். உலகில் இதுபோன்று கருங் கற்களால் ஆன சிலை வேறு எங்குமே இல்லை. சிலையினுள் 130 அடி உயரம்வரை வெற்றிடம்தான். இருப்பினும் இந்த வெற்றிடம் சிலையின் ஸ்திரத் தன்மையை உறுதிப்படுத்தும் அதி நவீன தொழில்நுட்பம் உடையது. கற்களால் ஆன உத்திரங்களாலும், கட்டாயங்களாலும் பரவப்பட்டு சிலை எப்பக்கத்திலும் சாய்ந்து விடாது நேரே நிற்குமாறு உறுதியாக வடிவமைக்கப்பட்டுள்ளது.

அறத்துப்பால் 38, பொருட்பால் 70 மற்றும் காமத்துப்பால் 25 எனத் திருக்குறளில் உள்ள மொத்த அதிகாரங்களின் எண்ணிக்கை 133 ஆகும். இதனைக் கருத்தில்கொண்டே திருவள்ளுவர் சிலை நிற்கும் பீடத்தின் உயரத்தை 38 அடியாகவும், சிலையின் உயரத்தைத் 95 (70+25) அடியாவும் வடிவமைத்துள்ளனர். மண்டபத்தின் உட்புறச் சுவரில் ஒவ்வொரு அதிகாரத்தில் இருந்தும் ஒரு குறள் வீதம் மொத்தம் 133 குறட்பாக்களும், அவற்றின் ஆங்கில மொழிபெயர்ப்பையும் பொறித்துள்ளனர்.

சிலைக் குறிப்புகள்

- பீடத்தின் உயரம் 38 அடி. சிலையின் உயரம் 95 அடி. மொத்த சிலையின் உயரம் 133 அடி.
- சிலையின் ஆதார பீடம் அமைக்க மொத்தம் 3681 கருங்கற்கள் பயன்படுத்தப்பட்டன. இவை ஒவ்வொன்றின் நீளம் 13 அடி மற்றும் 15 டன் எடையாகும். மற்றவை 3 முதல் 8 டன் எடை கொண்ட கருங்கற்கள்.
- சிலையின் எடை 2500 டன். பீடத்தின் எடை 1500 டன். சிலையின் மொத்த எடை 7000 டன். பீடத்தைச் சுற்றியுள்ள மண்டபத்தின் எடை 3000 டன்.

சிலை அளவுகள்

- முகத்தின் உயரம் 10 அடி. முகத்தின் நீளம் 3 அடி. கொண்டை உயரம் 3 அடி.
- தோள்பட்டை அகலம் 30 அடி. கைத்தலம் 10 அடி. உடல் (மார்பும், வயிறும்) 30 அடி.
- இடுப்புக்குக் கீழ் தொடை மற்றும் கால் 45 அடி. கையில் ஏந்திய திருக்குறள் ஏட்டின் நீளம் 10 அடி.

2004 டிசம்பரில் சுனாமியின் போது திருவள்ளுவர் சிலை உயரத்துக்கு கடல் அலைகள் எழும்பியபோதும் சிலை எந்தச் சேதாரமும் இல்லாமல் தப்பித்தது அதன் கட்டுமானத் திறனுக்குச் சான்றாகும். உப்புக் காற்றிலிருந்து சிலையைப் பாதுகாக்க எப்போசைட் என்னும் ரசாயனக் கலவையை நான்கு ஆண்டு களுக்கு ஒருமுறை பூச வேண்டும் என்றும் சிலைமீது படிந்துள்ள உப்பை உறிஞ்ச காகிதக் கூழ் பூசி நீக்கவேண்டும் என்றும் திருவள்ளுவர் சிலை வடிவமைப்பாளர் கணபதி ஸ்தபதி கூறியுள்ளார். அதன்படியே இதன் பராமரிப்புப் பணிகள் இன்றும் நடைபெற்று வருகின்றன.

இலண்டன் S.O.A.S பல்கலைக்கழகத்திலும்
மற்றும் ஹரித்துவாரிலும் திருவள்ளுவரின் சிலை

சிங்கப்பூரில் உள்ள பிரபல MDIS கல்வி நிலைய வளாகத்தில்
திருவள்ளுவர் சிலை

திருவள்ளுவர் திரைப்படம்

திருவள்ளுவர் பற்றிய இத்திரைப்படம் 1941 மே 3ஆம் தேதி வெளிவந்தது. பிரகதி பிக்சர்ஸ் தயாரிப்பில், பிரேம் சேத்னா இயக்கத்தில் உருவான இப்படத்தில் செருகளத்தூர் சாமா, எம். லட்சுமணன், டி.எஸ். துரைராஜ், காளி என். ரத்தினம், எம். லட்சுமி, கே. எம். கமலம் ஆகியோர் நடித்திருந்தனர். இதன் திரைக்கதையை ஏ.டி. கிருஷ்ணசாமியும், வழூவூர் துரைசாமி ஐயங்காரும் எழுதி இருந்தனர். திருவள்ளுவர் குறித்த ஒரே தமிழ்ப்படம் இதுவாகத்தான் இருக்கும்.

திருவள்ளுவர் இதழ்

1950களில் வெளியான மாதாந்திர தமிழ்ச் சிற்றிதழ் ஆகும். இதன் ஆசிரியர் ம.ச.இராஜரத்தினம் பிள்ளை ஆவார். குறட்பா கருத்துக்களை முதன்மைப்படுத்தி இந்த சிற்றிதழ் வெளியானது. இந்த இதழ்களில் சிலவற்றை டிஜிடல் வடிவில் பாதுகாத்து ஆவணப்படுத்தி உள்ளனர். திருக்குறள் கருத்துக்களைத் தாங்கியும், நெறிகளைப் பரப்பவும், தனியாக பிரத்யேகமாக இதழ் ஏதும் இப்போது இருப்பதாகத் தெரியவில்லை.

திருக்குறள் கலைக்காட்சி - திருக்குறள் நெறிபரப்பு நிறுவனம்

இந்நிறுவனம் திருக்குறள் நெறிகளையும், தமிழின் சிறப்பையும் விளக்கிட மொழி ஞாயிறு தேவநேயப் பாவாணர் அவர்களால் 1949 ஆம் ஆண்டில் தொடங்கப் பெற்று, முத்தமிழ்க் காவலர் கி. ஆ. பெ. விசுவநாதம் அவர்களால் திறந்து வைக்கப் பெற்ற ஒரு தமிழ் அமைப்பாகும். தமிழறிஞர் தி.து.சுந்தரம் என்பவரால் நடத்தப் பெற்று வரும் இந்நிறுவனம் மூலம் திருக்குறள் நெறிபரப்பும் வகையில் இந்தியாவின் பல்வேறு இடங்களில் 6001 நிகழ்வுகள் நடத்தப் பெற்றுள்ளன.

தமிழகம் மட்டுமின்றி இந்திய எல்லையைத் தாண்டி உலகின் பல்வேறு நாடுகளில் உள்ள அமைப்புகள் திருவள்ளுவரையும், திருக்குறள் நெறிகளையும் போற்றி ஆண்டு முழுவதும் பல்வேறு நிகழ்ச்சிகளை நடத்தி வருகின்றன. திருக்குறள் மாநாடுகளும் உலகெங்கும் தொடர்ந்து நடைபெற்று வருவது கண்கூடு. ஆனால் இவை அனைத்தும் ஒருங்கிணைந்து ஒரே குடையின் கீழ் இயங்குகின்றனவா எனில் இல்லை என்பதே பதிலாக இருக்கும். அவ்வாறு ஒருங்கிணைப்பதும் நடைமுறைச் சாத்தியம் இல்லை.

பல்வேறு தமிழ் அறிஞர்கள் தலைமையில் கூட்டாகவும், தனியாகவும், அமைப்பு ரீதியாகவும் திருக்குறள் மாநாடுகள் உலகெங்கும் நடைபெற்று வருகின்றன. ஆனால் உலகத் தமிழ் மாநாடு போல் அரசு சார்பில் திருக்குறள் மாநாடு நடைபெற வேண்டும் என்பதே தமிழறிஞர்களின் விருப்பம்.

குறள் பீடம் விருது

'குறள் பீடம்' விருது என்பது இந்திய அரசு நிறுவனமான 'செம்மொழித் தமிழாய்வு மத்திய நிறுவனம்' வழங்கும் விருது ஆகும். இதன் மூலம் ஆண்டுதோறும் இந்தியத் தமிழறிஞர் ஒருவரும், பிறநாட்டு தமிழறிஞர் ஒருவரும் தேர்வு செய்யப்பட்டு அவர்தம் ஒப்பிலாப் பணியைப் போற்றும் விதமாகப் பாராட்டுச் சான்றிதழும், நினைவுப் பரிசும், ஒவ்வொருக்கும் தலா ரூ 5 லட்சம் பரிசுத் தொகையும் வழங்கப்படுகிறது.

திருவள்ளுவர் விருது

'திருவள்ளுவர் விருது' என்பது தமிழ்நாடு அரசின் தமிழ் வளர்ச்சித் துறையின் கீழ் இயங்கும் 'தமிழ் வளர்ச்சி இயக்ககம்' மூலம் வழங்கப்படும் விருதாகும். 1986 ஆண்டு தொடங்கி ஒவ்வொரு ஆண்டும் திருக்குறள் நெறி பரப்பும் ஒருவருக்கு இந்த விருது அளிக்கப்பட்டு வருகிறது. 1986 முதல் 1998 வரை விருதாளருக்கு ரூ. 20,000/- பணமுடிப்பும், தகுதியுரையும் வழங்கப்பட்டது. 1999 முதல் ரூ. 1 லட்சம் பணமுடிப்பும், எட்டு கிராம் அளவிலான தங்கப் பதக்கமும் அளிக்கப்படுகிறது.

திருவள்ளுவர் பல்கலைக்கழகம்

தமிழக அரசால் அக்டோபர் 16, 2002 அன்று 'திருவள்ளுவர் பல்கலைக்கழக' சட்டம் 2002 (தமிழ்நாடு சட்டம் 32-2002) கீழ் நிறுவப்பட்டதாகும். தொடக்கத்தில் சென்னைப் பல்கலைக் கழகத்தின் முதுகலை படிப்பிற்கான விரிவாக்க / நீட்சி மையமாக வேலூர் கோட்டை வளாகத்தில் செயல்பட்டு வந்தது. பின்னர் பல்கலைக்கழகமாக விரிவுபடுத்தப்பட்டு வேலூரை அடுத்த சேர்க்காட்டில் புதிய கட்டிடம் கட்டப்பட்டுச் செயல்பட்டு வருகிறது. கடலூர், வேலூர், திருவண்ணாமலை, விழுப்புரம் ஆகிய மாவட்டங்களில் உள்ள கலை மற்றும் அறிவியல் கல்லூரிகள் திருவள்ளுவர் பல்கலைக்கழகத்தின் கீழ் வருகின்றன.

திருவள்ளுவர் இரட்டைப் பாலம்

தமிழ்நாட்டின் திருநெல்வேலி மாவட்டத்திலுள்ள திருவள்ளுவரின் பெயர் சூட்டப்பட்டுள்ள இப்பாலம்தான், இந்தியாவிலேயே முதல் முதலாகக் கட்டப்பட்ட இரண்டு அடுக்குப் பாலம் ஆகும். 'திருவள்ளுவர்' பெயரை தாங்கியுள்ள இந்த மேம்பாலம் ஆசியாவிலேயே ரெயில் பாதையின் குறுக்கே அமைக்கப்பட்ட முதல் இரட்டை அடுக்கு மேம்பாலம் என்ற பெருமைக்குரிய சிறப்பு பெற்றது. திருக்குறள் போன்று இரண்டு அடுக்குகளுடன் கட்டப்பட்டுள்ளதால் இதற்குத் திருவள்ளுவர் பாலம் என்று பெயர் சூட்டப்பட்டுள்ளது.

மீண்டும் திருநீறு, ருத்ராட்சம், காவி உடையுடன் திருவள்ளுவர்

திருவள்ளுவர் எந்த மதத்தையோ, இனத்தையோ சார்ந்தவர் அல்ல. எல்லோருக்கும் பொதுவானவர் என்பதாலேயே அவரது திருக்குறள் உலகப் பொதுமறையாகப் போற்றப்படுகிறது. 1970களில் ஓவியர் வேணுகோபால் சர்மா வரைந்து தமிழக அரசு அங்கீகாரம் பெற்ற திருவள்ளுவர் படத்திலும் திருநீறு இல்லாமல் வெண்ணிற ஆடையுடனே காட்சி தருகிறார். இருப்பினும் திருவள்ளுவர் தொடக்கம் முதற்கொண்டே ருத்ராட்சம், திருநீறு, காவி உடையுடனும்தான் காட்சி அளித்தார் என்றும் இடையில் வந்த திராவிட கட்சிகளே அவற்றை நீக்கி வெள்ளுடை உடுத்தின என்கிறது பாரதிய ஜனதா கட்சி. அக்கட்சியின் டுவிட்டர் பக்கத்திலும் காவி திருநீறுடன் திருவள்ளுவர் படத்தை வெளியிட்டுப் பரபரப்பை ஏற்படுத்தினர். சென்னை தியாகராய நகரில் அமைந்துள்ள பாரதிய ஜனதா தலைமை அலுவலகமான கமலாலயத்தில் மேற்கண்ட திருநீறு, ருக்ராட்சம், காவி உடையுடன் திருவள்ளுவர் சிலையை விரைவில் திறக்கவும் திட்டமிட்டுள்ளனர்.

தமிழும், திருக்குறளும் உள்ள வரை சர்ச்சைகள் தொடர்ந்து கொண்டேதான் இருக்கும். இதுவே திருவள்ளுவருக்கும், திருக்குறளுக்கும் உள்ள தனித்துவமான, உலகின் வேறெந்தப் புலவனுக்கும் இல்லாத சிறப்பு.

9. திருக்குறள் குறித்த சுவையான தகவல்களும் அறிஞர்களின் உரைகளும்

பூவாளூர் தியாகராஜ செட்டியார்

ஒருநாள் தமிழறிஞர் பூவாளூர் தியாகராஜ செட்டியாரைத் தேடி உறையூருக்கு வந்திறங்கினார் ஐரோப்பியர் ஒருவர். அப்போது தியாகராஜ செட்டியார் சிவ பூஜையை முடித்து, உணவுண்டு, கையில் விசிறியுடன், இடுப்பில் துண்டுடன், புறத்திண்ணையில் அமர்ந்துகொண்டிருந்தார்.

ஐரோப்பியரை அன்புடன் வரவேற்ற தியாகராஜ செட்டியார் 'தங்களை நான் தெரிந்துகொள்ளவில்லையே? காலேஜ் பிரின்சிபாலாக இருந்த துரை யாரேனும் அனுப்பினார்களா?' என்று கேட்டார்.

'இல்லை. நானேதான் தங்களைத் தேடி வந்தேன். மதுரையில் இருந்து வருகிறேன். தமிழ் படித்து வருகிறேன்.'- அந்தத் துரை குழறிக் குழறித் தமிழ் பேசினார். அவர் பேச்சிலிருந்தே அவரொரு பாதிரியாராக இருக்க வேண்டும் என்பதைச் செட்டியார் ஊகித்துக்கொண்டார்.

'நான் யாப்பிலக்கணம் படித்தேன். திருக்குறள் படித்தேன். அந்த இலக்கணத்தின்படி திருக்குறளைச் சில இடங்களில் திருத்தி இருக்கிறேன். தங்களிடம் காட்ட வந்தேன்' என்றார் அந்த ஐரோப்பியர்.

இதைக் கேட்ட செட்டியார், 'என்ன குறளையா திருத்தினீர்கள்?' என்று திடுக்கிட்டார்.

'ஆமாம். எதுகை மோனை சில இடங்களில் சரியாக அமைய வில்லை' என்ற அந்த ஐரோப்பியர் அதற்குச் சான்றாகப் பின்வரும் குறள்,

> 'தக்கார் தகவிலர் என்ப தவரவர்
> எச்சத்தாற் காணப் படும்'

என்றிருக்கிறதே. இக்குறளில். 'தக்கார்' என்ற சொல்லுக்கு எதுகை சரியாக அமையாததால் இரண்டாவது அடியில்' எச்சத்தாற்' என்பதற்கு மாற்றாக 'மக்களாற்' என்று மாற்றிவிட்டேன். இப்போது இந்தக் குறள் 'தக்கார் தகவிலர் என்ப தவரவர் மக்களாற் காணப் படும்' என்று எவ்வளவு நேர்த்தியாகப் பொருந்துகிறது பார்த்தீர்களா?' என்று திருக்குறளைத் திருத்திய மேதையாகச் செட்டியாரைப் பார்த்துப் புன்னகைத்தார்.

செட்டியாருக்கு பெரும் கோபம் மூண்டது. எழுந்து நின்ற செட்டியார் இடுப்பில் கட்டிய துண்டை இழுத்துக் கட்டிக் கொண்டார். தலையில் அடித்துக்கொண்டு காதைப் பொத்திக் கொண்டார். ஆத்திரம் மேலிடச் செட்டியார் செய்த செய்கை அந்த ஐரோப்பியரை மேலே பேச விடாமல் செய்தது.

'ஏனையா? நீர் திருவள்ளுவரைவிடப் புத்திசாலியாகி விட்டீரோ? குறளைத் திருத்தவேண்டுமென்ற இந்த ஞானம் உமக்கு எப்படி ஏற்பட்டது? திருக்குறள் எப்படிப்பட்ட நூல்? உம்முடைய கையில் சிக்கிச் சீரழியவா திருவள்ளுவர் திருக்குறளை இயற்றினார்? 'எச்சத்தாற்' என்பதை 'மக்களாற்' என்று திருத்தத் துணிந்தீரே? 'எச்சம்' என்பதும் 'மக்கள்' என்பதும் ஒன்றாகுமா? ஒரே பொருளைத் தருமா? இதைத் திருவள்ளுவர்தான் அறியாதவரா? இந்த வித்தியாசம்கூடத் தெரியாதவருக்குத் திருக்குறளைக் கையில் தொடுவதற்குக்கூட யோக்கியதை இல்லை. இந்த மகாபாதகச் செயலைச் செய்தவர் முகத்தில் விழிப்பதே பாவம்' என்று சொல்லிக் கொண்டே வீட்டுக்குள் சென்று கதவை அடைத்துக்கொண்டார். தமிழ் இலக்கிய

இலக்கணங்களைத் தாழ்த்திப் பேசுவோரைக் கண்டால் ருத்ர தாண்டவம் ஆடிவிடுவார் தியாகராஜ செட்டியார். அந்த ஐரோப்பியர் வேறேதும் சொல்ல வழியின்றி வந்த வழியே திரும்பச் சென்றார்.

(பக்கம் 520-523/டாக்டர் உ.வே. சாமிநாதய்யர்
உரைநடை நூல்கள் / தொகுதி 3).

வள்ளல் பாண்டித் துரைத் தேவர்

இராமநாதபுரத்தைத் தலைமைப் பதியாகவும், தமிழ்ப் பதியாகவும் கொண்டு மறவர் சீமையின் ஆட்சியாளர்களாகத் திகழ்ந்தவர்கள் சேதுபதி மன்னர்கள். அவர்களின் வழி வந்த பாவலரும், நாவலருமான பாஸ்கர சேதுபதியின் பெரிய தந்தையான பொன்னுசாமித் தேவரின் புதல்வர் மதுரையில் நான்காம் தமிழ்ச் சங்கம் கண்ட வள்ளல் பாண்டித் துரைத் தேவர். ஒருமுறை புலவர்கள் சூழச் சங்கத்தில் அமர்ந்துகொண்டு பைந்தமிழ்க் காவலர் பாண்டித் துரைத் தேவர் தமிழ் ஆய்வு செய்துகொண்டிருந்தபோது அவரைச் சந்திக்க வந்த ஐரோப்பியர் ஒருவர், 'திருக்குறளில் பல இடங்களில் எதுகையும், மோனையும், சரியாக அமையவில்லை. எனவே எதுகையும், மோனையும், சரியாக இடம் பெறும் வகையில் திருக்குறளைத் திருத்தி அச்சடித்துள்ளேன்' என்று கூறித் தனது அறிவாற்றலைத் தானே மெச்சிக்கொண்டார்.

'அகர முதல எழுத்தெல்லாம் ஆதி
பகவன் முதற்றே உலகு'

என்கிற குறளில் 'அகர' என்ற சொல்லுக்கான எதுகையாக பகவான்-க்குப் பதிலாகச் 'சிகர' என மாற்றி

'அகர முதல எழுத்தெல்லாம் ஆதி
சிகர முதற்றே உலகு'

என்று திருத்தி உள்ளேன் என்றவர், தான் அதை பல பிரதிகள் அச்சிட்டுள்ளதாகவும் அதைப் பெருமளவில் வாங்கித் தன்னை ஊக்குவிக்க வேண்டும்' என்றும் கேட்டுக்கொண்டார்.

உடனிருந்த புலவர் அரசஞ் சண்முகனாருக்கு இதைக் கேட்டவுடன் கோபம் தலைக்கேறியது. இப்போதைக்கு வேகத்தைவிடவும் விவேகமே முக்கியம் என்பதால் பாண்டித்

துரை தேவர் அவரை அமைதிப்படுத்தினார். ஐரோப்பியரை அருகில் அழைத்து அச்சுப்போட்ட நூல்களுடன் கையெழுத்து மூலத்தையும் கொண்டு வருமாறு வேண்டினார். அவற்றை மொத்தமாகத் தானே வாங்கிக்கொள்வதாகவும் உறுதி அளித்தார். சில நாள்களில் அந்த ஐரோப்பியர் அச்சிட்ட நூல்களையும், கையெழுத்து மூலத்தையும் கொடுக்கத் தேவர் எதிர்பார்த்ததை விடக் கூடுதலாக சன்மானம் கொடுத்து வழியனுப்பி வைத்தார். கூட இருந்த புலவர்களுக்கு ஒன்றும் புரியவில்லை. தவறாக அச்சிடப்பட்ட திருக்குறள் நூல்களை பாண்டித்துரைத் தேவர் ஏன் வாங்கி ஊக்கப்படுத்துகிறார் என்று சஞ்சலப்பட்டனர்

ஐரோப்பியர் அச்சிட்ட இரண்டாயிரம் பிரதிகளையும், கையெழுத்து மூலத்தையும் சொந்தச் செலவில் தானே விலை கொடுத்து வாங்கினார் பாண்டிதுரைத் தேவர். பின்னர் ஏனைய புலவர் பெரும் மக்கள் முன்னிலையில் அவற்றை ஒன்றுவிடாமல் தீயில் கொளுத்திச் சாம்பலாக்கிய பிறகே நிம்மதி அடைந்தார். ஆம். அந்த ஐரோப்பியன் திருத்திய திருக்குறளின் ஒரு பிரதிகூடத் தமிழ் மக்கள் கைகளில் கிடைத்துவிடக்கூடாது என்ற நல்ல எண்ணத்தில் அவற்றைப் நெருப்புக்கு இரையாக்கினார். அவரது நோக்கத்தைப் புரிந்துகொண்ட புலவர்கள் அகமகிழ்ந்தனர். தவறான திருக்குறள் பிரதி வேறு யாரிடமாவது சிக்கியிருந்தால் தமிழுக்கே கேடாக அல்லவா முடிந்திருக்கும் என்று நிம்மதிப் பெருமூச்சுவிட்டனர்.

திருக்குறளை மொழிபெயர்த்த ஐரோப்பியர்கள்

திருக்குறளின் பெருமையை நம் நாட்டவரைக் காட்டிலும் அதனைப் பிறநாட்டினருக்கு எடுத்துச் செல்ல வேண்டும் என்ற கடப்பாட்டில் மேலைநாட்டு கிருத்தவ சமய ஞானிகள் மிகுந்த அக்கறை காட்டினர். திருக்குறள் இன்றைக்கு உலகெங்கும் பரவியதற்கு இவர்களின் பங்களிப்பை மறுக்க முடியாது. திருக்குறளைக் கவிதையாக மொழிபெயர்ப்பது கடினம் மற்றும் இயலாது என்ற பொதுவான கருத்தைத் தாண்டிக் கவிதையாகவும் மொழிபெயர்த்துள்ளனர். திருக்குறள் மொழி பெயர்ப்புக் குறித்து 'No translation of Tirukural can convey an idea of its charming effect' என்னும் கருத்து உண்மைதான். திருக்குறளை மேலை நாட்டினர் தமக்கு வேண்டியவாறு வேண்டிய வகையில் மொழி பெயர்த்துள்ளமையும் எண்ணிப் பார்க்கத் தக்கது.

1794இல் கிண்டர்ஸ்லி அதன் சில பகுதிகளை ஆங்கிலத்தில் மொழிபெயர்த்தார். 1812இல் எல்லிஸ்ஸும், 1840இல் ட்ரூவும், 1872இல் கோவரும், 1878இல் இராபின்சனும், 1885இல் லாரசரஸும் உரைநடையிலும், இரு அதிகாரங்களைச் செய்யுள் வடிவிலும் மொழி பெயர்த்தனர். இவர்களைத் தொடர்ந்தே 1885இல் ஜி.யு. போப் திருக்குறள் முழுவதையும் மொழி பெயர்த்தார். இவர்களைத் தொடர்ந்து இதுவரை திருக்குறள் பல்வேறு இந்திய மற்றும் உலக மொழிகளில் தொடர்ந்து மொழிபெயர்க்கப்பட்டு வருகிறது.

ஃப்ரா ஜோம டி வில்லா கோத்தே

கி.பி.4லேயே திருக்குறளின் சிறப்புமிகு பகுதிகள் கிரேக்கத்தில் மொழிபெயர்க்கப்பட்டிருந்தாகச் சொன்னாலும், அதற்கான சான்றுகள் கிடைக்கவில்லை. கி.பி.1521-1551 ஆண்டுகளில் இலங்கை கோட்டே பகுதியை ஆண்ட புவனேகபாகு அரசவையில் குழுமியிருந்த மதவாதிகள் தத்தம் சமயமே உயர்ந்தது என்பதை நிலைநிறுத்தச் சொற்போரில் ஈடுபட்டு வந்தனர். அப்போது அந்த அவையில் இருந்த போர்ச்சுகல் நாட்டு கிருத்தவப் பாதிரியாரான ஃப்ரா ஜோம டி வில்லா கோத்தே (Fra Joma de vila Conde), 'தமிழகத்தில் மயிலாப்பூரைச் சேர்ந்த திருவள்ளுவர் என்னும் புலவர் எழுதிய திருக்குறளைப் படித்துப் பாருங்கள். எந்தச் சமயக் கருத்தையோ, இனத்தையோ குறிப்பிடாமல் உலகின் அனைத்துச் சமூக மக்களுக்கும் ஏற்ற கொள்கைகளைக் கொண்ட நூலாக எழுதி உள்ளார்' என்று கூறினாராம்.

வீரமாமுனிவர்

கிருத்துவத்தைப் பரப்ப இந்தியாவுக்கு வந்த ஐரோப்பியப் பாதிரிமார்கள் தமிழகத்தின் இலக்கியச் செல்வத்தையும், கலைக் கருவூலத்தையும் கண்டு வியந்து தங்கள் பாஷைகளில் மொழிபெயர்க்கத் தொடங்கினர். குறிப்பாகத் திருக்குறளின் கருத்துக்களால் ஈர்க்கப்பட்டு அவர்கள் மேற்கொண்ட மொழி பெயர்ப்புப் பணி அளவிடற்கரிது. அவர்களுள் குறிப்பிடத்தக்கவர் இத்தாலியில் பிறந்த கான்ஸ்டண்டைன் ஜோஸஃப் பெஸ்கி (Constantine Joseph Besch) என்னும் இயற்பெயர் கொண்ட வீரமாமுனிவர். 1710இல் தமிழகம் வந்த இவர் உள்ளூர் மொழியைத் தெரிந்துகொண்டால் மதத்தைப் பரப்ப வசதியாக இருக்கும் என்னும் நோக்கில் தமிழைக் கற்கத் தொடங்கிப் பின்னர்

இலக்கிய இலக்கணங்களை ஆழப் படிக்கத் தொடங்கினார். கி.பி.1730இல் முதன் முதலாகத் திருக்குறளின் முப்பால்களில் முதலிரண்டு பால்கள் அறத்துப்பால், பொருட்பால்களை இலத்தீனில் மொழிபெயர்த்து ஐரோப்பியர்களுக்குத் தமிழ் மறையை,

இருளிலே ஒளிவீசும் விண்மீன்;
பாலைவனத்தில் பூத்த அழகுமலர்;
அறியாமையை அகற்றும் ஒளிச்சுடர்;
உலகிற்கு வழிகாட்டும் கலங்கரை விளக்கம்

என அறிமுகப்படுத்துகிறார்.

கிறித்தவ சமய இறைபணியில் ஈடுபட்டிருந்த வீரமாமுனிவர் தமிழகத்தின் தலைசிறந்த படைப்பாகிய திருக்குறளைப் பெரிதும் போற்றினார். குறளில் உள்ள அறநெறிக் கருத்துக்கள் அவரைக் கவர்ந்தன. அவர் வாழ்ந்த 18ஆம் நூற்றாண்டில் திருக்குறள் பொது மக்களிடையே இன்று அடைந்துள்ள உயரிய நிலையை எய்தியிருக்கவில்லை. ஆனால் வள்ளுவரின் கருத்துகளைத் தமிழ் மக்களும் பிற நாட்டவரும் அறிந்து பயனடைய வேண்டும் என்னும் ஆர்வத்தால் வீரமாமுனிவர் திருக்குறளை ஆழ்ந்து கற்று, அதன் மெய்யறிவை உலகறியப் பறைசாற்றினார்.

துறவு பூண்டிருந்த தமிழறிஞர் வீரமாமுனிவர் காமத்துப் பாலை விட்டுவிட்டு, அறம், பொருள் என்ற இரு பால்களில் வரும் குறட்பாக்கள் அனைத்தையும் இலத்தீனில் மொழிபெயர்த்து, அம்மொழியிலேயே ஒவ்வொரு குறளுக்கும் விளக்கம், அருஞ்சொற்பொருள் ஆகியவற்றை அளித்தார். குறளை அப்படியே இலத்தீன் அரிச்சுவடி முறையில் (transliteration) எடுத்து எழுதியிருக்கிறார். வீரமாமுனிவரின் இப்படைப்பை ஜி.யூ. போப் பதித்து வெளியிட்டார். ட்ரூ, கிரவுல், எல்லிஸ் போன்றவர்களும் இம்மொழிபெயர்ப்பைப் பயன்படுத்திக் கொண்டனர். படித்த மேனாட்டு மக்கள் மட்டுமன்றி, புலவர் அல்லாத, செந்தமிழ் பயிலாத தமிழ் மக்களும் குறளைப் படித்துப் பயனடையவேண்டும் என்ற ஆர்வத்தில், வீரமாமுனிவர் அக்காலப் பேச்சு நடையில் திருக்குறளுக்குப் பொருள், விளக்கவுரை மற்றும் அருஞ்சொற்பொருளுரை எழுதியுள்ளார்.

திருக்குறளுக்குப் பரிமேலழகர் இயற்றிய உரையில் சுமார் 200 குறட்பாக்களைத் தேர்ந்தெடுத்து செந்தமிழ், வேதியருக்குப்

பயன்படும் வகையில் எளிய தமிழில் ஆக்கியுள்ளார். இந்நூலின் பிரதி ஒன்று சென்னை அரசு பழஞ்சுவடி நூலகத்தில் டி. 161 என்ற எண் பெற்றுள்ளதாக முனைவர் இராசமாணிக்கம் குறிப்பிடுகிறார்.

தமிழ் மறையாம் திருக்குறள் வீரமாமுனிவரோடு இரண்டறக் கலந்துவிட்டபடியால், அவர் இயற்றிய நூல்களில் பல இடங்களில் அதை மேற்கோளாகக் காட்டியதில் வியப்பேதும் இல்லை. உதாரணத்துக்குத் திருவள்ளுவர் மீதும் குறள் மீதும் கொண்ட ஈடுபாட்டைத் 'தொன்னூல் விளக்கத்தின் பொருளதி காரத்தில்' பதிகம் பற்றிப் பேசும்போது சூத்திரம் 149இல் வீரமாமுனிவர் பின்வருமாறு கூறுவது நன்கு விளக்கும்:-

> 'இதற்கெல்லாம் உதாரணம் ஆகும்படி திருவள்ளுவ நாயனார் பயன் ஒன்றெடுத்து, தேற்றப் பொருள் வகைக்கு இயற்றமிழாய் விரித்துரைப்பப் பதிகமாவது. எவ்வகை நூலும் கல்லாது உணரவும், சொல்லாது உணர்த்தவும் வல்லவராகி, மெய்ஞ்ஞானத் திருக்கடலாகிய ஒரு மெய்க்கடவுள் தன் திருவடிமலரே தலைக்கு அணியெனக் கொண்டேத்தி, இருள் இராவிடத்து விளங்கிய ஒரு மீன் போலவும், மாலைச் சுரத்து அரிதலர்ந்த பதுமம் போலவும், மெய்யாம் சுருதி விளக்காது இருளே மொய்த்த நாட்டின் கண்ணும், கடவுள் ஏற்றிய ஞானத் திருவிளக்கு எறிப்பத் தெளிந்துணர்ந்து, எங்கும் ஒரு விளக்கென நின்று உயர்ந்த திருவள்ளுவர் உரைத்த பலவற்று ஒன்றை நான் தெரிந்து உரைப்பத் துணிந்தேன்.
>
> அந் நாயனார் தந்த பயன் என்னும் பெருங்கடல் ஆழத்தில் மூழ்கி, ஆங்குடை அருமணி எடுத்து ஒரு சிறு செப்பின் அடைத்தாற்போலத், திருவள்ளுவரது பயனெல்லாம் விரித்துப் பகரும்படி நான் வல்லவன் அல்லேன். ஆகையின், அக்கடற்றுறை சேர்ந்து ஒரு மணியெடுத்துக்காட்டல் உணர்ந்தேன். அவர் சொன்ன குறளின் ஒன்றே இங்ஙனம் நான் விரித்துரைப்பத் துணிந்தேன். அஃதாவது, 'மனத்துக்கண் மாசிலனாதல் அனைத்தறன், ஆகுல நீர பிற என்பது'. இல்லறம் துறவறம் என்றிவ் விரண்டனுள்ளும் அடங்கி நிற்கும், எல்லா அறங்களும், மனத்தின் தூய்மையாற் பெறும் பெருமையே தருமம் எனவும், மனத்தினுள் மாசு கொண்டவன் செய்யும் தவமும் தானமும், மற்றை யாவும் அறத்தின் அரவம் ஆவதன்றி, அறத்தின் பயனுள அல்ல எனவும், அக்குறள்

இருபயன் இவை என விரித்துக் காட்டுதும். விரிப்பவே, மெய்யும் பொய்யும் விளக்கி, உட்பயன் தரும் மெய்யறத்தின் தன்மையே வெளியாய், இஃதொன்று உணர்ந்து நாம் அதற்கு ஒப்ப நடந்தால், இது வீடு எய்தும் வழியெனக் காணப்படும். பெரும் பொருள் நேர்ந்து பொய்ம்மணி கொள்வது கேடு அன்று ஆயினும், பொருளை நேர்ந்தும், உடலை வாட்டியும் உயிரை வருத்தியும் மேற்கதி வீட்டிற் செல்லாச் சில பொய் அறங்களை ஈட்டுவது, அதிலும் கேடு ஆம் அன்றே.' (ஆதாரம்: முனைவர் மறைத்திரு இராசமாணிக்கம், 'வீரமாமுனிவர்: தொண்டும் புலமையும்', தே நொபிலி ஆராய்ச்சி நிறுவனம், லயோலாக் கல்லூரி, சென்னை 600 034. முதல் பதிப்பு: 1996. இரண்டாம் பதிப்பு 1998)

வீரமாமுனிவர் எழுதிய வேதியர் ஒழுக்கம், திருக்கடையூர் நிருபம், பரமார்த்த குருவின் கதை, தமிழ்-இலத்தீன் அகராதி, திருக்காவலூர்க் கலம்பகம், அடைக்கல நாயகி வெண்கலிப்பா, கிளாவிஸ் இலத்தீன் இலக்கணம், செந்தமிழ் இலக்கணம், தேம்பாவணி ஆகிய நூல்களிலும் திருக்குறளை மேற்கோள் காட்டி உள்ளார்.

எம் ஏரியல்

கி.பி.1848இல் பிரஞ்ச் நாட்டு அறிஞர் எம்.ஏரியல் (M.Ariel) 'திருக்குறள் தமிழ் இலக்கியத்துள் தலைசிறந்த படைப்பு. மனித இனத்தின் சிந்தனையில் முகிழ்ந்த உயர்வும் தூய்மையும் வாய்ந்த இலக்கியப் பெட்டகம். அதன் ஆசிரியர் திருவள்ளுவர் சாதி, இனம், சமய வேறுபாடுகளைக் கருத்தில் கொள்ளாமல், மனித இனம் முழுமைக்கும் பொருத்தக்கூடிய கட்டற்ற சிந்தனையையும், பெருஞ்சிறப்பு வாய்ந்த அறங்களையும் அறிவுறுத்துவது நம்மை வியப்பில் ஆழ்த்துகிறது' என்று பாராட்டி உள்ளார்.

கால் கிரால்

'இருநோக்கு இவளுண்கண் உள்ளது; ஒருநோக்கு
நோய்நோக்கு; ஒன்று அந்நோய் மருந்து' (குறள் 1091)

என்னும் திருக்குறளையும் 'இப்பெண்ணிடம் இரு நோக்கு உள்ளது. ஒன்று நோய் தரும். இன்னொரு அந்நோய்க்கு மருந்தாகும்' என்ற பொருளையும் ஒருமுறை ஜெர்மானிய அறிஞர் டாக்டர் கால் கிராலிடம் (*Karl Graul*) யாரோ எடுத்துரைத்தார்.

திருக்குறளின் பொருள் ஆழத்திலும், கலை அழகிலும் தம் உள்ளத்தைப் பறிகொடுக்க அப்போது முதல் திருக்குறளைத் தொடர்ந்து படிக்கத் தொடங்கி 1854இல் ஜெர்மன் மற்றும் 1856இல் இலத்தீனில் மொழிபெயர்த்தார்.

ஜி.யூ.போப்

இன்றைக்குத் திருக்குறள் உலகம் முழுவதும் பரவலாக அறியப்பட்டுப் பல்வேறு பாஷைகளில் மொழிபெயர்க்கப்பட்டு உள்ளது எனில் அதறகான முழுமுதற் காரணம் ஆங்கிலத்தில் மொழிபெயர்த்த ஜி.யு. போப் எனில் தவறில்லை. கனடாவில் பிறந்த ஜி.யு. போப் கிருத்தவ சமயத்தைப் பரப்புவதற்காக 1839இல் தமிழகம் வந்தார். திருக்குறளை முழுமையாக மொழி பெயர்த்து கி.பி.1886இல் வெளியிட்டார். நீண்ட முன்னுரையும், நூலின் இறுதியில் வீரமாமுனிவரின் இலத்தீன் மொழி பெயர்ப்பையும், எல்லிஸ் மொழிபெயர்ப்பையும், தமது விளக்கங் களுடன் வழங்கி உள்ளார். ஆங்காங்கே ஒப்புமை காட்டிச் சென்றிருப்பதும், சொற்பொருள் அகராதியை இணைத் திருப்பதும், அவருக்குத் திருக்குறள் மீதிருக்கும் பற்றுக் காரணம் எனலாம். பரிமேலழகர் கருத்தைத் தழுவி சரவணப் பெருமாள் வெளியிட்ட நூலை அடிப்படையாகக் கொண்டே மொழிபெயர்த் துள்ளதாகவும், மக்களின் உயிரில் கலந்த நூல்களில் அது ஒன்றாக ஒளிர்கிறது. அதற்கு அழிவில்லை என்றும் தெரிவித்துள்ளார்.

ஜி.யு. போப் கிருத்தவ போதகர் என்பதால் திருக்குறள் கருத்துக்குக் கிருத்தவச் சிந்தனைகள் உறுதுணையாக இருந்தன என்றும் கிருத்தவ வேத நூல்களின் கருத்துக்களால் திருவள்ளுவர் உந்தப்பட்டிருக்கவேண்டும் என்பதில் உறுதியாக இருந்தார். இதன் அடிப்படையிலேயே திருக்குறள் மொழிபெயர்ப்பு அறிமுக உரையில் 'கிருத்தவ ஆசிரியர்களையும், அலெக்சாண்டிரியச் சிந்தனைத் தொடர்பான கிருத்தவக் கருத்துக்களையும் தம் குறிக்கோளுடன் ஒப்பிட்டுப் பார்த்துத் திருவள்ளுவர் கடற்கரையில் தனியே சென்றதை நாம் மனக்கண்ணில் எண்ணிப் பார்க்கலாம். திருக்குறளில் மலைப் பிரசங்கத்தின் எதிரொலியைக் காணலாம்' என்று குறிப்பிட்டுள்ளார்.

திருக்குறளை ஆர்வத்துடனும், பொறுப்புடனும் மொழி பெயர்த்திருக்கும் ஜி.யு. போப்பின் முயற்சியைக் குறை கூற முடியாதெனினும், அவர் தெளிவுபட மொழி பெயர்க்கவில்லை

என அறிஞர் சிலர் சுட்டிக் காட்டுவர். எதுகையிலும், சந்தை நயத்திலும் ஆட்பட்டு அவர் ஆங்கில யாப்புப்படி ஈற்றடிகளை எதுகை நயம் தோன்ற மொழி பெயர்த்துள்ளார். மேலும் பிறநாட்டவர் கருத்தினை விளக்கமாக அறிதல்வேண்டும் எனக் கருதி சில குறட்பாக்களை நான்கு அடிப்பாடலாக ஆக்கியுள்ளார். இவ்வாறு விரித்துரைப்பதால் மையக் கருத்திலிருந்து விலகுவதுடன், தேவையற்ற சில செய்திகளும் புகுந்துவிடும்.

இருப்பினும் போப்பின் அரிய உழைப்பும், திருக்குறளை உலகறியச் செய்யவேண்டும் என்னும் நாட்டமும் காரணமாக மேற்கூறிய குறைகளைப் பெரிதுபடுத்தவேண்டியதில்லை. பின்னர் வெளியான மொழிபெயர்ப்புகளுக்கு அவரது நூலே முன்னோடியாகவும், வழிகாட்டியாகவும் அமைந்திருந்தது என்பதை மறுக்க இயலாது. உலகிலுள்ள எல்லாப் பொருள்களும் மாறுகின்றன; மறைகின்றன. ஆனால் அவருடைய புகழ் குன்றவில்லை. பெருகிக்கொண்டே போகிறது. ஒரு காலத்தைச் சேர்ந்த அல்லது ஒரு நாட்டைச் சேர்ந்த மக்களையோ வள்ளுவர் பாடவில்லை. மாறாக அனைத்துலக மற்றும் அனைத்துப் பிரிவு மக்களின் நல்வாழ்வு குறித்துப் பாடிய பாவலர் அவர்.

குறளடிகள் குறுகியதாக அமைக்கப்பட்டிருந்தாலும், அது உணர்த்தும் துல்லியமான பொருள் அபாரமானது. இதனால்தான் சான்றோர் மத்தியில் திருக்குறள் ஓர் உயரிய உன்னதமான இடத்தைப் பெற்றுள்ளது. குறளைப் போன்றே குறுக்கிச் சொல்ல வேண்டுமாயின், குறளின் பொருளை உணர்ந்தோருக்கு அவை செல்வத்துள் எல்லாம் தலையாக நிற்கின்றது.

திருக்குறள் பரந்துபட்ட பல்வேறு துறைகளுக்கு உரிய விழுமிய கருத்துக்களைக் கொண்டிருப்பதால், ஒரு புலவரால் எடுத்துரைத்திருக்க இயலாது. மேலும் நூலின் அமைப்பில் காமத்துப்பல், ஏனைய இரு பால்களின் அமைப்பிலிருந்து வேறுபட்டுள்ளதால், பல முனிவர்கள் ஒரு காலத்தில் இயற்றிய பாடல்களைப் பிற்காலத்தில் யாரோ ஒருவர் தொகுத்திருக்கலாம். எனவே திருக்குறள் ஒரு தொகை நூல் என்கிறார் எம் ஜூல்ஸ் வின்சன்.

ஆனால் இவரது கருத்தை மறுத்து, ‘திருவள்ளுவர் தனது நூலைத் திட்டமிட்ட வகையில் அமைக்காமல் இருக்கலாம். ஆனால் நிச்சயமாகத் திருக்குறள் தொகை நூல் அல்ல என்பதை உறுதியாகக் கூறலாம். விரிவாகவும், செம்மையாகவும், இயற்றப்

பட்ட நூல் திருக்குறள் என்பதில் ஐயமில்லை. காமத்துப்பாலின் நோக்கும் போக்கும் மற்ற இரு பால்களிலிருந்து வேறுபட்டு இருந்தாலும், அங்கும் அறம் பாட வந்தவராகிய திருவள்ளுவரின் முத்திரையைக் காண்கிறோம்' என்கிறார் ஜி யூ போப். உலகளவில் திருக்குறளை எடுத்துச் சென்ற வகையில் தமிழுலகம் ஜி.யு. போப்புக்கு என்றென்றும் கடமைப்பட்டுள்ளது.

லியோ டால்ஸ்டாய்

லியோ டால்ஸ்டாய் என அழைக்கப்படும் லெவ் நிக்கலாயெவிச் டால்ஸ்டாய் (Lev Nikolayevich Tolstoy) ரஷியாவில் பிறந்த உலகப் புகழ் பெற்ற எழுத்தாளர்களுள் ஒருவராவார். அவரது படைப்புகளில் 'போரும் அமைதியும்' மற்றும் 'அன்னா கரேனினா' ஆகியவை புகழ் பெற்றவை. சத்தியாக்கிரகத்தின் பெருமைகளையும், நெறிமுறைகளையும் லியோ டால்ஸ்டாய் எழுத்துக்களிலிருந்தே கற்றுக்கொண்டதாகக் மகாத்மா காந்தியடிகள் குறிப்பிட்டுள்ளார்.

மேலும் காந்தியும் டால்ஸ்டாயும் கடிதத் தொடர்பும் கொண்டிருந்தனர். அவ்வாறு அவர்கள் ஒருவருக்கொருவர் கடிதம் எழுதிக்கொள்ளும்பொழுதுதான் காந்திக்கு டால்ஸ்டாய் திருக்குறளை அறிமுகம் செய்து வைக்கின்றார். உலகில் உள்ள அனைத்து சமயங்களைப்பற்றியும் ஆராய்ந்துகொண்டிருந்த டால்ஸ்டாய் ஆங்கிலேயர்களின் வழியாகவே இந்தியாவில் இருந்த சமயத்தினை அறிந்து இருந்தார். இந்தியா என்றால் ஒரு தேசம், அங்கே இருந்தது ஒரு மதம்... அது இந்து மதம் என்றேதான் தெரியும். அதனால் அவர் கடிதம் எழுதுகையில் 'இந்துவுக்கு ஒரு கடிதம்' என்றே எழுதுகின்றார். திருக்குறளைப் பற்றியும் இதில் டால்ஸ்டாய் கூறியுள்ளார். அதை 'இந்து குறள்' எனக் குறிப்பிட்டுள்ளார். இதுவே பின்னாளில் காந்தி சிறையில் இருக்கும் பொழுது திருக்குறளைப் படிக்கக் காரணம். 'இந்து' என்ற சொல்லை 'இந்தியா' என்ற பொருளிலேயே டால்ஸ்டாய் குறிப்பிட்டிருக்கவேண்டும்.

அக்கடிதத்தில் மக்களைப்பற்றியும், உலக சமயங்களைப் பற்றியும், இந்தியாவைப்பற்றியும் அவர் காந்தியிடம் பேசுகின்றார். மேலும் குறிப்பாக அன்பினைப்பற்றியும் பேசுகின்றார். அவ்வாறு பேசும்பொழுது திருக்குறளில் இருந்து சில குறள்களை எடுத்துக்காட்டாக காட்டியே அவர் பேசுகின்றார். பிறருக்கு தீங்கு விளைவிக்கக்கூடாது என்பதனைப்பற்றி

பேசும்பொழுது 'இன்னா செய்யாமை' என்ற அதிகாரத்தில் இருந்து சில குறள்களை அவர் மேற்கோள்களாகக் காட்டுகின்றார்.

சிறப்பு ஈனும் செல்வம் பெறினும் பிறர்க்கு இன்னா
செய்யாமை மாசு ஆற்றார் கோள் (குறள் 311)

செய்யாமல் செற்றார்க்கும் இன்னாத செய்தபின்
உய்யா விழுமம் தரும் (குறள் 313)

இதன் மூலமாக திருக்குறள் என்ற நூலைப்பற்றி மகாத்மா காந்தி அவர்கள் அறிந்துகொள்வதற்கு லியோ டால்ஸ்டாய் உதவி இருக்கின்றார்.

ஆல்பர்ட் ஷுவிட்ஸர்

ஜெர்மனியில் பிறந்த ஆல்பர்ட் ஷுவிட்ஸர் (Albert Schweitzer) சமாதானத்துக்காக நோபல் பரிசு பெற்ற அறிஞராவார். 1925இல் திருக்குறளின் ஜெர்மானிய மொழிபெயர்ப்பைப் படித்து திருவள்ளுவரைப் புரிந்துகொண்டவர் ஆல்பர்ட் ஷுவிட்ஸர். திருக்குறளுக்கு இணையான ஓர் அறநெறி நூல் உலகிலேயே இல்லை என்று சொன்னதுடன் அதன் பாதிப்பு காரணமாகப் புலால் உணவை மறுத்துக் காய்கறி உணவையே வாழ்நாளின் இறுதிவரை சாப்பிட்டார்.

'இந்தியச் சிந்தனையும் அதன் வளர்ச்சியும்' என்னும் நூலில் வள்ளுவருடைய வாழ்வியல் தத்துவத்தையும், அறிவியல் கொள்கைகளையும், கண்ணன், புத்தர், மனு போன்ற இந்தியச் சிந்தனையாளரின் கொள்கைகளோடு ஒப்பிட்டுக் காட்டி வள்ளுவருடைய சிந்தனைப் போக்கின் சிறப்பை நிலைநாட்டி உள்ளார்.

'ஒழுக்கமே' மனிதனுடைய உயர்ந்த குறிக்கோளாக இருக்க வேண்டும் என்பதை வள்ளுவர் மிகுந்த உறுதிப்பாட்டோடு அறிவிக்கிறார். ஒவ்வொருவரும் தனக்குத்தானேயும், மற்றவர் களுக்கும் செய்யவேண்டிய கடமைகள் என்ன? என்பனவற்றைச் சிறந்த பண்பாட்டோடும், மதிநுட்பத்தோடும், வள்ளுவர் பேசுகிறார். உலக இலக்கியத்தில் இத்தகைய மாண்புமிக்க மெய்யறிவு, வேறு எந்த நூலிலும் இத்துணைச் சிறப்பாகப் பொலியுறவில்லை. திருவள்ளுவரின் ஒழுக்க விதிகளுள் பல அவருக்கே உரிய தனிப்பட்ட கருத்துக்களாக இருக்கக் கூடுமாயினும், பெரும்பான்மை அந்நாட்டுப் பொது மக்களின்

மரபுச் செல்வத்திலிருந்து எடுத்து அவரால் கவிதைப் படுத்தப் பட்டவை எனலாம்.

'அறம்' குறித்த ஆய்வுகளை மேற்கொள்ள மிகப் பொருத்தமான நூல் திருக்குறளே ஆகும். ஒழுக்கம் மனிதனின் குறிக்கோளாக இருக்கவேண்டும். திருவள்ளுவர் தனி மனித ஒழுக்கம் மற்றும் அவனது கடமைகள் குறித்து ஞயம்பட உரைத்திருக்கின்றார். இவ்வுலககில் வேறெந்த நூலும் அறம் குறித்துத் திருக்குறள் அளவுக்குத் தெளிவுபட உரைத்ததில்லை. செயல் துறை அன்பறம் என்பது இந்தியாவில் மக்கள் ஒழுக்கக் கோட்பாட்டின் பகுதியாகப் பண்டைக் காலத்திலிருந்தே நிலவி வந்துள்ளது. இதை அந்நாட்டின் கலை இலக்கிய மரபில் பொதுவாகக் காணலாம். ஆனால் சிறப்பாகக் திருக்குறள் என்னும் நூலில் ஒழுக்க விதிகளைக் காணலாம். இந்நூல் கி.பி.2 ஆம் நூற்றாண்டுக்கு உரியதென்று தோன்றுகிறது.

குறளுக்கு நான்கு நூற்றாண்டுகள் முற்பட்டது மனுநீதி என்று கூறப்படுகிறது. ஆனால் இரண்டுக்கும் உள்ள வேற்றுமைதான் எவ்வளவு? உலக மாயை, வாழ்வு மாயை, என்னும் உலக மறுப்புக் கோட்பாடே மனுநீதியில் மேலோங்கி உள்ளது. ஆனால் திருக்குறளில் உலக மெய்ம்மை, வாழ்க்கை ஆக்கக் கோட் பாடுகள், இடம் பெற்றுள்ளன.

செயல் துறை வாழ்வுக்குப் பகவத் கீதை செயற்கை இரும்புச் சட்டம் வகுத்து உணர்ச்சியற்றமுறையில் அதை உலகச் சட்டம் என்னும் விதியுடன் இணைக்கிறது. செயல் துறை வாழ்வு முற்றிலுமே அன்புக்கு உரிய வாழ்வு என திருக்குறள் குறிக்கிறது. எவ்வளவு பெரிய ஒழுக்க முறை முன்னேற்றம் இது. உழைப்பும் ஊதியமும் அன்புச் செயலுக்குரிய கருவிகள் மட்டுமே என்று வகுக்கிறது திருக்குறள்.

பொதுவாகச் 'சமயம்' சார்த்த கருத்துக்களை ஆய்ந்துணர குருமார்களின் உதவி அவசியமாகிறது. அவர்களது வழி காட்டுதலோடு, ஆசீர்வாதமும் சேர்ந்துதான் அச்சமயக் கருத்துக்கள் மனத்தில் பதிகின்றன. ஆனால் திருக்குறளோ இதிலிருந்து விதிவிலக்காக அமைந்திருக்கிறது. குரு என ஒருவரும் இல்லாதபோதும்கூடத் திருக்குறளை எளிதாகக் கற்று அதன் வாழ்வில் பின்பற்ற முடியும்.

புத்தரின் தத்துவங்கள் மற்றும் பகவத் கீதையைப்போலவே திருக்குறள் உலக சிக்கல்களில் இருந்து அக விடுதலையையும்,

அதில் வெறுப்பும், களிப்புமற்ற உள்ளத்தையும் நாடுகிறது. இவ்விரண்டையும்போலவே குறளும் கொல்லாமையையும், அழிவு செய்யாமையையும், குறிக்கிறது. ஆனால் புத்தருக்கு மாறாகக் 'கொல்லாத உயிரின் இறைச்சியையும் உண்பது தவறு' என்று குறள் துணிகிறது. இங்கனம் உலக மாயக் கோட்பாட்டாளர்கள் கூறிய நற்பண்புகளை ஒன்றுவிடாமல் குறள் மேற்கொண்டுள்ளது. அகமுக ஆன்மீக ஒழுக்கத்துடன் அது அன்புப் பாசத்தை இணைத்துள்ளது என்று போற்றுகிறார் ஆல்பர்ட் ஷுவிட்ஸர்.

ஜார்ஜ் பெர்னாட்ஷா

இலக்கியத்துக்காக நோபர் பரிசு பெற்ற ஜார்ஜ் பெர்னாட்ஷா (George Bernard Shaw) அயர்லாந்து நாட்டைச் சேர்ந்த பிரபல ஆங்கில நாடக ஆசிரியரும், பேரறிஞரும் ஆவார். புலால் உணவை வெறுத்தவர்; காய்கறி உணவு முறையே சிறந்தது என்பதைத் தம் வாழ்க்கை மூலம் உலகிற்கு உணர்த்தியவர்.

கொல்லான் புலாலை மறுத்தானைக் கைகூப்பி
எல்லா உயிரும் தொழும் (குறள் 260)

என்னும் குறளைத் தனது எழுத்திலும் பேச்சிலும் மேற்கோள் காட்டுவார். 1948 'டைம்ஸ் ஆஃப் லண்டன்' பத்திரிக்கையில் அறிஞர் ஜார்ஜ் பெர்னாட்ஷா ஒரு நாற்காலியில் அமர்ந்திருப்பது போலவும், அவரது காலடியின் கீழ் ஆடு, மாடு, மான், கோழி, புறா ஆகிய விலங்குகளும், பறவைகளும், அவரைப் பார்த்துக் கொண்டிருப்பது போலவும் கார்ட்டூன் வரையப்பட்டிருந்தது. இதை 1949 ஜனவரி மூன்றாம் வார இதழில் தில்லியிலிருந்து வெளியாகும் 'ஷங்கரஸ் வீக்லி' அப்படியே வெளியிட்டு அதன் கீழ் 'புலால் உணவை உண்பதை வாழ்க்கைப் போக்காகக்கொண்டுள்ள மேலை நாட்டு மக்களிடையே புலால் உண்ணாமையே சிறந்த வாழ்க்கை நெறி என்பதைத் திருக்குறளைச் சான்று காட்டி பெர்னாட்ஷா விளக்கி வந்தார்' என்று குறிப்பிட்டிருந்தது.

ஜே.ஜே. க்ளாஸோவ் மற்றும் அலெக்சாண்டர் பியாதி கோர்ஸ்கி

1963இல் சோவியத் ருஷிய அறிஞர் ஜே.ஜே. க்ளாஸோவ் (J.J. Glazov) மற்றும் பேராசிரியர் ஏ. கிருஷ்ணமூர்த்தி ஆகியோர் கூட்டாகத் திருக்குறளின் ரஷிய மொழிபெயர்ப்பை வெளியிட்டனர். சைவ சித்தாந்த வல்லுனரும், சோவியத்

ரஷியாவின் மெய்ப்பொருள் இயல் அறிஞருமான டாக்டர் அலெக்சாண்டர் பியாதி கோர்ஸ்கி (Dr Alexander M Pytigorsky) இந்நூலின் முன்னுரையில், 'திருவள்ளுவரின் குறள் இந்திய இலக்கியங்களில் மட்டுமின்றி உலக இலக்கியங்களிலே சிறந்ததாகக் கருதப்படுகிறது. இக்கருத்து முற்றிலும் பொருத்த மானதே. ஏனெனில் குறளின் கலையழகு ஈடு இணையற்றது. அதைவிட முக்கியமானது அந்நூலில் ஒளிரும் சிறப்புமிகு மனித இனத்தின் நலத்தை நாடும் கருத்துக்களாகும். அவை எல்லா நாட்டுக்கும், எல்லா மக்களுக்கும் பயன்படத்தக்க விலை மதிப்பிட முடியாத கருவூலமாக உள்ளன.' என்று போற்றுகிறார்.

ராபர்ட் க்ரீன் இங்கர்சால்

அமெரிக்காவில் பிறந்த புகழ்பெற்ற ராபர்ட் க்ரீன் இங்கர்சால் (Robert Green Indgersol) எழுத்தாளர், கட்டுரையாளர், மெய்யியலாளர் மற்றும் கடவுள் மறுப்பாளர் ஆவார். திருக்குறள் மீது மிகப் பெரிய ஈடுபாடு கொண்டவர். திருவள்ளுவருடைய கட்டற்ற சிந்தனைப் போக்கும், அறிவை முதன்மையாகப் போற்றும் பண்பும் அவரது உள்ளத்தைப் பெரிதும் கவர்ந்தன.

> எப்பொருள் யார்யார்வாய்க் கேட்பினும் அப்பொருள்
> மெய்ப்பொருள் காண்பது அறிவு

என்னும் குறளை அடிக்கடி மேற்கோள்காட்டிப் பேசியும், எழுதியும் வந்துள்ளார்.

ஸ்கோபென்ஹவர்

ஜெர்மனியைச் சேர்ந்த ஸ்கோபென்ஹவர் (Scophenhauer) சிறந்த தத்துவஞானி ஆவார். திருவள்ளுவரின் நகைச்சுவை உணர்வு தன் உள்ளத்தைக் கொள்ளை கொண்டது என்றும் குறிப்பாக,

> மக்களே போல்வர் கயவர்; அவரன்ன
> ஒப்பார் யார்கண்டது இல் (குறள் 1071)

என்னும் குறளில் 'கயவர்கள் யார்?' அவர்களும் மக்களைப் போன்றவர்களே' என்று வள்ளுவர் கயவர்களை எள்ளி நகையாடுவதை ரசிக்கிறார். 'வடிவத்தால் மனிதர்களே ஒழிய, அறிவால், உணர்வால் அவர்கள் மனிதர்கள் அல்லர்' என்பதை வள்ளுவர் நுட்பமாக நகைச்சுவையுடன் வெளிப்படுத்துவது தன்னை மிகவும் கவர்ந்தது என்கிறார்.

ஆண்டாள் பாசுரமும், திருக்குறளும்

ஆண்டாள் திருப்பாவையில் 'வையத்து வாழ்வீர்காள்' என்னும் இரண்டாம் பாசுரத்தில் ஆறாவது அடியில் 'தீக்குறளைச் சென்றோதோம்' என்று வரி வரும். அரைகுறைத் தமிழறிவுடன் இதைப் படித்தவர்கள் 'ஆண்டாள் திருக்குறளைச் சென்று ஓதோம், அதாவது படிக்க மாட்டோம்' என்று பாடியுள்ளார் என்று தவறாகவே பிரச்சாரம் செய்யத் தொடங்கினார்கள். இன்றைக்கும் பொய்ப் பிரச்சாரம் தொடர்ந்து நடைபெற்றுக் கொண்டிருக்கிறது.

ஆண்டாள் இனம் குறித்த தகவலை அமெரிக்க இண்டியானா பல்கலைக்கழக ஆய்வை மேற்கோள்காட்டி கவிஞர் வைரமுத்து பதிவிட்டதைத் தொடர்ந்து தொலைக்காட்சி ஒன்றில் 'காலத்தின் குரல் - ஆண்டாள் வளர்த்த தமிழ்' என்ற தலைப்பில் வாத விவாதங்கள் நடைபெற்றன. அதில் பங்கேற்றவர் ஒருவர் 'ஆண்டாள் தீக்குறளைச் சென்றோதோம்' என்று திருக்குறளுக்கு எதிராகவே கூறியுள்ளார் என்று மீண்டும் தவறான புரிதலுடனே வாதிட்டார்.

ஆண்டாள் பாசுரத்தில் இடம் பெற்றுள்ள 'தீக்குறளை' என்னும் சொல் முக்கியத்துவம் பெறுகிறது. 'குறளை' என்னும் சொல்லுக்கும் 'குறள்' என்னும் சொல்லும் மலைக்கும் மடுவுக்குமான வேறுபாடு உண்டு. இரு சொற்களுக்கும் தொடர்பே இல்லை. சென்னை இராயப்பேட்டை 'சாரதா பதிப்பகம்' வெளியிட்ட 'நா கதிரைவேற் பிள்ளையின் தமிழ் மொழி அகராதி பக்கம் 506இல் 'குறளை' மற்றும் 'குறள்' ஆகிய இரண்டு சொற்களுக்குமான வேறுபாடு தனித்தனியாகத் தெளிவாகக் கொடுக்கப்பட்டுள்ளது. 'குறளை' என்றால் 'கோள் சொல்லுதல்' என்றும், 'குறள்' என்றால் 'ஒரு வகைப் பா இனம், திருவள்ளுவர் அருளிய தரும நூல்' என்றும் பொருள் தந்துள்ளது. இதே அர்த்தத்தைத் 'திருநெல்வேலி தென் இந்திய சைவ சித்தாந்த நூற்பதிப்புக் கழகத்தின் 'கழகத் தமிழ் அகராதி பக்கம் 368இல்' உறுதி செய்துள்ளது.

ஆண்டாள் தனது பாசுரத்தில் 'குறளை' என்ற சொல்லைத்தான் பயன்படுத்தினாரே தவிர 'குறள்' என்ற சொல்லை அல்ல. 'தீக்குறளைச் சென்றோதோம்' அதாவது கோள் சொல்ல மாட்டோம்' என்பதுதான் பாசுரத்தின் பொருள். 'குறளை' என்னும் சொல்லுக்கும் 'குறள்' என்ற சொல்லுக்கும் உள்ள வேறுபாட்டை முழுமையாக உணராத காரணத்தால் வந்த வினையா அல்லது தெரிந்தே தவறான தகவலைப் பரப்பும் உள்நோக்கமா? யாமறியோம்!

காஞ்சி சந்திரசேகரேந்திர சரஸ்வதி ஸ்வாமிகள்

1950ஆம் ஆண்டு ஸ்ரீ காமகோடி கோசஸ்தானம் பிரசுரித்த 'திருக்குறள் நூற்றெட்டு' என்ற நூலுக்கு ஸ்ரீ காஞ்சி காம கோடி பீடாதிபதிகள் ஸ்ரீ சங்கராச்சார்ய ஸ்வாமிகள் அருளிய ஆசிச் செய்தியை 01.12.1963 இதழ் ஆனந்த விகடன் பிரசுரித்துள்ளது. 23.12.2014 சக்தி விகடன் பக்கம் 65 மீள் பதிவு செய்த இச்செய்தியை மீண்டும் தருகிறோம்:

'வேதங்களிலும், தர்ம சாஸ்திரங்களிலும், இதிகாஸ புராணங் களிலும் துலங்கும் தர்மங்கள், தெய்வப் புலமை திருவள்ளுவரது அழியாப் புகழ்பெற்ற திருக்குறளிலும் மிளிர்வதைக் காண்கிறோம். மனிதன் தேவர்களுக்குச் செய்ய வேண்டிய கடமை, பித்ருக்களுக்குச் செய்ய வேண்டிய கடமை, அதிதி பூஜை இவையும், மறு பிறப்பும், ஸ்வர்க்க நரகங்களும், பார்ப்பாருக்கும் பிறப்பை ஒட்டிய ஒழுக்கமும், மறை ஓதல் முதலிய ஆறு தொழில்கள், நான்கு ஆஸ்ரமங்கள், யக்ஞங்கள், யக்ஞங்களால் மழை சரி வரப் பொழிதல், பதிவ்ரதா தர்மம், கோ சம்ரக்ஷணம், இவற்றுக்கெல்லாம் காரணமான செங்கோலுடைய ஷத்திரிய தர்மமும், நேர்மை கோணாத வைஸ்ய தர்மமும், பிறந்தோர் எல்லோருக்கும் இன்றியமையாத பேரன்பாம் பகவத் பக்தியும், அதன் பயனாம் பகவானுடைய லோகத்தைச் சேர்ந்து நீடூழி வாழ்தலும், எல்லாப் பொருள்களுடைய உண்மை நிலையான பரம் பொருளின் தத்வ ஞானத்தினால் அவித்யை என்னும் இருள் நீக்கி அழியாச் சிறப்பாம் மோக்ஷ நிலையில் நிற்றலும், இன்னும் அநேக விதமான தர்மங்களும், திருக்குறளைப் படிப்போர் உள்ளத்து பசுமரத்தாணிபோல் பாய்வதைக் காண்கிறோம்.

காமகோடி கோசஸ்தானத்தில் வெளியிடப்படும் இப்பதிப்பில், இத்தகைய தர்மங்கள் காணப்படும் சில குறள்கள் தொகுக்கப் பட்டு, முறையே இதே பொருள்களைக்கொண்டுள்ள சாஸ்திர வாக்கியங்களும் விவரிக்கப்பட்டிருக்கின்றன. இச்சாஸ்திர வசனங்களையும், அவற்றுக்குச் சரியான குறள்களையும், ஒப்பிட்டுப் பார்த்தால் ஒன்றுக்கொன்று அர்த்த புஷ்டியைக் கொடுத்துக்கொண்டு, கலைஞர்களுக்குச் கலைச்சுவையைப் பெருக்குவது மாத்திரமல்லாமல், மனிதன் தானெடுத்த பிறப்பை எந்தமுறையில் உபயோகப்படுத்திக் கொண்டால்,

இம்மையிலும் மறுமையிலும், தாழ்நிலை எய்தாமல், இறுதியாக இம்மையும், மறுமையுற்ற ஞான நிலையில், அழிவும் அசைவுமற்ற நிறைவை அடையலாம் என்பதற்கு ஒரு வழித்துணையாகவும் இருக்கிறது.

தமிழ்நாட்டில் பிறந்தவர்கள் எல்லோரும் இப்பெரு நூலைத் துணை கொண்டு அறவழியே நடந்து தம்தம் ஆத்மாவுக்கும், மரபுக்கும், நாட்டுக்கும், பெரும் சிறப்பைத் தேடி அடை வார்களாக என்று ஸ்ரீ சந்திர மௌலீஸ்வர சந்நிதானத்தில் பிரார்த்திக்கின்றோம்'.

மகாத்மா காந்தி

லியோ டால்ஸ்டாயுடனான கடிதப் போக்குவரத்து மூலம் அவரது கருத்துக்களை மகாத்மா காந்தி அறிந்து கொண்டார். வன்முறையை எதிர்கொள்ள வன்முறை தீர்வு அல்ல என்னும் கொள்கை எப்படி வந்தது என்ற கேள்வியை முன் வைத்து காந்தியடிகள் ஒருமுறை டால்ஸ்டாய்க்கு கடிதம் எழுதினார். அதற்குப் பதிலளித்த டால்ஸ்டாய் 'நான் திருக்குறளின் மொழி பெயர்ப்பைப் படித்தபோது அதில் இடம் பெற்ற,

'இன்னாசெய் தாரை ஒறுத்தல் அவர்நாண
நன்னயஞ் செய்து விடல் '

என்னும் குறள் என்னைக் கவர்ந்தது. இதன் பொருள் 'தனக்குத் துன்பம் கொடுத்தவரைத் தண்டிக்கும் முறையாவது, அவர் வெட்கப்படும் அளவுக்கு அவருக்கு நன்மை செய்வது' என்பதாகும். கெடுதல் செய்பவனுக்கும் நன்மையே செய்ய வேண்டும் என்னும் இந்த நீதி வேறெந்த இலக்கியத்திலும் காணப் படாத ஒன்றாகும். எனவே என் மனத்தில் அன்பு, அறன், அமைதி ஆகிய கோட்பாடுகள் உருவாவதற்குத் திருக்குறளே அடிப்படை என்று தனக்கு எழுதிய கடிதத்தில் டால்ஸ்டாய் எழுதியதாகத் தெரிவித்துள்ளார்.

'டால்ஸ்டாயின் கடிதத்தைக் கண்டபிறகே எனக்குள் திருக்குறள் நூலைப் படிக்கவேண்டும் என்னும் ஆர்வம் உண்டானது. திருக்குறளைப்போல் ஒழுக்க நெறிகளை மக்களுக்கு ஊட்டும் அறிவுக் களஞ்சியம் வேறு எதுவும் இருக்க முடியாது. தமிழைக் கற்றுக்கொண்டு மூல மொழியிலேயே திருக்குறளைப் படிக்கவேண்டும்' என்று கூறும் காந்தியடிகள் தமிழைக் கற்கத் தொடங்கவும் திருக்குறளே காரணம் என்கிறார்.

டால்ஸ்டாய் கட்டுரையிலிருந்தே மகாத்மா காந்தி அடிகள் திருக்குறளின் சிறப்பை அறிந்து அதைப் படிக்கத் தொடங்கினார். திருக்குறளின் சிறப்பை அனைவரும் உணரும் வகையில் மகாத்மா காந்திஜி 1935இல் தனது 'ஹரிஜன்' இதழில் திருக்குறள் பற்றித் 'தமிழ் மறை' என்ற தலைப்பில் ஒரு கட்டுரையை எழுதியுள்ளார். 'திருவள்ளுவர் ஒரு தமிழ்த் துறவி. அவரை ஒரு ஹரிஜன நெசவாளர் என்கின்றன தொன்மங்கள். கி.பி. முதலாம் நூற்றாண்டில் அவர் வாழ்ந்ததாகக் கூறுகிறார்கள். புகழ் மிக்க திருக்குறளை அவர் அளித்துள்ளார். திருக்குறள் புனித முது மொழிகளைக் கொண்டது; தமிழர்களால் தமிழ்மறை என்று அறியப்படுகிறது; மனிதச் சிந்தனையின் வெளிப்பாட்டில் மிக உயர்ந்த, தூய்மையானவற்றில் ஒன்று என்று போற்றப்படுகிறது. இதில் 1330 முதுமொழிகள் உள்ளன. பல்வேறு மொழிகளில் மொழிபெயர்க்கப்பட்டுள்ளது. பல ஆங்கில மொழிபெயர்ப்புகள் உள்ளன. வாசகர்களின் ஆர்வத்தைத் தூண்ட இரண்டு குறள்களைத் தேர்ந்தெடுத்து தருகிறேன்:-

தன்னுயிர் நீப்பினும் செய்யற்க தான்பிறிது
இன்னுயிர் நீக்கும் வினை. - 327

இதனை 'சுதந்திரமாய் இப்பள்ளத்தாக்கில் உலவும் எந்த மந்தைக்கும் மரணத்தை நான் விதிப்பதில்லை' என்னும் ஆலிவர் கோல்ட்ஸ்மித் எழுதிய வரிகளோடு ஒப்புநோக்கலாம்.

என்னைக்கண்டு இரங்கும் பேராற்றலால் கற்பிக்கப்பட்ட நான், அவற்றைக் கண்டிரங்கவும் கற்றுக் கொண்டேன்.'

உறங்கு வதுபோலுஞ் சாக்காடு உறங்கி
விழிப்பது போலும் பிறப்பு. - 339

இதனை 'மரணம் என்பது உறக்கமும் மறதியும் அன்றி வேறில்லை' என்னும் வேர்ட்ஸ்வொர்த்தின் வரிகளோடு ஒப்புநோக்கலாம்.

இதே கருத்துக்களை எத்தனை ஆயிரம் ஆண்டுகளுக்கும் முன்பே திருவள்ளுவர் தெரிவித்துள்ளார் என்று வியக்கிறார் காந்தியடிகள். அஹிம்சை நெறிக்கும், அறப்போருக்கும், திருக்குறளை காந்தியடிகள் பின்பற்றியதுடன், சிறப்புமிகு சிந்தனைத் தெளிவிற்கும் வள்ளுவத்தைப் பயன்படுத்தினார் என்பது இதனால் புலனாகிறது.

ஆச்சார்ய வினோபா பாவே

மராட்டிய மாநிலத்தில் பிறந்த ஆச்சார்ய வினோபா பாவே அறப் போராளி, மனித உரிமை ஆர்வலர் மற்றும் பூதான இயக்கத்தின் தந்தை என்றும் போற்றப்படுகிறார். பல்வேறு மொழிகள் அறிந்த வித்தகர். தமிழ் மொழியின் இனிமையையும் அதிலுள்ள இலக்கியங்களின் சிறப்பையும் கேள்விப்பட்டுத் தமிழை வெகு ஆர்வத்தோடு கற்றுணர்ந்தார். அதை அடிக்கடி வியந்து புகழும் வினோபா பாவே தமிழ்நாட்டில் செய்த ஒவ்வொரு பிரசங்கத்திலும் திருக்குறளைப் பற்றிக் குறிப்பிடாமல் பேசியதில்லை.

'மனிதனுடைய மூளைக்கு எட்டியபடி கணக்கிட்டால் ஆங்கிலேய இலக்கியங்களுக்கு வயது 800 ஆண்டுகள்; அமெரிக்க இலக்கியங் களுக்கு வயது 400 ஆண்டுகள்; தமிழ் இலக்கியங்களுள் ஒன்றான திருக்குறளின் வயதே 2000 ஆண்டுகள் எனில் அதன் சிறப்பையும், தமிழின் மேன்மையையும் என்னென்று சொல்வது. 800 ஆண்டுகள் வயதுடைய ஆங்கில இலக்கியங்கள் இந்தக் காலத்துக்குப் பொருந்த வில்லை. ஆனால் 2000 ஆண்டுகட்கு முற்பட்ட திருக்குறளில் நான் மிகப் புதிய ஜீவனைக் காண்கிறேன். இப்போது உலகமெல்லாம் பேசத் தொடங்கியிருக்கிற 'பஞ்சசீலக்' கொள்கையைத்தான் திருக்குறளில் நான் பார்க்கிறேன். இத்தகைய திருக்குறளை உருவாக்குவதற்கு அதற்குமுன் எத்தனை ஆண்டுகள் தமிழுக்கு வயது இருந்திருக்கவேண்டும்' என்கிறார்.

பேராசிரியர் எஸ். வையாபுரிப் பிள்ளை

எட்டுத் தொகை, பத்துப்பாட்டு ஆகிய சங்க இலக்கியங்கள் இயேசு பிறப்பதற்கு பல நூறு ஆண்டுகள் முந்தியவை எனப் பெரும்பான்மை தமிழறிஞர்கள் ஒப்புக்கொண்ட நிலையில் பேராசிரியர் வையாபுரி மட்டும் அவற்றின் காலத் தொன்மையை வெகுவாகக் குறைத்துப் பலரின் அதிருப்திக்கு உள்ளானார். அதேபோல் பதினெண் கீழ்க்கணக்கு நூல்களின் காலத்தை மேல் எல்லையாக கி.பி.600 என்றும் கீழ் எல்லையாகக் கி.பி.800 என்று வரையறை செய்து மேலும் அதிர்ச்சி அளித்தார். ஆனால் உலகப் பொதுமறை என்றும், ஈடும், இணையும், ஒப்பும் இல்லாத சமய சார்பற்ற நூலாகப் போற்றப்படும் திருக்குறளையும் விட்டு வைக்காமல் அதன் காலத்தை கி.பி.600 என்று கணக்கிட்ட போதுதான் ஒட்டு மொத்த தமிழுலகின் வெறுப்பையும், எதிர்ப்பையும் சம்பாதித்துக்கொண்டார்.

மறைமலை அடிகளார், தமிழ்த் தாத்தா உ.வே. சாமிநாதய்யர் உள்பட எல்லா அறிஞர்களும் ஒரு மனதாகத் திருவள்ளுவர் காலத்தை கி.மு.31 என்று நிர்ணயித்த நிலையில் அவரது காலத்தைக் கி.பி. 600 என்று வையாபுரி கூறிய ஒரே காரணத்துக்காக அவரைத் தமிழ்த் துரோகியாகப் பிற்கால அரசியல் கட்சிகள் கடுமையாக விமர்சித்தன. 'வையாபுரியை வையாதார் இல்லை' என்று சொல்லும் அளவுக்கு அனைவரின் பழிப்புக்கும், இகழ்வுக்கும், ஏச்சுக்கும் பேச்சுக்கும் உள்ளானார்.

'தமிழ்ச் சுடர்மணிகள்' மற்றும் 'காவிய காலம்' ஆகிய இரு நூல்களிலும் வள்ளுவரின் காலத்தை வரையறுத்து விளக்கி உள்ளார். முதன் முதலாக 1938இல் கூறியபோதே எதிர்ப்பைச் சந்தித்தார். வள்ளுவரின் காலத்தைக் கணிக்கத் திருக்குறளின் வடமொழிச் செல்வாக்கு, குறளில் வந்த சொற்கள், இலக்கண வழக்காறுகள் ஆகியவற்றைத் தனது கருத்துக்கு ஆதரவாகப் பயன்படுத்துகிறார். குறளுக்கென விரிவாகத் சொல்லடைவும் தயாரித்துள்ளார்.

வள்ளுவரால் கடைச் சங்கம் அழிந்தது என்பது கதை. இதனால் கடைச் சங்கத்துக்குப் பிற்பட்டது திருக்குறள் என்று எடுத்துக் கொள்ளலாம். கி.பி. 3இல் எழுதப்பட்ட பத்துப் பாட்டு, எட்டுத் தொகைப் பாடல்கள் தொகுக்கப்பட்டது கி.பி.5இல். எனவே திருக்குறளின் காலம் அவற்றுக்குப் பிற்பட்டதே என்பது அவரது வாதம்.

பிற புலவர்களை விடவும் வள்ளுவரைப்பற்றிய கதைகள் அதிகம் வழங்கப்படுவதே அவரது செல்வாக்கைக் காட்டும். இதில் வள்ளுவர் முதலிடத்தையும் பெறுகிறார். வள்ளுவரைப்பற்றிய கதை கி.பி.15இல் எழுதப்பட்ட 'ஞானாமிர்தம்' என்ற நூலில்தான் முதலில் வருகிறது. பின்னர் கி.பி.18 மற்றும் கி.பி.19 களில் மேலும் பல கதைகள் சேர்க்கப்பட்டன. அந்தணனுக்கும், புலைச்சிக்கும் பிறந்தவர் வள்ளுவர் என்றும் மயிலாப்பூரில் வாழ்ந்தவர் என்றும் கதைகள் மெதுவாகவும், வலுவாகவும் உருவாகின.

திருக்குறள் சங்க காலத்துக்குப் பிற்பட்டது என்றும் கீழ்க்கணக்கு நூல்களில் திருக்குறளே முதலில் தோன்றியது என்கிறார் வையாபுரிப் பிள்ளை. குறட்பாக்களைக் கி.பி.800இல் தோன்றிய சிலப்பதிகாரமும், மணிமேகலையும் எடுத்தாள்வதால் திருக்குறளின் காலம் இவற்றுக்கு முற்பட்டதாகக் கி.பி.600 என்று கொள்ளலாம் என்கிறார்.

திருக்குறளில் சங்க நூல்களின் செல்வாக்கைப் பின்வருமாறு காணலாம்:

நூல்	பாடல் எண்	நூல்	குறள் எண்
புறநானூறு	29	திருக்குறள்	110, 332
புறநானூறு	333	திருக்குறள்	221
புறநானூறு	278	திருக்குறள்	69
புறநானூறு	371	திருக்குறள்	872
நற்றிணை	32	திருக்குறள்	791
நற்றிணை	308	திருக்குறள்	660

தொல்காப்பியர் குறள் வெண்பாவைக் குறள் வெண்பாட்டு என்று கூறுகிறார். யாப்பருங்கலக்காரிகை இதைக் குறள் என்றே குறிப்பிடும். எனவே பா வகைகளில் குறள் வடிவமே பிற்காலத்தது எனத் தெரிகிறது. 'நிறைமொழி மாந்தர்' என்னும் தொல்காப்பியச் சூத்திரத்தைத் (செய்யுள் 178), திருவள்ளுவர் 'நிறைமொழி மாந்தர் பெருமை நிலத்து மறைமொழி காட்டி விடும்' (குறள் 28) என அப்படியே கையாள்கிறார். எனவே தொல்காப்பியம் மற்றும் சங்க நூல்களுக்குப் பிற்பட்டது திருக்குறள் ஆகும்.

திருக்குறளில் வரும் சில தொடர்களும், கருத்துக்களும் கீழ்க்கணக்கு நூல்களில் வருகின்றன. சங்க நூல்களில் இவை காணப்படவில்லை.

நூல்	குறள் எண்	நூல்	பாடல் எண்
திருக்குறள்	104	நாலடியார்	344
திருக்குறள்	782	நாலடியார்	125
திருக்குறள்	575	நாலடியார்	53
திருக்குறள்	338	நாலடியார்	30
திருக்குறள்	678	பழமொழி	29
திருக்குறள்	1293	பழமொழி	134

தேவாரம் மற்றும் நாலாயிரத் திவ்வியப் பிரபந்தம் ஆகியவற்றைப் பாடிய நாயன்மார்கள் மற்றும் ஆழ்வார்களுடன் திருக்குறள் ஒத்து நடப்பதால் பக்தி இயக்க காலமாகிய கி.பி.600இல் திருக்குறள் இயற்றப்பட்டிருக்கலாம். சமணத்தின் முக்கிய இலக்கிய அமைப்பான வச்சிரநந்தியின் சங்கம் கி.பி.470இல் நிறுவப் பட்டது. இந்தச் சங்கத்தார்கள் தங்கள் கருத்துக்களை நீதி நூல்கள் வடிவில் வெளியிட விரும்பியதன் விளைவே பதினெண் கீழ்க்கணக்கு நூல்கள் ஆகும். எனவே கி.பி. 5ஆம் நூற்றாண்டுக்குப் பின்னர் திருவள்ளுவர் தோன்றியிருக்கலாம்.

திருக்குறள் வடமொழி ஸ்ருதி மற்றும் ஸ்மிருதி நூல்களுக்குக் கடன்பட்டது என்பது வையாபுரியின் ஆணித்தரமான கருத்து. வையாபுரிப் பிள்ளையை ஒட்டு மொத்தத் தமிழ் அறிஞர்களும் விமர்சனம் செய்ததற்கு வடமொழிக்குத் திருக்குறள் கடன்பட்டது என்று சொன்னதுடன் இரண்டுக்கும் உள்ள தொடர்பை ஆதாரப்பூர்வமாகக் கூறியதும் முக்கியக் காரணமாகும்.

திருக்குறளில் மனு ஸ்மிருதி, அர்த்த சாஸ்திரம் மற்றும் காம சூத்திரம் ஆகிய மூன்றின் செல்வாக்கு உள்ளது என்பார் வையாபுரிப் பிள்ளை. திருக்குறளில் ‘சிறைக்காக்கும் காப்பு’ (குறள் 57) எனக் கூறும் பாடல் மனுவின் (9-12) மொழிபெயர்ப்பு ஆகும். அதேபோல் ‘இல்வாழ்வார்’ (குறள் 41) மற்றும் ‘இயல்பினான்’ (குறள் 47) எனத் தொடங்கும் பாடல்களும் மனுவில் (11-78) வரும். ‘தொட்டனைத்தூறும்’ (குறள் 390) என்னும் குறளில் வரும் உவமை மனுவில் தொடுகருவி கொண்டு தோண்டுவது என வரும் (11-218). குறளில் உவர் நிலத்தில் பயன்படாத என்று குறிப்பிடப்படும் உவமையும் மனுவுக்கு உரியது. மனுவின் காலம் கி.மு.200 முதல் கி.பி.200 வரை என்பர். ஆகவே வள்ளுவரின் காலம் அதற்குப் பிற்பட்டதே ஆகும்.

சாணக்கியரின் அர்த்தசாஸ்திரம் அரசர்க்குரிய அங்கங்கள் ஆறு (4-1) எனக் கூறும். இதையே படை, குடி, கூழ், அமைச்சு, நட்பு, அரண் ஆறும் (குறள் 381) என்பார் வள்ளுவர். அரசருக்குரிய உறுபொருள் என்பதில் உலகு ஒன்று என்பதை ‘உறுபொருளும் உல்கு பொருளும்தன் ஒன்னார்த் தெறுபொருளும் வேந்தன் பொருள்’ (குறள் 756) என விளக்குகிறார். இச்சொல் அர்த்தசாஸ்திரம் குறிப்பிடும் ‘சுல்கம்’ என்பதன் திரிபு. அமைச்சரைத் தேர்வு செய்யும் முறையை சாணக்கியர் கூறுவதுபோலவே (அதிகரண் 1 அத்தி 10) வள்ளுவரும்

‘அறம்பொருள் இன்பம் உயிரச்சம் நான்கின் திறந்தெரிந்து தேறப் படும்’ (குறள் 501) கூறுகிறார். இதைப் பரிமேலழகரும் ஆதரிக்கிறார்.

திருக்குறளில் காமத்துப் பாலிலுள்ள சில பாடல்கள் குறிப்பாக ‘கண்டுகேட்டு உண்டுயிர்த்து உற்றறிவும் ஐம்புலனும் ஒண்தொடி கண்ணே உள’ (குறள் 1101) காமசூத்திரத்தில் உள்ளன. எனவே மனு ஸ்ம்ருதி (மனு - கி.பி.200), அர்த்த சாஸ்திரம் (சாணக்கியர் - கி.பி.300) மற்றும் காமசூத்திரம் (வாத்சாயனர் - கி.பி.400) ஆகிய மூன்று நூலாசிரியர்களின் கருத்துக்களை எடுத்தாண்ட வகையில் அவர்களுக்குப் பிற்பட்டவர் திருவள்ளுவர்.

வடமொழியில் நிலவிய பொதுவான வழக்காறுகளையும் வள்ளுவர் கையாள்கிறார். ‘ஸம்ஸார ஸாகரம்’ என்பதை வள்ளுவர் ‘பிறவிப் பெருங்கடல்’ (குறள் 910) என்றும், ‘ஆஸ்ரயாக’ என்பதை வள்ளுவர் ‘சேர்ந்தாரைச் சொல்லி’ (குறள் 306) என்றும், ‘பஞ்ச மகா யக்ஞநந்தனை’ வள்ளுவர் ‘தென்புலத்தார்’ (குறள் 43) என்றும் கூறுகிறார். வடமொழி வழக்காறுகள் தமிழகத்தில் பெருமளவு பரவியது நாயன்மார்கள் காலத்தில். ஆகவே வள்ளுவர் கி.பி.600இல் வாழ்ந்தவர் எனக் கொள்ளலாம்.

திருக்குறளில் வடமொழிச் சொற்கள் நிறையவே வருகின்றன. திருக்குறளில் உள்ள 750 அளவிலான மூலச் சொற்களில் 150 சொற்கள் வடமொழி, பிராகிரத கலப்புடையவை. இவற்றில் சில வள்ளுவர் காலத்தன. (அந்தம், ஆசாரம், பகவன்). வடசொற்றொடரும், கலவைச் சொற்களும், மொழிபெயர்ப்புச் சொற்களும் உள்ளன (காமக்கனிச்சி-1251; மதிநுட்பம்-630; ஆதிபகவன்-1; ஒருவந்தம்-563, 593). ஓர் அந்தம் என்பது ஏகாந்தம் என்பதம் மொழிபெயர்ப்பு. பூசனை (18), பாக்கியம் (1141) என்னும் சொற்கள் சங்கப் பாடல்களில் இல்லாதவை. இப்படியாக 135 வடசொற்கள் பக்தி இலக்கியக்காரர்கள் காலத்தில் கலந்தவை.

வள்ளுவர் வடமொழிக் கலப்பைப் பெருந்தன்மையாகவே ஏற்றுக்கொண்டிருக்கிறார். சங்கப் பாடல்களில் காணப்படாத சொற்பிரயோகங்கள் வள்ளுவரிடத்தில் இருப்பதே இவரைப் பிற்காலத்தவர் எனக் காட்டும்.

சங்க இலக்கியங்களில் பயின்று வராமல் தேவாரம் போன்ற பக்திப் பாடல்களில் வருகின்ற புதிய சொற்கள், புதிய இடைச்சொல் வடிவங்கள், புது வழக்குகள், புது விகுதிகள், புது இடைநிலைகள்,

புது உருபுகள், புதிய அசைநிலைகள், புது விகாரங்கள் ஆகியனவும் திருக்குறளில் கீழ்க்கண்டவாறு வருகின்றன:

- ★ புதிய வழக்குகள்: உணரா (குறள் 1172), செய்யா (குறள் 23), இந்தோமா (குறள் 1312)
- ★ புதிய விகுதிகள்: உயர்திணைப் பன்மைகள் விகுதி (குறள் 9-19); வினை எச்ச விகுதி - ஆல் (குறள் 943), ஏல் (குறள் 368); வினை எச்ச விகுதி - கடை (குறள் 230, 315); எதிர்மறை வினை எச்ச விகுதி - மல் (குறள் 1024, 101, 313)
- ★ புதிய இடைநிலை: கில் ஆற்றல் உணர்த்துவ(குறள் 513), நிகழ்கால ஆநின்று (குறள் 1157)
- ★ புதிய உருபுகள்: மாடு (குறள் 5, 188,211), பொருட்டு (குறள் 81, 256)
- ★ புதிய அசைநிலை: ஆம் (குறள் 978), இருந்து (குறள் 530), இருப்பார் (குறள் 804),
- ★ புதிய விகாரங்கள்: பெற்றத்தால் (குறள் 524)

'அல்லால்' (குறள் 377) 'ஆனால்' (குறள் 73) என்னும் வினை எச்சங்கள் சங்க நூல்களில் இல்லாதவை. 'அல்லால்' என்ற சொல் திருக்குறளில் 12 இடங்களில் வருகிறது. இது தொல்காப்பியத்திலோ, சங்க இலக்கியப் பாடல்களிலோ காணப்படாதது. சுந்தரமூர்த்தி நாயனார் பதிகத்தில் 'அன்னே உன்னை அல்லால்' என்ற வரி வருகிறது. கலித்தொகையில் (பாடல் 88) 'அல்லால்' என்ற சொல் மூன்று இடங்களில் வருவதால் கலித்தொகையின் சம காலம் திருக்குறள் ஆகும்.

'மல்', 'ஈறு' தொல்காப்பியத்தில் இல்லை. திருக்குறளில் பல இடங்களிலும் (குறள் 1024, 101, 303), கலித்தொகை, தேவாரம், திருவாசகத்திலும் உண்டு. உயர்திணைகள் வழக்கு சங்க காலத்தில் இல்லை. நேமிநாதம்மும், வீரசோழியமும் இதைக் கூறும். குறள் இதைக் கையாளும் (குறள் 919, 203). எதிர்காலத் தன்மை ஒருமையில் 'அல்' விகுதி வரும் என்பார் தொல்காப்பியர் (வருதல், உண்பல்). வள்ளுவரோ 'அன்' விகுதியைக் கூறுவார் (குறள் 1067). இளம்பூரணர் 'அல்' விகுதியை இப்போது 'அன்' ஈறாய் (உண்பன், தின்பன்) வழங்குகிறது என்பார். எனவே தொல்காப்பியர் காலத்துக்கு மிகவும் பிற்பட்டு வாழ்ந்த திருவள்ளுவர் காலம் கி.பி.600.

திருவள்ளுவரின் கால ஆய்வே வையாபுரியாரை ஏனைய தமிழறிஞர்களுடன் வேறுபடுத்தியதே தவிர திருக்குறளையும், திருவள்ளுவரையும் போற்றிப் புகழ்வதில் யாருக்கும் அவர் சளைத்தவர் இல்லை என்பதற்கு வையாபுரிப் பிள்ளையின் பின்வரும் உரையே சான்று:-

> தமிழ்நாடும் தமிழ்மொழியும் முயன்ற அருந்தவப் பயன் காரணமாகப் பல நூற்றாண்டுகளுக்கு முன்னர் நமது நாட்டில் திரு அவதாரம் செய்தருளிய வள்ளுவர் என்னும் புண்ணிய மூர்த்தியை நினைவு கூறும் பொருட்டு இன்று கூடி இருக்கின்றோம். இவரது அவதார நிகழ்ச்சியைப்போன்று அத்துணைச் சிறப்புடையதாகப் பிறிதொரு நிகழ்ச்சி தமிழ் மொழிச் சரிதத்தில் உளதென்று கருதுவார் பெரும்பாலும் இல்லை.
>
> தமிழணங்கு தலையெடுத்து அவளது புதல்வர்களாகிய நமக்கு இன்முகம் காட்டி நிற்பது இத்திரு அவதாரத்தின் பயன் கொண்டே ஆகும். தமிழ்நாடு புண்ணிய பூமியாகக் கொள்ளப் படும் பெருமை வாய்ந்தது இந்த அவதாரத்தின் பெருமை பற்றியேயாகும். தமிழ் மக்களாகிய நாம் கௌரவம் உடையதோர் சமுதாயத்தைச் சார்ந்தவர்கள் என்று எண்ணிடவும் இந்த அவதாரமே காரணமாகும். இங்கனமாக திருவவதாரம் செய்தருளிய மஹாபுருஷனை அடிக்கடி ஞாபகத்தில் வைத்துப் போற்றிப் பாராட்ட வேண்டுவது தமிழ் மக்களாகிய நமக்கு உரிமையும் கடமையும் ஆகின்றது.
>
> இத்தெய்வப் பேரொளியானது தோன்றிய காலம் இன்றைக்குச் சுமார் இரண்டாயிரம் ஆண்டுகளுக்கு முன்னென்று கூறுவர். தமிழ் இலக்கிய சரித்திர ஆய்வாளர்களில் ஒரு சிலர் இதனை ஒப்புக் கொள்ளாமலிருக்கக் கூடும். ஆனால் ஒரு சில நூறு வருஷங்கள் முன்பின்னாகக் கூறிக் கொள்வதில் எனது நோக்கம் பழுதுபடுவதில்லை. சங்கப் புலவர்கள் என்று நாம் கருதும் நக்கீரர், கபிலர், மாங்குடி மருதனார் முதலானோர் ஒருங்கு கூடிச் சிற்றொளி நல்கித் திகழ்ந்து வந்தனர்.
>
> சிலப்பதிகாரம் இயற்றிய சேரர் பெருமானாகிய பெரு நட்சத்திரம் (இளங்கோ அடிகள்) இன்னும் விண்ணில் ஒளிர வில்லை. தண்ணிய அருளோடு மிளிரும் தேவார ஆசியர்களும், ஆழ்வாராதியர்களும் இன்னும் இன்னொளி நல்கவில்லை. சிந்தாமணியை உதவியருளிய திருத்தக்க தேவர் என்னும் செவ்விய நல்லொளி இன்னும் முகஞ்செய்து திகழவில்லை.

திருத்தொண்டர் புராணம் என்னும் சைவ மெய்ந்நூல் அருளிய சேக்கிழார் எனப்படும் விடிவெள்ளி விண்ணில் இன்னும் அரும்பவில்லை.

விண்ணையும் மண்ணையும் தன்னிடமாகக்கொண்டு தனது பேரொளிப் பெருவெள்ளத்தால் இரு பேருலகையும் ஜோதி ஸ்வரூபமாக்கிய கம்பர் என்னும் கவிகுல பாஸ்கரன் இன்னும் உதயம் செய்யவில்லை. பேரொளி மண்டிலங்கள் ஒன்று மின்றிச் சிறு வெள்ளிகள் சிற்றொளி செய்து விளங்கிய தமிழ்ச் சரித்திர மண்டலத்தே நாம் இன்று போற்றித் தொழுகின்ற தெய்வ ஒளியாகிய திங்கள் உதயமாயிற்று. 'திங்களைப் போற்றதும் திங்களைப் போற்றதும்' (சிலப்பதிகாரம்) என இயற்கைத் திங்களை வணங்கும் மரபுடைய நாம் அறிவுநலம் திகழ்தொளிரும் திருவள்ளுவர் என்னும் செயற்கைத் திங்களையும் வணங்கி வாழ்த்துவோமாக!

இயற்கைத் திங்கள் பூமியினின்றும் ஆயிரக் கணக்கான மைல்களுக்கு அப்பாலுள்ளது. அது எவ்வாறு எப்போது தோன்றியது? அதன் சரித்திரம் யாது? இவைபோன்ற கேள்விகளுக்கெலாம் நமக்கு விடை கிடைப்பதரிது. திங்களின் தண்ணிய ஒளி மண்டலத்தின் அழகிலே இன்புறுவதோடு நமது மனம் அமைதியாகிறது. இதுபோலவே இன்று நாம் தொழுது வாழ்த்தும் 'வள்ளுவர்' என்னும் தெய்வ ஒளி வீசும் செயற்கைத் திங்களின் சரித்திரமும் நம்மால் அறிதற்கு அரியதாக இருக்கிறது. எத்தனையோ கட்டுக் கதைகள் புனையப் பட்டுள்ளன. 'வள்ளுவர்' என்ற பெயரால் அவர் புலைச்சி மகன் என்ற கதை பிறந்தது. புலைக் குலத்தானுக்கு இத்துணைப் பேரறிவும், பெருங்கல்வியும், இருத்தல் அசம்பாவிதம் என்றெண்ணிப் புலைச்சிக்கும், பிராமணன் ஒருவனுக்கும் வள்ளுவர் பிறந்ததாகக் கதை எழுந்தது. சிலர் 'வள்ளுவர்' என்னும் சொல்லுக்கு 'வண்மை உடையார்' என்று பொருள் கூறி இவ்விடர் கடக்கத் தலைப்பட்டனர்.

சீத்தலைச் சாத்தனாருக்குத் திருவள்ளுவரது திருக்குறளால் தலைக்குத்துத் தீர்ந்த கதையைப் பன்முறை கேள்விப்பட்டிருக் கிறோம். இக்கதைக் காரணம் தலைக்குத்து என்னும் சொல்லுக்கு இரண்டு பொருள் இருப்பதாலும், சீத்தலை என்பது ஓர் ஊர் என்று அறியாமற் போனமையினாலும் ஏற்பட்டதாகும். அதேபோல் வள்ளுவரின் மனைவி இறந்தபோது பாடிய,

'அடிசிற் கினியாளை அன்புடை யாளை
படிசொற் பழிநாணு வாளை - அடிவருடிப்
பின்தூங்கி முன்னுணரும் பேதையை யான்பிரிந்தால்
என்தூங்கும் என்கண் எனக்கு?'

பாடலில் 'தூங்குதல்' என்ற சொல் 'உறங்குதல்' என்ற பொருளில் வந்துள்ளது. வள்ளுவர் காலத்தில் தூங்குதல் என்ற சொல்லுக்கு உறங்குதல் என்ற பொருள் இல்லை. சங்க நூல்கள் எவற்றிலும் இப்பொருளில் இச்சொல்லைக் காண இயலாது. எனவே பிற்காலத்தே பிறந்த செய்யுளை வள்ளுவர் பால் ஏற்றி உள்ளனர்.

மேற்கூறிய கட்டுக் கதைகளால் ஓர் உண்மையை நாம் உணர்கிறோம். வள்ளுவரது திருமேனிக்குத் தமிழ் மக்கள் பண்டுதொட்டு இன்றுவரை இடையறாத அன்பு பூண்டு வந்திருக்கின்றார்கள். நம்மைப்போலவே நமது மூதாதையர்க்கும் அவரது திருநாமம் சிந்தைக்கும், செவிக்கும், இனிதாக உள்ளது. கரையில்லாது பொங்கி எழுந்த அன்பின் பெருக்கத்தால் முற்கூறிய கதைகள் முளைத்துச் செழித்து வளர்ந்தன. குணத்தாலும், செயலாலும், பெரியராய் உள்ளவர் களைப்பற்றிய அழகிய கதைகள் நம்மை வசீகரித்து விட்டன என்று நாம் ஒப்புக்கொள்ளுதலில் குற்றம் சிறிதேனும் உண்டோ? இல்லை. எனினும், ஒரு விஷயத்தை நாம் மறந்துவிடலாகாது. சந்திரனின் ஒளி மண்டலத்தைக் கடந்து அதன் இயற்கையைக் கண்டறிவதற்குக் கண் கூசி வலியற்று நிற்பதுபோல், திருவள்ளுவரின் புகழ் மண்டலத்தைக் கடந்து அவரது உண்மைச் சரித்திரத்தை உணர்வதற்கு நம் அறிவு வலியற்று நிற்கிறது. இருப்பினும் வள்ளுவரின் சரித்திரத்தில் நமக்குப் புலப்படும் ஒரேயொரு உண்மை 'திருவள்ளுவர்தான் திருக்குறளைச் செய்தருளினார்' என்பதே.

சந்திரன் வேறு அதன் ஒளி மண்டலம் வேறு என்று நாம் கருதுவதில்லை. அதுபோல் வள்ளுவர் வேறு அவரது திருக்குறள் வேறு என்பது இல்லை. திருக்குறள் என்பதுதான் வள்ளுவர். அதனால் அவர் குறித்த விரிவான சரித்திரம் ஒன்று வேண்டும் என்னும் அவசியமே இதனால் ஒழிகிறது. வள்ளுவரின் ஜீவிய சரித்திரம் அவர் இயற்றியுள்ள ஒப்பற்ற திருக்குறள் நூலில் விரிவாய் அமைந்திருக்கின்றது.

அங்கண் விசும்பில் ஒளிரும் திங்களை இன்னார்தான் நுகர்தற்கு உரியவர் என்பதில்லை. எளியார்க்கும், வலியார்க்கும்,

செல்வர்க்கும், வறிஞர்க்கும், சந்திரன் ஒன்றுபோல் ஒளி நல்குகிறது. பகை, நட்பு என்பதும், இனத்தர், அந்நியர் என்பது நிலவுக்கில்லை. அதுபோன்றே வள்ளுவர் என்னும் தெய்வ ஒளியானது யாவர்க்கும் வேறுபாடின்றி ஒன்றுபோல நெறி காட்டி உதவும் தன்மை உடையது.

ஊருணி நீர்நிறைந் தற்றே உலகவாம்
பேரறி வாளன் திரு

என்னும் குறளின் பொருள், நீர் நிறைந்த ஊருணி தன்னை நாடிவருவோர்க்கெல்லாம் வேற்றுமை இன்றி நீரை அளித்து இன்பம் தருகிறது. இவ்வுலகில் 'பேரறிவாளன்' என்றழைக்க 'வள்ளுவரைக்' காட்டிலும் சிறந்த உரிமை உடையார் அரியர். அவர் செய்தருளிய 'திருக்குறளே' அனைவருக்கும் நலம் பயக்கும் 'நீர் நிறைந்த ஊருணி' ஆகும்.

அறிவுத் தாகத்தால் வருந்துவோர், இல்லற நெறியில் நிற்போர், துறவிகள், அரசர்கள், குடிமக்கள், பகைவர்கள், நண்பர்கள் என பல்வேறு வகைப்பட்ட வாழ்க்கை நிலையில் உள்ளவர்க்கும் சிறந்த அறிவுரைக் களஞ்சியமாக விளங்குவது நம் தெய்வப் புலமைத் திருவள்ளுவ நாயனார் அருளிய தெய்வீகப் பெருநூலான திருக்குறளே ஆகும்.

பேராசிரியர் வையாபுரிப் பிள்ளையின் கால ஆய்வைப் பலர் விமர்சித்த நிலையில் தமிழறிஞர் அ.ச. ஞானசம்பந்தன் 'தமிழ்ப் பேரறிஞர் வையாபுரிப் பிள்ளை தண்பொருநை எனப்படும் தாமிரவருணிக் கரையிலுள்ள சிக்கல் நரசையன் கிராமத்தில் தோன்றினார்' என்று தொடங்கும் 'திரு வையாபுரிப் பிள்ளை' என்ற தலைப்பில் எழுதிய கட்டுரையில் அவரது விஞ்ஞான முறை ஆய்வை வெகுவாகப் பாராட்டுகிறார். அவர் மேலும் தொடர்கையில் 'பிள்ளையவர்கள் இன்றைக்கு நம்மிடையே இல்லை என்றாலும் அவர் வகுத்த வழிகளும், இயற்றிய நூல்களும் உள்ளன. அவர் முடிவுகளுடன் உடன்படாதவர்களும் அவர் வகுத்த புது வழியைக் கண்டு வியக்காமல் இருக்க முடியாது. தமிழ் ஆய்வில் விஞ்ஞான முறையைப் புகுத்திய பெருமை அவரையே சாரும். அந்த ஒரு வழியில் சென்றால்தான் உண்மை காண முடியும். எனவே காய்த்தல், உவத்தல் அகற்றி அவர் வழிச்சென்று உண்மை காண முயல்வதுதான் தமிழர்களாகிய நாம் நம் முன்னோடியான அந்த விஞ்ஞான முறைச் செல்வருக்குச் செலுத்தும் நன்றிக் கடனாம்' என்கிறார்.

‘சொல்லின் செல்வர்’ ரா.பி. சேதுப்பிள்ளை

வான்புகழ் வள்ளுவத்தை வாழ்க்கை வரிச்சட்டமாகக் கொண்டவர் டாக்டர் சேதுப்பிள்ளை. 1330 குறட்பாக்களையும், அதன் பாயிரத்தோடு பயின்ற பாங்குடையவர் டாக்டர் சேதுப்பிள்ளை. இளம் வயதிலேயே அனைத்துக் குறட்பாக்களை மனனம் செய்த காரணத்தால் பின்னாளில் எந்த விழாக்களில் பங்கேற்றாலும் திருக்குறளை மேற்கோள் காட்டிப் பேசுவார். அவர் எழுதிய எல்லாக் கட்டுரைகளிலும் திருக்குறள் கட்டாயம் இடம் பெற்றிருக்கும்.

தமிழ்நாட்டில் கல்வி அமைச்சராக டாக்டர் அவிநாசிலிங்கம் செட்டியார் இருந்தபோது மாணவர்கள் திருக்குறளைப் பயிலத்தக்க வகையில் குறட்பாக்களைத் தேர்ந்தெடுத்துக் கொடுத்தவர் டாக்டர் சேதுப்பிள்ளையே. அவர் எழுதிய ‘கம்பர்கவி இன்பம்’ நூலில் குறட்பாக்களையும் இணைத்து அவற்றின் கருத்தொற்றுமையை எடுத்துக் காட்டியுள்ளார். வள்ளுவரின் மாணவன் கம்பன் என்று எடுத்தியம்புவதுடன், கம்ப இராமாயணத்தில் ஏறத்தாழ 1200 குறட்பாக்களின் கருத்துக்களும், சொற்றொடர்களும் உள்ளன என்பார்.

டாக்டர் சேதுப்பிள்ளை நாடு முழுவதும் தமிழ்ச் சங்கங்களும், திருக்குறள் கழகங்களும் தோன்றவேண்டும் என விரும்பினார். தனது அன்னையார் பெயரில் சென்னை மற்றும் அண்ணாமலைப் பல்கலைக்கழகங்களில் அறக்கட்டளைகளை நிறுவி ஆண்டு தோறும் திருவள்ளுவர் திருநாள் கொண்டாடப்பட வேண்டு மென்று நெறி வகுத்துக் கொடுத்தார். தக்க தமிழறிஞர் ஒருவர் உரையாற்றவும், வைப்பு நிதியிலிருந்து வரும் வட்டியில் அன்பளிப்பு வழங்கவும், அவரது உரையை அச்சிடவும் வழிவகுத்துக் கொடுத்தார்.

டாக்டர் சேதுப்பிள்ளையின் பெரு முயற்சியால் தென்காசியில் 1927ஆம் ஆண்டு சுப்பிரமணியதாஸ் என்னும் அறிஞரால் திருவள்ளுவர் கழகம் தொடங்கப்பட்டது. ஒவ்வொரு ஆண்டும் வைகாசி மாதம் அனுஷ நட்சத்திரத்தில் திருவள்ளுவர் திருநாள் கொண்டாடப்படும். முதலாம் ஆண்டு விழாவில் கப்பலோட்டிய தமிழன் வ.உ. சிதம்பரம் பிள்ளையும், டாக்டர் சேதுப்பிள்ளையும் கலந்துகொண்டனர். தொடர்ந்து தன் இறுதிக் காலம்வரை அனைத்து ஆண்டு விழாக்களிலும் தவறாது பங்கேற்றார். அன்று

தொடங்கி இன்றுவரை 90 ஆண்டுகளுக்கும் மேலாக இக்கழகம் பீடுநடை போட்டு வருகிறது.

தென்காசியைப் போன்று ஆழ்வார்குறிச்சி, திருநெல்வேலி, சென்னை தங்கசாலை ஆகிய இடங்களிலும் திருவள்ளுவர் கழகத்தை நிறுவ உதவியுள்ளார். விபுலாநந்த அடிகள், திருவிக, மறைமலை அடிகள், டாக்டர் மு.வ., ஜீவாநந்தம், தெ.பொ.மீனாட்சி சுந்தரனார், மே.வீ. வேணுகோபாலப் பிள்ளை, மயிலை வேங்கடசாமி, முத்துக் கண்ணப்பப் பிள்ளை போன்ற அறிஞர்கள் இக்கழகங்களில் உரையாற்றி உள்ளனர்.

வள்ளுவருக்குப் பெருமை சேர்க்கும்வகையில் 'வழிவழி வள்ளுவர்', 'திருவள்ளுவர் நூல் நயம்' ஆகிய நூல்களை எழுதி உள்ளார் டாக்டர் சேதுப்பிள்ளை.

திருக்குறள் சேதுப்பிள்ளைக்கு அருமருந்து. 1928இல் வழக்கறிஞராக நெல்லையில் பணியாற்றியபோது 'திருவள்ளுவர் நூல் நயம்' என்னும் நூலை எழுதினார். பரிமேலழகரின் திருக்குறள் உரையினைக் கற்றுத் தெளிந்து, திருவள்ளுவர் நூல் நயத்தைப் படைத்தார். 'பண்டைப் பொருளை நுணுக்கமாக ஆய்ந்து அதன் சொற்பொருள் நயங்களை நன்கு கற்றாய்ந்து யாவரும் உணர எளிதில் விளங்கும் வண்ணம் தெள்ளென வகுத்தோதி ஊக்கமூட்டும் செவ்விய உரைநூல் இல்லையே என்னும் குறையை நிறைவு செய்யும்வகையில் 'திருவள்ளுவர் நூல் நயம்' என்னும் நூலைச் செய்த பெரும் புலவர் திருவாளர் சேதுப்பிள்ளை' என்று இந்நூலுக்கு கா. சுப்பிரமணியப் பிள்ளை மிகச் சிறந்த முன்னுரை வழங்கி உள்ளார்.

இந்நூலில் திருவள்ளுவர் பெருமை, திருக்குறள் பொதுநூல் அறத்தின் திறம், அரசியல் திறம், அரசியல் முறை, இன்ப இயல், திருக்குறள் உவமைத் திறன், திருவள்ளுவரும் பரிமேலழகரும் என ஏழு தலைப்புகள் இருக்கின்றன. பத்து உரையாசிரியர்கள் உரை செய்யும் உயர்வு பெற்ற நூல் திருக்குறள் ஒன்றே என்கிறார் சேதுப்பிள்ளை. பழங்காலப் பத்து உரையாசிரியர்களுள் ஒருவர் பரிமேலழகர் என்றாலும் மற்ற உரைகள் மங்குமாறு செய்து தன்னேரில்லாத உரையாக இவரது உரை விளங்கி வருவதே இதற்குச் சான்றாகும் என டாக்டர் சேதுப்பிள்ளை, பரிமேலழகரைப் பாராட்டினாலும் 'நெல்லுக்கு உமியுண்டு, நீர்க்கு நுரையுண்டு, புல்லிதழ் பூவிற்கு உண்டு' என்பதைப்போல்

பரிமேலழகர் உரையிலும் சிலவற்றை மறுத்துரைக்கிறார் சேதுப்பிள்ளை. பரிமேலழகரை 1928ஆம் ஆண்டே மறுத்தவர் சேதுப்பிள்ளை. முதன் முதலில் மறுத்தவரும் சேதுப்பிள்ளையே ஆவார்.

மக்களைப் பற்றிப் பேசுகின்ற அதிகாரத் தலைப்பை பரிமேலழகர் 'புதல்வரைப் பெறுதல்' என்று கூறியுள்ளார். இதை மறுத்த சேதுப்பிள்ளை இது 'மக்கட் பேறு' என்று அமைதல் வேண்டும் எனத் தக்க பலச் சான்று காட்டி நிறுவியுள்ளார்.

'ஈன்ற பொழுதில் பெரிதுவக்கும் தன் மகனைச் சான்றோன் எனக் கேட்ட தாய்' என்ற குறளுக்குப் பரிமேலழகர் பெண் இயல்பால் தானாக அறியாமையால் கேட்ட தாய் என்று உரை கூறியுள்ளார். இதை மறுத்த டாக்டர் சேதுப்பிள்ளை 'மகனைப் பெற்றெடுத்த போது பெரு மகிழ்ச்சி அடையும் தாய் பின்னர் தன் மகனைச் சான்றோன் எனச் சொல்லும்போது அச்சொல்லைக் கேட்டு மகிழ்ந்தாள்' என மறுத்து உரை கூறி உள்ளார்.

'பரிமேலழகர் உரை மிக அருமை பெருமை வாய்ந்ததாய் அறிந்தோர் ஏத்தும் அரிய உரையாக விளங்கினாலும் உரையாசிரியர் சில இடங்களில் தமது கொள்கையைக் குறிப்பிடுகிறார். வலிந்தும் நலிந்தும் பொருள் கொண்டுள்ளார்' என இந்நூலின் நிறைவுரையில் குறிப்பிடுகிறார் சேதுப்பிள்ளை. திருக்குறள் உரையாசிரியர் பரிமேலழகரைத் தனது சீடன் சேதுப்பிள்ளை மறுத்தார் என்பதைக் கேள்விப்பட்டு கண்ணீர் வடித்ததுடன், அவருடன் பேசுவதையே நிறுத்திவிட்டாராம் அவரது குருவான செப்பறை ஸ்வாமிகள். ஆயினும் குருவை விடவும் குறளின் உண்மையான கருத்தே முக்கியம் என்ற கொள்கையில் இறுதிவரை வாழ்ந்தார் சேதுப்பிள்ளை.

வள்ளுவரை வாழ்க்கைச் சட்டமாகக் கொண்ட டாக்டர் சேதுப்பிள்ளை 'வழிவழி வள்ளுவர்' என்னும் அரிய நூலையும் ஆக்கித் தந்துள்ளார். தமிழகத்தின் வண்டமிழ்ப் புலவர்கள் வள்ளுவத்தை அப்படியே எடுத்தாண்டு பெருமை பெற்றனர். சங்க இலக்கியம் 'அறம்' என்று வள்ளுவத்தைச் சிறப்பிக்கின்றது. ஐம்பெரும் காப்பியங்கள் வள்ளுவத்தை மேற்கோள் காட்டிப் போற்றுகின்றன. சமய இலக்கியங்கள் வள்ளுவத்தை அப்படியே ஏற்று எழுதுகின்றன.

திருநாவுக்கரசர், 'கனியிருக்கக் காய்கவர்ந்தவன்' என்னும் வள்ளுவர் வாக்கை எடுத்தாள்கிறார். நம்மாழ்வார் 'ஊரவர்

கவ்வை எருவாக' என்னும் குறளை எடுத்தாள்கிறார். இம்முறையில் சேரன் பெருமாள், கம்பன், இளங்கோ, சீத்தலைச் சாத்தனார், திருத்தக்க தேவர், ஆகியோர் தங்கள் நூல்களில் வள்ளுவத்தை எடுத்தாண்ட வகையினை வளப்புடன் எடுத்துக் காட்டுகிறார் சேதுப்பிள்ளை.

'எனது பூர்வாசிரமப் பெயர் ரெங்கநாதன். நாள்தோறும் சேதுப் பிள்ளையின் வீட்டுக்குப் பால் கொண்டுவந்து கொடுப்பேன். அப்போது என்னிடம் அன்றாடம் ஒரு திருக்குறள் மனப்பாடம் செய்து கொண்டு வர வேண்டும் என்றும் அதற்குச் சன்மானமாகக் காலணாவும் கொடுப்பார்' என்று சேதுப்பிள்ளையின் திருக்குறள் பற்று குறித்து விளக்குகிறார் தவத்திரு குன்றக்குடி அடிகளார்.

வித்துவான் வகுப்பில் டாக்டர் சேதுப்பிள்ளையின் மாணவராக இருந்த பேராசிரியர் வெள்ளைவாரணர் தனது ஆசான்பற்றிக் கூறுகையில் 'எங்கள் ஆசிரியர் திருக்குறள் வகுப்பு நடத்துகையில் வள்ளுவருடன் ஒன்றிவிடுவார். வள்ளுவத்தில் வரும் உவமைகள், நயங்கள், வாழ்க்கைக்கு வேண்டிய அறங்கள் ஆகியவற்றை எடுத்துக்காட்டுடன் உரைப்பார். பரிமேலழகர் உரைத் திறத்தைப் பாராட்டும் அதே வேளையில், அவரது உரையில் வரும் பொருந்தாத சில கருத்துக்களை மறுத்துரைப்பார்.

'சிலப்பதிகாரம் தமிழ்நாட்டின் சிறந்த கலைச் செல்வம். அது முற்காலத் தமிழகத்தின் சீர்மையை விளக்கும். முத்தமிழின் பெருமையை முழங்கும். இத்தகைய சிலம்புச் செல்வத்தை வழங்கிய தவச் செல்வமும், தமிழ்ச் செல்வமும் ஒருங்கே பெற்ற செஞ்சொற் கவிஞர் இளங்கோவடிகள் ஐயன் திருவள்ளுவர் வழங்கிய திருக்குறளைப் பொன்னேபோல் போற்றியவர்' என்று நெகிழ்கிறார் சேதுப்பிள்ளை. (சிலப்பதிகார விளக்கம்)

திருவள்ளுவர் மகானா, மகாகவியா? பாரதியாரின் மதிப்பீடு

இந்திய விடுதலைப் போராட்ட வீரர், கவிஞர், இதழாளர் எனப் பன்முகப் பரிமாணங்களைக்கொண்ட மகாகவி பாரதி மிகச் சிறந்த சொற்பொழிவாளரும்கூட. பாரதியின் தலைமையுரை இது. வாழ்வில் இரண்டுமுறை பாரதி மற்றவர்களின் சொற்பொழிவு நிகழ்ச்சிக்குத் தலைமை தாங்கிப் பேசியிருக்கிறார் என்பது 'சுதேசமித்திரன்' இதழின் வாயிலாகக் கண்டறியப்பட்டுள்ளது. வாழ்வின் தொடக்கத்தில் சென்னைக்கு வந்த ஒன்பது மாதங்களில்

ஒரு சொற்பொழிவு நிகழ்ச்சிக்கும், சென்னை வாழ்வின் இறுதியில் ஒரு சொற்பொழிவு நிகழ்ச்சிக்கும் பாரதி தலைமை தாங்கியிருக்கிறார். அவற்றில் ஒன்று திருவள்ளுவர் தொடர்பானது.

1905 ஆகஸ்ட் 23இல் சென்னை ராஜதானி கலாசாலை (இப்போது மாநிலக் கல்லூரி) மாணவர் தமிழ்ச் சங்கத்தில் அக்கல்லூரியின் மாணவர் குருசாமியின் சொற்பொழிவு நடந்தது. 'திருவள்ளுவரின் பெருமை' என்னும் தலைப்பில் அம்மாணவர் கட்டுரை எழுதி வாசித்தார். அந்நிகழ்ச்சிக்கு பாரதி தலைமை வகித்து, விரிவாகத் தனது தலைமையுரையை ஆற்றினார். அதுகுறித்த செய்தி 26.08.1905 தேதியிட்ட 'சுதேசமித்திரன்' இதழில் வெளியாகியுள்ளது. அப்போது, உ.வே.சாமிநாத அய்யர் இத்தமிழ்ச்சங்கத்தின் தலைவராக விளங்கினார். இந்தத் தலைமையுரை பாரதி வரலாற்றில் பல வகைகளில் முக்கியத்துவம் வாய்ந்தது.

காலத்துக்கு ஏற்ப புது நூல்கள் வேண்டும்

திருக்குறளைப்பற்றிப் பொதுவாகச் சிந்திப்பவர்கள் பலரும் திருக்குறளில் அழகியலின் உயிர்நிலையாக விளங்கும் காமத்துப்பாலைப்பற்றி எண்ணுவதில்லை. பாரதியார் இந்தச் சொற்பொழிவில் காமத்துப்பாலின் கருத்துகள், கவித்துவம், பாடல்களின் இசையினிமை முதலியவற்றைப் பற்றியும் சிறப்பாகக் கூறியிருக்கிறார். வள்ளுவரின் சமயத்தைப்பற்றிப் பேசும்போது குறிப்பிட்ட சமயத்தவராகச் சொல்லாமல் 'ஆஸ்திக மதஸ்தர்' என்ற சொல்லால் குறிப்பிடுவதுதான் சரியாக இருக்கும் என்று கூறியுள்ளார்.

இலக்கியக் கூட்டங்களுக்கு ஆட்கள் வருவதில்லை

திருவள்ளுவரைக் குறித்த அந்தச் சொற்பொழிவு நிகழ்ச்சிக்குக் குறைவான எண்ணிக்கையிலேயே பார்வையாளர்கள் வந்திருந்தனர். அதையும் தனது பேச்சில் குறிப்பிட்டார் பாரதி. 'மேல்நாட்டில் ஓரூரில் 'ஷெல்லியின் பெருமை'யைப் பற்றி ஒரு வியாசம் நடக்கப் போகிறதென்றால் நூற்றுக்கணக்கான ஜனங்கள் தானே வருவார்கள். 'திருவள்ளுவரின் பெருமை' என்ற இவ்வரிய பெரிய விஷயம் தொடர்பான நிகழ்ச்சிக்கு நமது சங்கத்தில் எத்தனை குறைந்த தொகையான ஜனங்கள் வந்திருக்கின்றனர்

பார்த்தீர்களா?' என மேல்நாட்டின் நிலையையும் நம் நாட்டின் நிலையையும் ஒப்பிட்டுக் காட்டி ஆதங்கப்பட்டார்.

இலக்கியக் கூட்டத்துக்கு வருகை தருவோரின் குறைவான எண்ணிக்கைபற்றிய நூற்றாண்டுக்கு முந்தைய பாரதியின் வருத்தம் இன்றைக்கும்கூடப் பொருத்தமாகத்தான் இருக்கிறது. மேலும், மேல்நாட்டவர்கள் ஷேக்ஸ்பியர் திருநாள் என்றும், மில்டன் திருநாள் என்றும் கொண்டாடுவதுபோல நாம் கம்பர் நாளென்றும், காளிதாசர் நாளென்றும் கொண்டாடுகிறோமா என அக்கூட்டத்தில் கேள்வி எழுப்பியிருந்தார். திருக்குறளை மையமிட்டு இந்தச் சிந்தனைகளையெல்லாம் வெளிப்படுத்திய போது பாரதிக்கு வயது 23தான்.

மாறியது பார்வை

1905-ம் ஆண்டு வள்ளுவரை மகாகவியாகக் கொள்ளத் தயக்கம் காட்டிய பாரதி, 1916-ம் ஆண்டு, 'தமிழ்நாட்டில் இப்போது 'புதிய உயிர்' தோன்றியிருப்பதால், நாம் இவ்விஷயத்தில் தமோ குணம் செலுத்தாமல் கம்பன், இளங்கோ, திருவள்ளுவர் முதலிய மஹாகவிகளுக்கு ஞாபகச் சிலைகளும், வருஷோற்சவங்களும் ஏற்பாடு செய்ய வேண்டும்' எனக் கம்பனையும் இளங்கோவையும் போல வள்ளுவரையும் மகாகவி எனப் போற்றி எழுதினார்.

இடைக்காலத்தில் வள்ளுவரை, 'தெய்வ வள்ளுவர்' (1910) எனப் போற்றிய பாரதி, பிந்தைய காலங்களில் வள்ளுவர் குறித்த கருத்து வளர்ச்சியில், 'வள்ளுவன் தன்னை உலகினுக்கே - தந்து வான்புகழ் கொண்ட தமிழ்நாடு' (1919) எனவும் 'யாமறிந்த புலவரிலே கம்பனைப் போல், வள்ளுவர்போல், இளங்கோவைப் போல் பூமிதனில் யாங்கணுமே பிறந்ததில்லை' (1919) எனவும் பாடிப் போற்றினார்.

முதலில் வள்ளுவரை மகாகவியாகக் கொள்ளாத பாரதி பிந்தைய காலங்களில் மகாகவியாகக் கொண்டாடிய நிலை, திருக்குறளைத் தொடர்ந்து ஆழ்ந்து பயின்று சிந்தித்துப் பெற்ற சீரான கருத்து வளர்ச்சியைக் காட்டுகிறது. 23 வயதிலேயே வள்ளுவரைக் குறித்துத் தனித்தன்மையான மதிப்பீடுகளை முன்வைத்ததும், அக்கருத்துகள் பின்னாளில் வளர்ச்சி கண்டதும் பாரதி வரலாற்றின் புதிய பக்கங்களாக நம்முன் விரிகின்றன என்கிறார் பேராசிரியரும், பாரதி ஆய்வாளருமான ய.மணிகண்டன் (தமிழ் இந்து திசை 11 டிசம்பர் 2018).

'பாவேந்தர்' பாரதிதாசன்

பண்டைத் தமிழர்கள் உழவு, தொழில், வாணிகம், கல்வி, தச்சு, வரைவு என ஆறு துறைகளாக வகுத்து ஆட்சி நடத்தினர். உழவும், தச்சும் நீங்கிய பிற வேலை தொழிற் துறையில் அடங்கும். எழுத்து, சொல், பொருள், கோள் நிலை அறிதல், மருத்துவம், போர்ப் பயிற்சி ஆகியவை கல்வித் துறையில் அடங்கும். வாணிகம் என்பது வியாபாரம். வரைவு என்பது எல்லைப் பிரிவை உறுதி செய்தல், கோட்டை கட்டுதல் முதல் குளம் வெட்டுதல் வரைக்குமுள்ள இடங்களை வரையறுத்தலும், அளவு செய்தலுமாகும்.

ஆறு துறைகளுக்குமான ஆறு அமைச்சர்களுக்கும் அலுவலகம் ஒன்றேயாம். இந்த அலுவலகத்தில் கருமத் தலைவன் ஒருவன் இருப்பான். அவன் எல்லாத் துறைகளிலும் வல்லவன். அவனுடைய அலுவல் பெயர் 'வள்ளுவன்' ஆகும்.

வள்ளுவன் சாக்கை எனும் பெயர் மன்னர்க்கு
உள்படு கருமத் தலைவர்க்கு ஒன்றும்

என்கிறது பிங்கலந்தைச் செய்யுள். உள்படு கருமத் தலைமை என்பது 'வள்ளுவன் என்ற அலுவல் பெயரையே குறித்து நின்றது காண்க. பின்னாளில்தான் வள்ளுவன் என்ற சொல் சாதியைக் குறிப்பதாகக் கருதும் நிலை உண்டாயிற்று. 'அகம் பட்டன்' என்ற சொல் அரசனின் அகம் சுற்றம் ஆறில் - மருத்துவப் புலவன் பெயர். ஆனால் இச்சொல் இந்நாளில் இழிந்த சாதிக்காரர் என்று எண்ணும்படி ஆக்கப்பட்டிருக்கிறது. வள்ளுவன் என்னும் சொல் வண்மையின் அடியாகப் பிறந்தது. வண்மை என்றது அறிவு வளத்தைக் குறிக்கும். திருவள்ளுவரின் இயற்பெயர் 'தேவர்' என்பதும் அவரது அலுவல் பெயரே 'வள்ளுவர்' என்பதுமாகும்.

பரிமேலழகர் உரைக்கு மறுப்பு

அரசன் தன் காத்தற் தொழிலைச் சிறப்பாகச் செய்யவில்லை எனில் மேற்கூறிய ஆறு துறையும் நடக்காது. நாட்டுக்கு ஆகிக்கொண்டு வந்த பயன் ஆகாமலே அளவில் குன்றிவிடும் என்பதை,

ஆபயன் குன்றும் அறுதொழிலோர் நூல்மறுப்பர்
காவலன் காவான் எனின்

என்ற குறள் மூலம் வள்ளுவர் விளக்குகிறார்.

ஆனால் பரிமேலழர் இதற்கு உரை எழுதுகையில் 'ஆபயன்' என்பதைப் 'பசுவின் பயன்' அதாவது 'பால்' குறையும் என்று பொருள் கொண்டார். அவ்வாறு கொண்டால் 'ஆப்பயன்' என்று ஒற்று மிக வேண்டும். அது தவறாகும். 'ஆபயன்' என்பதை வினைத் தொகையாகக் கொண்டால் 'ஆனபயன், ஆகின்ற பயன், ஆகும் பயன்' என முக்காலத்துக்கும் விரியும். எனவே மேற்கண்ட குறளில் 'ஆபயன் குன்றும்' என்ற சொல்லுக்கு 'அரசன் நல்லபடியாக ஆண்டபோது ஆனபயன், அதாவது, பகை அரசர் அஞ்சிக் கப்பம் கட்டுதல், வரி வரவு ஆகியவை அரசன் காத்தல் தொழிலைச் சிறப்பாக செயத் தவறும்போது குறையும்' என்பதே இதன் உண்மைப் பொருளாகும்.

மேலும் அறுதொழில் என்பது ஏற்கெனவே குறிப்பிட்டதுபோல் 'உழவு, தொழில், வாணிகம், கல்வி, தச்சு, வரைவு' ஆகியவையே. ஆனால் பரிமேலழகரோ ஆரிய மறை ஓதுதல், ஓதுவித்தல், வேட்டல், வேட்பித்தல், அறிவு தரல், பிச்சை புகல் ஆகியவற்றை ஆறு தொழில்களாகக் குறிப்பிடுகிறார். ஆரியக் கருத்துக்களை மறுத்துக் குறட்பாக்களை எழுதிய வள்ளுவர் ஆரியத் தொழில்கள் நாட்டில் நடவாது ஒழிந்து விடும் என்றா கவலைப்படுவார்? நிச்சயமாக இல்லை. ஆகவே பரிமேலழர் கொண்ட பொருள் பொய்ப்பொருள் என விடுக. (தென்றல், மலர் *2: இதழ் 21 (05/11/55)*

அகர முதல எழுத்தெல்லாம் ஆதி
பகவன் முதற்றே உலகு

என்னும் குறளுக்கு 'எழுத்துகள் யாவும் 'அ' என்னும் முதலெழுத்தை நம்பி வாழ்வதுபோல், உலகம் கடவுளை நம்பி வாழ்கிறது' என்கிறார் பரிமேலழகர். ஆனால் இந்தக் குறளில் காணப்படும் சொற்களைப் பின்வருமாறு மாற்றிப் பிரித்துப் பொருள்கொள்ளவேண்டும்:-

அகர முதல எழுத்தெல்லாம் ஆதி
பகவன் முதற்று ஏ உலகு

என்று பாட்டின் சொற்களைப் பிரித்துரைத்து

அகரம் முதல் எழுத்து எல்லாம் ஆதி
உலகு பகவன் முதற்று ஏ

எனப் பொருள்கொள்ளவேண்டும்.

ஆதி = எல்லாப் பொருளும் தோன்றுதற்கு இடமாவது. உலகு = உலகினர்; பகவன் முதற்று = பகவனை முதன்மையாகக் கொள்ளத் தக்கவர். பகவன் என்பது மெய்யுணர்வு. பகவன் = பகவு = உணர்வு = அறிவு. இங்கு முதன்மை என்பது காரண முதன்மை அன்று. இட முதன்மை; எனவே மக்கள் அறிவை முதல் இடமாகக் கொள்ளத் தக்கவர். மக்கள் பெறத்தக்கது அறிவே ஆகும். அவ்வறிவு ஒன்றே மேலானது; சிறந்தது. ஆதி மற்றும் பகவன் ஆகிய இரண்டுமே தூய தமிழ் சொற்கள் என்று அறிக. இக்குறளில் உண்மைப் பொருள் 'உலகும், உயிர்களும் மற்றுள்ளவைகளும் ஆதி என்பதினின்று தோன்றியவை. ஆயினும் உலக மக்கள் பெறத்தக்க பேறு மெய்யுணர்வு ஒன்றேயாம்.

சாமி சிதம்பரனார்

வள்ளுவர் வாழ்ந்த காலத்தைப்பற்றிப் புலவர்களுக்குள் பல்வகை கருத்துக்கள் நிலவுகின்றன. 'தமிழ் நூல்களுள் தொல்காப்பியத்துக்கு அடுத்துத் திருக்குறள்தான் காலத்தால் முற்பட்டது. மற்ற சங்க இலக்கியங்களெல்லாம் குறளுக்குப் பின் வந்தவையே' எனக் கூறுவோரும் உளர். பத்துப்பாட்டு, எட்டுத் தொகை, பதினெண்கீழ்க்கணக்கு எனப் பழைய இலக்கியங்களை வரிசைப்படுத்தி இருப்பதால் பத்துப்பாட்டு, எட்டுத் தொகை நூல்களுக்குப் பிறகுதான் திருக்குறள் தோன்றியிருக்கவேண்டும். இவற்றுள் பத்துப்பாட்டு, எட்டுத் தொகை ஆகியவை மட்டுமே சங்க இலக்கியங்களாகக் கருதப்படுகின்றன. சங்க இலக்கியங்களில் திருக்குறள் பற்றிய குறிப்பே இல்லாததாலும், சிலப்பதிகாரம், மணிமேகலை உள்ளிட்ட நூல்களில் திருக்குறள் சொற்றொடர்கள் காணப்படுவதாலும், திருக்குறள் சங்க நூல்களுக்குப் பின்னும், ஐம்பெரும் காப்பியங்களுக்கு முன்னும் தோன்றியிருக்க வேண்டும்.

சங்க இலக்கிய வரிகள் திருக்குறளில் எடுத்தாளப் பட்டிருப்பதையும், அதேபோல், திருக்குறள் வரிகள் ஐம்பெருங் காப்பியங்களில் எடுத்தாளப்பட்டிருப்பதையும் பின்வருமாறு காணலாம்:

> தெய்வம் தொழாஅள் கொழுநன் தொழுதெழுவாள்
> பெய்யெனப் பெய்யும் மழை

என்னும் குறள்,

தெய்வம் தொழாஅள் கொழுநன் தொழுதெழுவாளைத்
தெய்வம் தொழூஉம் தகைமை திண்ணியதால்

என்று சிலப்பதிகாரத்திலும்,

தெய்வம் தொழாஅள் கொழுநன் தொழுதெழுவாள்
பெய்யெனப் பெய்யும் பெருமழை என்றப்
பொய்யில் புலவன் பொருளுரை தேறாய்

என்று மணிமேகலையிலும் எடுத்தாளப்பட்டுள்ளன.

முந்தை யிருந்து நட்டோர் கொடுப்பினும்
நஞ்சும் உண்பர் நனிநாகரிகர்

என்னும் நற்றிணைப் (355) பாடலை அடிப்படையாகக் கொண்டதே

பெயக்கண்டும் நஞ்சுண் டமைவர் நயத்தக்க
நாகரிகம் வேண்டு பவர்

என்னும் குறள்.

பகுத்தூண் தொகுத்த ஆண்மைப்
பிறர்க்கென வாழ்திநீ ஆகன்மாறே

என்னும் பதிற்றுப்பத்துப் (38) பாடலை அடிப்படையாகக் கொண்டதே

பகுத்துண்டு பல்லுயிர் ஓம்புதல் நூலோர்
தொகுத்தவற்றுள் எல்லாம் தலை

என்னும் குறள்.

செம்மையின் இகத்து ஓரீஇப் பொருள் செய்வார்க்கு அப்பொருள்
இம்மையும் மறுமையும் பகையாவது அறியாயோ

என்னும் கலித்தொகைப் (14) பாடலை அடியொற்றியதே

அருளோடும் அன்போடும் வாராப் பொருள்ஆக்கம்
பல்லார் புரள விடல்

என்னும் குறள்.

இவ்வாறாகச் சங்க காலக் கருத்துக்கள் பல திருக்குறளில் அமைந்துள்ளன. அதுபோல் திருக்குறள் கருத்துக்கள் பல

ஐம்பெருங்காப்பியங்களில் இடம் பெற்றுள்ளன. பழைய சங்க இலக்கியங்கள் பெரும்பாலும் ஆசிரியப்பாவிலும், பின்னர் வஞ்சிப்பாவிலும், கலிப்பாவிலும், நிறைவாக வெண்பாவிலும் இயற்றப்பட்டன. திருக்குறள் வெண்பாவில் இயற்றப் பட்டுள்ளதால், சங்க நூல்களுக்குப் பிற்பட்டதே என்பதற்குச் சான்றாக விளங்குகிறது.

பத்துப்பாட்டு, எட்டுத் தொகை முதலிய சங்க இலக்கிய நூல்களில் மதுவும், மாமிசமும் கண்டிக்கப்படவில்லை என்பதுடன் விலக்கப்பட வேண்டும் என்று கூறப்படவும் இல்லை. மாறாகச் சங்க இலக்கியப் பாடல்களில் இவை பாராட்டிப் பாடப் பட்டுள்ளன. ஔவை, கபிலர் உள்ளிட்ட பெரும் புலவர்கள் மதுவும், மாமிசமும் உண்டவர்களே. ஆனால் திருக்குறளில் இவை இரண்டும் கண்டிக்கப்படுகின்றன. சங்ககாலத்தில் பலதார மணம் ஆதரிக்கப்பட்டுள்ளது. ஆனால் திருவள்ளுவரோ 'வாழ்க்கைத் துணைநலம்' என்றோர் அதிகாரத்தையே எழுதி ஒருவனுக்கு ஒருத்தியென வலியுறுத்துகிறார். ஆடவர்கள் காதல் பரத்தையர்கள் மற்றும் சேரிப் பரத்தையர்களுடன் கூடிக் குலவியதைச் சங்க நூல்களில் காணலாம். இதைக் குற்றமாக எண்ணிக் கண்டிக்கவில்லை. ஆனால் திருக்குறள் 'வரைவின் மகளிர்' என்ற தனி அதிகாரம் மூலம் வேசிகளுடனான நட்பைக் கண்டிக்கிறது.

மது, மாமிசம், பலதார மணம், பரத்தையர் நட்பு ஆகியவை சங்க காலத்தில் கண்டிக்கப்படவும், ஒழுக்கக் குறைவு என தண்டிக்கப்படவும் இல்லை. சங்க காலத்துக்குப் பிறகே இவை குற்றமாகக் கருதப்பட்டன. ஆகவே இவற்றைக் குற்றமென வலியுறுத்தும் திருக்குறள் சங்க நூல்களுக்குப் பிறபட்ட நூல் என்பதில் ஐயமே இல்லை.

பதினெண் கீழ்க்கணக்கு நூல்களுள் திருக்குறளே பழமையான நூலாக இருக்கலாம். இதன் காலம் கி.பி.6 ஆம் நூற்றாண்டு என்பது பேராசிரியர் வையாபுரியின் கருத்து. ஆனால் திருவள்ளுவரின் காலம் ஈராயிரம், மூவாயிரம் ஆண்டுகளுக்கு முன்பு என்று சொல்வதே அவருக்கும் பெருமை, தமிழுக்கும் பெருமை, தமிழர் நாகரிகத்துக்கும் பெருமை எனச் சிலர் கருதுகின்றனர். ஒரு புலவர்க்கும், அவர்தம் நூலுக்கும் பெருமை காலத்தின் பழைமையைப் பொருத்தது அன்று. பிற்காலத்தே பிறந்த நூலானாலும், முற்காலத்தே தோன்றிய நூலானாலும், மக்கள் வாழ்க்கையோடு இணைந்து நின்றுஅவர்களுக்கு வழிகாட்டும்

நூலே சிறந்த நூலாகும். அத்தகைய நூலை உருவாக்கிய புலவரே முதற் புலவர் ஆவார்; அவர்தம் நூலே முதல் நூலாகும்.

திருக்குறள் சங்க இலக்கியங்களுக்குப் பின்னே பிறந்ததாயினும் இது ஒப்பும் உவமையும் அற்ற உயர்ந்த நூலாகும். இதுபோன்ற ஒரு நூல் திருக்குறளுக்கு முன்பும் தோன்றியதில்லை; பின்னும் பிறந்ததில்லை. இனியும் பிறக்காது. இது அறிஞர்கள் அனைவரும் ஏற்றுக்கொள்ளும் உண்மை.

நாமக்கல் இராமலிங்கம் பிள்ளை

உலகத்தின் தலைசிறந்த இலக்கியங்களுள் ஒன்று நம்முடைய திருக்குறள். காலம், இடம், நிறம், இனம், மதம் என்ற வேறுபாடுகளைக் கடந்து எங்குமுள்ள எல்லா மனிதர்க்கும், எக்காலத்திலும், பயன் தரக்கூடிய, அறிவுரை நிரம்பிய அறநூல் திருக்குறள். மனித வர்க்கத்தின் இயற்கை அமைப்பில், எக்காலத்திலும் மாறுதல் இல்லாதனவாகிய தத்துவங்களையே அடிப்படையாகக்கொண்டு அமைக்கப்பட்டிருப்பதால், திருக்குறள் என்றென்றும் அழிவில்லாது இருக்கும். அதுமட்டும் இன்றி எப்போதும் இளமையும், புதுமையும் உள்ளதாகவே இருக்கும். மனித சமூகத்துக்கு இன்றியமையாத எல்லா நல்லறிவையும், இப்படித் தொகுத்து வகுத்துத் தந்துள்ள நூல் வேறெந்த மொழியிலும் இல்லையென்று உலகத்தின் பேரறிஞர்கள் எல்லாரும் ஒருமுகமாகப் போற்றுகின்றார்கள் என்பது திருவள்ளுவர் தமிழ் மக்களுக்கு வைத்துச் சென்ற அழியாத செல்வம்.

அத்தகைய திருவள்ளுவர் தோன்றிய காலம் கி.பி.1 என்றும், கி.பி.3 என்றும் ஆராய்ச்சியாளர்கள் சொல்லுவர். எது எப்படியானாலும் திருவள்ளுவர் ஏறத்தாழ இரண்டாயிரம் ஆண்டுகளுக்கு முன்பு வாழ்ந்தவர் என்பது எல்லோரும் ஏற்றுக்கொள்கிற உண்மை. இரண்டாயிரம் ஆண்டுகள் என்பது இலேசான காலமா? இந்த இரண்டாயிரம் வருடங்களாகத் தமிழ் மக்கள் திருக்குறளை எவ்வளவு பயபக்தியோடு பாதுகாத்து வந்திருக்கிறார்கள் என்பதற்குத் திருக்குறளில் பாட பேதம் என்றோ, இடைச்செருகல் என்றோ, ஒன்றும் இல்லாததே போதிய சான்றாகும்.

ஈராயிரம் ஆண்டுகளுக்கு முன்னால் எழுதப்பட்ட திருக்குறளின் மூலப் பிரதிச் சுவடிகள் இன்னும் பல ஆங்காங்கே இருக்கின்றன.

அவை அனைத்தும் ஒன்றுக்கொன்று எந்தவித பேதமும் இல்லாமல் இருக்கின்றன. பிற்காலத்திய பிரதிகளில்தான் சிற்சில பேதங்கள் காணப்படுகின்றன. அப்பேதங்கள்கூடக் குறட்பாக்களில் அல்ல. பாக்களின் வரிசைக்கிரமத்திலும், சில அதிகாரங்களின் பெயர்களிலும் மட்டுந்தான் பேதங்கள் காணப்படுகின்றன. ஆகவே திருக்குறளில் அறம் (380), பொருள் (700) மற்றும் இன்பம் (250) என முப்பால்களிலும் உள்ள 1330 குறட்பாக்களிலும் எந்தவிதமான பாட பேதங்களும் இல்லாமலே தான் எல்லா ஏட்டுப் பிரதிகளிலும் காணப்படுகின்றன.

திருக்குறள் மூலப் பாட்டுகளில் பாட பேதம் உண்டாக்கும் முயற்சிகள் எல்லாம் ஆங்கிலம் கற்ற சில தமிழறிஞர்கள் செய்த குற்றமே. அக்குற்றம் ஆங்கிலத்தின் பிழையல்ல. இந்த ஆங்கிலம் படித்த தமிழர்கள் ஆங்கில இலக்கியங்களில் படித்து அனுபவித்த ‘சகோதரத்துவம்’, ‘ஜனநாயகம்’, ‘பெண்களின் உரிமை’ முதலிய புதிய கருத்துக்களைத் திருக்குறளில் புகுத்த விரும்பியதால், திருவள்ளுவரின் நோக்கத்தைத் தெரிந்து கொள்ள முடியாமல் குறட்பாக்களுக்குப் பேதம் கற்பிக்கத் துணிந்துவிட்டார்கள்.

பல்லாயிரம் ஆண்டுகளாக வளர்ந்து பரவி வந்திருக்கிற தமிழ்ச் சமுதாயத்தின் பண்புகளைப் படமெழுதிக் காட்டுவன திருக்குறள் முதலான இலக்கியங்களே. அவற்றில் இக்கால இயல்புக்குப் பொருந்தத்தக்காதன, விரும்பத்தக்காதன எனக் கருதக்கூடிய பகுதிகள் இருக்கலாம். அவை நமக்கு விளங்காமலும் இருக்கலாம். அதற்காக நிச்சயமற்ற, ஆதாரமற்ற பாட பேதத்தைப் புகுத்துவது கூடாது. திருவள்ளுவர் அப்படிச் சொல்லியிருக்க மாட்டார், இப்படித்தான் சொல்லியிருப்பார் என்று பாட பேதம் கற்பிப்பவர்களை இப்போதும் காணலாம். நமது முன்னோர்கள் திருக்குறளைத் திருவள்ளுவர் எழுதிக் கொடுத்துவிட்டுச் சென்ற அப்பாடத்திலேயே அதன் பொருள் உணர்ந்து அனுபவித்துப் போற்றி வந்திருக்கிறார்கள். எனவே அவர்கள் பாட பேதங்கள் கருதியிருக்கக் காரணமில்லை.

இப்போதுள்ள சீர்கேடுகளைக் கருதியோ, வரவிரும்பும் சீர்திருத்தங்களைக் கருதியோ, திருக்குறளை ஆய்வது சரியல்ல. காலப் போக்கில் தாமாகவே மாறிப் போகிற பழக்க வழக்கங்களையோ, காலம் கருதித் தாமாகவே மாற வேண்டிய அரசியல் சட்ட திட்டங்களையோ, நினைத்துக்கொண்டு எழுதப்பட்டதல்ல திருக்குறள். இப்போது, அப்போது

என்றில்லாமல் எப்போதும் மனித சமூகத்தின் வாழ்வுக்கு வழிகாட்ட நிற்கும் பொது அறிவே திருக்குறள். எக்காலத்துக்கும் பலனளிக்கும் பொது அறிவை உணராமல் அப்போதைக்கு அப்போது காணப்படும் குழப்பங்களை மட்டும் மனத்தில் வைத்துக்கொண்டு திருக்குறளுக்குப் பொருள் காண முயன்றவர்கள் குறட்பாக்களின் மூலத்தையே மாற்றிவிட முனைந்துவிட்டார்கள். திருவள்ளுவர் நினைத்திருக்கவே முடியாத பொருள்களைத் திருக்குறளில் புகுத்தி அவரவர்கள் விருப்பம்போல் திரித்துரைக்கத் தலைப்பட்டு விட்டார்கள். திருக்குறளைத் திருத்தி அச்சிட்ட ஐரோப்பியர்களைக் கண்டித்த பண்டிதமணி தியாகராஜ செட்டியாரும், நான்காம் தமிழ்ச் சங்கம் கண்ட பாண்டித்துரைத் தேவரும் போற்றுதலுக்கு உரியவர்கள்.

'மூலத்துக்குப் பாட பேதம் இல்லை' என்று சொல்வதைப்போல் அவ்வளவு எளிதில்லை 'மூலத்துக்கான பொருள் பேதம் இல்லை' என்று சொல்லுவது. இதற்குக் காரணம் தமிழ் மொழி மிகப் பரந்த சொல்லாட்சியும், பொருளாட்சியும் கொண்டதாகும். மேலும் தமிழுக்கே உள்ள 'புணர்ச்சி' விதிகளால் உண்டாகும் சந்தி, விகாரம் முதலியன ஒரு சொற்றொடரை வெவ்வேறு விதங்களில் பிரித்து ஒன்றுக்கொன்று முற்றிலும் மாறுபட்ட பொருள்களைக் கொள்ள இடம் கொடுக்கும். அப்படிப் பதம் பிரிப்பதில் எப்படி ஒரு சொற்றொடர் முற்றிலும் நேர்மாறான பொருளைத் தர முடியும் என்பதற்கு எளிய உதாரணத்தைப் பார்ப்போம்:

> வானின் றுலகம் வழங்கி வருதலாற்
> றானமிழ்த மென்றுணரற் பாற்று

கீழ்க்கண்டவாறு பதம் பிரித்தால் கிடைக்கும் நேர் பொருள் -

> 'வான் + நின்று + உலகம் + வழங்கி வருதலால் + தான் + அமிழ்தம் + என்று + உணரல் + பாற்று' என்று பதம் பிரித்தால் வான் = மழை; நின்று = பெய்வதால்; உலகம் = இந்த உலகத்திலுள்ள உயிர்கள்; வழங்கி வருதலால் தான் = ஜீவித்து வருவதால்தான்; அமிழ்தம் என்று = அந்த மழையை அமிர்தம் என்று; உணரல் பாற்று = நினைக்க வேண்டிய தன்மை உடையது என்றாகும். இதன் சரியான பொருள் 'மழை பெய்வதன் காரணமாக உலகிலுள்ள உயிர்கள் ஜீவித்து வருவதால் அந்த மழையை அமிர்தம் என்று நினைக்க வேண்டிய தன்மை உடையதாகும்'.

பின்வருமாறு பதம் பிரித்தால் கிடைக்கும் எதிர்மறையான பொருள் -

தமிழிலுள்ள புணர்ச்சி இலக்கணம் இப்படியும் பதம் பிரிக்க அனுமதி அளிக்கிறது. அதாவது வானின்று என்பதை 'வான் + நின்று' (அல்லது) 'வான் + இன்று' எனப் பிரித்தாலும் இலக்கணப் பிழை இல்லை. பிரித்தலில் இலகக்கணப் பிழை இல்லை என்றாலும் அர்த்தம் தலைகீழாக மாறிவிடும். 'வான் + இன்று + உலகம் + வழங்கி வருதலால் + தான் + அமிழ்தம் + என்று + உணரல் + பாற்று' என்று பதம் பிரித்தால் வான் = மழை; இன்று = இல்லாமல்; உலகம் = இந்த உலகத்திலுள்ள உயிர்கள்; வழங்கி வருதலால் தான் = ஜீவித்து வருவதால்தான்; அமிழ்தம் என்று = அந்த மழையை அமிர்தம் என்று; உணரல் பாற்று = நினைக்கவேண்டிய தன்மை உடையது என்றாகும். இதன் மற்றொரு எதிர்மறையான பொருள் 'மழை இல்லாததன் காரணமாக உலகிலுள்ள உயிர்கள் ஜீவித்து வருவதால் அந்த மழையை அமிர்தம் என்று நினைக்க வேண்டிய தன்மை உடையதாகும்'.

இதன் காரணமாகவே ஒரு சொற்றொடரை வெவ்வேறு விதமாகப் பதம் பிரிப்பதால் முற்றிலும் மாறுபட்ட உரைகளைக் காணலாம் என்பதற்காக மேற்கண்ட குறட்பாவை உதாரணம் கூறினேன். இவ்வாறாகப் பல குறட்பாக்களில் உள்ள பதங்களைப் பலர் பலப்பல விதங்களில் அவரவர் விருப்பப்படிப் பொருள் சொல்லத் தமிழில் இடமுள்ளது. இலக்கண ரீதியாகத் தவறும் இல்லை. அதனால்தான் திருக்குறளின் மூலத்துக்குப் பாட பேதம் உண்டாக்க முயல்கிறவர்களைக் கண்டித்து வாயடக்க முடிவதைப் போல் நம்மால் பொருள் பேதம் சொல்லுகிறவர்களை உடனே கண்டித்து வாயடக்க முடிவதில்லை.

'திருவள்ளுவர் திடுக்கிடுவார்' என்ற தலைப்பில் நாமக்கல் இராமலிங்கம் பிள்ளை எழுதிய நூலின் முன்னுரையில் பின்வருமாறு குறிப்பிடுகிறார் 'ஆம். திருவள்ளுவர் இப்போது இங்கு வருவாரானால் திடுக்கிட்டுத் திகைத்துப் போவார். அவர் அரும்பாடுபட்டு எழுதி வைத்துப் போன குறள்களுக்குப் பலபேர் பலவிதமாகத் தம்முடைய மனம்போன போக்கில் உரை சொல்லுவதைப் பார்த்தால் திகைக்காமல், திடுக்கிடாமல் வேறு என்ன செய்வார். அதுமட்டுமா! அவரது கருத்துகளுக்கு முற்றிலும் விரோதமான, விநோதமான, உரைகள் சொல்லுவதைக் கண்டு கதறிக் கண்ணீர்விட்டு அழுதாலும், அழுதுவிடுவார்' என்கிறார்.

திருவள்ளுவர் திருக்குறளை அரங்கேற்றிய அவையில் தான் எழுதிய குறட்பாக்களுக்கான உரையை நிச்சயம் கூறி இருப்பார். அரங்கேற்றிய அதே நாளில் 1330 குறட்பாக்களுக்குப் பொருள் கூறியிராவிட்டாலும், முக்கியமான சில பகுதிகளுக்கேனும் அவர் கட்டாயம் சொல்லித்தான் இருப்பார். பின்னர் ஏனைய அரங்குகளிலோ, தனது மாணாக்கர்களுக்கோ, அவரை ஆதரித்ததாகச் சொல்லப்படும் ஏலேலசிங்கருக்கோ அனைத்துக் குறட்பாக்களையும் விளக்கியிருப்பார் என்று நினைப்பதுதான் நியாயம். மேலும் திருக்குறளைப் பாராட்டிப் பாயிரம் பாடிய இறையனார் முதலாக ஔவையார் ஈறாக 53 புலவர்களில் அனைவரும் அல்லது ஒரு சிலரேனும் எல்லாக் குறட்பாக்களின் உரையையும் முற்றும் கேட்டிருக்க மாட்டார்களா?

தான் எழுதிய ஒவ்வொரு குறளுக்கும் குறிப்பிட்ட ஒரேயொரு பொருளைத்தான் கருதியிருப்பார். நிச்சயம் ஒரு குறளுக்கு இரண்டு அல்லது மூன்று அர்த்தங்களை எண்ணியிருக்க மாட்டார். அப்படிப்பட்ட ஒரேயொரு பொருளை அவர் சொல்லச் சொல்ல ஒரு சிலரேனும் அதை ஏடுகளில் எழுதி இருப்பார்கள். அந்த ஒரு சிலர் எழுதிய உரையைப் பின்னர் பலர் பலப்பல பிரதிகள் எடுத்திருப்பார்கள். ஆனால் அந்த மூல உரைகளோ, படியெடுத்த பிரதிகளோ கிடைக்காமல் போனது தமிழின் இழப்பு என்றுதான் சொல்லவேண்டும்.

இதற்குக் காரணம் 1330 குறட்பாக்களைக் கொண்ட மூல ஓலைச் சுவடிகளைப் பாதுகாப்பதற்கே அரும்பாடு பட்டிருக்க வேண்டும். 1330 குறட்பாக்களின் பதவுரை, தெளிவுரை, பொழிப்புரை. விளக்கவுரை, இலக்கணக் குறிப்பு ஆகியவற்றை பனை ஓலைகளில் எழுத்தாணி கொண்டு எழுதுவதென்றால் இலேசான காரியமா? அப்படியே எழுதினாலும் அதைப் அனல், புனல் மற்றும் கரையான் ஆகியவற்றிலிருந்து ஈராயிரம் ஆண்டுகளாகப் பாதுகாப்பதுதான் சாத்தியமா? அவை எரிந்தும், நனைந்தும் அழிந்திருக்கலாம். கரையானுக்கு இரையாகி இருக்கலாம். மக்கி உதிர்ந்து போயிருக்கலாம்.

அநேகப் பழந்தமிழ் நூல்களின் மூலங்களேகூட நமக்குக் கிடைக்காமல் கரையான் தின்றோ, மக்கிப் போயோ, அனல், புனல் வாதங்களில் மறைந்துவிட்டன என்பதைத் தமிழ்த் தாத்தா உ.வே. சாமிநாதய்யர் அவர்களுடைய ஆராய்ச்சியினால் அறிவோம். அப்படியிருக்க தெய்வத் திருவாக்கென்று உலகமெல்லாம் வணங்குகின்ற இந்தத் திருக்குறளின் உரை

நமக்குக் கிடைக்காவிட்டாலும், மூலமாவது சிதைவின்றிக் கிடைத்தது தமிழ்த் தாயின் தவப்பயன்தான்.

திருவள்ளுவர் எழுதிய குறட்பாக்களுக்கு அவரே வெளியிட்ட உண்மைக் கருத்துக்களைக் காட்டக்கூடிய அவர் காலத்து உரை நமக்குக் கிடைக்கவில்லை. அப்படிப்பட்ட உரைப் பிரதி ஒன்றாவது கிடைத்திருந்தால், இப்போது நினைத்தவர்கள் நினைத்தபடி உரை சொல்லத் துணியமாட்டார்கள்.

பன்மொழிப் புலவர் கா. அப்பாதுரையார்

அப்பாதுரையார் தொல்காப்பியம், திருக்குறள், சிலப்பதிகாரம் ஆகிய மூன்றையுமே தமிழின் நிகரற்ற பெரும் செல்வங்களாகக் கருதினார். இவை மூன்றும் உலக அறிவுப் பேழையின் மூல முதலாகக் கருதத் தக்கன என்கிறார். திருக்குறளில் மிகுந்த ஈடுபாட்டுடன் பன்னெடுங்காலம் ஆய்வு நிகழ்த்தி உள்ளார். 'இன்பத்துள் இன்பம்', 'தென்மொழி', 'செந்தமிழ்ச் செல்வம்', 'முப்பால் ஒளி' உள்ளிட்ட நூல்களின் வழியே திருக்குறளின் மேன்மையை விளக்குகிறார்.

திருக்குறள் ஓர் உலகப் பொதுநூல் எனப் போற்றப் பெறும் தகுதி உடையது. இதை விளக்கும் யாரும் 'திருவள்ளுவர் சமயச் சார்பற்ற நூலாக அமைந்தது' என்பர். கல்லாடரும் 'சமயக் கணக்கர் மதிவழி கூறாது உலகியல் கூறிப் பொருளிது' என்ற நிலையையே காட்டுவார். ஆனால் திருக்குறளின் சமயச் சார்பற்ற நடுநிலைக்கு அப்பாதுரையார் காட்டும் காரணம் வேறானது. சமயங்கள் ஏற்பட்ட பின் அவற்றிடையே நடுவுநிலை கண்ட ஞானியர் அல்ல திருவள்ளுவர். அவர் கண்ட நடுவுநிலையே உலகின் பல சமயங்களாகப் பரவி உள்ளது. இதனால் திருக்குறள் வேதங்களுக்கும், உபநிடதங்களுக்கும் முற்பட்டது என்பது தெளிவு.

திருக்குறள் உலகப் பொது நூல் எனப் பெறுவதற்கு மற்றொரு காரணத்தையும் காட்டுகின்றார் அப்பாதுரையார். திருக்குறளில் எல்லாச் சமயங்களின் கருத்துக்களையும் அவற்றின் மொத்தத் தொகையையும் காணலாம். அவற்றின் விளக்கம் திருக்குறளை ஆராய்பவர்களுக்கு எளிதில் புலப்படும். ஏனெனில் திருவள்ளுவரின் கருத்தே அவை எல்லாவற்றையும் ஒருங்கிணைப்பது. எல்லாவற்றும் நடுநாயகமும் முதலும் அதுவே ஆகும். சமய நூல்கள் அறநூல்களின் மெய்ம் மரபிழந்த

வறட்டு வேதாந்த நீதி வள்ளுவர் மூல மெய்ந் நூலில் முழுவதும் நல்லுணர்வார்த்த பொன்னுரையாதல் காணலாம். (இன்பத்துள் இன்பம்)

உண்மையில் பகவன் என்ற சொல், கடவுள் கருத்தை விளக்கிய உலக ஆசான், கடவுள் பண்புகளைக் கொண்ட முதல்வன் என்ற பொருளிலேயே வழங்கப்பட்டுள்ளது. சமஸ்கிருதப் பொருள் இதைச் சுட்டிக் காட்டுகிறது. சமஸ்கிருத உரையாசிரியர்கள் 'பகவன்' என்பதற்குக் 'கல்யாண குணங்களை உடையவன்' அதாவது 'நற்குணக் கடல்' என்றே பொருள் கூறினர். திருவள்ளுவரின் 'அறவாழி அந்தணன்' இதை நினைவூட்ட வல்லது (தென்மொழி).

திருவள்ளுவர் கருத்தில் 'ஊழ்' என்பது முற்பிறப்பின் பயன் அன்று எனவும், அது முந்திய தலைமுறையின் பயன் என்றும், சமஸ்கிருதத்தில் 'தெய்வம்' என்பதற்குத் தற்செயல் நிகழ்வு, இயற்கை ஆற்றல் என்ற பொருள்களே உண்டு என்றும் கூறுகிறார் அப்பாதுரையார். 'பொருள் இல்லார்க்கு இவ்வுலகம் இல்லை' என்னும் குறளின் கூற்றுப்படி காந்தியடிகளும், டால்ஸ்டாயும் இவ்வுலகில் வாழத் தகுதி அற்றவர்களா என்ற கேள்வி எழும்? ஆனால் இதன் உண்மைப் பொருள் 'தனக்குப் போதும் என்று தேவைகளைக் குறைத்துக் கொள்ளும் தன்னெளிமை உடையவர்கள், பொது நலத் துறைகளில் அவாவையும், பேரவாவையும், உயர் அவாவையும் பூண்டு உயர் நெறிகளையும், குறிக்கோள்களையும் நாடுவர்' என விளக்குகிறார் அப்பாதுரையார்.

ஆணும் பெண்ணும் இணைந்து துய்க்கும் இன்பம் சிற்றின்பம் எனப்பட்டது. இதனை வெறுக்கத்தக்க இன்பம் எனச் சமய உலகம் கொண்டு இல்லற வாழ்வையே இகழ்ந்தது. இந்நிலையில் திருக்கோவையார் போன்ற அகநூல்கள் சிற்றின்பத்தை விளக்குகையில் 'பெண் தரும் இன்பத்தைச் சிற்றின்பம் என்பது எம்பெருமான் உறைகின்ற பேரம்பலத்தைச் சிற்றம்பலம் என்றார்போல்' என்கிறது.

அப்பாதுரையார் மேலும் கூறுகையில் 'இல்லறத்தார் 'குடும்பம்' என்னும் சிற்றெல்லையில் பெறும் இன்பமே சிற்றின்பம் ஆகும். 'சிறு' என்ற சொல் இங்கே 'சிறுமை', 'கீழ்மை' என்ற பொருளில் தவறாகக் கொள்ளப்பட்டுள்ளது. சிறிய யாழ், சிறிய இடை என்னும் இடங்களில் சிறுமை இழிவு குறிக்கவில்லை. இனிமை,

நுண்ணயம், நுட்ப அழகு நலம் ஆகிய பண்புகளையே குறித்தன. சிற்றின்பம் என்பது நுணுக்கமான இன்பம் ஆகும். (செந்தமிழ்ச் செல்வம்).

'இல்லறம் இன்பம்; துறவறம் பேரின்பம்' என்னும் பொதுவான கருத்தைத் தாண்டி இவ்விரண்டும் கடந்த சிறப்பான இல்லறம் அகச்சுவை ததும்பும் காதலறம் ஆகும். இதுவே இன்பம், பேரின்பம் ஆகிய இரு இன்பங்களும் கடந்த நீடித்த இன்பம் ஆகும். இந்த மூன்றாம் இன்பமே வள்ளுவர் மூன்றாம் பாலில் விளக்கும் இன்பமாகும். உண்மையான கடவுள் பற்றும் காதலும் வேறன்று எனக் கூறும் அப்பாதுரையார், 'கூடல் ஆடவன் காதல். ஊடலில் பெண் அவனைத் தடுத்தாட் கொண்டு துன்பம்போல் இன்பம் பெருக்குகிறாள். இந்த ஊடல் நிலையில் 'இரண்டற்ற ஒன்று - ஒன்றற்ற இரண்டு' நிலைகளை மனிதன் பெறுகிறான். கடவுள் பற்றின் உயிர் முகட்டு நிலையும் அதுவே. காதலில் சிற்றின்பமாகத் தொடங்கிய இன்பம், கடவுள் பற்றில் பேரின்ப மாகி, உண்மைக் காதலில் நீடின்பமாக மிளிர்கிறது. 'தம்மின் தம் மக்கள் அறிவுடைமை' கண்டு 'இன்பம்' கொள்வதாகும், 'குழலினும் யாழினும் இனிய மழலை' கண்டு 'பேரின்பம்' அடைவதாகவும், 'தலைமுறைதோறும் தொடர்வதால் 'நீடின்பம்' பெற்றுக் களிப்பதாகவும்' விளக்குகிறார்.

கவியரசு கண்ணதாசனின் 'தென்றல்' இதழில் திருக்குறளுக்குப் புதிய உரை எழுதத் தொடங்கினார் அப்பாதுரையார். சற்றேறக் குறைய 200 குறட்பாக்களுக்கு உரை எழுதிய பின்னர் திருக்குறள் உரைக்குப் பிரத்யேக இதழ் தொடங்க வேண்டுமெனக் கருதி 1965இல் 'முப்பால் ஒளி' என்ற ஏட்டைத் தொடங்கி 1971வரை சுமார் 1000 பக்கங்களுக்கு மேல் எழுதிக் குவித்தார். இவையே 'திருக்குறள் மணி விளக்க உரை' என்ற பெயரில் ஆறு தொகுதிகளாகவும் வெளியிட்டார். அறத்துப்பால் முழுமைக்கும் 2132 பக்கங்களுக்கு ஆங்கிலத்தில் விளக்கவுரை எழுதினார். திருக்குறள் உரையாசிரியர் என்ற முறையில் அப்பாதுரையார் சார்பற்ற நடுவுநிலையில் திகழ்கின்றார். பெரியாரின் அணுக்கத் தொண்டராக அறியப்பட்டாலும், இறைமறுப்பைத் திருக்குறளில் திணிப்பதிலும், சமய நோக்கில் ஆழ்ந்த சமயக் கோட்பாடுகள் நோக்கித் திருக்குறளைக்கொண்டு செல்வதிலும் அவர் உடன்படவில்லை.

'ஆதிபகவன்' என்ற தொடரிலுள்ள பகவன் என்ற சொல் பகுத்தறிவைக் குறிக்கும் என்றும், பகலவன் என்பதன் திரிபே

பகவன் என்றும் சிலர் கருதுவது பற்றி அப்பாதுரையார் கூறுகையில் 'பயனுடைய உருவகச் சின்னமாகவே மழையையும், பண்புடைய மரபுச் சின்னமாகவே ஆதி பகவனையும் திருவள்ளுவர் கடவுளின் அருட்சின்னமாகக் குறித்தார். இதுவன்றி அவர் எதையும் கடவுளாக அப்படியே ஏற்றவர் அல்லர். கதிரவனையே கடவுள் என்று கூறுவது உருவக முறையில் பொருந்தலாம். மக்கள் பழக்க மரபு என்றவகையில் ஏற்புடைய தாகலாம். அதையே திருவள்ளுவர் மதம் ஆக்குவது அவர் பகுத்தறிவுக்கும், சமய அறிவுக்கும் ஒத்ததாகா (முப்பால் ஒளி).

அப்பாதுரையார் திருக்குறளை நோக்கிய நோக்கு மற்றவர்களின் நோக்கினின்றும் வேறுபட்டது. அப்பாதுரையாரைத் திருக்குறளுக்கு உரை எழுதியவர் என்று மட்டுமே கொள்ள முடியவில்லை. உலகின் பல மொழிகளிலுள்ள அறிவார்ந்த அற நூல்களோடு அவர் திருக்குறளை ஒப்பிட்டுக் காணுக் காட்சி மிகப் புதியது. அத்துடன் திருக்குறள் தோன்றிய காலத்திலிருந்த சமூக வரலாற்றுத் தளங்களைக் கண்டு அவற்றின் பின்புல ஒளியில் திருக்குறளை அணுகுவதும் குறிப்பிடத்தக்கது.

'தாம்வீழ்வார் மென்தோள் துயிலின் இனிதுகொல்
தாமரைக் கண்ணான் உலகு (குறள் 1103)

என்னும் குறளை விளக்கும் அப்பாதுரையார், 'தலைவியிடத்தே எய்தும் இன்பத்தைத் தாமரைக் கண்ணானாகிய திருமாலின் உலகத்தே எய்த முடியுமா என்பதே தலைவன் வினா? மானிடக் காதலையும், கடவுட் காதலையும் இணைத்துப் பேசும் பாங்கு பல மொழிகளில் பேசப்பட்டாலும், பாரசீகம் மற்றும் தமிழில் மட்டுமே இறைவனைப் பெண்ணாகவும், இறையன்பனை ஆணாகவும் உருவகிக்கும் மரபு உண்டு.

இவற்றுள்ளும் தமிழில் மட்டுமே இறைக் காதலைவிடவும் மானிடக் காதலை உயர்வாக மொழியும் மரபு உண்டு. கடவுளைப் பெண்ணாகக் காணும் பழைய மரபு திருக்குறளில் காணப் பெறுவதால், திருக்குறள் பழமையான நூல் என்பதற்கு இதுவே சான்று. சங்க காலப் புலவர் கபிலர் பார்ப்பனராக இருந்தும் ஊன் உண்பவராகவும், கள் அருந்துபவராகவும் இருந்துள்ளார். ஆனால் திருவள்ளுவர் 'எவ்வுயிர்க்கும் செந்தண்மை பூண்டொழுகும் சீலத்தவரையே அந்தணர்' என்று குறிப்பிடுவதால் திருவள்ளுவர் சங்க காலத்துக்கும் பன்னூற்றாண்டு முற்பட்டவர்' என்கிறார்.

தெ.பொ. மீனாட்சி சுந்தரம்

திருக்குறள் அறம், பொருள், காமம் என மூன்று பிரிவுகளாக இருப்பதால் 'முப்பால்' எனப் பெயர் பெறுகிறது. இது 'திரிவர்க்கம்' என வடமொழியில் வழங்குகிறது. இது தமிழின் மிகப் பழைமையான நூலாகிய தொல்காப்பியத்திலும் 'இன்பமும், பொருளும், அறனும்' என்று அடுக்குகிறார் தொல்காப்பியர் (தொல்.1037). எனவே இதைப் பழந்தமிழ் மரபு என்று துணியலாம். இந்தியா நாட்டுக்கு வெளியே இம்மரபு காணப் பெறாமையால் வடமொழி, தமிழ்மொழி உள்ளடக்கிய இந்திய நாட்டுக்குரிய பொது மரபு இஃது என்பதே உண்மையாகும்.

அறம், பொருள் எனத் தொல்காப்பியர் கூறியபடியே அறத்துப் பால், பொருட்பால் என இரு பால்களுக்கும் பெயரிட்ட வள்ளுவர், தொல்காப்பியர் கூறிய இன்பம் என்பதற்கு ஏற்ப இன்பத்துப்பால் எனப் பெயரிடாமல் காமத்துப்பால் என்று பெயர் வைப்பாரா என்ற கேள்வி பிறக்கின்றது? 'காமம்' என்பது வடசொல். எனவே வள்ளுவர் அச்சொல்லை வழங்கார் எனச் சிலர் முடிவுகட்டி காமத்துப்பால் என்ற பெயரை இன்பத்துப்பால் என்று மாற்றுகின்றனர். ஆனால் காமம் என்னும் சொல் 'இன்பமும் பொருளும் அறனும்' என்று தொல்காப்பியர் கூறும் சூத்திரத்திலேயே 'காமக் கூட்டம்' என வரும் அழகிய தொடரின் உயிர்நிலையாக விளங்கக் காண்கிறோம். 'காமம்' என்பது சங்கப் பாடல்களில் மிகப் பயின்று வழங்கி வரும் சொல்லாகும். 'சிறந்தது காதற் காமம்' என்று அறைகூவி அறிஞரை அழைக்கிறது பரிபாடல் (9).

திருவள்ளுவர் வடமொழி அறியாதவரா? அறிவது தவறா? வள்ளுவர் பல வடசொற்களை வழங்கவில்லையா? என்று வினாக்களை அடுக்கிக்கொண்டே போகலாம். இதற்கான தீர்வை குறட்பாக்களிலேயே காண்போம். குறளில் 'காமம்' மற்றும் 'இன்பம்' ஆகிய சொற்களின் வழக்காறு என்ன? இன்பம், இன்பு, இன்பத்துள் என முப்பெரு வடிவ வேறுபாட்டோடு 'இன்பம்' என்னும் சொல் திருக்குறளில் 26 இடங்களில் மட்டுமே வந்துள்ளது.

ஆனால் 'காமம்' என்னும் சொல்லோ, காமத்தை, காமத்தால், காமத்தான், காமத்திற்கு, காமத்தின் என உருபு ஏற்றும், காமத்து எனச் சாரியை பெற்றும், காமக்கலன் என்பதிற் போலத் தொகைச்

சொல்லில் முன்மொழியாய் நின்றும், காமன் என்னும் ஆண்பால் விகுதி ஏற்றும், காமுறுதல், காமுறுவர், காமுற்றார், காமுற்று என உறு என்ற துணைவினையோடு வெவ்வேறு வினை வடிவடைந்தும், காமம் என்றே நின்றும், குறளில் 46 முறை வந்துள்ளது. 'இன்பம்' பலவகை இன்பத்திற்கும் பொதுவான பெயராகும். ஆனால் 'காமம்' காதல் இன்பத்திற்கே சிறப்பான பெயராகும்.

இன்பம் கடல்மற்றுக் காமம் அஃதடுங்கால்
துன்பம் அதனிற் பெரிது (குறள் 1166) -

ஊடுதல் காமத்திற்கு இன்பம் அதற்குஇன்பம்
கூடி முயங்கப் பெறின் (குறள் 1330)

என 'இன்பம்' என்ற சொல் திரிபின்றி திருக்குறளில் மேற்கண்ட இரண்டே இடங்களில்தான் வருகிறது. ஆனால் 'காமம்' திரிபின்றி 39 இடங்களில் வருகிறது. இந்நிலையில் 'காமத்துப்பால் என்ற பெயர் திருவள்ளுவர் இட்ட பெயர் அன்று' என எவ்வாறு முடிவு கூறுவது?

அறம் பொருள் இன்பம் உயிரச்சம் நான்கின்
திறந்தெரிந்து தேறப் படும் (குறள் 501)

என்று கூறி இன்பம் என்ற சொல்லினையே கையாள்கிறார். மேலே கூறிய இரண்டு குறள்களிலும் அந்த முடிவு நிலையையே வற்புறுத்துபவராய் வள்ளுவர், இன்பம் என்று பேசி, அந்த இன்பம் காமத்தின் பயனாகும் இன்பம் என விளக்குகிறார். 'காமத்திற்கு இன்பம்' என்ற சொற்றொடர் மூலமாகவே காமத்தையும், இன்பத்தையும் வள்ளுவர் வேறுபடுத்தியுள்ள நிலையில் காமம் என்று சொல்லுக்கு இணையாக இன்பம் என்று கூறத் தகுமோ? எனவே இன்பத்துப்பால் என்னாது காமத்துப்பால் என்ற நுட்பத்தினை உய்ந்து துய்க்க வேண்டும் என்பதே இங்கு கூறத்தக்கது என்று விளக்குகிறார் தெ.பொ. மீனாட்சிசுந்தரனார்.

ஜீவபந்து டி.எஸ். ஸ்ரீபால்

தமிழக அரசு காவல்துறை முன்னாள் டிஜிபி மற்றும் சமண ஆய்வு அறக்கட்டளை தலைவராகவும் விளங்கிய ஜீவபந்து டி.எஸ். ஸ்ரீபால் சமணத் தத்துவங்களில் ஆழங்கால்பட்ட அறிஞர் ஆவார். திருக்குறள் சமண நூல் என்பது இவரது ஆய்வு முடிவு.

அகர முதல எழுத்தெல்லாம் ஆதி
பகவன் முதற்றே உலகு

நமது தமிழ்மறையாகிய திருக்குறள் போற்றும் ஆதி பகவன் கண்கண்ட கடவுளா? காணாத கடவுளா? என்பதைக் குறித்துப் புலவர்களிடையே கருத்து வேற்றுமைகள் வளர்ந்து வருகின்றன. முதல் குறளுக்கு உரையெழுதிய புலவர்கள் மற்ற ஒன்பது குறட்பாக்களில் காணும் உட்கருத்துக்களை அடிப்படையாகக் கொண்டே உரை எழுதினர். இன்னும் சிலர் மற்ற ஒன்பது குறட்பாக்களை மறந்து தங்கள் சமயக் கொள்கைக்கு ஏற்ப உரை எழுதினர். இருவகைப் பிரிவினரும் அறிவு மிக்கவர்கள். ஆய்வு வல்லுனர்கள் என்றாலும் தங்களுக்குள் மாறுபடுகின்றனர். இதன் காரணமாகத் திருவள்ளுவரின் கடவுள் கொள்கை மக்களிடையே மயக்கத்தை அளிக்கிறது. உண்மையைக் காண இயலாமல் தவிக்கின்றனர். எனவே நடுநிலையுடன் ஆய்ந்து உண்மையைக் காண்போம்.

திருக்குறள் ஆசிரியர் இறைவனை வாழ்த்தும் பத்துக் குறட்பாக்களில் ஆதி பகவன், வாலறிவன், மலர்மிசை ஏகினான், அறவாழி அந்தணன், எண்குணத்தான், வேண்டுதல் வேண்டாமையிலான், தனக்குவமை இல்லாதான், பொறிவாயில் ஐந்தவித்தான், இறைவன் என்னும் சொற்பொருள்களால் போற்றிப் புகழ்கின்றார். இச்சிறப்புப் பெயர்களிலே ஆழ்ந்த கருத்துக்களும், பொருள் செறிவும், நுட்பமும் நிறைந்து காணப்படுகின்றன.

'எழுத்துக்களெல்லாம் அகரமாகிய எழுத்தைத் தமக்கு முதலாக உடையன. அவ்வண்ணமே உலகம் ஆதியாகிய பகவனைத் தனக்கு முதலாவதாக உடையது' என மணக்குடவர் உள்ளிட்ட பண்டை உரை ஆசிரியர்கள் அனைவரும் இதே கருத்தை அடிப்படையாகக்கொண்டே உரை எழுதி உள்ளனர். ஆனால் பரிமேலழகர் விளக்க உரையை நுணுக்கமாக ஆராயின் அவரது குழப்ப நிலையே வெளியாகிறது. உலகப் பொதுமறையாம் திருக்குறளை ஒரு சமய சார்புடையதாகக் கொள்ள வேண்டி அவர் அறிவு பட்டபாடு அப்பப்பா!

'விகாரத்தானன்றி', 'நாத மாத்திரை', 'இயற்பாற் பிறந்தது', 'செயற்கை உணர்வு', 'காணப்பட்ட உலகம்', 'காணப்படாத கடவுள்', 'கூறினாரேனும்', 'கருத்தாகக் கொள்க', 'முதற் கடவுள் உண்மை', ஆகியவை போன்ற சொற்களாகிய மயக்கத்தால் நமது

அறிவைச் சுழற்றுகிறார். பரிமேலழகர் அளித்த அம்மருந்தை அருந்தி மயக்கமுற்றோர் பலருண்டு. அச்சமய மருந்து நமக்கு வேண்டாம். 'சமயக் கணக்கர் மதிவழி கூறாது உலகியல் கூறி பொருள் இதுவென்ற வள்ளுவர்' எனத் திருக்குறளாசிரியரின் கடவுட் கொள்கையைக் களங்கமறக் கண்ட கல்லாடனார் கருத்து வழி நின்று ஆராய்வோம்.

'அகர முதல' என்பதில் 'முதல்' என்பதற்குப் பல பொருள்கள் உண்டெனினும், இங்கே 'எண்' வரிசையைக்கொண்டு விளங்குகிறது. இக்கருத்தின்படி 'எழுத்துக்கள் எல்லாம் அகரத்தைத் தமக்கு முதலாக அல்லது தலைமையாக உடையன. அவ்வண்ணமே உலகம் ஆதிபகவனைத் தனக்கு முதலாக அல்லது தலைமையாக உடையது என்னும் பொருளிலேயே அமைகிறது. எனவே தலைமைபற்றி வந்த எடுத்துக்காட்டு உவமை என்பது தெளிவாகிறது. உவமையின் வாயிலாக வரலாற்று உண்மை! உவமையின் வாயிலாக எழுத்தின் பெருமை! உவமையின் வாயிலாக உலகுக்கு அறிவுரை! உவமையின் வாயிலாக மெய்ப்பொருள் விளக்கம்!

'பகவன்' என்பது வடமொழிச் சொல்லாகும். வடமொழியில் சர்வஞ்ஞன், கேவலக்ஞானி என்றழைப்பர். பகவன் எனில் கேவலக்ஞானி எனச் சிலப்பதிகாரத்தில் அடியார்க்கு நல்லார் எழுதிய உரையாலும் காணலாம். கேவலஞானம் என்பது ஞானங்களிலே தலை சிறந்தது. இயற்கை அறிவு (மதிஞானம்), நூல் அறிவு (கருத ஞானம்), தன்னுடைய முற்பிறப்பை அறிதல் (அவதி ஞானம்), பிறர் உள்ளத்தையும் முற்பிறப்பையும் அறிதல் (மனப்பர்யை ஞானம்), மூவுலகங்களையும் ஒருங்கே அறிதல் (கேவல ஞானம்) என ஞானம் ஐந்து வகைப்படும்.

தமிழ் மொழியில் வாலறிவன், முழுதுணர்ந்தோன், கடையிலாஞானி, அறிவன், அறிவுவாம்பிகந்தோன் எனப் பல பொருள் உண்டு. இவற்றுள் இயற்கை அறிவும், நூல் அறிவும் அவரவர் பண்பாடு மற்றும் கல்வி அறிவிற்கு ஏற்றவாறு அமையும். ஏனைய மூன்றும் செயற்கரிய தவத்தாலும், ஐம்பொறிகளைத் தம்வயப்படுத்திப் பற்றற்ற நிலையை எய்தும் முனிவர்கே உரித்ததாம். ஞானங்கள் அனைத்தும் வளர்ந்து கேவலஞானம் என்னும் கடையில்லா ஞானமாக விரிவடையும்.

இந்த ஞானம், சுவை, ஒளி, ஊறு, ஓசை, நாற்றம் என்னும் நுண் பூதங்களையும், அவற்றின் வழி நீர், நிலம், தீ, வான், வளி என்னும்

ஐம்பூதங்களையும், அவற்றின் வழி நடப்பன, பறப்பன, நீந்துவன, ஊர்வன என விரிந்து பல்லுயிர்களையும், இவ்வுயிர்கள் வாழும் எல்லா உலகங்களையும் ஒருங்கே அறியும் இயல்புடையதாகிறது. 'குழூவன பிரிவன குறைவில நிலையின' எனத் தொடங்கும் ஐஞ்சிறு காப்பியங்களுள் ஒன்றான நீலகேசி செய்யுள் மூலம் கேவலஞானத்தின் தன்மையை இன்னும் விளக்கமாகக் காணலாம்.

பேரறிவு வரப்பெற்று வினைகளை வென்று உயர்ந்தோரையே 'பகவான்! பகவான்!' என மக்களும், புலவர்களும் மட்டுமின்றி ஆயிரம் கண்ணுடைய இந்திரனும் போற்றி வணங்கினான். பகவானின் பேரொளியைக் காண இந்திரன் தனக்கு இரண்டு கண் போதாது என்றும் ஆயிரம் கண் வேண்டும் என்றும் வேண்டுமென விழைந்து அவற்றின் மூலம் பகவானைக் கண்டு மகிழ்கிறான். இதை ஆதிபுராணம் என்னும் வடநூல் பாடலில் காணலாம்:

> தவரூபஸ்ய சௌந்தர்யம் திருஷ்டி யாதிருப்திம் ஆனாயிவான்
> ஹயக்ஷ: சக்ர சஹஸ்ரக்ஷ: பபூப பஹூ விஸ்வமய:

ஆனால் இந்திரன் ஆயிரம் கண்கள் பெற்ற உண்மை வரலாற்றை மறைத்து 'கௌதம முனிவரின் மனைவியான அகலிகையை இந்திரன் கற்பழித்ததால் உண்டான சாபம் காரணமாக அவன் உடலெங்கும் ஆயிரம் குறிகள் தோன்றின' என வைதீக சமய நூல்கள் புதுக் கதையைத் திரித்துக் கூறியுள்ளன.

திருக்குறள் நீதி நூல் மட்டுமன்று, இலக்கியப் பண்புகளும் நிறைந்த நூலாகும். ஐஞ்சிறு காப்பியங்களுள் மற்றொன்றான 'சூளாமணி'யின் ஆசிரியர் தோலா மொழித் தேவர் திருக்குறளை 'புகழ்ச்சி நூல்' (Famous Book) என்றே போற்றுகிறார். நீலகேசி ஆசிரியர் 'தேவன் உரைப்பத் தெளிந்தேன்' என்றும் அதன் உரையாசிரியர் சமயதிவாகர முனிவர் திருக்குறளை மேற்கோள் காட்டி 'இஃது எம்மோத்தாதலால்' என்று புகழ்ந்து போற்றி உள்ளார்.

அயோத்தி நகரில் நபிராஜா என்பவருக்கும், மருதேவிக்கும் பிறந்த ஆண் மகவே விருஷப தேவர் என்னும் ஆதி பகவன் ஆகும். மறைந்த குடியரசுத் தலைவர் டாக்டர் இராதாகிருஷ்ணன் தனது இந்தியத் தத்துவங்கள் (Indian Philosophies) என்னும் நூலில் 'கி.மு. முதலாம் நூற்றாண்டிலேயே முதல் தீர்த்தங்கரர் பகவான் விருஷப தேவரை மக்கள் வழிபட்டு வந்தனர் என்பதைக் காட்ட

ஆதாரங்கள் இருக்கின்றன' என்று கூறியுள்ளார். இதன் மூலம் திருவள்ளுவர் வாழ்ந்த கி.மு.1 காலத்தில் அவரது குறளில் காணப்படும் பகவான் யார் என்பது மேலும் உறுதிப்படுகிறது.

விருஷப தேவர் வாழ்ந்த காலத்தில் அறிவுக்குப் பொருந்தாத சமுதாயம் அமைந்திருந்தது. மக்கள் மாக்களாகக் காட்சி அளித்தனர். எங்கும் அறியாமை; துன்பம்; துயரம். மக்கள் வாழ்க்கைக்கு உரிய வழி தெரியாமல் மனம்போல் வாழ்ந்து வந்தனர். இயற்கை அறிவு மிகுந்த விருஷப தேவர் சீர்கேட்டிலிருந்து மக்களை விடுவிக்கவும், உலகை மாற்றி அமைக்கவும் சிந்தித்துப் பல்வேறு திட்டங்களை உருவாக்கினார். வாள், வரைவு, வாணிபம், உழவு, கல்வி, சிற்பம் போன்ற தொழில்களைப் பயிற்றுவித்தார். இவற்றைச் சரிவர நடத்த அரசர், வணிகர், வேளாளர் எனும் மூன்று பிரிவினரை வகுத்தார். இம்மூன்று குலங்களும் செய்தொழில் வேற்றுமையின்றிப் பிறப்பினால் ஏற்பட்டவை அல்ல என்றும் வலியுறுத்தினார்.

மக்கள் ஒழுக்க நெறியுடன், ஒற்றுமையுடன், அன்புகொண்டு வாழ அகிம்சை தர்மம் என்னும் அருள் அறத்தைப் படைத்தார். கொல்லாமை, பொய்யாமை, கள்ளாமை, பிறர் மனை நயவாமை, மிகு பொருள் வெஃகாமை என்னும் ஐம்பெரும் ஒழுக்கங்களின் வழியில் இல்லறம் துறவறம் என்னும் இரு பேரறங்களை வகுத்தார்.

மேலும் அறிவு வளர்ச்சிக்காக 'அகர முதல எழுத்துக்களையும்', 'ஒன்று முதலாகிய எண்களையும்' தோற்றுவித்துக் கல்வியையும், கலைகளையும் வளர்த்தார். இந்நிகழ்ச்சிகளைச் சூளாமணி நிகண்டில் 'வரைவொடு தொழிலே வித்தை வாணிகம் உழவே சிற்பம்' என்னும் செய்யுள் மூலம் காணலாம். இலக்கியச் சான்றுகளை மெய்ப்பிக்க வரலாற்றுத் துறைப் பேராசிரியர் என் என் பாஸு தனது இந்தி விஸ்வ கோஸா (Hindi Visva Kosa) என்னும் நூலில் 'முதன் முதலில் எழுத்துக்களையும், எழுதும் கலையையும் பகவான் விருஷப தேவரே தோற்றுவித்தார். பிராமி எழுத்துக்களைக் கண்டுபிடித்தவரும் அவரே' எனப் பதிவு செய்துள்ளது குறிப்பிடத்தக்கது. எனவே திருக்குறள் ஆசிரியர் போற்றும் ஆதி பகவன் என்னும் பெயரும் அவர்தம் சிறப்புச் சொற்களும், நம்மைப்போன்று உலகில் தோன்றி அறநெறி வழுவாது ஓங்கி உயர்ந்த மகானாகிய விருஷப தேவரே என்பது தெளிவு.

இவ்வுலக வரலாற்றில் முதன் முதலாகப் 'பகவான்' எனப் போற்றப் பெற்ற பகவான் விருஷப தேவரே, வாலறிவன், மலர்மிசை ஏகினான், அறவாழி அந்தணன், எண்குணத்தான், வேண்டுதல் வேண்டாமையிலான், தனக்குவமை இல்லாதான், பொறிவாயில் ஐந்தவித்தான் ஆவார். அவ்வறிவனே உலக முதல் தொண்டர், தலைவர், முனிவர் மற்றும் இறைவர் ஆவார். விருஷப தேவர் என்னும் இப்பெருமகனையே திருவள்ளுவர் தனது முதற் குறட்பாவில் 'ஆதிபகவன்' என்னும் சிறப்புப் பெயரால் போற்றி உள்ளார்.

மா. இராசமாணிக்கனார்

எட்டுத் தொகையும், பத்துப்பாட்டும், ஐம்பெரும் காப்பியங்களும் சங்க நூல்களென ஒரு சாரார் அறிஞர் கூறுவர்; எட்டுத் தொகையும், பத்துப்பாட்டும் மட்டுமே சங்க நூல்கள் என்றும் ஐம்பெரும் காப்பியங்கள் சங்கம் மருவிய காலமாகிய கி.பி.1 அல்லது 2 ஆம் நூற்றாண்டைச் சேர்ந்தவை எனக் கூறும் அறிஞரும் உண்டு. வரலாற்று உண்மைகட்கும், நூலில் கூறப்படும் சமய உண்மைகட்கும், அகச் சான்றுக்கும், புறச் சான்றுக்கும் கால ஆராய்ச்சியாளர்கள் மதிப்பளிக்க வேண்டும்.

வட இந்தியாவில் கி.பி.4இல் பேரரசனாக இருந்த சமுத்திர குப்தன் தென் இந்தியாவின்மீது படையெடுத்துப் பல அரசர்களை வென்றான் என்றும், அவர்களுள் காஞ்சியை ஆண்ட விஷ்ணு கோபன் என்னும் பல்லவன் ஒருவனென்றும் சமுத்திர குப்தனின் அலகாபாத் தூண் கல்வெட்டு கூறுகிறது. இக்கால கட்டத்தில் கி.பி.300 - கி.பி.550 வரை அளப்பரிய மன்னர்களை முடி துறக்கச் செய்து களப்பிரர்கள் ஆண்டதாகத் தெரிகிறது. இதைத் தமிழகத்தின் இருண்ட காலம் என்பர். பின்னர் களப்பிரர்களை வடக்கே சிம்ம விஷ்ணுவும், தெற்கே கடுங்கோன் பாண்டியனும் தோற்கடித்து முறையே பல்லவர் மற்றும் பாண்டிய ஆட்சியை ஏற்படுத்தினர். இக்களப்பிரர்கள் மற்றும் பல்லவர்கள்பற்றி எந்தவிதக் குறிப்பும் சங்க நூல்களிலோ, சிலப்பதிகாரம், மணிமேகலை உள்ளிட்ட ஐம்பெரும் காப்பியங்களிலோ காணப்படவில்லை என்பதால் இந்நூல்கள் கி.பி. 3 ஆம் நூற்றாண்டுக்கு முந்தியவை என்பது உள்ளங்கை நெல்லிக்கனி.

சிலப்பதிகாரமும், மணிமேகலையும் சங்க நூல்களுக்குப் பிற்பட்டவை என்பது அறிஞர்களின் ஒட்டு மொத்த முடிவு.

இவற்றில் திருக்குறட்பாக்கள் அப்படியே எடுத்தாளப் பட்டுள்ளதால் திருக்குறள் இவ்விரண்டிற்கும் மூத்த நூல் என்பது தெளிவு. திருக்குறளின் காலத்தை முடிவு செய்ய முதலில் சிலப்பதிகாரம் மற்றும் மணிமேகலை ஆகியவற்றின் காலத்தை ஆய்வு செய்வோம். சிலப்பதிகார ஆசிரியரான இளங்கோவடிகளும், மணிமேகலை ஆசிரியரான சீத்தலைச் சாத்தனாரும் நண்பர்கள் என்பதும், செங்குட்டுவன் காலத்தவர் என்பதும், சிலப்பதிகாரத்தின் தொடர்ச்சியே மணிமேகலை என்பதுடன், இவ்விரு நூல்களின் பாயிரங்களாலும், பின்வரும் பல அகச் சான்றுகளாலும் அறியலாம்.

மணிமேகலை ஆசிரியர் சீத்தனைச் சாத்தனார் வாய்மொழியால், கண்ணகியின் சிறப்பறிந்த செங்குட்டுவன் கண்ணகிக்குக் கோயில் கட்டி வழிபட்டதற்கும், அதற்கு இலங்கை அரசனான கஜபாகு மன்னன் வந்திருந்தான் என்பதற்கும் சிலப்பதிகாரமே சான்று பகர்கிறது. இலங்கை மன்னன் கஜபாகு என்ற பெயரில் கி.பி.2 மற்றும் 12 ஆம் நூற்றாண்டில் மன்னர்கள் ஆண்டனர் என இலங்கை வரலாறு கூறுகிறது. இவர்களுள் கி.பி.2 ஆம் நூற்றாண்டில் ஆண்ட கஜவாகு மன்னனே (கி.பி.171-193) இலங்கை அரசன் என்றும் அவனே செங்குட்டுவன் கட்டிய கண்ணகிக் கோயில் விழாவில் கலந்துகொண்டு தனது நாட்டிலும் கோயில் கட்டினான் என்பதும் உறுதியாகிறது.

மணிமேகலை 27 ஆம் காதையில் 'கிருதகோடி' என்னும் உரையின் ஆசிரியர் வேத வியாசருடனும், சைமினி என்னும் ஆசிரியருடனும், பிரமாணங்கள் கூறும் இடத்தில் குறிக்கப் பட்டுள்ளார். 'கிருதகோடி' என்பது மீமாம்ச சாத்திரமாகிய வேதாந்த சூத்திரத்துக்குப் 'போதாயனர்' இயற்றிய உரை ஆகும் என்று 'பிரபஞ்ச ஹ்ருதயம்' என்னும் வடமொழி நூல் கூறுகிறது. இதன் சுருக்க உரையை வழங்கியவர் உபவர்ஷர் என்றும் அவர் கி.பி.3 ஆம் நூற்றாண்டுக்கு முற்பட்டவர் என்கின்றனர் ஆய்வாளர்கள். எனவே கிருதகோடி மூல உரை எழுதிய போதாயனர் காலம் கி.பி. 1 அல்லது 2 ஆம் நூறாண்டாக இருக்கவேண்டும். எனவே கிருதகோடி ஆசிரியரைக் குறிப்பிடும் மணிமேகலையின் காலமும் கி.பி. 1 அல்லது 2 ஆம் நூற்றாண்டாக இருத்தல் வேண்டும்.

மணிமேகலையிலுள்ள பௌத்த மத கருத்துக்கள் கி.பி. 200 - கி.பி. 250இல் வாழ்ந்த நாகார்ஜுனரால் உண்டாக்கப்பட்ட 'மகாயானா'

கொள்கைகள் அல்ல. அவை மகாயானா கொள்கைகளுக்கு முந்தைய 'ஹீனயானா' கொள்கைகளைச் சேர்ந்த சௌத்ராந்திரகப் பிரிவு என்பதால் மணிமேகலையின் காலம் கி.பி.2 ஆம் நூற்றாண்டுக்கு முந்தியதே ஆகும்.

கி.பி. 2 ஆம் நூற்றாண்டில் இயற்றப்பட்ட மணிமேகலை காப்பியத்தில் திருக்குறள் ஆட்சி பெற்றது எனின் திருக்குறளைச் சாத்தனார் போன்ற பெரும் புலவர்கள் படித்து அறியத்தக்க நிலையில் பெருமை பெற்றிருந்தது என விளக்க வேண்டிய தில்லை. மணிமேகலையில் சாத்தனார் 'தெய்வம் தொழாஅள்' எனத் தொடங்கும் திருக்குறளை ஆண்டுள்ள இடம் கவனிக்கத் தக்கது. சோழ அரசருள் மிகப் பழையவனான கரிகாலனுக்கு முற்பட்ட சுகந்தன் காலத்தில் காவிரிப்பூம்பட்டினத்தில் இருந்த சதுக்க பூதம், மருதி என்னும் பார்ப்பனியை நோக்கித் 'தெய்வந் தொழாஅள்' என்று கூறியதாகச் சாத்தனார் கூறியுள்ளார். இதன் மூலம் கரிகாலனுக்கும் முற்பட்ட சுகந்தன் காலத்திலேயே திருக்குறள் பரவலாக அறியப்பட்டிருந்தது கண்கூடு.

கி.பி. 300க்கு முற்பட்ட பல்வேறு காலங்களில் பல்வேறு ஊர்களில் வாழ்ந்த புலவர்கள் பலர் பல்வேறு தருணங்களில் பாடிய பாடல்களின் தொகுதியே எட்டுத் தொகையும், பத்துப்பாட்டும் ஆகும். ஆகவே இவை கி.பி. 3 அல்லது பின்னரோ தொகுக்கப்பட்டிருக்கவேண்டும். இப்பாடல்களைப் பாடிய புலவர்கள் பலர் தங்கள் பாக்களில் திருக்குறள் கருத்துக்களையும், சொற்களையும், சொற்றொடர்களையும், ஆண்டுள்ள உண்மை சங்க நூல்களில் சிறந்த பயிற்சி உள்ளவர்களுக்கு நன்கு விளங்கும்.

அதேபோல் சங்க காலத்துக்குப் பிற்பட்ட பெருங்கதை, இறையானர் கள்வியலுரை, சைவத் திருமுறைகள், ஆழ்வார்களின் பாடல்கள் முதலியவற்றிலும் திருக்குறட்பாக்களும், சொற்களும், சொற்றொடர்களும், கருத்துக்களும், தாராளமாகக் கையாளப் பட்டுள்ளன.

சங்கப் பாடல்கள் ஏறத்தாழ கி.பி. 1-2 நூற்றாண்டு என்பதை அனைவரும் ஒப்புக்கொள்கின்றனர். எனவே திருவள்ளுவரின் காலம் கி.பி. 1-2 நூற்றாண்டுகளுக்கு முற்பட்டதெனக் கருதலாம்.

திருவள்ளுவ மாலையில் இடம் பெற்ற பாடல்களைப் பாடிய புலவர்களை ஆராயும்போது அவர்கள் வெவ்வேறு காலத்தவர்

எனத் தெரிகிறது. புறநானூறுபோல் இதுவும் தொகை நூலேயாம். அன்றும் சரி இன்றும் சரி நம்முடன் வாழும் புலவரை மதிக்கும் வழக்கம் இல்லை. பெரும்பாலும் சமகாலத்தவரால் அவமதிப்பும், நூலின் மெய்ப்பொருள் காரணமாக பிற்காலத்தில் மேம்பாடு அடைவதே புலவர்க்கு இயல்பு. மேலும் சங்கப் புலவர்களே திருவள்ளுவரைத் தெய்வப் புலவராகக் கருதுவதால், திருவள்ளுவரின் காலம் அவர்களுக்கு நீண்ட காலம் முற்பட்டவராகவே இருத்தல் வேண்டும்.

கி.மு.4 ஆம் நூற்றாண்டில் வாழ்ந்த கௌடில்யர் எனப்படும் சாணக்கியரின் அர்த்த சாஸ்திரத்தில் இருந்து பொருள் தொடர்பான கருத்துக்களை திருவள்ளுவர் எடுத்தாண்டிருக்கலாம் என்பது சிலரின் கருத்து. அறிஞர்களின் சிந்தனை ஒன்றாக இருக்கும் (Great men think alike) என்னும் பழமொழிக்கேற்பத் திருவள்ளுவருக்கும், சாணக்கியருக்கும் சிந்தனை ஒன்றாக இருந்திருக்கக்கூடும். கருத்துக்கள் ஒரு மொழிக்கும் மட்டுமே சொந்தமல்ல. பிறநாட்டுப் பல மொழி நூல்களிலும் ஒத்த கருத்து வருவதைக் காணும்போது, ஒரு நாட்டு இரு மொழி நூல்களில் வருவதொன்றும் வியப்பில்லை.

மேலும் சாணக்கியர் காஞ்சீபுரத்தைச் சேர்ந்தவர் என்பதால் கட்டாயம் அவர் தமிழில் பயிற்சி பெற்றவராகவும், திருக்குறளை நன்கு கற்றறிந்தவராகவும் இருந்திருக்க வேண்டும். திருக்குறள் பொருட்பாலில் அமைந்த சிறந்த கருத்துக்களைச் சாணக்கியர் தனது அர்த்த சாஸ்திரத்தில் பயன்படுத்தி இருக்கலாம். இந்த முடிவும் ஏற்றுக் கொள்ளத்தக்கதே. இது பொருந்துவதாயின் சாணக்கியரின் காலத்துக்கும் திருவள்ளுவர் முற்பட்டவர் எனக் கூறுதல் தவறாகாது. மேலும் இயேசு கிருஸ்துவின் காலத்துக்கும் முற்பட்டவர் திருவள்ளுவர் என்ற கருத்தும் ஏற்கத் தக்கதே.

மொழி ஞாயிறு ஞா. தேவநேயப் பாவாணர்

உடையவர் தம் பொருளை இல்லாரொடு பகிர்ந்துண்ணும் கூட்டுடைமையைத் திருவள்ளுவர் பின்வருமாறு தெரிவிக்கிறார்:

> பகுத்துண்டு பல்லுயிர் ஓம்புதல் நூலோர்
> தொகுத்தவற்று ளெல்லாம் தலை

அவர் காலத்தில் மக்கள் தொகை மிகக் குறைவு. நிலப் பரப்பில் முக்கால் பங்கு மரம் அடர்ந்த காடு. கால் பங்கே மக்கள் வாழும்

நாடு. முத்தமிழ் நாட்டிலும் மக்கள் தொகை முக்கால் கோடிக்கு மேல் இருந்திருக்காது. அரிதாக நேரும் பஞ்சம் தவிர, ஆண்டு தோறும் கோடை மழையும், கால மழையும், அடை மழையும், தப்பாது பெய்யும். நில வளமும், நீர்வளமும் மிகுந்திருந்தது. ஆகவே உணவுத் தட்டுப்பாடும், வேலை இல்லாத் திண்டாட்டமும், உடல் நலக் குறைவும் சிறிதும் இல்லை. எனவே வறுமையால் வருந்தும் சோம்பேறியை நோக்கி,

இலமென் றசைஇ இருப்பாரைக் காணின்
நிலமென்னும் நல்லாள் நகும் (1040)

எனக் கண்டிக்கிறார் வள்ளுவர்.

உழவு அதிகாரத்தை அடுத்து நல்குரவு, இரவு, இரவச்சம், கயமை என்னும் நான்கு அதிகாரங்களை வரிசையாக வைத்திருப்பதால் உழவை மேற்கொள்ளாவிடில் வறுமையும், வறுமையால் இரப்பும், இரப்பால் துன்பமும், அத்துன்ப மிகுதியால் கயமையும் ஏற்படுமெனக் குறிப்பால் பெறவைத்தார். இருப்பினும்

இன்மையின் இன்னாதது யாதெனின் இன்மையின்
இன்மையே இன்னா தது (1041)

என வறுமையைக் கடுமையாகக் கண்டிக்கிறார்.

இயற்கை (ஆதரவின்மை, உறுப்பின்மை, தீராநோய், வெள்ளம், கடல்கோள், தீப்பிடிப்பு, நில நடுக்கம்); செயற்கை (சோம்பல், கல்லாமை, குடி, விலைமகள் கூட்டு, சூது, களவு, கொள்ளை, போர், கடன்படல், கடன் கொடுத்தல், வீண் செலவு, பன்மக்கட் பேறு, பகைவர் செயல், வழக்கீடு, அரசு கவர்வு, வணிக இழப்பு, போட்டி, சம்பளக் குறைவு, செய்பொருள் விலை ஆகாமை, நேர்மைக் கொள்கை, தாய்மொழி தாழ்த்தப்படுகை, வங்கி நொடிப்பு, தொழில் தாழ்வு, தீண்டாமை, ஒழுக்கமின்மை, வேலையின்மை) என இயற்கை, செயற்கை என வறுமை இருவகைப்படும். வறுமை காரணமாக இரந்து உண்ணும் நிலை ஏற்படின்,

இரந்தும் உயிர்வாழ்தல் வேண்டின் பரந்து
கெடுக உலகியற்றி யான் (1062)

என உலகைப் படைத்த இறைவன் மேலும் தன் சினத்தைக் காட்டுகிறார் திருவள்ளுவர்.

மதம் மக்கள் முன்னேற்றத்துக்கு முட்டுக்கட்டை என்றும், கூட்டுடமைக் கொள்கைக்கு முரணானது என்றும், தவறான கருத்து நிலவுகிறது. அதற்கு மாறாக மதமே மக்கள் பண்பாட்டுக்கு அடிப்படை என்பதையும், கூட்டுடமைக்கு ஏதுவானது என்கிறார் வள்ளுவர்:

அச்சமே கீழ்கள தாசாராம் எச்சம்
அவாவுண்டேல் உண்டாம் சிறிது (1075)

ஒரு நாட்டில் அல்லது ஊரில் கொலை, களவு, கொள்ளை, கற்பழிப்பு முதலியன பெரும்பாலும் இல்லாதிருத்தற்கு அரசன் அல்லது அரசு தண்டிக்கும் என்னும் அச்சமே அன்றி வேறொன்றும் காரணமாகாது. அதுபோல் பலர் தீய ஒழுக்கத்தைவிட்டு நல்ல ஒழுக்கத்தை மேற்கொள்வதற்கும், அடுத்த பிறவியில் இறைவன் எரிநரகில் இட்டு தண்டிப்பான் என்னும் அச்சமுமே காரணமாகும். பண்பாடின்றி மக்கள் வாழ முடியாது. ஆதலால் மக்கள் முன்னேற்றத்துக்கு மதமே அடிப்படையாகும்.

இறைவன் எல்லா உயிர்க்கும் தந்தை என்பதும், அறவாழி அந்தணன் என்பதும், மதத்தின் அடிப்படைக் கொள்கை. அறிவும், அன்பும் நிறைந்த உலகத் தந்தைக்குத் தன் மக்கள் அனைவரும் வயிறார உண்டு வாழ வேண்டும் என்பதே பெரு விருப்பம். அங்கனம் ஆயின் முற்றறிவனும், அன்பே வடிவானவனுமான பரமத் தந்தைக்கு மக்கள் எல்லாரும் கவலை இன்றி உண்டு உடுத்து வாழ்வதையே குறிக்கோளாகக் கொண்ட கூட்டுடமை ஆட்சியே மகிழ்ச்சி தரும்.

இம்மை, மறுமை, கடவுள் என்னும் மூன்றையும்பற்றி மனிதன் மதித்துக் கொள்ளும் கருத்தே மதம் ஆகும். இதற்கெனத் தனியாக பொருட் செலவும், காலச் செலவும், வினைமுயற்சியும், இட ஒதுக்கீடும் அரசு மேற்கொள்ளவேண்டியதில்லை. ஒருவன் காலை எழுந்தவுடனும், உண்ணும் முன்னும், ஓரிடத்துக்குப் புறப்படும் முன்னும், ஒரு செயலைத் தொடங்கும் முன்னும், ஒரு நன்மை கிட்டிய போதும், தீங்கு நேர்ந்த போதும், உறங்கப் புகு முன்னும், இறைவனை நன்றியோடு கைதொழுது ஒரு நிமிடம் எண்ணினாலும் இறைவழிபாடு செய்ததாகும்.

இந்த மன நிலையில் இருக்கக் கூடிய மதத்தை எவரும் அழிக்க முடியாது. கூட்டு வழிபாட்டை பொதுவிடத்தில் அல்லது ஒருவர் இல்லத்தில் பலர் கூடிச் செய்யலாம். எளிய முறையில், எந்த

இடர்ப்பாடும் விளைவிக்காது இயங்கக் கூடியது மதம். சிலைமேல் படிக்கணக்காய்ப் பாலைக் கொட்டுவதும், பெரும் கலத்தில் நெய்யை வார்த்து விளக்கெரிப்பதும் போன்ற வினைகளே பொருள் அழிப்பும், வீண் செலவும் ஆகும்.

கடவுளைக் கட்புலனாகக் காண முடியாமை என்பதாலேயே கடவுள் உண்மையை மறுத்துவிடமுடியாது. உயிரும், அறிவும், இல்லாத நாள்களும், கோள்களும், தத்தம் நிலையில் நின்றும், நெறியில் சென்றும், ஒழுங்காகத் தத்தம் தொழிலைச் செய்து வருகின்றன. இத்தகைய நிகழ்ச்சி அவற்றை இயக்குவான் ஒருவனின்றி நிகழ இயலாது. மாந்தர் அறிவு அளவிலும், ஆற்றலிலும், மிக மட்டுற்றி இருப்பதால், எல்லா இயற்கை நிலைமைகளையும் உணர்ந்துகொள்ள இயலாது.

கடவுளை எல்லாரும் நம்புமாறு நிலைநாட்டுவதற்குப் போதிய சான்றுகள் இல்லை என்பது உண்மையே. அதேபோல் அதை மறுப்பதற்கும் போதிய சான்றுகள் இல்லை என்பது அதைவிட உண்மை என்பதை உணர்தல் வேண்டும். மதமே கூடாது எனின், கடவுள் இல்லை என்னும் உலகாயதம் மதமாதலின், மதத்தைப் பற்றி ஒருவரை ஒருவர் தாக்காது இருத்தலே அறிவுடைய செய்தியாம். திருவள்ளுவர் தனது நூலைக் கடவுள் வாழ்த்தோடு தொடங்குவதால், வள்ளுவர் கூட்டுடமை மதத்தை விலக்குவது அன்று என்பது இங்கே குறிப்பிடத்தக்கது.

தேவநேயப் பாவாணர் கிருத்தவர் என்பதால், திருவள்ளுவர் மதம், இனம் ஆகியவற்றுக்கு அப்பாற்பட்டவர் என்னும் பொதுவான கருத்துக்கு மாறாகத், திருவள்ளுவர் மற்றும் திருக்குறள் குறித்த அவரது விளக்கம் மதம் சார்ந்தே உள்ளது தெளிவு.

வ.வே.சு. ஐயர்

விடுதலைப் போராட்ட வீரராக அறியப்படும் வ.வே.சு. ஐயர் மிகச் சிறந்த இலக்கியவாதியும் கூட. நோட்டுப் புத்தக இலக்கியம், கடித இலக்கியம், இதழாசிரியர், சிறுகதை எழுத்தாளர், நூலாசிரியர், ஆராய்ச்சியாளர், இலக்கிய இலக்கணக் கட்டுரையாளர், மொழிபெயர்ப்பாளர், பன்னிரு மொழிப் புலவர் எனப் பன்முகம் கொண்டவர். அவரது வாழ்க்கையே வீர இலக்கியம்.

1914இல் முதல் உலகப் போர் தொடங்கியபோது புதுச்சேரியில் வாழ்ந்த சுதேசிகள்மீது பிரிட்டிஷ் இந்திய அதிகாரிகள் வழக்குகளைப் பதிவு செய்து அவர்களை அல்ஜியர்ஸ் நாட்டுக்குக் கடத்திவிடத் திட்டமிட்டனர்.

அப்போதுதான் அதாவது 1914 நவம்பர் முதல் நாளன்று வ.வே.சு. ஐயர் *'The Kural or The Maxims of Thiruvalluvar'* என்ற தலைப்பில் திருக்குறளை ஆங்கிலத்தில் மொழிபெயர்க்கத் தொடங்கி இருந்தார். ஒன்றிய சிந்தனையுடன் குறளைப் படித்து ஓய்வின்றிக் குறள் உணர்வு குன்றாது ஆங்கிலத்தில் மொழிபெயர்த்தார். இதற்கு ஆங்கிலத்தில் நீண்டதொரு முகவுரை எழுதினார். இந்த மொழிபெயர்ப்பு நூலைச் சுமார் ஐந்து மாதத்திற்குள் எழுதி முடித்தார் என்றும், திருவள்ளுவரையும், கம்பரையும் தனது வழிபடு தெய்வங்களாகவே வ.வே.சு. கொண்டாடி வந்தார் என்றும் வெ. சாமிநாத சர்மா தனது 'நான் கண்ட நால்வர்' என்னும் நூலில் தெரிவிக்கிறார். இதன் முதல் பதிப்பு 1915லும், இரண்டாம் பதிப்பு 1925லும், மூன்றாம் பதிப்பு 1952லும், நான்காம் பதிப்பு 1961லும் வெளியாயின.

திருக்குறள்பற்றி நூலின் முன்னுரையில் வ.வே.சு. ஐயர் குறிப்பிடுவதாவது: 'திருக்குறளின் அறம் மற்றும் பொருட் பால்கள் இம்மையிலும், மறுமையிலும் துய்த்து மகிழத்தக்க பேரின்ப ஆத்ம போதம் தரவல்லது. திருக்குறளின் வேதப் பொருளை விரகால் விரித்து, உலகோர் ஓதத் தமிழால், திருவள்ளுவர் உரை செய்த திருக்குறளை எவ்வகுப்பில் சேர்க்கலாம்? அதுவே அறநூல், அதுவே ராஜ தந்திரம் சாஸ்திரம், அதுவே இன்ப நூல். அவரோடு சேர்ந்த சில அறிஞர்களைக் குறிப்பிட வேண்டுமானால், பேக்கன் (Bacon), கன்ஃப்யூஷியஸ் (Confucius), லவோத்ஸ¤ (Loatze), சாக்ரடீஸ் (Socrates), அரிஸ்டாடில் (Aristotle), பிளாடோ (Plato), ஸாகி (Saqi), எமர்சன் (Emerson) ஆகியோரைக் கூறலாம்.

திருக்குறளின் பெருமைபற்றிக் குறிப்பிடுகையில் 'நடத்தையைப் பற்றிப் பேசினாலும் சரி, ராஜாங்கக் கொள்கையைப்பற்றிப் பேசினாலும் சரி, வாழ்க்கையில் வெற்றி கொள்வதற்கான முறைகளைப்பற்றிப் பேசினாலும் சரி அல்லது காதலர் நெஞ்சில் நடுக்கமுறும் சிந்தனைகளை வர்ணிப்பதானாலும் சரி, திருவள்ளுவர் எதிலும் மனித நெஞ்சத்தின் ஆழத்தை அளவிட்டுக்

காட்டுகிறார். நீதியின் மென்மையை இவரை விட அதிக அழுத்தத்துடனோ, வன்மையுடனோ, மதாச்சாரியார்கள்கூட வற்புறுத்தவில்லை. ஒரு கால கட்டத்திற்கோ அல்லது ஒரு நாட்டிற்கோ மட்டுமின்றி மனித குலம் அனைத்திற்கும், எல்லாக் காலத்துக்கும் உரிய செய்தியை அளித்த ரிஷிகளில் ஒருவர் திருவள்ளுவர்' என்கிறார்.

நூலின் தலைப்புப் பக்கத்தில் திருக்குறள்பற்றி ஏரியல் மற்றும் கோவர் ஆகிய இரு பேரறிஞர்களின் கருத்துக்களும் அச்சாகி உள்ளன. டபிள்யூ.ஹெச். ட்ரூ, ஜி.யு. போப், எஃப்.டபிள்யூ. எல்லிஸ், இ.ஜே. ராபின்சன், எம்.டி. டுமாஸ்ட் ஆகியோரின் மொழிபெயர்ப்புப் குறிப்புகளும் முன்னுரையில் சில குறள்களுக்கு மேற்கோள்களாகக் காட்டப்பட்டுள்ளன. இவர்களின் மொழிபெயர்ப்புகளைப் படித்த பிறகே ஆங்கிலத்தில் மொழிபெயர்க்கவேண்டும் என்னும் எண்ணம் கொண்டதாகவும் குறிப்பிட்டுள்ளார். இரண்டாம் பதிப்பின் முன்னுரையில் பரிமேலழகர் மற்றும் மணக்குடவர் ஆகியோரின் உரைகளைத் தழுவியே மொழிபெயர்ப்புச் செய்துள்ள விவரத்தையும் தெரிவித்துள்ளார்.

ஆங்கிலப் புலமையுள்ள வ.வே.சு. ஐயர் குறட்பாவின் வடிவமைப்பு பற்றி அழகிய மொழிநடையில் பின்வருமாறு விளக்குகிறார்:

> And how like a master he plays on this tiny instrument! Sparkling wit and humour, the painted statement, fancy irony, the naive question, the picturesque simile, there is not one of those and other of the thousand tricks of the born artist, that our author has not employed in this perfect master piece of art. But the abiding note in this varied symphony is the sublime.

திருவள்ளுவரின் காலத்தைக் கி.பி.1 முதல் கி.பி.3 இடைப்பட்டது என்று வ.வே.சு. ஐயர் வரையறுக்கிறார். அதே தருணம் சாந்தோமில் வாழ்ந்ததாகக் கூறப்படும் புனித தாமஸூம், மயிலாப்பூரில் வாழ்ந்த திருவள்ளுவரும், சந்தித்து அளவளாவிக் கொண்டார்கள் என்றும், அவர் மூலம் பெற்ற இயேசு கிருத்துவின் கொள்கைகள் அடிப்படையிலேயே திருக்குறளை எழுதினார் என்னும் ஜி.யு. போப் கருத்தைத் தக்க ஆதாரங்களுடன் மறுத்து அது அவரது வளமான கற்பனையே என்கிறார்.

தவத்திரு குன்றக்குடி அடிகளார்

மனித சமுதாயத்தில் சொத்துரிமை பற்றிய கருத்து தோன்றிய காலத்திலிருந்து அரசியல் சிந்தனை, ஆட்சிமுறை, ஆட்சிக்குரிய விதி முறைகள், முதலியன தோன்றி வளர்ந்து வந்துள்ளன. கூட்டாட்சி, முடியாட்சி, மக்களாட்சி என ஆட்சிமுறைகளும் காலத்திற்குக் காலம் படிமுறையில் வளர்ந்து வந்துள்ளன.

திருவள்ளுவர் ஒரு சிறந்த அரசியல் அறிஞர். ஈராயிரம் ஆண்டுகட்கு முன்பு அரசியலும், ஆட்சியியலும் வளர்ச்சி அடையாதிருந்த காலகட்டத்தில் திருவள்ளுவர் இயற்றிய திருக்குறள் சிறந்த அரசியலை மானுட உலகிற்கு அறிமுகப்படுத்தியது. திருக்குறள் தோன்றிய காலத்தில் மன்னர் ஆட்சி முறையே நிலவியது. ஆனால் திருக்குறள் முதன் முதலாக மக்களைத் தழுவிய குடியாட்சி முறையை அறிமுகப்படுத்துகிறது என்பதே நூலின் சிறப்பு.

குடிதழீஇக் கோலோச்சும் மாநில மன்னன்
அடிதழீஇ நிற்கும் உலகு (544)

இக்குறளுக்குச் செவ்விதாகப் பொருள் கொள்ளாவிடில் பிழைகள் நேரிட வாய்ப்புள்ளது. குடிகளைத் தழுவிய அரசு என்றால் குடிகளுடைய ஆசைகளைத் தழுவிய அரசு என்று பொருள் கொண்டு குடிகளுக்குத் தீங்கு செய்து விடக்கூடாது. பிரஞ்சு மொழியில் ஏழையை ஊழல்வாதியாக்கும் கனவான் (Gentleman corrupts poor) என்னும் பழமொழி உண்டு. அதாவது அரசும் பணக்காரர்களும் இலவசம், தானம், தருமம் என்று ஏழைகளுக்குக் கொடுப்பது லஞ்சம் ஆகும். இவை காலப்போக்கில் மனிதனைத் தற்சார்பு இல்லாதவனாக்கி, வெறும் பிழைப்பு அதாவது நாய்ப் பிழைப்புக்காரனாக்கி விடும். எனவே 'குடிகளின் ஆசைகளை' தழுவிய அரசு அமையாமல் 'குடிகளின் நலனை' தழுவிய அரசு வேண்டும் என்பதே குறளின் கருத்தாகும். கொடுங்கோலை நீக்கிச் செங்கோலைச் செலுத்தும் அரசைக் காண்பதே திருக்குறளின் குறிக்கோள் ஆகும்.

மக்கள் பசியால் வருந்துதல் கூடாது. உயிர் இயக்கம் உணவினால் ஆனதாகும். 'உண்டி கொடுத்தோர் உயிர் கொடுத்தோர்' என்றுணர்க. பசி வந்திடின் எல்லாவகையான ஆக்கமும் கெடும். அவலங்கள் அடுக்கடுக்காக வரும். இயற்கை வளமும் மனித வளமும் பயனற்றுப் போகும். வறுமையையும், பசியையும்

விளக்க வள்ளுவர் தனி அதிகாரமே எழுதியுள்ளார். பிணி நீங்கவும், உணவு கிடைக்கவும், வேளாண்மை சிறக்கவும், வருவாய் பெருகவும், இழுக்கு தரும் தீயவற்றைத் தவிர்த்தும், செறு பகையிலிருந்து விடுதலை பெற்றும், அமைதியும், சமாதானமும் தழுவிய நாடாக அமைதல் வேண்டும்.

பல்குழுவும் பாழ்செய்யும் உட்பகையும் வேந்தலைக்கும்
கொல்குறும்பும் இல்லது நாடு (735)

என்ற குறள் மூலம் நாட்டு மக்களிடையே குழு மனப்பான்மை வளரக்கூடாது. சாதி, மதம், அரசியல் காரணமாகப் பல குழுக்கள் தோன்றாமல் தவிர்ப்பது இன்றியமையாதது. இக்குழு மனப்பான்மையால் ஒருவரை ஒருவர் முன்னேற விடாமல் தடை செய்துகொண்டிருக்கின்றனர். குழுக்கள் வழியாகக் கலகங்களும், குற்றங்களும் நடைபெற்றால் நாட்டில் அமைதி நிலவாது. பெருங்கேடே விளையும் என்கிறார் வள்ளுவர்.

ஒரே மக்கள், ஒரே உலகம் என்ற ரீதியிலேயே மனித குலம் அத்தனையும் ஒன்றுபட்டிருக்க வேண்டும் என்ற எண்ணத்திலேயே யாரிடமும் பேதம் காட்டாது, எந்தக் கருத்தினையும் பொதுப்படையாகவே வரைந்திருக்கிறார். இவ்வாறான பிளவுபடாத மனித இனம் உருவாக வேண்டுமாயின், அஃது உலகை இயற்றியானின் அருளாலேயே சாத்தியப்படும் என வள்ளுவர் நம்பியே கருத்துக்களைச் செறிவுடன் இயற்றியிருப்பதோடு, அவ்வாறு அவர் நம்பும் இறைச் சக்தியை எந்தப் பெயரையும் இட்டுச் சொல்லி மக்கள் மத்தியில் பேதத்தை ஏற்படுத்திவிடாமல் இருப்பதில் மிகவும் தெளிவாக இருந்து, உலகை இயற்றியான், ஆதி பகவன், போன்று பொதுப்படையாகவே படைத்திருக்கிறார்.

நாவலர் ச. சோமசுந்தர பாரதியார்

தமிழகத்தில் தோன்றிய தொல்காப்பியர், திருவள்ளுவர், நக்கீரர், கம்பர் முதலான பெரும்புலவர்களின் பிறப்பைப்பற்றிப் பிற்காலத்தார் எழுதி வைத்த கட்டுக் கதைகள் அறிவுடையோர் ஏற்கத்தக்கன அல்ல. அவை அவர்களின் பெருமையைக் காட்டுவதற்கு மாறாகச் சிறுமையைச் சித்தரிப்பனவாகவே உள்ளன. இவற்றின் பொய்மையை உலகுக்கு உணர்த்த விழைந்த நாவலர் சோமசுந்தர பாரதியாரின் ஆய்வு நூலே 'திருவள்ளுவர்' ஆகும்.

‘வள்ளுவரைப் பற்றி நெடுநாள்களாக வழங்கி வந்த கட்டுக் கதைகளில் குறிப்பிடத்தகுவன சில: ‘ஆதி’ என்ற புலைச்சிக்கும், ‘பகவன்’ என்ற பார்ப்பனனுக்கும் பிறந்த எழுவருள், கடைசி மகவாகத் தோன்றியவர்; ‘வள்ளுவ’ வகுப்பாரால் வளர்க்கப் பெற்றமையால் ‘வள்ளுவர்’ எனப் பெயர் பெற்றார்; கடைச் சங்கத்தில் திருக்குறளை அரங்கேற்ற வந்தபோது தம்மையும், நூலையும் அவமதித்த சங்கப் புலவர்களைத் தமது தெய்வீக ஆற்றலால் பொற்றாமரைக் குளத்தில் வீழ்த்தினார். பிறகு அப்புலவர்கள் புகழ்ந்து பாடித் தம் உயிரை இரந்து பெற்றனர்; அதனோடு சங்கப் புகழுக்கு முடிவு ஏற்பட்டது; திருவள்ளுவர் மயிலை வணிகன் ஏலேலசிங்கனால் வறுமை வருத்தம் நீங்கப் பெற்றார்; வாசுகி என்பாளை மணந்துகொண்டார்.

மேற்கண்ட கட்டுக் கதைகளை மறுக்க நாவலர் சோமசுந்தர பாரதியார் ‘நற்றிணை’ உள்ளிட்ட சங்க இலக்கியங்களையும், இன்ன பிற நூல்களையும் சான்றாக எடுத்துக்கொண்டு ஆராய்கின்றார். ‘இக்கதைகளுக்குப் பழைய தமிழ் நூல்களில் சான்றில்லை. கிடைக்கும் ஒரு சிலக் குறிப்புகளும் இக்கதைகள் பொய்ம்மையே என்பதைக் காட்டுகின்றன. ‘திருவள்ளுவ மாலை’ என்னும் பாடல் தொகுதியை அடிப்படையாகக் கொண்டே இக்கதை புனையப்பட்டுள்ளது. ஆனால் ‘திருவள்ளுவ மாலை’ என்பது ஒரு புலவராலேயே பல புலவர்களின் பெயர்களால் புனைந்து பாடப் பெற்ற ஒரு நூல் தொகுதி. சங்கத்தை அழித்தது மெய்யானால், அச்சங்கப் புலவர்கள் இயற்றிய பழைய நூல்களில் குறளடிகள் இடம் பெற்றிருக்காது.

இவ்வாறு தனது ஆய்வு முடிவைக் கூறும் நாவலர் சோமசுந்தர பரரதியார் திருக்குறளுக்கும், சங்க இலக்கியங்களுக்கும், இடையே காணப்படும் ஒப்புமை அடிகளை எடுத்துக் காட்டுகிறார். இச்சங்க நூல்கள் மட்டுமின்றித் திருக்குறளுக்குப் பின்னர்த் தோன்றிய சிலப்பதிகாரம், மணிமேகலை, சீவகசிந்தாமணி முதலான நூல்களில் இருந்தும் இத்தகைய ஒப்புகைகள் உண்டென நிறுவுகிறார். எனவே திருக்குறள் ‘இடைச் சங்க காலத்துக்குப் பின்பும், கடைச் சங்க காலத்துக்கு முன்பும் தோன்றிய நூல்’ என்று முடிவு கட்டுகிறார். இதனைப் பல்வேறு சான்றுகளுடன் உறுதிப்படுத்துகிறார்.

திருவள்ளுவர் ஆதி’ என்ற புலைச்சிக்கும், ‘பகவன்’ என்ற பார்ப்பனனுக்கும் பிறந்த எழுவருள், கடைசி மகவாகத்

தோன்றியவர் என்னும் கட்டுக்கதை பற்றிக் கூற வந்த நாவலர் 'இக்கதைக்குச் சொன்னவர் விருப்பும், அவர் விருப்புக்கு இக்கதையுமே ஆதாரம். வேறு பிரமாணம் காட்டக் காணோம். இக்கதைக்காக ஏனையோர் காட்டும் பாடல்களையும் ஆய்ந்து, அவற்றின் பொய்ம்மையை விளக்கி, 'வள்ளுவர் புலைக் குடியினர் அல்லர்; நற்குடிப் பிறப்பும், அறவோர் கூட்டுறவும் உடையராதல் வேண்டும்' என்கிறார். மேலும் வள்ளுவர் மயிலாப்பூரில் வாழ்ந்தவரும் அல்லர். ஏலேலசிங்கரின் உதவி பெற்றவரும் அல்லர். மதுரையில் மூன்றாம் சங்கத்தின் முற்காலத்தே வாழ்ந்தவர். பண்டைப் பாண்டியரின் உள்படுகருமத் தலைவராக இருந்தவர். அருந்தமிழ் வேளிர் குடியில் தோன்றியவர்' என்னும் முடிவுக்கு வருகிறார்.

'நீதி நூல்களின் தோற்றத்துக்கு அடிப்படை வடமொழி நூல்களே. வள்ளுவர் பிரமதேவர் எழுதிய 'திரிவர்க்கம்' என்னும் நூலைத் தழுவியும், சுருக்கியும் முப்பாலாக மொழிந்தார். அதனால்தான் அவரை நான்முகன் அவதாரம் என்பர்' என்றெல்லாம் கூறி திருவள்ளுவரின் திருக்குறள் வடமொழியிலிருந்து வந்தது என கைக்கூசாது எழுதியோரும் உண்டு. நாவலர் இதனை வன்மையாகக் கண்டித்து 'ஆரிய தரும சாஸ்திர முறை வேறு. தமிழர் நூல் மரபு வேறு. இரு முறைகளையும் ஒத்துணர்ந்த வள்ளுவர் திருக்குறளைத் தமிழ் மரபு வழுவாது, பொருளின் பகுதிகளான அகம், புறம் துறைகளை மக்கள் வாழ்க்கை முறைக்கு ஏற்றவாறு ஆய்ந்து அறுதியிட்டு வடித்தெடுத்து விளக்கும் தமிழ் நூல் திருக்குறள் ஆகும். தமிழின் பெருமை அனைத்தும் ஆரிய நூல்களிலிருந்து திரட்டப்பட்டதாகக் காட்டி மகிழ்வார் சிலர்க்கன்றி, நடுநிலையாளர்களுக்கு வள்ளுவர் குறள், தமிழில் தனி முதல் அற நூலே ஆகும் என்பது வெள்ளிடை மலையாம்' என்று ஆணித்தரமாகப் பதிவு செய்கிறார்.

நாவலர் சோமசுந்தர பாரதியின் மேற்கூறிய ஆய்வு முடிவுகளில் ஒரு சிலவற்றை அறிஞர்கள் ஏற்கத் தயங்கலாம். இது குறித்து டாக்டர் மா. இராசமாணிக்கனார் கூறுகையில் 'இந்த ஆராய்ச்சி நூல், உருவில் சிறியதெனினும், பொருளில் பெரியது என்பதில் ஐயமில்லை. வள்ளுவர் போன்ற நுண்மாண் நுழைபுலப் புலவர்களைப்பற்றிய கட்டுக் கதைகளையே மெய்யான வரலாறுகள் என்றெண்ணி, அவற்றையே இலக்கிய வரலாற்று ஏடுகளிலும் எழுதித் தமிழர் மட்டுமின்றி ஆங்கில அறிஞர்களும்

நம்பும்படியாகச் செய்துவிட்டனர் சிலர். இவற்றிற்கு ஒரு முற்றுப்புள்ளி வைக்க முன்வந்த அறிஞர்களுள் ஒருவரே நாவலர் சோமசுந்தர பாரதியார்' என்றார்.

'திறனாய்வு அணுகுமுறைக்கு நாவலர் சோமசுந்தர பாரதியாரின் 'திருக்குறள்' ஆய்வு நூலையும் ஒன்றாகக் கொள்ளலாம்' என்று பாராட்டுகிறார் பன்மொழிப் புலவர் தெ.பொ.மீனாட்சி சுந்தரனார்.

குறள் வடமொழி கலவாத தமிழ்நூல் என்பார் சிலர்; அது வைதீக தரும சாத்திர வடிவே என்பார் பிறிதொரு வகுப்பார். வள்ளுவர் குறளில் வடசொல் ஒரு சில வருவது மெய்யே; அதன் ஆழ்ந்த பொருட் பெருங்கடலில் சில சிற்றலையின் எதிரொலி வடநூலின் கேட்பதும் உண்மை என்பதால் குறள் தமிழ் நூல் இல்லையென ஆகுமா? வேறுபட்ட நாகரிக வகுப்பார்தம் கூட்டுறவால் நாளடைவில் சில சொல்லும் கொள்கைகளும் இரு திறத்தார் மொழிகளிலும் கைம்மாறிக் கலப்பது இயல்பு; கலப்பால் ஒரு சில புகுந்து வழங்கக் காண்போம்; அதுபோல் தமிழ்ச் சொற்கள் வடமொழியிடம் பெற்று வழங்குவதும் மறக்க வொண்ணா ஒளண்மையாகும். அதுபோல் ஆணி, முத்தம், பிரவாளம், நீரம், மீனம் போன்ற பல சொற்கள் தமிழ் ஆரியத்திற்கு அளித்த கொடை.

பல்வேறு மக்கள் வாழ்வில் பொதுவான வழக்கங்கள், கொள்கைகள், கருத்துக்கள் ஒத்திருத்தல் இயல்பாகும். ஒத்த இயலுடைமையினால் வாழ்க்கைமுறை, ஒழுக்க வகை, பெரும்பாலும் ஒத்திருக்கும். அதனாலேயே பல்வேறு மொழிகளிலும் பொய்யாமை, கொல்லாமை, வெஃகாமை, கள்ளாமைபோல் பல ஒழுக்க அறங்கள் எல்லாருக்கும், எஞ்ஞான்றும், எந்நிலதுக்கும் பொதுவாகும். அதனாலேயே எல்லா மொழிகளிலுமுள்ள அறநூல்கள் ஒத்துரைப்பது இயற்கை யாகும். அதுகொண்டு அவ்வற நூல்கள் ஒன்றிலிருந்து ஒன்று இரவல் கொண்டதென்றும், அவற்றிடையே தொடர்பு இருத்தல் வேண்டுமென்றும் கூறுவது தவறாகும். இவ்வுண்மையை மறவாமல் உள்ளத்திற் கொண்டு, தமிழ்க் குறளை வட தரும நூல்களோடு ஒத்து நோக்கி, இயைபு முரண்பாடுகளை நடுநிலையில் ஆராய்ந்து, சான்றுகளைத் தகவோடு நிறுத்து உண்மை தேர்ந்து தெளிவோம்.

தமிழ்த் தென்றல் திரு.வி.கலியாண சுந்தரனார்

திருவள்ளுவர் என்னும் நினைவு தோன்றும்போதே உலகமும் உடன் தோன்றுகிறது. திருக்குறளை ஆராய்ந்தால் அதன்கண் உலகமிருத்தல் நன்கு புலனாகும். திருவள்ளுவர் உலகையே திருக்குறளாக எழுதினார். உலகின் எழுத்தோவியம் திருக்குறள் என்று கூறலாம். திருவள்ளுவர் உலகுக்கென்றே பயின்றார்; உலகுக்கென்றே வாழ்ந்தார்; அதனால் அவர்தம் உள்ளத்தில் உலகம் நின்றது. அவர் உலகமாயினர்; உலகம் அவராயிற்று.

திருவள்ளுவர் யார்? 'யாதும் ஊரே யாவரும் கேளிர்' என்ற சீரிய கொள்கை பிறந்த பெருந்தமிழ்க் குடியில் தோன்றியவர். அவர் நெஞ்சம், சாதி, மதம், நிறம், மொழி, நாடு, முதலிய சிறுமைக் கட்டுகளில் படிந்து கிடக்கவில்லை. அவர் நெஞ்சில் பரந்த உலகே படிந்து கிடந்தது. அது திருக்குறள் என்னும் நூலாக உருக்கொண்டது. இத்தகைய நூல் ஓர் இனத்துக்கு உரியதாகுமா? உலகுக்கு உரியதாகுமா? இப்பெருநூலை அருளிய ஒருவர் ஓர் இனத்துக்கு உரியவரா? உலகுக்கு உரியவரா?

திருவள்ளுவர் தமிழ்நாட்டில் பிறந்தவர். அவரது தாய்மொழி தமிழ். அவர் தமிழில் நூல் செய்தனர். நூலின் மொழி தமிழ். பொருளோ உலகுக்குரிய ஒன்று. இது வெள்ளிடை மலை. இவ்வாறு நூல் செய்தோர் அரியர். செய்வோரும் அரியர். உலகுக்கு ஒரு நூலை அருளிய திருவள்ளுவரது உண்மை வரலாறு நமக்குத் தெரியவில்லை. இப்போது வழங்கி வரும் அவர்தம் வரலாறு பின்னே புனையப்பட்டது. திருவள்ளுவரைத் தான் காணவும், பிறர்க்குக் காட்டவும், உழைத்தவர் பலருள் குறிப்பிடத்தக்கவர்கள் பதின்மர். அவர்களின் பெயர்களை

> தருமர் மணக்குடவர் தாமத்தர் நச்சர்
> பரிமே லழகர் பரிதி - திருமலையர்
> மல்லர் கவிப்பெருமாள் காளிங்கர் வள்ளுவர்நூற்
> கெல்லை உரையெழுதி னோர்

என்னும் வெண்பா மூலம் அறிகிறோம். ஆனால் இப்போது அச்சாகி வெளிவந்துள்ள உரைகள் மணக்குடவர் மற்றும் பரிமேலழகர் ஆகிய இரண்டு மட்டுமே. பழைய உரைகளுள் இறுதியான மற்றும் பெரிதும் போற்றப்படும் உரை பரிமேலழகர் உரையே ஆகும். பரிமேலழகர் வடமொழி மற்றும் தென்மொழிப் புலவர். பெரும் கல்வியாளர்.

திரு+குறள் = திருக்குறள். திரு - ஒரு சொல் பல பொருள். குறிப்பாகச் செல்வம் மற்றும் அழகு ஆகிய இரு பொருள்களைக் கொண்டது. குறள் = குறுகியது. குறுகிய பா =குறட்பா. இது குறு வெண்பாப் பாட்டு என்றும் குறள் வெண்பாப் பாட்டு என்றும் சொல்லப்படும். 'அறம்', 'பொருள்', 'இன்பம்' என முப்பாலைப் பாடிய வள்ளுவர் 'வீடு' குறித்துத் தனியே கூறாதது ஏன் என்பது சிந்திக்கத்தது.

உள்ளம் போற்றும் ஒப்புயர்வற்ற நூலாகிய திருக்குறளுக்கு உரை கண்ட பெருமக்கள் அனைவரும், அந்நூலுக்கு முப்பால் என்றே பெயர் இருப்பினும் வள்ளுவப் பெருந்தகைக்கு நான்காவதாக உள்ள 'வீடு' குறித்தும் கூறினார் என்று நிலைநாட்ட 'கடவுள் வாழ்த்து', 'துறவு', 'நிலையாமை', 'மெய்யுணர்வு', 'அவாவுறுத்தல்' முதலிய அதிகாரங்களை எடுத்துரைப்பர். இதன் மூலம் திருவள்ளுவர் மீது அவர்கள் கொண்டுள்ள அன்பு புலனாகிறது.

திருவள்ளுவர் 'வீடு' என்னும் தனிப்பால் வகுத்துக் கூறாமைக்குக் காரணம் என்ன என்னும் வினாவை எழுப்பித் திரு.வி.க. விடை காண்கிறார். 'வீடு, வாக்கு மனங்கட்கு எட்டாதது. அத்தகைய ஒன்றை என் வாக்கால் விளம்புதல் எங்கனம்? இதுபற்றியே பரிமேலழகரும் 'வீடென்பது சிந்தையும் மொழியும் செல்லா நிலைமைத் தாதலின், துறவறமாகிய காரண வகையாற் கூறப் படுவது அல்லது, இலக்கண வகையால் கூறப்பட்டமையால், நூல்களால் கூறப்படுவன ஏனை மூன்றுமேயாம்' என்றார்.

அறவழி நின்று, பொருளாக்கி, இன்பம் நுகர்வோர் வீடு அடைதல் ஒருதலை. அறம், பொருள், இன்ப வாழ்வின் பயன் வீடு. அடைவாகவும், பயனாகவும் உள்ள ஒன்றை எப்படிச் சொல்லால் அறுதியிட்டுச் சொல்வது? அறம், பொருள், இன்பங்களிலிருந்து வேறுபட்டு நிற்பது அன்று. அது மூன்றிலும் விரவி நிற்பது. திருக்குறளில் உள்ள ஒவ்வொரு பாலிலும் வீடு விரவியே நிற்கிறது. வீடு - வீடு என்னும் அடியினின்றும் பிறந்தது. கட்டினின்றும் விடுதலை அடைவது வீடு. வீடு எங்கிருப்பது? அதற்கெனத் தனியிடம் உண்டோ? கட்டுடையார்க்கு அது புலனாகாமையால் அவர் அதற்கெனத் தனியிடம் வகுத்தனர் போலும்? வீட்டை மறைத்திருப்பது கட்டு. அந்தக் கட்டு அறுந்ததும் வீடு பொருளாகும்.

கட்டும், கட்டின பாகுபாடுகளும் 'இருள்சேர் இருவினை', 'அழுக்கறு அவா வெகுளி இன்னாச் சொல்', 'பிறப்பென்னும்

பேதமை', சார்புகெட', 'காமம் வெகுளி மயக்கம்', 'பற்றுவிடற்கு' எனத் திருக்குறளில் சில இடங்களில் புகுந்திருக் கின்றன. கட்டு அறுந்தால் மனம் மாசிலதாகும். மாசற்ற இடம் வீடாய்ப் பொலியும். இந்நிலை உற்றார்க்கு எல்லாம் வீடே. 'எந்நாளும் இன்பமே, துன்பமில்லை' என்று அப்பரும், 'அருநரகவையும் நீ' என்று நம்மாழ்வாரும், 'பரலோக ராச்சியம் உம் உள்ளத்திலிருந்து' என்று கிறித்து பெருமானும் அருளிய செம்மொழிகளை எண்ணுக. இம்மொழிகளை வள்ளுவர் எங்கிருந்து அருளினார். இவ்வுலகத்திலிருந்தே அருளினார். அவருக்கு இவ்வுலகம் எவ்வாறு தோன்றிற்று? ஆதலால், வீடு என்பது ஓரிடத்தில் தனியே இருப்பது அல்ல என்று அறிக.

கட்டை அறுத்தற்கு அறவழியில் நின்று, கல்வி பயின்று, தொழில் புகுந்து, பொருள் ஈட்டி, இன்பம் நுகர்தல் வேண்டும். இச்செந்நெறியே வாழ்வுக்கு உரியது. இதுவே இயற்கை வாழ்வு. இந்த நுட்பம் உணர்ந்த வள்ளுவர் அறம், பொருள், இன்ப வாழ்க்கையையே உலகுக்கு அறிவுறுத்தினார். இம்மூன்றில் கலவாத வீடு தனித்திருப்பதாக அவருக்குத் தோன்றவில்லை. அறம், பொருள், இன்ப வாழ்வில் வீடு பொலிதல் அவர்க்கு நன்கு விளங்கிற்று. உண்மை கண்டவர் உண்மை உரைத்தல் இயல்பு.

தனித்த 'வீடு' என்று அறம் பொருள் இன்ப வாழ்வை வெறுக்க ஏவும் நூல்களை இயற்றுவது பாவம். அறம் பொருள் இன்ப வாழ்வின் பயன் வீடாக இருத்தல் வேண்டும். அறம் பொருள் இன்பம் என்னும் மூன்றில் வீடு விரவி வருமாறு கூறுவதே பழையமுறை. அறம் பொருள் இன்ப வாழ்வில் பொருளற்ற நிலையாமை, இயற்கையை வெறுத்தல், பெண்ணை வெறுத்தல் என்னும் போலித் துறவையும் நுழைத்து நலவாழ்வுக்கு இடர் செய்தன. அறம் பொருள் இன்பம் இல்லாத தனித்த வீட்டு நூல்களால் உலகம் பட்ட துன்பம் போதும். அறம் பொருள் இன்ப வாழ்வு அதாவது இயற்கை வாழ்வு வீட்டை உணர்த்த வல்லது. இதற்கு உறுதுணையாக இருக்க வல்லது திருவள்ளுவரது முப்பால் நூல்.

முத்தமிழ்க் காவலர் கி.ஆ.பெ. விசுவநாதம்

இந்துக்களுக்குக் காலை 6 மணிக்கும், முஸ்லிம்களுக்கு மாலை 6 மணிக்கும், கிருத்தவர்களுக்கு நள்ளிரவு 12 மணிக்கும், பழந்தமிழர்களுக்கு நண்பகல் 12 மணிக்கும் நாள் தொடங்குகிறது.

இந்த உச்சிப் பொழுதுக்கு நாள் இல்லை, நட்சத்திரம் இல்லை, தேதி இல்லை, கிழமை இல்லை, வெள்ளை உள்ளம் கொண்ட சுத்தமான, களங்கமற்ற நேரம் உச்சி நேரம் ஆகும்.

ஓர் ஆண்டை வானநூற் பயின்ற வல்லுநர்கள் பகல் அதிகமாக உள்ள பகுதி, இரவு அதிகமாக உள்ள பகுதி என இரு பெரும் பிரிவுகளாக வகுத்துள்ளனர். சூரியன் தெற்கு நோக்கிச் சென்றுகொண்டிருப்பதால் ஆடி முதல் மார்கழி முடிய அதிக இரவுக் காலம். குளிரும் அதிகம். பின்னர் சூரியன் வடக்கு நோக்கிச் செல்லத் தொடங்கவே தை முதல் ஆனி முடிய அதிக பகல் காலம். குளிர் குறைந்து வெயில் அதிகரிக்கும். இதைக் கருத்தில் கொண்டே தமிழர்கள் 'தை முதல் நாளைத்' திருநாளாகக் கொண்டாட ஆரம்பித்தனர். திருவள்ளுவர் ஆண்டும் 'தை முதல் நாள்' அன்றுதான் தொடங்குகிறது.

'திருவள்ளுவர் 1978 ஆண்டுகளுக்கு (1945இல் பேசியது) முன்பு வாழ்ந்தவர். மதுரையில் பாண்டிய அரசரது அரண்மனை உள்படுகருமத் தலைவராக இருந்தவர். முத்துக்களில் உள்ள நீரோட்டத்தைப்போல ஒவ்வொரு குறளிலும் உயிரோட்டத்தைக் காணலாம். சங்க நூல்கள் பலாப்பழத்தைப் போன்றவை. முள்ளை நீக்கிச் சுளையைக் கொடுத்தால் மட்டுமே சுவைக்க முடியும். ஆனால் திருக்குறள் மாம்பழத்தைப்போல அப்படியே எடுத்துச் சுவைக்க எளிதாகும்' என்று கூறும் கி.ஆ.பெ. சில குறட்பாக்களுக்குப் பொதுவான உரையைத் தாண்டி சிந்திக்கத் தூண்டும் கருத்தையும் தெளிகிறார். உதாரணத்துக்கு இரு குறள்கள்.

> உறுபசியும், ஓவாப் பிணியும் செறுபகையும்
> சேராது இயல்வது நாடு (குறள் 734)

என்னும் குறளில் உறு, ஓவா, செறு என்னும் சொற்களில் பொருள்கள் சிறப்புடையன. சோறு வழங்கும் நாடு ஏழைகள் / சோம்பேறிக் கூட்டத்தையும், நூறு மருத்துவமனைகள் உள்ள நாடு நோயாளிகள் மிகுதியையும், படைபலம் மிக்க நாடு பகைமை மிக்க நாடாகவும் கருதப் பெறும். எனவே வள்ளுவர் இவற்றைக் கூறாமல் பசி, பிணி, பகை ஒழிக்கும் நாட்டை நாடு என்று கூறாமல், 'உழைப்பால் பசியையும், உடல் நலத்தால் பிணியையும், அன்பால் பகையையும் வெல்லும் நாட்டையே நாடு என்கிறார்.

இல்லதென் இல்லவள் மாண்பானால் உள்ளதென்
இல்லவள் மாணாக் கடை (குறள் 53)

என்னும் குறளின் கருத்து மாண்புடைய இல்லாள் அகத்தில் இருந்தால் இல்லாதது ஒன்றுமில்லை. மாண்பு அற்றவளானால் உள்ளது ஒன்றுமில்லை. ஏழையாக இருந்தாலும் நல்ல மனைவி வாய்த்தால் குறையேதும் இன்றிக் கவலையின்றி உறங்குகிறான். மாறாக வசதி இருந்தும் நல்ல மனைவி வாய்க்காவிடில் செல்வம் இருந்தும் மன அமைதியற்று வாழ்கிறான்.

திருக்குறள் வீ. முனிசாமி

திருவள்ளுவர் அருளிய திருக்குறள் உலகத்திலுள்ள எல்லா மக்களுக்கும் எல்லாக் காலத்திற்கும் பொருந்தும் சாதி, சமய, மத வேறுபாடுகளை ஏதுமின்றி நிலைத்து நிற்கின்ற பொதுத் தன்மையான அறநெறிகளைக் கூறுவதால் இதனை உலக அறிஞர் பெருமக்கள் 'உலகப் பொதுமறை' என்று போற்றுகின்றனர்.

உலகிற்கு அறம் வகுத்த அறிஞர் பலர் அரிய நீதி நூல்களை வழங்கி உள்ளனர். அத்தகைய எல்லா நூல்களை விடப் பொதுத் தன்மையில் சிறந்து விளங்குவதால் திருக்குறள் முதலிடம் பெறுகின்றது. அன்றுமுதல் இன்றுவரை மனித வாழ்க்கைக்குச் சிறந்த வழிகாட்டியாகத் திருக்குறள் போற்றப் பெறுகிறது. ஆதலால் உலகில் வழங்கும் பெரும்பான்மை பாஷைகளில் மொழிபெயர்க்கப்பட்டு உலக மக்களுக்குக் கலங்கரை விளக்கமாகத் திகழ்கிறது.

திருக்குறள் அறம், பொருள், இன்பம், வீடு ஆகிய நான்கு பொருள்களையும் அடிப்படையாகக்கொண்டு மக்களின் அன்றாட வாழ்க்கைக்குப் பயன் தருகிறது. இஃது ஓர் இலக்கு நூல்; மறைநூல்; மனித வாழ்க்கையை உயர்ந்த வாழ்க்கையாக அமைத்துக் கொள்வதற்கு அடிகோலும் நூல். உலகின் பெரும் பான்மைச் சமய நூல்கள் எல்லாம் வல்ல இறை வழிபாட்டினை மட்டும் உணர்த்துபவை. ஆனால் திருவள்ளுவர் வழங்கிய திருக்குறள் வையத்துள் வாழ்வாங்கு வாழ்வதற்கு வகுக்கப்பட்ட நெறிகளைக் கூறுவதாகும்.

ஆட்சி முறைகள், அமைச்சர் இயல்புகள், மறவர் போர்த்திறன், உழவர் பெருமை, காதலர் வாழ்க்கை, கற்பின் திறம், பொருள் செயல்வகை, ஈகையின் உயர்ச்சி, சான்றாண்மை, இல்லற

மேன்மை என அனைத்தும் நிறைந்து செறிந்திருப்பது திருக்குறள் ஆகும். மனிதன் குறிக்கோளோடு வாழவேண்டும் என்றும், அக்குறிக்கோளை எவ்வாறு நிறைவேற்ற வேண்டும் என்பதனையும், அன்றாட வாழ்க்கையில் இந்நூல் போதிக்கிறது.

இந்நூல் தமிழ் மொழியில் எழுதப்பட்டாலும் குறிப்பிட்ட ஒரு மொழியினருக்கோ அல்லது நாட்டினருக்கோ அமைந்த நூலாக எழுதப்படவில்லை. தேமதுரத் தமிழ் மணம் உலகமெலாம் பரவும் பணியினை இந்நூல் செய்கின்றது. 'வள்ளுவன் தன்னை உலகினுக்கே தந்து' என்னும் பாரதியின் வரிகள் உண்மையிலும் உண்மையாகும்.

ஒரு நூலின் பெருமையினைப் புகழ்ந்து பாடுவதற்கு மற்றொரு நூல் தோன்றியது என்ற உண்மை அக்காலத்தில் திருக்குறள் ஒன்றிற்கே உரியதாகும். பேராசிரியர்கள் பத்துப் பேர்களுக்கு மேல் உரை எழுதிய தனிச் சிறப்பு மிக்க நூல் திருக்குறள் மட்டுமே. இவ்வாறு பிற நூல்களுக்கு பல உரைகள் தோன்றியதாகத் தெரியவில்லை. வேற்றுமைகளை மறந்து ஒற்றுமையினை நிலைநிறுத்தி ஒன்றுபட்டு வாழ்வதற்கு வழி வகுக்கும் நூல் இஃது ஒன்றே ஆகும். உலகில் உயர்வாகக் கருதப்படும் நூல்களை எல்லாம் நன்கு கற்றுணர்வதுடன், அக்கருத்துகளை ஏற்றுக் கொண்டு அவற்றைத் தழுவியும் எழுதுகின்றார்.

இவ்வாறு ஈடு இணையற்ற பெருமை வாய்ந்த உண்மைகளை எல்லாம் திருக்குறள் கொண்டிருப்பதால்தான் உலகப் பெரியார்கள் 'இது போன்ற ஒரு நூல் இதுவரை தோன்றியதில்லை' என்றும், 'எல்லாப் பொருளும் இதன்பால் உள' என்றும், 'ஒழுக்க நூல்' என்றும், 'பொய்யா மொழி' என்றும், 'செயல் நூல்' என்றும், 'தாய்மை நூல்' என்றும், 'உலக நூல்' என்றும், 'சமரச நூல்' என்றும், 'அறிவு நூல்' என்றும், 'அரசியல் நூல்' என்றும் போற்றுகின்றனர். மறைமொழிகள் அருளிய நிறைமொழி அந்தணரான திருவள்ளுவரைத் 'தெய்வப் புலவர்' என உயர்த்திக் கூறினார்கள். 'செயற்கரிய செய்வார் பெரியார்' என அவர் அருளிய பொன்னுரை அவர் ஒருவர்கே பொருந்தும். திருவள்ளுவ மாலையிலுள்ள ஐம்பத்தோரு பாடல்களும் திருக்குறளின் சிறப்பியல்புகளை ஓதுகின்றன.

திருக்குறள் நெறி பரப்புவதற்காகவே வாழ்ந்த காரணத்தால் 'திருக்குறள் முனிசாமி' என்றே அழைக்கப்பட்டார். வள்ளுவர் உள்ளம், வள்ளுவர் ஏன் எழுதினார், வள்ளுவர் காட்டிய வழி,

வள்ளுவர் காட்டும் வாழ்க்கைப்பாதை, வள்ளுவரைக் காணோம், வள்ளுவர் குறளும் ஈ.வெ.ரா. வாழ்க்கையும், வள்ளுவர் வழிப்பயணம், வள்ளுவர் பூங்கா, வள்ளுவரும் பரிமேலழகரும், வள்ளுவரும் பெரியாரும், திருக்குறள் அதிகாரவிளக்கம், திருக்குறள் இன்பம், திருக்குறள் உரைவிளக்கம், திருக்குறள் காமத்துப்பால் பொழிப்புரை, திருக்குறளாரின் சிந்தனைகள், திருக்குறளில் நகைச்சுவை, திருவள்ளுவரும் திராவிடக் கொள்கையும் என திருக்குறள் தலைப்பில் ஏராளமான நூல்களை எழுதியுள்ளார்.

கி.வா.ஜகந்நாதன்

தமிழ்த் தாத்தா உ.வே. சாமிநாதய்யர் அவர்கள் திருக்குறள் ஆராய்ச்சிப் பதிப்பு ஒன்றைக்கொண்டு வர வேண்டும் என்னும் எண்ணத்துடன் இருந்தார்கள். திருக்குறளுக்குக் கிடைக்கும் பழைய உரைகள் அனைத்தையும் தொகுத்து ஒவ்வொரு குறளின் பின்னும் அமைத்து, இலக்கண இலக்கிய உரைகளில் குறளை மேற்கோளாகக் காட்டும் இடங்களை ஆங்காங்கே சுட்டிக் காட்டித், தொல்காப்பியம் முதல் இக்கால இலக்கியம்வரையில் குறளின் சொற்பொருள்களை எடுத்தாண்ட ஒப்புமைப் பகுதிகளையும் இணைத்து, வேண்டிய அடிக்குறிப்புகளும், அகராதிகளும், ஆராய்ச்சி உரையையும் சேர்த்து வெளியிட வேண்டும் என்பதே ஐயரவர்களின் எண்ணம். ஆனால் அந்த விருப்பம் அவரது காலத்தில் நிறைவேறவில்லை என்றாலும் அவரது மாணாக்கர் கி.வா. ஜகந்நாதன் கைவண்ணத்தில் 'திருக்குறள் ஆராய்ச்சியுரை' வெளியாகி அன்னாரின் ஆசையை நிறைவேற்றி உள்ளார்.

ஓர் ஆராய்ச்சி உரை எப்படி அமைய வேண்டும் என்பதற்குத் தக்க சான்றாக அமைந்துள்ளது கி.வா. ஜகந்நாதனின் 'திருக்குறள் ஆராய்ச்சி உரை'. இதனைப் பொது, உள்ளுரை, பொருள்வகை, இலக்கியப் பண்புகள் என நான்கு பகுதிகளாகப் பிரித்துள்ளார். உரைநூலின் முதல் பகுதியில் திருக்குறள் தொடர்பான பொதுவான கருத்துக்கள் இடம் பெற்றுள்ளன. திருக்குறளில் அதிகார அடைவில் கூறியுள்ள உள்ளுறைபற்றிய கருத்துக்கள் இரண்டாம் பகுதியில் அங்கம் வகிக்கின்றன. இந்நூலிலுள்ள் பல்வகைக் கருத்துக்களையும், பொருள்களையும் தொகுத்து, வகைப்படுத்தித் தனித்தனித் தலைப்பில் அமைத்துக் காட்டும் ஆராய்ச்சியை மூன்றாம் பகுதியில் காணலாம். கவிச்சுவை,

சொல்லும்முறை, சொல்லாட்சி முதலிய இலக்கியப் பண்புகள் நான்காம் பகுதியில் சேர்க்கப்பட்டுள்ளன.

நூலின் பிறசேர்க்கைகளாக அமைந்துள்ள திருக்குறள் செய்யுள் முதற்குறிப்பு அகராதியும், சொற்பொருள் அகராதியும், பொது அகராதியும் ஆய்வாளர்களுக்குப் பலவகைகளிலும் துணை புரியும் வகையில் அமைந்துள்ளன. திருக்குறளில் வரும் சொற்களையும், அந்தச் சொற்கள் வெவ்வேறு பொருள்களில் வரும் இடங் களையும் முதல் அகராதியில் காணலாம். ஒரு கருத்தைத் திருவள்ளுவர் எங்கெங்கே ஆளுகிறார் என்பதையும், ஒரு பொருளோடு தொடர்புடையவையாக எவ்வளவு கருத்துக்களை எவ்வெவ்விடத்தில் சொல்கிறார் என்பதையும் அறிய இரண்டாவது அகராதி உதவும். திருக்குறளைப்பற்றிய ஆராய்ச்சியை விரிவாகச் செய்பவர்களுக்கு உறுதுணையாக இருக்கும்வகையில் பொது அகராதி அமைந்துள்ளது.

விளக்கவுரை, திருக்குறள் மூலம், பரிமேலழகர் உரை, உரை வேறுபாடு, ஒப்புமை, மேற்கோள் விளக்கம் ஆகிய ஐந்து பிரிவுகளில் அடங்குகின்றது. திருக்குறள் மூலத்துக்குப் பிறகு பரிமேலழகரின் உரை இடம் பெற்றுள்ளது. உரை வேறுபாடு என்ற பகுதியில் பரிமேலழகர் உரையினின்றும் வேறுபடும் பிற உரைகளின் பகுதிகள் மட்டும் கட்டப் பெற்றுள்ளன. இப்பகுதியில் பரிமேலழகருக்கு முந்திய உரையாசிரியர்களான மணக்குடவர், பரிதியார், பரிப்பெருமாள், காலிங்கர், தாமத்தர் ஆகியோரின் உரைகளிலிருந்து மட்டுமின்றிக் கவிராஜ பண்டிதர், எல்லிஸ் முதலான இக்கால உரைகளில் இடம்பெற்றுள்ள வேறுபாடு களையும் காணலாம்.

அ.ச. ஞானசம்பந்தன்

பேராசிரியர் அ.ச. ஞானசம்பந்தன் எழுதிய ‘உலகப் பொதுமறை’, ‘கவிதைப் பண்பு’, ‘வள்ளுவன் கண்ட இன்பம்’ ஆகிய மூன்று கட்டுரைகளும், ‘குறள் கண்ட வாழ்வு’ என்னும் நூலில் அமைந்துள்ள அனைத்துக் கட்டுரைகளும் குறள் பற்றினவே ஆகும். குறள் சாராத அவரது பிற படைப்புகளிலும் திருக்குறட் சிந்தனைகள் விண்மீன்களைப்போல இடையிடையே ஏராளமாக மின்னுகின்றன.

சாதி, மதம், இனம், மொழி, நாடு என்னும் குறுகிய கூட்டுக்குள் தம் எண்ணச் சிறகுகளை முடக்கிக் கொள்ளாமல், உயர்ந்த

உள்ளத்தோடு உலகில் வாழும் மக்கள் அனைவரும் நல்வாழ்வு வாழ வழி காட்டியவர்தான் வான்புகழ் வள்ளுவர். அதனால்தான் வள்ளுவம் தோன்றிய அந்நாள்முதல் இந்நாள்வரை மேற்கூறிய குறுகிய கூட்டினை உடைத்தெறிந்து உலகிலுள்ள அறிஞர் பெருமக்கள் பலரும் போற்றினர்; போற்றுகின்றனர்; இனியும் போற்றுவர்.

குறள் கூறும் ஒழுக்க நெறி அக்காலச் சமுதாய மக்களின் ஒழுக்கத்தை, வாழ்வை, குறிக்கோளைத் தன் ஆணிவேராகக் கொண்டிருந்தது. அதனால்தான் இத்துணை காலம் கழித்தும் குறள் என்றும் புதியதாய் இலங்கக் காண்கிறோம். தனி மனித வாழ்வு செம்மைப்பட்டால் சமுதாயம் தானே திருந்திவிடும் என்ற உறுதியுடன் குறள் வழி வகுக்கத் தொடங்கியது. ஒரு காலத்தில் வாழும் ஒரு வகைச் சமூகம் முழுவதற்கும் சட்டம் வகுத்தால் காலம் மாறும் பொழுதும், சமூகம் மாறும் பொழுதும், அச்சட்டம் பயனற்றுப் போகும். ஒரு வகைச் சமூகத்துக்கு இயற்றப் பெற்ற சட்டம் அல்லது ஒழுக்க நெறி பிறிதொரு சமூகத்துக்கு ஏலாமலும் போய்விடும். ஆனால் தனி மனித ஒழுக்க நெறியை அடிப்படையாகக் கொண்டால் ஏறத்தாழ உலகம் முழுவதும் ஒரு பொதுத்தன்மையை வகுத்து விடலாம். திருக்குறள் தனி மனிதரை மையமாகக் கொண்டே பெரும்பாலான அறச் சிந்தனைகளை வரையறுத்துள்ளது. உலகின் பிற ஒழுக்க நூல்கள் சமுதாயத்தை முதன்மையாகக் கருதி இயற்றப்பட்ட நிலையில், திருக்குறள் மட்டுமே தனி மனிதர்களை முதன்மையாகக் கருதி இயற்றப்பட்டது.

ஒரு காலத்தில் அறம் எனக் கருதப்பட்டவை (உடன்கட்டை ஏறல், குழந்தைத் திருமணம்) பிறிதொரு காலத்தில் அறமெனக் கருதப்படவில்லை. ஆகவே இவற்றை வள்ளுவம் பேசாமல் ‘மனத்தில் யாதொரு குற்றமும் இல்லாமல் வாழ முற்படுதல்’, ‘பிறரிடம் அழுக்காறு கொள்ளாதிருத்தல்’ என என்றும், எக்காலத்தும் மாறாத அறங்களைக் கூறியது. (உதாரணம்) மனத்துக்கண் மாசிலன் ஆதல் (குறள் 34), அறன் எனப்பட்டதே இல்வாழ்க்கை (குறள் 49), அறத்தான் வருவதே இன்பம் (குறள் 39) (திருக்குறள் கனிகள்).

தனி மனிதர்களுக்கு வலியுறுத்தும் விருந்தோம்பல், அன்புடைமை, இன்சொல்லுடைமை, நடுவுநிலைமை ஆகிய கடமைகள்கூட சமுதாயத்துக்குப் பயன்படும்வகையில்

வகுக்கப்பட்டுள்ளன. தமிழ்ச் சமுதாயத்தை மட்டுமே கவனத்தில் கொண்டு அதற்குப் பலனளிக்கும் அறவழிகளைப் பேசாமல், உலகம் முழுவதற்கும், எக்காலத்துக்கும் பொருந்தும் அறவழிகளையே கூறுவதால் 'திருக்குறளை உலகப் பொதுமறை என வழங்கும் வழக்கு உபசார வழக்கின்றி உண்மை வழக்கே' என்று விளக்குகிறார் அ. ச. ஞா.

கடவுட் பற்றை அழுத்தமாகப் பிடித்தவர்தான் உலகப் பற்றை விடமுடியும் என்பதை,

> பற்றுக பற்றற்றான் பற்றினை அப்பற்றைப்
> பற்றுக பற்று விடற்கு

என்னும் குறட்பா மூலம் 'வலுவாகப் பற்ற' வேண்டும் என்பதைக் கூற வள்ளுவர் 'ற்று' என்ற எழுத்துகளின் ஒலியும் வலுவாக இருக்க வல்லினத்தில் அமைத்தார் என விளக்குகிறார் அ.ச.ஞா. இவ்வாறே குழப்பமான நிலை, அற்பத்தன்மை, வீரச் சுவை முதலான உணர்வுகளைக்கூட குறளில் இடம் பெற்றுள்ள சொற்களே ஓசை வடிவில் வெளிப்படுத்துகின்றன.

கவிதையின் பயன் இன்பம் ஊட்டுதலே என்பது ஒரு சாரார் கருத்து. அவ்வாறன்றி ஒழுக்கம் பேசுதல், அறிவுறுத்தல் ஆகிய நோக்கங்களுடனும், வேறு இயல்புகளுடனும், கவிதை படைக்கப்பட்டால், கவிதையின் பண்பு அங்கே தோன்றாது எனவும் கூறுவர். இது ஓரளவு உண்மை என்றாலும்கூட திருக்குறளில் அவ்வாறு இல்லை. அவரது ஆய்வுக் கருத்துக்களின்படி குறளில் கற்பனை வளம், பொருட்சிறப்பு, ஓசை நயம், உவமைத் திறன் முதலான கவிதைப் பண்புகள் சிறப்பாக அமைந்துள்ளன. எனவே இந்நூலைப் படைத்திட்ட வள்ளுவர் ஒரு சிறந்த கவிஞர் என்பதும் தெளிவாகிறது. திரிகடுகம், ஆசாரக் கோவை உள்ளிட்ட பிற நீதி நூல்கள் போலின்றித் திருக்குறள் தனிச்சிறப்பு வாய்ந்தது என விளக்கங்கள் மூலம் சுட்டிக் காட்டுகிறார் அ.ச.ஞா.

நீதி நூல்களில் கூறப்பெற்ற அருங்கருத்துக்களை வாழ்க்கையில் பின்பற்றிய பெரியோர்களின் வாழ்வைக் குறட்பாக்களுடன் ஒப்பிட்டு அ.ச.ஞா. எழுதிய நூலே 'குறள் கண்ட வாழ்வு' ஆகும். சங்க காலம் தொடங்கி இருபதாம் நூற்றாண்டு வரை பல்வேறு கால கட்டங்களில் வாழ்ந்த பல பெரியோர்களின் வாழ்க்கை முறையை அவர்களுடன் தொடர்புடைய இதிகாசங்கள், புராணங்கள், சங்க இலக்கியம், சிலப்பதிகாரம், பிற்கால

இலக்கியங்கள், புராணங்கள், வரலாற்று நிகழ்ச்சிகள் ஆகிய வற்றை மேற்கோள் காட்டி 27 கட்டுரைகள் மூலம் விளக்குகிறார்.

1957-59களிலே திருக்குறளைப் பிற இலக்கியங்களோடும், அறிஞர்களோடும், வரலாற்று நிகழ்வுகளோடும் ஒப்பிட்டுப் பார்த்த அ.ச.ஞா. முயற்சி போற்றத்தக்கது. பின்னாளில் இதுபோன்ற முயற்சியில் ஈடுபட இவரது நூலே சிறந்த வழிகாட்டியாக அமைந்தது எனில் மிகையல்

பெரியார் ஈ.வெ.ரா.

திருக்குறளையும், திருவள்ளுவரையும் கடுமையாக விமர்சித்த அதே பெரியார்தான் பின்னர் ஒரு கட்டத்தில் திருவள்ளுவருக்காக மாநாட்டையும் நடத்தினார் என்பது ஆச்சரியம்; ஆனால் உண்மை. 1949 ஜனவரி 15,16 தேதிகளில் நடைபெற்ற மாநாட்டில் ஏராளமான தமிழ் அறிஞர்கள் பங்கேற்றுச் சிறப்பித்தனர். திருக்குறளையும், திருவள்ளுவரையும் விமர்சித்ததற்கான காரணத்தையும், பின்னர் மாநாடு நடத்தி அவருக்கு விழா எடுத்தற்கான காரணத்தையும் பெரியாரே விளக்கி உள்ளார்.

பெரியாரின் 'தமிழும் தமிழரும்' (பழைய பெயர் 'தமிழ் காட்டுமிராண்டி மொழி') என்ற நூலில் திருவள்ளுவரையும், திருக்குறளையும் பழித்ததையும், குடியரசு / விடுதலை பத்திரிக்கைகளில் வெளியான செய்திகளையும் ம. வெங்கடேசன் தனது 'பெரியாரின் மறுபக்கம்' என்ற நூலில் பின்வருமாறு மேற்கோள் காட்டுகிறார்.

> 'புலவர்கள் நீண்ட காலம் தமிழ் படித்ததால் பகுத்தறிவு இல்லாமலும், உலகம் அறியாத பாமரர்களாகி விட்டனர் என்றும் (பெரியாரின் தமிழும், தமிழரும்), தமிழைக் காட்டுமிராண்டி மொழி (பெரியார் ஈ.வெ.ரா. சிந்தனைகள், தொகுதி 2) என்றும் 'தமிழ் ஒரு நியுசென்ஸ்' என்றும் (தந்தை பெரியார்: கவிஞர் கருணாநந்தம்) என்றும் தமிழ் படித்தால் சமயவாதியாகத்தான் ஆக முடியுமே ஒழிய அறிவுவாதியாக ஆக முடியவில்லை (விடுதலை 15/10/1962), தமிழில் ஆக்க இலக்கியங்களே இல்லை (பெரியார் கணினி, தொகுதி 2) என்றும் தமிழையும், தமிழ்ப் புலவர்களை விமர்சித்துள்ளார்.
>
> நீ வாழ்த்துவதால் தமிழ்த் தாய்க்கு கொம்பு முளைத்துவிடுமா? கடவுள் வாழ்த்து வேண்டாம் என்று சொன்னால் உடனே

'தமிழ்த் தாய் வாழ்த்து'. ஒரு முட்டாள்தனத்துக்கு பதில் இன்னொரு முட்டாள்தனமா (விடுதலை 13/04/1972) என்று தமிழ்த்தாய் வாழ்த்தைக்கூட விட்டுவைக்காமல் பழித்தவர் பெரியார்.

தமிழின் ஐம்பெருங் காப்பியங்களுள் தலையாயதான 'சிலப்பதிகாரம்' ஆரியத்தைப் பரப்பும் நூல் என்றும், கோவலனுக்கும், கண்ணகிக்கும் நடக்கும் திருமணம், பெண் அடிமைத் திருமணம் என்றும் கண்ணகிக்கு சிறிதேனும் அறிவு, மனித உணர்ச்சி, தன்மானம் இருந்ததென்று ஒப்புக்கொள்ள முடியுமா என்றெல்லாம் பழித்த பெரியார் நிறைவாகச் சிலப்பதிகாரம் ஒரு தேவடியாள் கதை என்றும் தேவடியாள் எப்படி வெளியே அழகாகவும், உள்ளே வஞ்சகத்துடன் இருப்பாளோ அதுபோலவே சிலப்பதிகாரமும் என்றும் வசைபாடினார்.

வாழ்வியலின் எல்லா அங்கங்களையும் கூறுவதாலும், சமயம், இனம், மொழி, பாலின பேதங்களின்றிக் காலம் கடந்தும் நிலைத்து நிற்கும் வகையில் பொருள் கூறுவதாலும், திருக்குறளை முப்பால், உத்தர வேதம், தெய்வநூல், பொதுமறை, பொய்யா மொழி, வாயுறை வாழ்த்து, தமிழ் மறை எனப் பல்வேறு பெயர்களால் அழைத்துத் தமிழ்ச் சமூகம் வாயார வாழ்த்தி நெஞ்சம் மகிழ்கிறது.

தமிழையும், தமிழிலக்கியத்தையும் போற்றிப் புகழாதவர்கள் யாருமில்லை. குறிப்பாகத் திருக்குறளைத் தமிழகம் தாண்டி, இந்திய எல்லை கடந்து, உலகெங்கும் கொண்டாடுகின்றனர். இந்து, கிருத்தவம், சமணம், பௌத்தம் என ஒவ்வொரு சமயமும் திருவள்ளுவர் தங்கள் மதத்தைச் சேர்ந்தவர் என்றும், தங்கள் இனத்தைச் சேர்ந்தவர் என்றும், உரிமை பாராட்டு கின்றனர். விவிலியத்துக்கு அடுத்து அதிக எண்ணிக்கையில் உலக பாஷைகளில் மொழி பெயர்க்கப்பட்ட நூல் திருக்குறள் என்பதொன்றே அதற்கும் பெருமை, தமிழராகிய நமக்கும் பெருமை.

ஆனால் தமிழையும், தமிழ் இலக்கியத்தையும் இழித்தும், பழித்தும் பேசியவர் பெரியார் மட்டும்தான். ஆம். கம்ப இராமாயணம், சிலப்பதிகாரம் இன்னும் சொல்லப் போனால் திருக்குறளையும் விட்டு வைக்கவில்லை. 'தமிழ் படித்து உனக்கு ஆவதென்ன? தமிழ் காட்டுமிராண்டி மொழி' என்று

வசைபாடினார். சங்க இலக்கியங்கள், சிலப்பதிகாரம், மணிமேகலை ஆகியவற்றைக் 'குப்பை' என்றே வர்ணித்தார். திருக்குறளில் 'மல வாடை வீசுகிறது' என்று விமர்சித்தார். 'திருவள்ளுவரது குறளில் இந்திரன், பிரம்மா, விஷ்ணு முதலிய தெய்வங்களையும், மறுபிறப்பு சுவர்க்கம், நரகம், மேலோகம், பிதுர், தேவர்கள் முதலிய ஆரிய மத சம்பிரதாயங்களையும், மூட நம்பிக்கைகளையும் கொண்ட விஷயங்களைப் பார்க்கலாம்' என்றார். *(குடியரசு 20/01/1929)*

'திருவள்ளுவன்' அந்தக் காலத்துக்கு ஏற்றவகையில் ஆரியக் கருத்துக்கு ஆதரவளிக்கும் வகையில், பகுத்தறிவைப் பற்றிக் கவலைப்படாமல், நீதி கூறும் முறையில் தனது மத உணர்ச்சியோடு ஏதோ கூறிச் சென்றான். *(விடுதலை 14/03/1948).*

இவ்வாறாக தமிழையும், தமிழ் இலக்கியங்களையும், குறிப்பாகத் திருக்குறளையும், திருவள்ளுவரையும் இழித்துப் பேசிய பெரியார் திடீரென திருக்குறள் மாநாட்டை நடத்த வேண்டிய நிர்பந்தம் என்ன என்பதை விவேகானந்தன், இனியன் சம்பத், கல்பனா தாசன் ஆகிய மூவர் எழுதிய 'ஈ.வே.கி. சம்பத்தும் திராவிட இயக்கமும்' என்னும் நூலில் பின்வருமாறு கூறப்பட்டுள்ளது:

'தமிழையும், தமிழ் இலக்கியங்களையும், தமிழ்ப் புலவர்களையும் பழித்துப் பேசியதால் தமிழ்ப் புலவர்கள் மத்தியில் கடும் கோபமும் எதிர்ப்பும் ஏற்பட்டன. இதனைத் தொடர்ந்து அண்ணா, சம்பத், நெடுஞ்செழியன் போன்றவர்கள் பெரியாரைச் சந்தித்து 'புராணங்களை எதிர்க்கிற வேகத்தில் திருக்குறள், சிலப்பதிகாரம், போன்றவற்றையும் சேர்த்துத் தாக்கிடுவது முறையல்ல. தமிழுக்கும், தமிழ் இலக்கியங்களுக்கும் நாமே பாதுகாப்பு' என்றனர். திருக்குறள் உலகப் பொதுமறை என்பதை நாமே உணர்த்தவேண்டும் என்றெல்லாம் அவர்கள் ஓதிய பிறகு தாமதித்தேனும் சில ஆண்டுகளுக்குப் பின் பலன் ஏற்பட்டது. பிறகு பெரியார் தமிழ் இலக்கியங்களையும், புலவர்களையும், தாக்குவதை நிறுத்திக்கொண்டார் *(பக்கம் 169).*

1949 பொங்கல் திருநாளை ஒட்டி சென்னையில் திருக்குறள் மாநாட்டை நடத்துவதெனப் பெரியார் திடீரென முடிவெடுத்தார். அப்போது அவர் திருக்குறள் குறித்து பின்வருமாறு பேசினார்: (பெரியாரின் மறுபக்கம் - ம. வெங்கடேசன்).

‘திருக்குறளில் பகுத்தறிவுக்குப் புறம்பான எந்த ஆபாசக் கருத்துக்களும் இடமில்லை. திருக்குறள் ஆரிய தர்மத்தை அதாவது மனுதர்மத்தை அடியோடு கண்டிப்பதற்காகவே எழுதப்பட்ட நூல் என்பதை நீங்கள் உணர வேண்டும். திருக்குறள் இந்துமதக் கண்டன நூல் என்பதையும், அது சர்வ மதத்திலுள்ள சத்துக்களை எல்லாம் சேர்த்து எழுதப்பட்டுள்ள மனித தர்ம நூல் என்பதையும் எல்லோரும் உணர வேண்டும்.

அறிவால் உய்ந்துணர்ந்து ஒப்புக்கொள்ளக்கூடியனவும் இயற்கையோடு விஞ்ஞானத்தையும் ஒப்ப இயைந்திருக்கக் கூடியனவும் ஆன கருத்துக்களையே கொண்டு இயங்குகிறது வள்ளுவரின் குறள். குறளை ஊன்றிப் படிப்பவர்கள் எல்லோரும் நிச்சயம் சுயமரியாதை உணர்ச்சி பெறுவார்கள். அரசியல் சமூக ஞானம், பொருளாதார ஞானம் ஆகிய சகலமும் அதில் அடங்கி இருக்கிறது. மனித சமுதாயத்துக்கே நல்வழி காட்டி, நன்னெறி ஊட்டி, நற்பண்புகளையும், ஒழுக்கங் களையும், கற்பிக்கும்வகையில் எழுதப்பட்ட நூல்தான் திருக்குறள். எனவேதான் எல்லா மக்களும், எல்லா மதத்தவரும், எங்கள் குறள், எங்கள் மதக் கருத்தை ஒப்புக் கொள்ளும் குறள் என்றெல்லாம் அதைப் போற்றி வருகிறார்கள். வள்ளுவரை நாம் ஒரு மனிதராக மதித்தே, மக்களிடையே காணப்படும் இழிவு நீக்கி, மனிதத் தன்மை வளர்ந்தோங்க வேண்டும் என்ற கருத்தோடு பாடுபட்ட ஒரு பெரியாராக மதித்தே நாம் குறளை ஒப்புக்கொள்கிறோமே ஒழிய, அதை நாம் கடவுள் வாக்காகவோ, அசரீரி வாக்காகவோ, ஏற்றுக்கொள்ளவில்லை.

நீங்கள் என்ன சமயத்தார் என்று கேட்டால் வள்ளுவர் சமயம் என்று கூறுங்கள். உங்கள் நெறி என்னவென்றால் குறள் நெறி என்று கூறுங்கள். அப்படிச் சொன்னால் எந்தப் பிற்போக்கு வாதியும் எப்படிப்பட்ட சூழ்ச்சிக்காரனும் எதிர் நிற்க மாட்டான். யாரும் குறளை எதிர்க்க முடியாததே இதற்குக் காரணம். ஆரியப் பித்தலாட்டத்துக்குச் சரியான மருந்து, மறுப்பு, திருக்குறள்தான். திருவள்ளுவ மாலையில் பல புலவர்களே இதைக் கூறியுள்ளார்கள். ஆரியப் புரட்டை வெளியாக்கி, மடமையைப் போக்கும் நூலே திருக்குறள். ஆதலால் குறள் வழி நின்று பகுத்தறிவு பெற்றுப் புது மனிதனாகுங்கள்.

மத சம்மந்தமான காரியங்களில் மக்களுக்கு நம்பிக்கை இருக்கக்கூடாது என்று கருதியே வள்ளுவர் குறளையும் பகுத்தறிவுக்கு ஏற்றதல்ல என்று கண்டித்து வந்தேன். பிறகு நாளாக ஆக நல்ல பண்டிதர்களோடு, திராவிட உணர்ச்சி உள்ளவர்களோடு பழகியபோது குறளின் மேன்மைபற்றிக் கூறினார்கள். சந்தேகங்களைக் கேட்ட போது அது பரிமேலழகரின் உரை, திருவள்ளுவர் கருத்து அல்ல என்று சொன்னார்கள்.

பரிமேலழகர் மனுதர்ம சாஸ்திரப்படி உரை எழுதிவிட்டார். பின்னர் வந்தவர்கள் குறளின் உண்மைக் கருத்தை எடுத்துக் காட்டினார்கள். அதிலிருந்துதான் நான் குறளைப்பற்றிப் பேசுகிறேன். அதையே ஆதாரமாக எடுத்துக் கொண்டல்ல. 'நான் சொல்லுகிற கருத்து அதிலும் இருக்கிறது பார்' என்று கூறி வந்தேன். அதற்காக அதை முழுவதையும் ஒப்புக்கொள்ள மாட்டேன். உதாரணத்துக்கு மாமிச உணவு உண்பதை வள்ளுவர் கண்டிக்கிறார். அதற்காக நான் மாமிச உணவு உட்கொள்ளாமல் இருக்க முடியுமா? ஆகவே குறளிலிருந்து உங்களுக்கு வேண்டியதை ஏற்றுக்கொள்ளுங்கள். வேண்டாததைத் தள்ளிவிடுங்கள்.

திருவள்ளுவரை திரிகாலமும் உணர்ந்த முனிபுங்கவர் என்றோ, ஞானி என்றோ, நாம் ஒப்புக்கொள்ளவில்லை. 2000 வருஷங்களுக்கு முன்பு ஒருவன் எவ்வளவுதான் அறிவாளியாக இருந்தாலும், எலெக்ட்ரிக் லைட், ஒலிபெருக்கி, மோட்டார் முதலியவைகளைக் கண்டிருப்பானா? மதவாதிகள் வேண்டுமானால் 'எல்லாக் காலத்தையும், முக்காலத்தையும் உணர்ந்த மகான் இவர்' என்று விளம்பரப்படுத்தலாம். ஆனால் அது பகுத்தறிவுக்கு ஒவ்வாது. நாம் திருவள்ளுவரை மகான் என்றோ, அவதார புருஷன் என்றோ ஒத்துக்கொள்ள மாட்டோம்.

வள்ளுவர் யார், எந்த குலத்தைச் சேர்ந்தவர், என்று நிச்சயமாகக் கூற முடியாது. வள்ளுவர் ஆரியத்தை எதிர்ப்பவர். ஆரியக் கருத்துக்களைக் கண்டிப்பவர். அவைகளை வெறுப்பவர் என்றுதான் நமக்குத் தெரிகிறது. அத்தோடு அவர் எந்த மதத்தையும் சார்ந்தவராகத் தெரியவில்லை. சைவ, வைணவ, சமண, பௌத்த, கிறிஸ்தவ, இஸ்லாம் மதத்தவர்கள் திருக்குறளைப் போற்றுகிறார்கள். இந்தப்படி எல்லோரும்

போற்றுவதால்தான் திருக்குறள் ஒரு மதத்தைத் தழுவியோ, ஒரு மதத்தின் உயர்வுக்காகவோ எழுதப்பட்ட நூல் என்றில்லாமல், மக்களின் வாழ்க்கைக்கு, மக்கள் தங்கள் வாழ்க்கையிலே கையாள வேண்டிய வழிவகைகள் பற்றி எழுதப்பட்ட நூல் என்றாகிறது. குறளாசிரியர் காலத்தில் 'இந்து' மதம் என்பது இல்லை. 1330 பாட்டுகளிலும் ஓர் இடத்திலாவது 'இந்து' என்ற சொல் காணப்படவே இல்லை. இந்தப்படியாக வள்ளுவர் மக்களுக்கு நல்வாழ்வின் வழியையும், நல்லொழுக்கத்தையும் கூறுகிறார். இன்றைய தினம் திராவிடர்களுக்கு ஒழுக்க நூல் திருக்குறள்தான்.'

திருக்குறளை ஆரிய நூலென்றும், பகுத்தறிவைப் பற்றிக் கவலைப்படாத நூலென்றும், திருவள்ளுவர் மத உணர்ச்சியோடு திருக்குறளை எழுதினார் என்றும் பேசிய பெரியார் திடீரென திருக்குறளைப் போற்றிப் பாராட்டினார். இதற்குக் காரணம் அண்ணா, ஈ.வெ.கி. சம்பத் மற்றும் நெடுஞ்செழியன் திருக்குறளுக்கு எதிரான பெரியாரிடமே தொடர்ந்து திருக்குறள் பற்றி நல்லவிதமாக ஓதி வந்தபடியால் திருக்குறள் மாநாடு நடத்தப் பெரியார் ஒப்புக் கொண்டதுடன், பாராட்டியும் பேசினார் என்பது இதன் மூலம் விளங்கும்.

திருக்குறளைத் தொடக்கத்தில் பழித்த காரணத்தையும், பின்னர் திருக்குறள் மாநாடு நடத்துவதன் காரணத்தையும் விளக்கிப் பெரியார் அறிக்கை விட்டதைத் தொடர்ந்து திருக்குறள் மாநாடு 15.01.1949 ஜனவரி 15 மற்றும் 16 தேதிகளில் நடைபெற்றது.

பெரியார் நடத்திய திருக்குறள் மாநாடு

பிரபல தமிழறிஞர்கள் தலைமை ஏற்றுச் சொற்பொழிவாற்ற 1949 ஜனவரி 15, 16 சனி, ஞாயிறுகளில் பெரியாரின் திருவள்ளுவர் மாநாடு நடைபெற்றது. மாநாட்டுப் பந்தலுக்கு 'வள்ளுவர் பந்தல்' என்றே பெயரிடப்பட்டது.

முதல்நாள் மாநாட்டுக்கு (15.01.1949) நிகழ்ச்சிக்கு நாவலர் சோமசுந்தர பாரதியாரும், 2ஆம் நாள் மாநாட்டு (16.01.1949) நிகழ்ச்சிக்கு சக்ரவர்த்தி நயினாரும் தலைமை தாங்கினர். தெ.பொ. மீனாட்சிசுந்தரனார், திருக்குறள் முனிசாமி, டி.எஸ். கந்தசாமி முதலியார், எஸ். முத்தையா முதலியார், பேராசிரியர் இலக்குவனார், திரு.வி. கல்யாணசுந்தரனார், கோவை சி.எம். ராமச்சந்திரன் செட்டியார், கா. அப்பாதுரையார்,

அண்ணாதுரை, நெடுஞ்செழியன் ஆகியோர் உரையாற்ற, பெரியார் ஏற்புரை மற்றும் க. அன்பழகன் நன்றியுரையுடன் இருநாள் மாநாடு நிறைவடைந்தது.

அறிஞர் அண்ணா - பெரியார் திருக்குறள் மாநாட்டை நடத்துவது ஏன்?

ஆண்டுக்கொருமுறை குறள் மாநாட்டைக் கூட்ட வேண்டும். குறளுக்கு நல்லதோர் உரை காண ஒரு குழுவை நியமித்து இன்றைய நடப்புக்கேற்ப ஒரு நல்லுரை உண்டாக்கித் தர ஒரு செயற்குழு திரு.வி.க. அவர்களைத் தலைவராக இருக்கவும், திருக்குறள் முனுசாமி அவர்களைச் செயலாளராகவும், தோழர்கள் நெடுஞ்செழியன், கா. அப்பாதுரை, புலவர் இலக்குவனார் ஆகியோர் அங்கத்தினர்களாகவும் கொண்டு இருக்க வேண்டும்.

மக்கள் வாழ்வு நலிந்திருக்கக் கண்ட பெரியார் அவர்தம் வாழ்வை நலப்படுத்த நூற்கள் பல தேடிப் பார்த்த போது தான் கண்ட பாரதம், பாகவதம், பகவத் கீதை, இராமயணங்கள், வேதங்கள் உப நித்துகள் இவை யாவும் பல கேடுகளைத் தம்மிடத்தே கொண்டு ஆரியப் பிரச்சாரத்தால், புரட்டுகள் வெளித்தோன்றாமல் இருந்து வருபவைகள். திராவிடர் வாழ்வுக்கு உண்மையில் பெரிதும் கேடு செய்து வருபவை இவைகளே என்று கண்டுதான் இதுகாறும் அவற்றிலுள்ள புரட்டுகளை எடுத்தோதி வந்து இன்று மக்களுக்கு அவற்றின்மீதுள்ள பற்றுதல் வெகுவாகக் குறைந்திருக்கும் இந்த வேளையில் திருக்குறள் என்ற ஒப்பற்ற நீதி நூலை மாநாடு கூட்டி திராவிடர்களுக்கு எல்லாத் தமிழர்களுக்கும் தருகிறார் தந்தை பெரியார்.

இனித் திராவிடன் ஒவ்வொருவன் கையிலும் குறள் இருத்தல் வேண்டும். திராவிடன் கையில் குறள் இருப்பதை, பகவத் கீதை ஏந்தித் திரியும் பார்ப்பனர்கள் காண்பார்களாகின் பார்ப்பனியம் படுகுழியில் புதைக்கப் படப் போவது நிச்சயம் என்பதை உணர்ந்து நமக்கும் மேலாக திருக்குறளைப்போற்றிப் புகழ முற்படுவதோடு அல்லாமல் தம் அகம்பாவத்தையும், மூட நம்பிக்கை களையும் கைவிட்டேயாக வேண்டும் என முடிவெடுப்பார்கள்.

பெரியார் இம்மாநாட்டின் மூலம் நல்லதோர் செயல் திட்டத்தைத் தருகிறார். பெரியார் கொடுத்த எத்திட்டத்தையும் இதுவரை கைவிட்டறியாத நாம், பெரியார் ஒரு நல்லுழவர் என்பதை நன்குணர்ந்துள்ள நல் பண்ணையாளர்களாகிய நாம் அவர்தம் முயற்சி வெற்றி பெற எல்லா வகையாலும் பாடுபடுவோம். திருக்குறளைத் துணைகொண்டு நம் வாழ்க்கையை அமைத்துக் கொண்டால் நம் வாழ்வைக் கெடுக்க வேண்டி ஆரியம் நம் பாதையில் வெட்டியுள்ள படு மோசப் படுகுழிகள் யாவும் நம் அறிவுக் கண்களுக்குத் தெற்றெனப் புலப்படும். கம்பருக்குத் திருவிழாக்கள் கொண்டாடும் புன்மதியாளர் காது செவிடுபடும்படி திருக்குறள் இனி ஓதப்படும். விரைவில் வெற்றி முரசு கொட்டிய நமது பெரும்படை, போர் பல நடத்தி நற்பயிற்சி பெற்றுள்ள நம் பெரும் படை திக்கெங்கணும் புறப்படும். வெற்றி கொண்டு பெரியாரின் பேரிதயம் மகிழச் செயலாற்றும் என்றார்.

பெரியார் ஏற்புரை - ஆரியத்தை ஒழிக்கும் ஒப்பற்ற ஆயுதம் திருக்குறளே!

பெரியார் சொற்பொழிவின் தொடக்கத்திலேயே, 'தான் எப்போதுமே தன் அறிவு ஒன்றையே ஆதாரமாகக்கொண்டு நடந்து வந்தவன் என்பதையும் அது ஒருவேளை தவறாக முடியுமோ என்ற அச்சம் சில சமயங்கள் ஏற்பட்ட போதிலும், நாம் தொடர்ந்து உறுதியோடு அதையே ஆதாரமாகக்கொண்டு நடந்து வந்தமையையும் எடுத்துக் கூறி, அதையே காலையில் தலைவர் திரு. சக்ரவர்த்தி நயினார் அவர்கள் ஒப்புக் கொண்டமை, தான் நடந்து கொண்டவகையே சாலச் சிறப்புடைத்து என்பதைத் தெரிந்துகொண்டதாகவும், மனிதன் ஒவ்வொருவனும் தன் வாழ்வுக்குத் தானே எஜமானன் என்பதை உள்ளபடி உணர்ந்து செயலாற்றி வருதலே நன்மை பயக்கத்தக்கது என்றும், தன்னறிவு தனக்கு காட்டிக் கொடுக்கும்வரை சற்று சங்கடம் ஏற்படினும் அதனால் கேடொன்றும் நேர்ந்து விடாதென்றும், இன்று திருக்குறளை தாம் புகழ்ந்து கூறுவதற்கும் தம்முடைய கருத்துகள் அதில் காணப் படுவதால்தானே ஒழிய, அது வள்ளுவரால் கூறப்பட்டது என்பதற்காகவோ அல்லது அதில் கூறப்பட்டுள்ளது யாவுமே பகுத்தறிவுக்கு ஏற்றது என்ற கருத்தினாலுமே

அல்ல என்றும், அதில் தம் முன்னேற்றக் கருத்துக்கு ஒவ்வாதன இருப்பின் அவற்றை விலக்க தாம் எப்போதும் தயங்கப் போவதில்லை.' என்றும் கூறினார்.

குறளும் சுயமரியாதையும்

திருக்குறளின் மேன்மை நம் அருமை நண்பர் மாணிக்க நாயக்கர் காலத்திலேயே நமக்கு ஓர் அளவுக்குப் புலப் பட்டது என்றாலும், இன்றைய நாள்வரை அதைப்பற்றி அதிகம் பேசாமல் இருந்தோம். அதற்குக் காரணம், நீண்ட நாள்களாகவே நம்மிடையே ஆரியத்தால் புகுத்தப்பட்டு நம் வாழ்வைக் கெடுத்துக்கொண்டு வரும் கடவுள், மதம், இவை சம்பந்தப்பட்ட மூட நம்பிக்கைகள், அறவே ஒழிக்கப்படும்வரை திருக்குறளை மக்களிடையே பரப்புவதால் பயனில்லை என்பதை தெளிவாக உணர்ந்திருந்தோம்.

ஆனால் இன்று சுயமரியாதைப் பிரச்சாரத்தால் மூட நம்பிக்கைகளும், ஆரிய முறையும் பெருமளவுக்கு நீங்கி நாம் எடுத்துக் கூறும் சீர்திருத்தக் கருத்துகளை ஒப்புக் கொள்ளவும் அவற்றை மக்களிடையே பரப்பவும் போதுமான ஆதரவாளர்கள் ஏற்பட்டுவிட்டனர். நமது பிரசாரம் வெற்றி பெற்றுவிட்டது. ஆரியம் அழியும் காலம் மிக நெருக்கத்திற்கு வந்துவிட்டது என்பதை உள்ளபடி அறிந்த பிறகே குறளைப் பரப்பத் துணிவு கொண்டு மாநாட்டைக் கூட்டினேன்.

குறளைக்கொண்டு வாழ்க்கையை நிர்ணயிப்போம்

சமுதாயத்தின் ஒழுக்கமும், நாணயமும் மிகவும் கெட்டுவிட்டதென்றும், மனிதனை மனிதன் வஞ்சித்து வாழும் கொடுமை மிகமிக மலிந்துவிட்டதென்றும், இத்தகைய ஒழுக்கக் கேட்டிற்குக் காரணமான கடவுளும், மதமும் மாற்றப்பட்டாகவேண்டுமென்றும் தெரிவித்துக் கொண்டதோடு, காந்தியார் வணங்கிய கடவுளும், போற்றிய அகிம்சையும், சத்தியமும், மதமும் அவருக்கே பயன்படாது போய் விட்டமை காரணமாகவேணும் இவ்வுண்மை மக்களுக்குப் புலப்படவேண்டும்.

மேலும் குறளை யார் எழுதியது, அவர் காலமென்ன என்ற விசாரத்தை எல்லாம் ஆராய்ச்சி வல்லுநர்களான சரித்திரப்

பேராசிரியர்களுக்கே விட்டுவிட்டோம். குறளில் கூறப் பட்டுள்ள கருத்துகளை மட்டுமே கவலையோடு ஆராய்ந்து பார்த்து அவற்றின் படி நம் வாழ்க்கையை செப்பனிட்டுக் கொள்ளவேண்டும்.

உருவக் கடவுளைக் குறிப்பிட்டாரா வள்ளுவர்?

'கடவுள் வாழ்த்தில்' என்ன கூறப்பட்டுள்ளது என்று எடுத்துக் கூறுமுகத்தான் வள்ளுவர் எங்கும் உருவக் கடவுளைப்பற்றிக் குறிக்கவே இல்லை. அவர் கடவுள் வாழ்த்து என்ற அதிகாரத்தில் மனிதன் இன்னின்ன உயர்வான குணங்களைப் பெறுதல் வேண்டும் என்று மட்டுமே குறிப்பிடுகிறார். உயர்வான மனிதத் தன்மை எதுவென்பதே அவ்வதிகாரத்தில் தெள்ளத் தெளிவாகக் கூறப்பட்டிருக்கிறது .

அடுத்த அதிகாரமாகிய 'வான் சிறப்பில்' மக்கள் ஒழுக்கமாயிருந்தால் மழை பெய்யும் என்ற இன்றைய மதவாதிகளின் கருத்தைக் கண்டித்து வள்ளுவர் மழை பெய்தால்தான் மக்கள் கஷ்டமின்றி வாழ்தல் கூடும் என்கிறார். கஷ்டமின்றி வாழ்தல் கூடுமானால்தான் மக்களிடையே ஒழுக்கம் நிலவ முடியும் என்று குறிப்பிட்டிருப்பதை எடுத்துக் காட்டினார்.

பெண் வழிச் சேரல்

திருவள்ளுவர் பெண்களைப்பற்றி 'பெண் வழிச் சேரல்' என்ற பகுதியில் கூறியிருப்பது சிலரின் கண்டனத்திற்கு ஆளாகியிருப்பதைப்பற்றிக் குறிப்பிட்டு, திருவள்ளுவர் பெண்களை ஐந்து வகையாக அதாவது தாய் தகப்பன் பாதுகாப்பில் கல்யாணம் ஆகாமல் கன்னிகளாக இருந்து வரும் பெண்கள், கல்யாணமாகி இல்லற வாழ்க்கையில் ஈடுபட்டு வாழும் பெண்கள், விபச்சாரத்தைத் தொழிலாகக்கொண்டு வாழ்ந்து வரும் விலைமகள், கல்யாணம் செய்துகொள்ளாமல் தான் தோன்றித்தனமாக சுதந்தரமாக வாழ்ந்து வரும் பெண் என்று பிரித்தே பேசியிருக்கிறார். எனவே பெண் வழிச்சேரல் என்ற பகுதியில் குறிப்பிடப்பட்டிருக்கும் பெண்டிர் கடைசியாகக் கூறப்பட்ட சுதந்தரர்கள் என்றும் அவர் வழி சேர்ந்த ஆடவர்களுக்கு கேடு சம்பவிக்கும் என்றுதான்

திருவள்ளுவர் கூறியிருக்கிறாரே ஒழிய பெண்களைப்பற்றி இழுக்காக ஒரு வார்த்தைகூட திருவள்ளுவர் பேசவில்லை.

திருவள்ளுவர் பொதுவுடைமைக்காரர்

மேலும் அவர், திருவள்ளுவர் காலம் பொது உடைமைக் காலமோ, சமதர்மக் காலமோ அல்ல. ஆனால், வள்ளுவர் சிறந்த பொது உடைமைக்காரராகவே விளங்குகிறார். அதனால்தான் நம் போற்றுதலுக்கு ஆளாகிறார். இத்தகைய தனிச் சிறப்பு வாய்ந்த திருக்குறளை அனைவரும் போற்றி அதன்படி நடந்து நல்வாழ்வு வாழ வேண்டும். நாட்டின் மூலை முடுக்குகள் தோறும்கூட திருவள்ளுவர் கழகங்கள் தோற்றுவிக்கப்பட்டு, திருக்குறள் கருத்துகள் பரப்பப்பட வேண்டும்.

ஆண்டுதோறும் இதுபோன்ற வள்ளுவர் மாகாண மாநாடுகளும், ஒவ்வொரு ஜில்லாவிலும் தனி மாநாடும் கூட்டப்பட வேண்டும். குறள் ஆரியத்தை ஒழிக்க ஒப்பற்ற நல்லாயுதம் என்று திருக்குறள் பிரச்சாரக் குழு ஒன்று அமைக்கப்பட்டு, விரைவில் செயலாற்றத் தொடங்கும். அதற்கான ஆதரவைப் பொது மக்கள் தந்துதவ வேண்டும். மாநாட்டில் கலந்துகொண்ட புலவர்களுக்கும், அறிஞர் களுக்கும், பொதுமக்களுக்கும் நன்றி.

நிறைவாக, க. அன்பழகன் நன்றி கூற இரு நாள் திருக்குறள் மாநாடு இனிதே முடிவுற்றது.

பெரியார் நடத்திய மேற்கண்ட திருக்குறள் மாநாடு குறித்த பல்வேறு செய்திகள், பேச்சாளர் விவரங்கள், பங்கேற்ற தமிழறிஞர்களின் உரை வீச்சுகள் உள்பட பல்வேறு தரவுகளை, நூல்கள், பத்திரிக்கைகள், வலைதளம் உள்ளிட்ட பல்வேறு ஊடகங்கள் மூலம் திரட்டியபோது ஒரு முக்கிய விஷயம் தெரிய வந்தது. அதாவது பேச்சாளர் பட்டியலில் நம் கண்களுக்கு ஒரு முக்கியப் பிரபலம் தென்படவில்லை. முன்னாள் முதல்வரும், வள்ளுவர் கோட்டம், குறளோவியம், வள்ளுவர் சிலை எனத் திருவள்ளுவருக்காகவும், திருக்குறளுக்காகவும் பலவற்றைச் செய்து சாதனை படைத்தவரும், எண்பதாண்டு கால பொது வாழ்க்கைக்குச் சொந்தக்காரரும், திராவிட இயக்கத் தூண்களில் ஒருவரும், பெரியாரின் அணுக்கத் தொண்டருமான 'கலைஞர் கருணாநிதி' பெரியார் நடத்திய திருக்குறள் மாநாட்டில் பங்கேற்று

உரையாற்றியதாகத் தகவல்கள் எதுவும் கிடைக்கவில்லை. கவனக் குறைவாக விடுபட்டுப் போயிருக்கலாம். கலைஞர் கருணாநிதி பங்கேற்று உரையாற்றிய செய்திகளை யாரேனும் அனுப்பி வைத்தால் அது அடுத்த பதிப்பில் சேர்த்துக் கொள்ளப்படும்.

மீண்டும் திருக்குறளை விமர்சித்த பெரியார்

வேதாளம் மீண்டும் முருங்கை மரம் ஏறிக்கொண்ட கதையாக 1950களில் திருக்குறள் குறித்த தனது முந்தைய கருத்தையே பெரியார் மறுபடியும் வலியுறுத்தத் தொடங்கினார். 'வள்ளுவர் குறளையும் அந்தப்படியே அப்போது பகுத்தறிவுக்கு ஏற்றதல்ல என்று கண்டித்து வந்தேன். எல்லாவற்றையும் குறை சொல்லும் போதும் பலர் என்னிடம் வந்து 'எல்லாம் போய்விட்டால் நமக்கு எதுதான் நூல்' என்று கேட்டனர். அதற்கு நான் 'இங்கே இருக்கிற மலத்தினால் கெட்ட நாற்றம் வீசுகிறது எடுத்துவிடு என்று கூறினால் அந்த இடத்தில் என்ன வைப்பது என்றா கேட்பது?' என்று பதில் கூறினேன். (விடுதலை 01.06.1950)

தனது 90ஆவது பிறந்தநாளையொட்டி விடுதலை சிறப்பு மலரில் எழுதிய பெரியார், 'மூடநம்பிக்கை - பெண்ணடிமை - ஆரியம் ஆகியவை திருக்குறளில் நல்லவண்ணம் புகுத்தப்பட்டிருக் கின்றன. குறள் வேத சாஸ்திரங்களின் சாரம் என்று சிலர் கூறுவது உண்மைதான். திருக்குறளைத் தூக்கியெறிய வேண்டியதுதானே' என்றார். (விடுதலை 15.06.1968)

அண்ணா ஆட்சியில் இரண்டாவது உலகத் தமிழ் மாநாடு நடத்தப் பட்டது. அப்போது திருவள்ளுவர் உள்ளிட்ட தமிழ்ச் சான்றோர் களின் சிலைகள் சென்னை மெரினா கடற்கரையில் திறக்கப் பட்டதைத் தொடர்ந்து 'உலகத் தமிழ் மாநாடாம். வெங்காய மாநாடாம். இது எதற்கு. கும்பகோணம் மாமாங்கத்துக்கும், இதற்கும் என்ன வித்தியாசம் இருந்துவிடப் போகிறது' என்று பெரியார் அறிக்கை விட்டார் (விடுதலை 15.12.1967)

'கலைமகள்' இதழுக்கு (27.12.1972) பெரியார் அளித்த பேட்டி: (அதாவது மரணமடைவதற்கு ஒரு வருடம் முன்புவரைகூட திருக்குறள்மீது பெரியாருக்கு நல்லெண்ணம் பிறக்கவில்லை.) 'திருக்குறளை எடுத்துக்குங்க. நான் மட்டுந்தான் குறளைக் கண்டிக்கிறேன். நான் திருக்குறள் மாநாடு நடத்தியதாலேயே சில பேர் என்னைக் கண்டிச்சாங்க. கலைஞர்கூட அது ஒண்ணையாவது

விட்டுவிடக் கூடாதான்னு கேட்டாரு. குன்றக்குடி அடிகளாரும் கேட்டுக்கிட்டாரு. இரண்டாயிரம் வருடத்துக்கு முந்தியது குறள். அதை இப்பவும் அப்படியே ஏத்துக்கணுமா?' என்று கடைசிவரை திருக்குறளை ஏற்க மறுத்தார் பெரியார்.

'தமிழ் நீச பாஷை' என்று கூறுவதாகப் பகுத்தறிவாதிகளால் சுட்டிக்காட்டப்படும் ஆரிய நூலுக்கும், திருக்குறள், திருவள்ளுவர் உள்பட தமிழ் இலக்கியங்களையும், தமிழ்ச் சான்றோர்களையும் பழித்து 'மலம்' என்றும் 'தமிழ் காட்டுமிராண்டி மொழி, ஏன்? எப்படி?' என்ற பெயரில் பெரியார் எழுதிய நூலுக்கும் (பின்னர் இந்நூலின் பெயர் 'தமிழும், தமிழரும்' என்று பெயர் மாற்றம் செய்யப்பட்டது) பெரிய வித்தியாசமில்லை.

உதவிய நூல்கள் / கட்டுரைத் தலைப்புகள்

1. திருவள்ளுவரும் திருக்குறளும், டாக்டர் உ.வே. சாமிநாதய்யர்
2. திருக்குறள் ஆராய்ச்சி, மறைமலை அடிகள்
3. திருவள்ளுவர், செல்வக்கேசவராய முதலியார்
4. திருவள்ளுவரைப்பற்றிய குறிப்புகள், மு. இராகவய்யங்கார்
5. திருக்குறள் வீட்டின்பால், ஜே.எம். நல்லசாமிப் பிள்ளை
6. திரிக்குறள், அயோத்திதாசர்
7. குறள் தமிழ் முதநூலா தரும சாத்திர சாரத் திரட்டா, சோம சுந்தர பாரதியார்
8. திருக்குறள் அறத்துப்பால், சொ. தண்டபாணிப்பிள்ளை
9. குறள் - குறளும் நானும், தந்தை பெரியார்
10. திருக்குறள் விரிவுரை, திரு வி. கல்யாணசுந்தரனார்
11. நம் பண்டைய நீதி நூலாசிரியர், மு. கதிரேசன் செட்டியார்
12. வள்ளுவர் உள்ளம், கி.ஆ.பெ. விஸ்வநாதம்
13. வள்ளுவர் தந்த இன்பம், இராய. சொக்கலிங்கனார்
14. காதல் வாழ்க்கை, மு. வரதராசனார்
15. தெய்வப் புலவர் திருவள்ளுவர், ஒளவை துரைசாமிப் பிள்ளை
16. திருக்குறள் ஒரு திருப்பணி, அறிஞர் அண்ணா
17. திருக்குறள் குழந்தை உரை, புலவர் குழந்தை
18. வள்ளுவர் கொள்கையும், வடவர் கொள்கையும், இறையனார்
19. திருக்குறளும் சமதர்மமும், அ. சக்ரவர்த்தி நயினார்
20. வள்ளுவர் நெஞ்சம், வ.சுப. மாணிக்கம்
21. திருக்குறளும் பொது நோக்கமும், சரவண ஆறுமுக முதலியார்

22. வள்ளுவர் தெய்வ ஒளி, எஸ். வையாபுரிப் பிள்ளை
23. வழி வழி வள்ளுவர் சிலப்பதிகாரத்தில் வள்ளுவர், ரா.பி. சேதுப்பிள்ளை
24. திருக்குறள் உரை - வள்ளுவர் உள்ளம், பாரதிதாசன்
25. வள்ளுவர் காலம், சாமி சிதம்பரனார்
26. வள்ளுவரின் உள்ளம், நாமக்கல் இராமலிங்கம் பிள்ளை
27. குறளோவியம், கலைஞர் மு. கருணாநிதி
28. வள்ளுவர் கண்ட காமம், தெ.பொ.மீனாட்சிசுந்தரனார்
29. திருவள்ளுவர் வாழ்த்தும் ஆதிபகவன், ஸ்ரீபால்
30. வள்ளுவர் வாசகம், இராஜகோபாலாச்சார்யார்
31. திருவள்ளுவர் காலம், மா. இராசமாணிக்கனார்
32. குறள் காட்டும் இயற்கை, ச. தண்டபாணி தேசிகர்
33. திருவள்ளுவர் தமிழகத்தின் முதல் புரட்சியாளர், மறைமலை இலக்குவனார்
34. திருக்குறள் மணி விளக்கவுரை, கா. அப்பாதுரை
35. மண்ணில் விண் / வள்ளுவர் கூட்டுடைமை, ஞா. தேவநேயப் பாவாணர்
36. சான்றோர் கண்ட திருவள்ளுவர், க. த. திருநாவுக்கரசு
37. உலகப் பொதுமறை, திருக்குறள் வீ. முனிசாமி
38. வாக்காளர்களுக்கு வள்ளுவரின் அறிவுரைகள், தவத்திரு குன்றக்குடி அடிகளார்
39. உன்னைத் திருத்து, முனைவர் தமிழ்க்குடிமகன்
40. குறளமுதம், முனைவர் இ. சுந்தரமூர்த்தி
41. வடிவிழந்த வள்ளுவம், கு.ச. ஆனந்தன்
42. திருக்குறள் தமிழ் -ஆங்கிலம், எஸ்.என். ஸ்ரீராமதேசிகன்
43. புனித தாமஸ் கட்டுக்கதையும் - மயிலை சிவாலயமும், ஆங்கிலம் -ஈஸ்வர்சரண் தமிழ் - டி.எம். சுந்தரம்
44. திருக்குறள் மூலமும் உரையும், பரிமேலழகர்
45. திருக்குறள் மூலமும் உரையும், கோ. வடிவேலு செட்டியார்
46. திருக்குறள் மருத்துவ அறிவியல் களஞ்சியம், முனைவர் கு. மோகனராசு
47. உயிருக்கு நேர் - உலகச் செம்மொழி மாநாட்டு மலர் 2010, நக்கீரன் வெளியீடு

48. திருக்குறள் சட்டவியல் களஞ்சியம், முனைவர் கு. மோகனராசு
49. மயிலை திருவள்ளுவர் தமிழ்ச் சங்கம் 13 ஆம் ஆண்டு நினைவு மலர், டாக்டர் சேயோன்
50. திருக்குறள் ஆங்கிலம், ஜி.யு. போப்
51. திருக்குறள் ஆய்வுப் புதையல், டாக்டர் பி. துரைராஜ்
52. திருக்குறள் உரை விபரீதம், முனைவர் சாமி. தியாகராஜன்
53. தமிழ் வளர்த்த நல்லறிஞர்கள், குன்றக்குடி பெரிய பெருமாள்
54. திருக்குறள் ஆராய்ச்சி பதிப்பு, கி.வா.ஜ.கந்நாதன்
55. நீதிக் கட்சியின் திராவிடன் நாளிதழ் ஆய்வு, பெ. சு. மணி
56. *Tiruvalluvar Foreign Policy Concepts,* M. Palanisamy
57. திருவள்ளுவர் காட்டும் நிர்வாகம், எம். பழனிச்சாமி
58. திருக்குறள் ஒரு வரி உரை, முனைவர் சி. வெற்றிவேல்
59. திருக்குறளில் மருந்து, முனைவர் சி. வெற்றிவேல்
60. *Moderrn Management Concepts in Tirukural,* S. Sundara Srinivasan
61. திருவள்ளுவர் -ஔவையார் கதையும் நாடகமும், மு. பழனிச்சாமி
62. திருக்குறளும் அமெரிக்க அரசியம் சட்டமும், எம். பழனிச்சாமி
63. *Voice of Thiruvalluvar - Thirukural - Hindi,* T.E.S. Raghavan
64. *Thirukural - An abridgement of Sastras,* Dr R. Nagaswamy
65. மறைமலை அடிகளார் மாட்சி, புலவர் ந.ர. சுந்தரராசன்
66. திருக்குறள் கட்டுரைகள், முனைவர் தெ. ஞானசுந்தரம்
67. திருக்குறளில் கலை பற்றிக் கூறாததேன், ம.பொ. சிவஞானம்
68. நான் அறிந்த தமிழ்மணிகள், பி ஸ்ரீ பாகம் 1
69. திருக்குறளைத் திறப்போம், வலம்புரி ஜான்
70. குறள் கண்ட வாழ்வு, அ.ச. ஞானசம்பந்தன்
71. திருவள்ளுவர் திடுக்கிடுவார், நாமக்கல் இராமலிங்கம் பிள்ளை
72. ஜி.யு. போப்பின் தமிழ்ப்பணி, முனைவர் இராம குருநாதன்
73. தமிழுக்குத் தொண்டு செய்த பிறநாட்டு அறிஞர்கள், பி. இராமநாதன்

74. தமிழ்ச் சுடர் மணிகள், எஸ். வையாபுரி பிள்ளை
75. திருவள்ளுவர் அல்லது வாழ்க்கை விளக்கம், மு. வரதராசனார்
76. கன்றும் கனியுதவும், எஸ். உலகநாத பிள்ளை
77. தமிழ்ப் பற்று, நாமக்கல் இராமலிங்கம் பிள்ளை
78. *Tirukural Couplets,* Yogi Suddhanadha Bharathi
79. வளரும் வள்ளுவம், கு.ச. ஆனந்தன்
80. திருவள்ளுவர் வரலாற்று நாடகம், மா. வழித்துணைவன்
81. திருவள்ளுவர் ஆத்திச்சூடி, டாக்டர் சேயோன்
82. வாழும் வள்ளுவம், டாக்டர் வா.செ. குழந்தைசாமி
83. வள்ளுவர் காட்டிய வழி, திருக்குறள் முனிசாமி
84. புலவர் குழந்தை, கு. அரசேந்திரன்
85. தி வை சதாசிவ பண்டாரத்தார், முனைவர் சா. கிருட்டினமூர்த்தி
86. கா. அப்பாதுரையார், கு.வே. பாலசுப்பிரமணியன்
87. ரா.பி. சேதுப்பிள்ளை, ச. கணபதிராமன்
88. கி.வா.ஜகந்நாதன், நிர்மலா மோகன்
89. அ.சா. ஞானசம்பந்தன், முனைவர் சா. கிருட்டினமூர்த்தி
90. சி. இலக்குவனார், மறமலை இலக்குவனார்
91. திருமணம் செல்வக்கேசவராய முதலியார், முனைவர் சா. கிருட்டினமூர்த்தி
92. வெள்ளக்கால் சுப்பிரமணிய முதலியார், சி. சுப்பிரமணியன்
93. சோழவந்தான் அரசன் சண்முகனார், கு. அறிவுடை நம்பி
94. நாவலர் சோமசுந்தர பாரதியார், ச. சாம்பசிவனார்
95. அ.சா. ஞானசம்பந்தன், நிர்மலா மோகன்
96. அயோத்திதாசப் பண்டிதர், கௌதம சன்னா
97. வள்ளுவர் வகுத்த நெறியில் வாழ்ந்த அறிஞர், க. அன்பழகன்
98. திருவள்ளுவர் காலம், இளங்குமரன்
99. திருவள்ளுவர் நூல் நயம், சைவ சித்தாந்த நூற்பதிப்புக் கழகம்
100. திருவள்ளுவர் திரு உருவப்பட வரலாறு அன்றும் - இன்றும், மா. இராம தமிழ்ச்செல்வன்
101. மயிலை திருவள்ளுவர் திருக்கோயில் குறிப்புகள்

102. சென்னை வள்ளுவர் கோட்டம் குறிப்புகள்

103. கன்னியாகுமரி வள்ளுவர் சிலை குறிப்புகள்

104. Mylapore Rev Father Arulappaa - John Ganesh - Hoax , *Illustrated Weekly of India* - K P Sunil - 1987

105. திருக்குறள் அடிப்படை கிருஸ்தவமே, கிருஸ்ட்ஃபர்

106. திருக்குறளில் பரிசுத்த விவிலியச் சிந்தனைகள், தனராஜ்

107. *Thirukural and its Central Thoughts,* Rev Father Arulappa

108. *St Thomas in India,* Rev Father Arulappa

109. திருவள்ளுவர் கிருத்தவரா?, மு. தெய்வநாயகம்

110. விவிலியம் - சைவ சித்தாந்தம் ஒப்பாய்வு, மு. தெய்வநாயகம்

111. விவிலியம் - சைவ சித்தாந்தம் ஒப்பாய்வு மறுப்பு, புலவர் அருணை வடிவேல்

112. திருவள்ளுவ நாயனார் சரித்திரம், ரிப்பன் அச்சுக்கூடம்

113. குறளமுதம், முனைவர் இ. சுந்தரமூர்த்தி

114. அர்த்தமுள்ள இந்து மதம், கவியரசு கண்ணதாசன்

115. திருவள்ளுவர் சித்தாந்த சைவர், கொரடாச்சேரி சிவத்திரு வாலையானந்த அடிகளார்

116. சமூக மெய்யியல் நோக்கில் திருக்குறள், முனைவர் சு. மாதவன்

117. திருவள்ளுவர் வைணவரே - திருவாதிமாலை, திருமலை ஐயங்கார்

118. திருவள்ளுவரும் திருக்குறளும், மறைமலை அடிகள்

119. திருக்குறள் சைவ நூலா?, திருமுருக கிருபானந்த வாரியார்

120. உயர் வள்ளுவம், இலங்கை ஜெயராஜ்

121. திருக்குறள் கட்டுரைகள், கி.ஆ.பெ. விசுவநாதம்

122. *Ancient Yet Modern Management Concepts in Thirukkural,* V. Irai Anbu

123. திருக்குறள் ஒரு வைதீக இந்து சமய நூலே, ஆர். பி. வி. எஸ். மணியன்

124. திருக்குறள் புதைபொருள், கி.ஆ.பெ. விசுவநாதம்

125. *Thirukkural Science - Psychological Claims,* B Sriramkumar

126. வள்ளுவரும் வள்ளலாரும், அருள்திரு ஊரன் அடிகளார்

இணையத்தளங்கள்

1. www.thirukkural.com
2. www.thirukkural.mobi
3. www.thirukkural.co.in
4. www.thirukkural.net
5. www.kuralamudham.com
6. www.kural.org
7. www.ta.wikepedia.org
8. www.tamilvu.org
9. www.facebook.com/thirukkural
10. www.eegarai.net

ஜனனி ரமேஷ்

சட்டம், இலக்கியம், வரலாறு, வர்த்தகம், அரசியல், இதழியல் என்று பல துறைகளில் பட்டங்கள் பெற்றவர். காப்பீட்டுத் துறையில் 40 ஆண்டு காலம் பணியாற்றியவர். தனது பதினான்காம் வயதில் அவர் எழுதிய முதல் சிறுகதை 'கோகுலம்' இதழில் வெளி வந்தது. வானொலியில் இவருடைய சிறுகதைகள், கவிதைகள், பிரபலங்களுடனான நேர்காணல் ஆகியவை ஒலிபரப்பாகியுள்ளன. இதயம் பேசுகிறது, ஜூனியர் போஸ்ட், விகடன் பேப்பர், நாணயம் விகடன், அமுதசுரபி, ஆழம் உள்ளிட்ட இதழ்களில் இவருடைய படைப்புகள் வெளிவந்துள்ளன. தினமலர், தமிழ் இந்து போன்ற நாளிதழ்களில் இவரது கட்டுரைகள் தொடர்ந்து வெளியாகி வருகின்றன. பல்வேறு விருதுகளும் பெற்றிருக்கிறார்.

www.ingramcontent.com/pod-product-compliance
Ingram Content Group UK Ltd.
Pitfield, Milton Keynes, MK11 3LW, UK
UKHW041632190726
13854UKWH00006B/2442